வணக்கம்

வலம்புரிஜான்

இது ஒரு
நக்கீரன்
வெளியீடு!

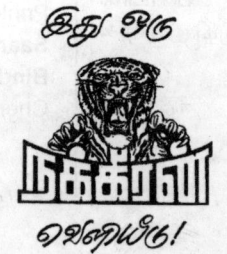

வணக்கம்
அரசியல் கட்டுரைகள்
↵

வலம்புரிஜான்
↵

முதல் பதிப்பு 2005
ஐந்தாம் பதிப்பு 2021
(தலா 5,000 பிரதிகள்)
பக்கங்கள் 278
நூலின் அளவு (14X21.5) டெமி
விலை ரூ. 300
↵

வெளியீடு
நக்கீரன் பப்ளிகேஷன்ஸ்
105, ஜானி ஜான்கான் சாலை
இராயப்பேட்டை
சென்னை 14
தொடர்புக்கு 044 43993029
↵

அட்டை வடிவமைப்பு
மதிராஜ்
↵

நூலழகு
துரை.கணேசன்
↵

அச்சாக்கம்
**சாருபிரபா பிரிண்டர்ஸ் &
பைண்டர்ஸ்**
சென்னை 14

Vanakkam
Arasiyal Katturaigal
↵

Valampurijohn
↵

First Edition 2005
fourth Edition 2021
Pages 278
Book Size (14X21.5) Demy
Price Rs. 300
↵

Published by
Nakkheeran Publications
105, Jani JahanKhan Road
Royapettah, Chennai 14
Ph 044 43993029
↵

Cover designed by
Mathiraj
↵

Layout by
Durai.Ganesan
↵

Printed at
**Saaruprabha Printers &
Binders**
Chennai 14

வலம்புரி ஜானுக்கு வணக்கம்!

–நக்கீரன் கோபால்

அருப்புக்கோட்டையில் ஹைவேஸ் அலுவலகத்தில் பியூனாக இருந்தபோதும் என்னை பி.காம். வரை படிக்க வைத்தார் அப்பா. தன் பிள்ளை பேங்க் வேலை பார்க்கவேண்டும் என்பதுதான் அப்பாவின் விருப்பம். ஆனால், உள்ளூரில் அரிசிக்கடையில் வேலை, அதன்பின் சென்னையில் பேங்க் வேலை வாங்கித் தருவதாகச் சொன்னவரை நம்பி வந்து அது கிடைக்காமல் பட்டர்ஃபிளை கம்பெனியில் வேலை, சொந்தமாக ரப்பர் கம்பெனி என பல முயற்சிகளுக்குப்பின் நோய்வாய்ப்பட்டு அருப்புக் கோட்டைக்கே திரும்ப வேண்டியிருந்தது. வீட்டில் ஓய்வெடுத்த நாட்களில் படம் வரைந்துகொண்டிருந்தேன். பள்ளி நாட்களிலிருந்தே படம் வரைவதில் ஆர்வம் உண்டு. என் படங்களைப் பார்த்த நண்பர் ஒருவர்தான், பத்திரிகைகளுக்கு இந்த மாதிரி படம் போடலாமே என திசை காட்டினார்.

தன்னம்பிக்கையை மூலதனமாகக் கொண்டு மீண்டும் சென்னைக்கு வந்தேன். பத்திரிகை துறையில் தெரிந்தவர்கள் என்று யாரும் இல்லை. அமைந்தகரையில் அருண் ஹோட்டல் அருகே இருந்த சாவி அலுவலகத்திற்கு போனேன். விவரத்தை கேட்ட வாட்ச்மேனே, "இப்ப இங்கே யாரையும் பார்க்க முடியாது. நெல்சன் மாணிக்கம் ரோட்டுல எம்.ஜி.ஆரோட பத்திரிகை ஆபீஸ் இருக்கு. தாய் பத்திரிகைன்னு கேளு" என்றார். தாயைத் தேடிப் போனேன். கோவை சூரியகாந்தன் என்ற இலக்கியவாதி இருந்தார். விவரத்தை அறிந்ததும், ஆசிரியர் அறைக்கு அழைத்துப் போனார். உள்ளே கம்பீரமாக அமர்ந்திருந்தார் வலம்புரிஜான். அவரது மேஜையை நிறைத்து அடுக்கி வைக்கப்பட்டிருந்தன புத்தகங்கள். மாநிலங்க ளவை எம்.பி., சிறந்த பேச்சாளர், எழுத்தாளர், பத்திரிகையாளர் என பன்முகத் தன்மை கொண்ட ஒரு வி.ஐ.பி.யை நான் முதன்முதலில் சந்திப்பது

அப்போதுதான். எனக்கு வியர்த்துக் கொண்டிருந்தது.

படம் வரைய வாய்ப்பு கேட்டு பத்திரிகைக்கு வந்திருப்பதை சூரியகாந்தன் தெரிவித்ததும், "எங்கே தாங்கள் தீட்டிய படத்தை கொடுங்கள்" என தெள்ளுத் தமிழ் தெறித்து வந்தது வலம்புரியாரிடமிருந்து. படங்களைக் கொடுத்தேன். அதில் பாரதியின் படத்தை உற்று பார்த்துவிட்டு, "கண் பேசுகிறது... நிச்சயமாக சொல்கிறேன் நீர் ஓவியர்... நீர்தான் ஓவியர். நல்ல எதிர்காலம் இருக்கிறது" என்று வாழ்த்துக்களோடு வெளிவந்தன வார்த்தைகள். "சூரியகாந்தன் இவருக்கு இருக்கை கொடுங்கள்" என்று அவர் சொல்ல, எதையும் புரிந்துகொள்ளக்கூடிய நிலைமையில் நான் இல்லை. அவ்வளவு பதற்றம்.

சூரியகாந்தன் என்னை இருக்கைக்கு அழைத்துச் சென்று உட்கார வைத்தபோது என்னை நானே கிள்ளிப் பார்த்துக் கொண்டேன். என்னை லே-அவுட் பகுதிக்கு அழைத்துச் சென்றார்கள். எனக்கு படம் வரையத்தான் தெரியுமே தவிர, லே-அவுட் என்றால் என்னவென்றே அப்போது தெரியாது. பெரியவர் சித்ரபானு, மோகன்தாஸ், சின்னண்ணன் போன்றவர்கள் அங்கே இருந்தனர். 3 பேருக்கும் ஆளுக்கு ஒரு செய்தித் தலைப்பைக் கொடுத்து எழுதச் சொன்னார்கள். அனுபவஸ்தர்களான அவர்கள் இருவரும் ரொம்ப சீக்கிரமாக எழுதிவிட்டார்கள். நான் தடுமாறிக் கொண்டிருந்தேன். தனக்கு கொடுக்கப்பட்ட தலைப்பை எழுதி முடித்த மோகன்தாஸ், என்னைக் கடந்து போகும்போது ஒரு அலட்சியப் பார்வையை உதிர்த்துவிட்டுப் போனார். நாம் அவ்வளவுதான் என நினைத்தேன்.

அப்போது லே-அவுட் பகுதிக்கு வந்தார் வலம்புரிஜான். "என்ன இளைஞரே" என தோளில் தட்டிக் கொடுத்தார். அந்த தலைப்பை எழுதி முடிக்க எனக்கு 2 மணி நேரமானது. அதுவரை தனது அறையில் காத்திருந்து தலைப்பை பார்த்தவர், "தைரியமாக பணியாற்றுங்கள் இளைஞரே" என்றார். நான் லே-அவுட் கற்றுக் கொண்டதும் பத்திரிகை துறையின் நுணுக்கங்களைக் கற்றுக்கொண்டதும் வலம்புரியாரின் தாய் அலுவலகத்தில்தான். எம்.ஜி.ஆருக்கு சொந்தமான பத்திரிகை அலுவலகம் என்பதால் 'தாய்க்கு தனி அந்தஸ்து உண்டு. அருப்புக்கோட்டையில் ஜெயித்துதான் எம்.ஜி.ஆர் முதல்வராகியிருக்கிறார் எனச் சொல்லப்படும் நேரத்தில் அவரது பத்திரிகையில் வேலை கிடைத்திருக்கிறது என்றதும், "எம்.ஜி.ஆரிடம் வேலை கிடைத்துவிட்டது" என வீட்டுக்கு கடிதம் எழுதினேன்.

வலம்புரி ஜான் அவர்களிடம் பணியாற்றியபோது அவரது திறமைகள் கண்டு அதிசயித்திருக்கிறேன். படிப்புதான் அவருக்கு உயிர் மூச்சு. எப்படித்தான் இத்தனை புத்தகங்களையும் படிக்கிறாரோ என வியக்குமளவுக்கு படித்துக் கொண்டே இருப்பார். அதே அளவுக்கு சிந்திப்பார். அந்த சிந்தனையை வெளிப்படுத்த அவர் பயன்படுத்தும் வார்த்தைகள் காந்தம் போல கவர்ந்திழுக்கும். காஞ்சி ஜெயேந்திரருடனான சந்திப்பு பற்றி ஒரு கட்டுரை. அதற்கான தலைப்பை நான் எழுத வேண்டும். தலைப்பைக் கேட்கிறேன். 'அந்தக இரவில் சந்தன மின்னல்' என அவரிடமிருந்து சரளமாக வந்து விழுகின்றன வார்த்தைகள்.

இன்னொரு நாள் அவர் முன் போய் நின்றேன். "என்ன இளைஞரே?" என்றார். மெட்டி மாத நாவலுக்கு போஸ்டர் டைட்டில் வேண்டும் என்றேன். "ஓ.. தலைப்பா... யாருடைய கதை?" என்றார். "புஷ்பா தங்கதுரை" என்றதும், "செக்கச் செவந்த பச்சைக் கதை" என துணைத் தலைப்பு தந்தார். சிவப்பு இரவு என்பதுதான் அந்த கதையின் தலைப்பு. இன்னொரு நாள், ஜோதிர்லதாகிரிஜா எழுதிய ஒரு குடும்ப நாவலுக்கு அவர் துணைத் தலைப்பு கொடுத்தார். 'அழுது கொண்டும் தொழுது கொண்டும் படிக்க வேண்டிய நாவல். இந்த வார்த்தைகளெல்லாம் அவரது மூளைக்குள் எப்போது உதிக்கின்றன, எப்போது விழுகின்றன எனத் தெரியாமல் இடைவெளியில்லாமல் வந்து விழுந்து கொண்டிருக்கும்.

தமிழில் எந்தளவுக்கு புலமையாக இருந்தாரோ அதே அளவு புலமையுடன் ஆங்கிலத்திலும் மின்னியவர் அவர். வார்த்தைச் சித்தர் என்ற பட்டத்திற்கு முற்றிலும் பொருத்தமானவர் அவர். எதுகை-மோனை என்பதை திரைப்படத்தில் வெளிப்படுத்தி பெயர் வாங்கிக் கொண்டவர்கள் உண்டென்றாலும் உண்மையில் இலக்கிய நயத்துடன் கூடிய எதுகை மோனைக்கு வலம்புரிஜானை மிஞ்ச ஆளில்லை. எங்கே எந்த சொல் வெளிப்பட வேண்டும் என்பது அவருக்கு அத்துப்படி. எம்.ஜி.ஆர். மறைந்தபோது வானொலியில் அவர்தான் இறுதி ஊர்வல வர்ணனையை வழங்கினார். கேட்டவர்களிடமிருந்தெல்லாம் கண்ணீரைச் சுரக்கும் சக்தி அவரது வார்த்தைகளுக்கு இருந்தது.

நாடாளுமன்றத்தில் மாநிலங்களவை உறுப்பினராக அவர் ஆற்றிய ஆங்கில உரைகள் பிரபலமானவை. தொலைக்காட்சியில் இந்த நாள் இனிய நாள் என பேச வந்து, எந்த நாளும் மறக்க முடியாத பல

அரிய தகவல்களை அள்ளி வழங்கினார்.

வலம்புரியாரின் தாய் பத்திரிகையில் கிடைத்த அனுபவத்திற்குப் பிறகு பல பத்திரிகைகளில் பணியாற்றி 1988-ல் நக்கீரனைத் தொடங்கினேன். மலையாளத்தில் புகழ் பெற்றிருந்த 'மங்களம்' 1990-ல் தமிழிலும் வெளியானது. அதற்கு ஆசிரியர் பொறுப்பினை ஏற்றார் வலம்புரி ஜான். அவருக்கு முன் 14 பேர் அங்கே ஆசிரியர்களாக பணியாற்றியிருக்கிறார்கள். பத்திரிகையின் ஆசிரியரை திடீரென காவு வாங்குவது மங்களத்தின் வழக்கமாக இருந்தது. வலம்புரியாருக்கும் அப்படியொரு அவமானம் ஏற்பட, அவர் என் வீட்டுக்கு வந்தார். மங்களத்தில் எழுதி வந்த ஒரு தொடரின் மீதி அத்தியாயங்களை எழுத தனக்கு வாய்ப்பளிக்க வேண்டுமென்றார். "உங்களுக்கு நான் வாய்ப்பு அளிப்பதா, நீங்கள் வாய்ப்பை எடுத்துக் கொள்ளுங்கள்" என்று சொல்லி நக்கீரனிலிருந்து வெளிவரும் உதயம் இதழில் எழுதச் சொன்னேன்.

பின்னர் அவர் ராஜரிஷி என்ற அரசியல் பத்திரிகையை ஆரம்பித்தார். அதன் 5-வது இதழில் ஊர்தோறும் பிரம்மாண்டமான போஸ்டர்கள். "வலம்புரிஜான் எழுதும் ஜெயலலிதாவின் கதை" என விளம்பரப்படுத்தப் பட்டிருந்தது. இதழ் டெஸ்பாட்ச் செய்யப்படும் நாளில் இரவு 11 மணிக்கு நக்கீரன் தயாரிப்பு பிரிவில் உள்ள தம்பி சந்திரபாபுவிடமிருந்து எனக்கு போன். "நம்ம பத்திரிகையை சீஸ் பண்றாங்க" என்றார். பதற்றத்துடன் நானும் பொதுமேலாளர் தம்பி சுரேஷும் ஸ்பாட்டுக்கு சென்றால், அங்கே சீஸ் செய்யப்பட்டுக் கொண்டிருந்தது ராஜரிஷி பத்திரிகை. உடனடியாக வலம்புரியாருக்கு தொடர்பு கொண்டு விவரத்தை சொன்னேன். "இதோ வருகிறேன்" என்றவரால் உடனடியாக வர முடியவில்லை. அவர் வீட்டைச் சுற்றி போலீஸ் குவிக்கப்படுவதை அறிந்து தலைமறைவாகிவிட்டார். ராஜரிஷி நின்றுவிட்டது.

நக்கீரனில் வெளியான இங்கே ஒரு ஹிட்லர் தொடர் ஆட்சியாளர்களை மிரள வைத்துக் கொண்டிருந்த நேரம். அத்தொடரை எழுதிய க.சுப்புவை சந்திக்க இணையாசிரியர் தம்பி காமராஜ் போயிருந்தநேரம், சுப்பு வீட்டில் வலம்புரி ஜான் இருந்திருக்கிறார். நக்கீரனில் தொடர் எழுத வேண்டும் என்ற விருப்பத்தை சுப்புவிடம் வலம்புரி ஜான் தெரிவித்திருந்ததால், அது பற்றி தம்பியிடம் சொல்லியிருக்கிறார் சுப்பு. தம்பி என்னிடம் சொல்ல, "ராஜரிஷியில் நின்று போன ஜெயலலிதாவின் கதையை எழுதுவாரா?"

என்று கேட்டேன். இதை தம்பி, வலம்புரியாரிடம் நேரில் போய் கேட்க, "என்ன தைரியமய்யா இது" என நக்கீரனைப் பாராட்டியதோடு, "ஒரு வாரம் அவகாசம் கொடுங்கள்" என்றிருக்கிறார். அந்த ஒரு வாரத்திற்குள்தான், 'கல்லறைகள் பிளக்கும், நாற்காலிகள் நடுங்கும்' என்ற முன்னோட்டத்துடன் வலம்புரிஜானின் வணக்கம் தொடர் முடிவானது.

வாசகர்களின் பெரும் வரவேற்பைப் பெற்ற 'வணக்கம்' தொடரினால் பல வழக்குகளை சந்திக்க வேண்டியிருந்தது. உறவினர்களைக் கொண்டே அவர் மீது வழக்கு போடும் செயல்களை மேற்கொண்டது ஜெயலலிதா அரசு. பிள்ளைகளிடமே புகார் வாங்கி இன்னொரு வழக்கு போட்டது. வலம்புரியாரின் பையன் கடத்தப்பட்டார். நாங்குநேரி வழக்கில் வலம்புரியாரை கைது செய்து, போலீஸ் ஸ்டேஷனில் வைத்திருந்தபோது, அவருக்கு மெல்லக் கொல்லும் விஷம் கலந்த டீ கொடுக்கப்பட்டது. இப்படித் தொடர்ச்சியான சோதனைகள். அத்தனை சோதனைகளும் நக்கீரனுக்கும் சேர்த்துதான்.

வழக்குகள் வரிசையாக வந்தபோதும் அஞ்சாமல் வணக்கம் தொடரை வெளியிட்டதைக் கண்ட வலம்புரியார், "இவ்வளவு பிரச்சினைகளைத் தாண்டித்தான் நக்கீரனை கொண்டு வருகிறீர்களா? உங்கள் மீதான என் மரியாதை கூடி விட்டது" என்றார் குருநாதர்.

தனது கடைசி காலத்தில் மகள் வீட்டிலிருந்து மாறி, தனது சிகிச்சைக்கு வசதியாக ராமச்சந்திரா மருத்துவமனைக்கு அருகில் வீடு பார்த்து குடிபோக சாமான்களை ஏற்றிக்கொண்டிருந்தார்கள். அப்பொழுது அவரைத் தேடிச் சென்றேன். உங்களுக்குத்தான் தைரியம் நிறைய இருக்கே... 'வணக்கம்' தொடரை புத்தகமாகப் போடுங்கள் என்றார். பின்னர் உடல் நலன் மிகவும் குன்றியதால் ராமச்சந்திரா மருத்துவமனையில் அட்மிட் ஆனார். அவர் இருந்த அறைக்கு சென்றேன். இரண்டு நோயாளிகள் இருக்கக்கூடிய அறை அது. இருவரும் மெலிந்து காணப்பட்டதால், வலம்புரியார் இங்கில்லையே என வெளியே வர நினைத்தேன். பிறகுதான் தெரிந்தது, இருவரில் ஒருவர் வலம்புரி ஜான்.

தாய் அலுவலகத்திற்கு முதன் முதலாக வேலை கேட்டு சென்றபோது நான் பார்த்த கம்பீர வலம்புரி ஜானை அங்கே காண முடியவில்லை. அப்போது பார்த்ததில் 25% அளவுக்குத்தான் அவர் மிச்சமிருந்தார்.

அந்த நிலையிலும் அவருக்கு உறுதுணையாக இருந்து பணிவிடை செய்து கொண்டிருந்தவர் அவரது துணைவியார்தான். தாமஸ் என்ற நண்பர் உதவியாக இருந்தார்.

நலன் விசாரித்த என்னிடம், "நான் மீண்டும் வருவேன்.. நக்கீரனில் எழுதுவேன்" என்றார் அந்த நிலையிலும் நம்பிக்கை குலையாத வார்த்தைகளில் வலம்புரிஜான்.

ஆனால், மாண்டவர் மீண்டு வருவதில்லை என அடிக்கடி அவர் சொல்லும் வார்த்தைகளுக்கு அவரும் இலக்காகிவிட்டார்.

அவர் எழுதிய மகத்தான அரசியல் படைப்பு 'வணக்கம்' அவர் விருப்பப்படியே நூலாக வந்துவிட்டது.

எழுதியவருக்கே காணிக்கையாக்கும் கண்ணீர் அஞ்சலியாக இதனை நக்கீரன் வெளியிடுகிறது.

என்னுரை...

சென்னை
24-09-2002

வணக்கம்.

ஒரு இடைவேளைக்குப் பிறகு... இயங்குகிற தமிழர்களின் இதயமான 'நக்கீரன்' வாயிலாக வாசகர்களைச் சந்திக்கிற வாய்ப்பினை உருவாக்கியவர்களை வணங்குகிறேன். வாசகர்கள் அனைவருக்கும் வணக்கம்; வாழிய நலம்.

சாம்பலிலிருந்து சரித்திரமாய் எழுகிற பீனிக்ஸ் பறவைக்கும் எனக்கும் சம்பந்தம் உண்டு.

நத்தை, கூட்டுக்குள் தன்னை இழுத்துக் கொண்டால் அடுத்து; அது நகரப் போகிறது என்றுதான் அர்த்தம்.

ஆற்றுப் படுகை வெடித்துக் கிடந்தால் வரப்போகிற மழைக்காக இயற்கை வளை தோண்டி வைக்கிறது என்றுதான் பொருள்.

இடைவேளை, மௌனம், சிந்தனை, உள்வாங்கல் எல்லாம் ஒட்டகத்தின் பயணத்திற்கான ஒத்திகைதான்.

ஒட்டகம் புறப்படுகிறது; அது நரிகளின் ஊளைகளுக்காகத் தனது பயணத்தை ஒத்தி வைக்காது; நண்டுகளின் நாட்டியத்தைப் பார்ப்பதற்காக நின்று திரும்பாது.

நான் கூடு விட்டு கூடு மாறிய அரசியல் சித்தன்தான். ஆனால் எந்தக் கூட்டிலிருந்தும் குச்சிகளைக் கொண்டுவந்தவன் அல்ல.

எனது அரசியல் மாறுபாடுகளைப் பெரிதுபடுத்திப் பேசுகிறவர்கள் அரசியலில் அம்புலிமாமா படிக்கிற ஆறாம் வகுப்புச் சிறுவர்கள் மாத்திரமே.

கட்சி என்றால் உறுப்பினர்கள், கட்டிடம், அலுவலகம் எல்லாம் உண்டுதான். இலட்சியம்தானே கட்சியின் இதயம்.

இருதய மாற்று அறுவைச் சிகிச்சைக்குப் பிறகும் ஆட்கள் நடமாடுவது போல, எத்தனையோ கட்சிகள் தங்கள் அடிப்படை இலட்சியங்களை அரவம் இல்லாமல் கைவிட்டு விட்டன.

அந்தக் கட்சிகளில் தொடர்ந்து இருந்து வருகிற உறுப்பினர்கள் ஒரே கட்சியில் இருப்பவர்கள் என்று நம்புவதும் நம்ப வைப்பதும் உலக மகா மோசடி.

ஒரு தேர்தலில் ஒரு கட்சியோடு கூட்டு, மறு தேர்தலில் வேறொரு

கட்சியோடு கூட்டு. ஒரு கோடி உறுப்பினர்கள் ஒன்று போல ஒவ்வொரு தேர்தலுக்கும் வெவ்வேறு கூட்டணிக்கு ஆதரவு தருகிறார்கள்.

ஒரு கோடி காகங்கள் ஒன்று சேர்ந்து கத்துவதால் 'கா கா' என்றைக்காவது கர்நாடக சங்கீதமாக ஆக இயலுமா?

சாதி எதிர்ப்பு, மத வெறிக்கு எதிர்ப்பு, இந்தித் திணிப்பிற்கு எதிர்ப்பு என்பன போன்ற அடிப்படை இலட்சியங்களை நான் எப்போதும் மாற்றிக் கொண்டவன் அல்லன்.

மூக்கு அப்படியேதான் இருக்கிறது; மூக்குத்திகள் மாறின; நமது நாட்டில் வெவ்வேறு பெயர்களால் மாத்திரமே கட்சிகளை வேறுபடுத்த இயலுகிறது.

இதை நான் சொன்னால் அனுபவம்: மற்றவர்கள் சொன்னால் அனுமானம்.

இந்த நாட்டு அரசியலில் ஒரே கட்சியில் இருக்க முடிந்த தலைவர்கள் ஒரு சிலரே. ஒவ்வொருவராகச் சொல்லி ஏற்கனவே நீளமான எனது எதிரிகளின் பட்டியலை இன்னமும் வளர்க்க நான் விரும்பவில்லை.

அவர்களுக்கு கட்சி மாற்றம் நிகழ்ந்தபோது அவர்கள் பிரபலங்களாக இருக்கவில்லை; எனக்கு மாற்றங்கள் நிகழ்ந்த போதே நான் பிரபலமாக இருந்தேன்.

இலக்கியம், பத்திரிகை என்று எனக்கு நெற்றி நிறைய பொட்டுக்கள் உண்டு.

நான் சிவப்பாக இல்லை; எனது பற்கள் வரிசையாக இல்லை என்பதற்காக என்னை வெறுக்கிறவர்கள் வெட்டி வீசப்பட்ட அழுக்கு நகங்கள்.

தமிழ்நாட்டில் அதிகமாகப் பேசப்படுகிறவர்களில் நான் ஒருவன். இளைஞர்களைத் தோள் கொண்ட மட்டும் தூக்கி, 'ஆகாயமே! உனது எல்லைகளை அகலமாக்கு' என்று உத்தரவிட்டவர்களில் நான் முதல் வரிசை மனிதன்.

இளைஞர்களின் இதயங்களில் நம்பிக்கை விளக்குகளை நடுங்காமல் காப்பாற்றியவர்களின் பட்டியல் ஒன்று உருவானால் எனக்கு உறுதியான இடம் அதிலே உண்டு.

இன்றைக்கு எழுத்தாளனை, அதிலும் தமிழ்நாட்டு எழுத்தாளனை மாபெரும் சோதனை நெருப்பு சூழ்ந்திருக்கிறது.

சமுதாய அவலத்தைப் பார்த்தால் உரசல் வரவேண்டும். அப்போதுதான் அவன் கவிஞன்; கதாசிரியன்; கட்டுரையாளன்.

ஒரு அவலமான அரசாங்கம் அரக்கத்தனமாக நியாயத்தின் குரல் வளையை நெரித்து வருகிறது.

எல்லாவற்றுக்கும் இங்கே விலை. புத்திமதி, காற்று இப்படி இன்னமும் சில இலவசம். மற்றபடி எல்லாவற்றுக்கும் ஒரு விலை.

முதலில் அடித்தார்கள்; இப்போது நோட்டால் அடிக்கிறார்கள். விழுந்து போன பல்லாக இருந்தாலும் அது வில்லன் ஒருவனின் பல்லாக இருந்தால் விலை கொடுத்து வாங்கி விடுகிறார்கள்.

காசு, நகத்தின் விளிம்பு வரைக்கும் பயன்படுத்தப்படுவது இந்த மாறிய ஆட்சியிலேதான். பணத்திற்கு இதுவரை இல்லாத பயன்களைக் கற்பித்த பொருளாதார மேதைகள் இவர்கள்.

எல்லோரும் சரணம் அடைந்து விட்டார்கள். என்போல ஒரு சிலர்தான் எதிர்த்து நிற்கிறார்கள்.

ஒட்டகத்தால் குட்டி ஆடாய் குறுக முடியவில்லை. கோலியாத்தால் குள்ள மனிதனாய் மாற முடியவில்லை. இது என் குற்றமென்றால் கோடி ஆண்டுகள் தூக்கிலேயே தொங்கிவிட்டுப் போகிறேன்.

இங்கே,

வேகத் தடைகளே சாலைகளாகி விட்டன.

வியப்புக் குறிகளே செய்திகளாகி விட்டன. கோடிட்ட இடங்களை நிரப்புவதே வாழ்க்கையாகி விட்டது.

கொடி மரங்களுக்கு வர்ணம் அடிப்பதே வரலாறு ஆகிவிட்டது.

காற்று மண்டலம் முழுவதும் இரண்டு செல்விகளால் நஞ்சாகிப் போன பிறகு, சுவாசத் தீவுகளை இங்கே சிருஷ்டிக்க இயலும் என்று நம்புகிற சிறுபான்மைகளில் நான் ஒருவனாக இருக்கிறேன்.

திமிங்கலங்கள் செத்து மிதக்கிற கடலில், உயிரோடிக்கிற இந்தக் கெண்டை மீன் அலைகளை அசை போடுவதில் கர்வம் கொள்கிறது.

தமிழ்நாட்டில் இன்று உள்ள அரசியல் சூழலை அன்றைய ரஷ்யாவின் நிலைக்கே ஒப்பிடத் தோன்றுகிறது.

இரண்டாவது அலெக்ஸாண்டர் என்கிற ஜார்மன்னன் வேட்டையாடப் புறப்பட்டான். அவனுடைய ஆசை மனைவி சாரினா காத்தரீனா, ரஸ்புட்டீன் என்கிற மந்திரவாதியை அழைத்தாள். ஏதோ புரட்சி, பூகம்பம் என்றெல்லாம் பேசுகிறார்களே, அது மாதிரி ரஷ்யாவில் வருமா என்று கேட்டாள். ரஸ்புட்டீன் வேள்வித் தீ வளர்த்து ஆவிகளைக் கேட்டுச் சொல்கிறேன் என்றான். பிறகு ஆயிரம் ஆண்டுகளுக்கு ரஷ்யாவில் புரட்சியே உருவாகாது என்றான். “ஆனால் வேட்டையாடுவதற்காக அலெக்ஸாண்டரைச் சுமந்து சென்ற

குதிரையின் குளம்பொலிச் சப்தம் அடங்குவதற்கு முன்பாக ஜாரின் கோட்டை தகர்ந்தது" என்று 'உலகத்தைக் குலுக்கிய 10 நாட்கள்' என்கிற புத்தகத்தில் ஜான் ரீட் எழுதினான்.

இன்றைக்குத் தமிழ்நாட்டில் இந்த நிலைமைதான் நீடித்து வருகிறது.

இந்த ஆட்சிக்கு எதுவும் நேர்ந்து விடாது என்று நாற்காலிக் கனவுகளில் இவர்கள் மிதக்கிறார்கள். இவர்கள் கண்ணைக் கசக்கி விழிக்கிறபோது பெரும்பாலும் தமிழ்நாடு வேறு கிரகத்து மனிதர்களுக்கு விற்கப்பட்டிருக்கலாம்.

இந்தக் கோடை காலத்தில் இளவேனில் காலமான எம்.ஜி.ஆர். காலத்தை என்னிலிருந்து பார்க்கிறேன். நிகழ்காலத்தை நகம் வரைக்கும் உரிப்பேன். சத்தியத்திற்கு மாத்திரமே நான் இங்கே சாட்சியம் சொல்லி யிருக்கிறேன்.

இதன்மூலம் தமிழ்நாடு எப்படிப்பட்ட பள்ளத்தில் விழுந்திருக்கிறது. தமிழர்கள் எப்பேர்ப்பட்ட ஏமாளிகள் என்பது விளங்கும்.

இறக்கைகளால் இந்தச் சிறு பறவை மணல்வெளி முழுவதும் "தாழ்ந்த தமிழகமே! விழி! எழு! என்று அழுத்தமாக எழுதும்.

பதினைந்து ஆண்டுகளைப் புரட்டிக் கொண்டுவந்து போட்டிருக்கிறேன்.

உங்களுக்கு வெளிநாட்டைக் காட்ட ஆட்கள் இருக்கிறார்கள்; உங்களை வெளிநாட்டுக்குக் காட்ட ஆட்கள் இருக்கிறார்கள். உங்களை உங்களுக்குக் காட்ட நான் இருக்கிறேன்.

...நம்பிக்கையுடன்
வலம்புரிஜான்

ராஜ்ய சபா- வயது சர்ச்சை!

1974 மார்ச் மாதம்

நாடாளுமன்றத்தின் மேலவைக்குத் தேர்தல் வந்தது. நான் உயர் நீதிமன்றத்தில் வழக்கறிஞர். எங்கள் அலுவலக அறை எண் 100-ல் அமைந்திருந்தது. என். நடராசன், ரமணி நடராசன் எனது சீனியர் வழக்கறிஞர்கள்.

எம்.எம். இஸ்மாயில் அப்போது தலைமை நீதிபதி. விசைப் படகுகளுக்கும், கட்டுமரங்களுக்குமான ஒரு வழக்கு அவருக்கு முன்னால் வந்தது. எங்கள் சீனியர் என். நடராசனிடம் நான் முதன்முதலாகக் கொண்டுபோன வழக்கு அது. அன்றைக்குப் பார்த்து அவருக்கு உடல்நலம் குன்றியது. நானே பேசுவதா வேண்டாமா என்ற முடிவெடுப்பதற்குள், வியர்வை என் உடலை காயப் போட்டுவிட்டது.

வாய்தா வாங்குவது என்று முடிவு எடுத்தேன். அடுத்த புதன்கிழமை என்றேன். நீதிபதி பதினெட்டாம் தேதியா என்றார். நான் அடுத்த புதன்கிழமை என்றேன். இப்படியே சில நிமிடங்கள். வேறு ஒருவராக இருந்திருந்தால் நெற்றிக் கண்ணை திறந்திருப்பார். எனக்கு அவர் பார்ப்பதற்குப் போப்பாண்டவர் மாதிரி இருந்தார்.

அவர் சொன்ன பதினெட்டாம் தேதியும், நான் சொன்ன புதன்கிழமையும் ஒரேநாள்தான் என்பதை அறிந்து கொள்ளவே எனக்கு மூன்று நான்கு நிமிடங்கள் ஆயின. அவ்வளவு பயம்... பரபரப்பு... இதயம் அதற்குள் இரண்டு முறை இடதுபக்கமாகப் புரண்டுபடுத்து விட்டது.

எப்படியோ, கட்டுமரவாசிகளுக்காக குரலை உயர்த்தி விட்டோம் என்கிற திருப்தியோடு அறை எண் 100-க்கு வந்தேன்.

வந்தால் துரைமுருகன் காத்திருந்தார்.

நீதிமன்றத்துக்கு நித்தமும் போவதற்காகச் செல்லமாக, அவர்

என்னைக் கோபித்துக் கொண்டார். அவர் மாதிரியே என்னை ஆக்கிப் பார்க்க ஆசைப்பட்டிருக்கிறார். வாழ்க அந்தநாள் துரைமுருகன்.

'என்ன?' என்று கேட்டேன். 'கலைஞர் உன்னை அழைத்து வரச் சொன்னார்' என்றார். 'ஒரு தவறும் செய்யவில்லையே' என்றேன். தவறு செய்தால்தான் அழைப்பாரா?' என்றார்.

எனக்கோ குழப்பம். கூட்டத்தில் ஏதேனும் கூடுதலாகச் சொல்லி விட்டோமோ... அல்லது ஏதாவது குற்றச்சாட்டா... ஒன்றும் விளங்கவில்லை. துரைமுருகன் என்னைக் கலைஞரிடம் அழைத்துப் போனார்.

போகிற வழியில் இறுக்கமாக இருந்து கொண்டேன். கலைஞர் எதற்காக என்னை அழைத்தார் என்பது துமைமுருகனுக்குத் தெரிந்திருக்கிறது. இருப்பினும் என்னிடம் அதைக் காட்டிக் கொள்ளவில்லை. அந்தநாள் துரைமுருகன் அப்படிப்பட்டவ ராகத்தான் இருந்தார்.

போகிற வழியில் மனம் பலவற்றை அசைபோட்டது. மூன்று ஆண்டுகளுக்கும் முன்னர் சென்னைக் கடற்கரை சீரணி அரங்கில் ஒரு மாணவர் கூட்டம் நடைபெற்றது. 'பயிற்று மொழி தமிழே' என்பது கூட்டத்தின் குறிக்கோள். இந்தக் குறிக்கோள், கால் நூற்றாண்டு கழிந்த பின்னரும் குறிக்கோளாகவே இருக்கிறது. பேசுவதற்கு ஏதாவது இல்லாவிட்டால் நமது தலைவர்களுக்கு நாக்கில் சுளுக்கு வந்துவிடும். ஆகவே சில குறிக்கோள்களை, குறிக்கோள்களாகவே விட்டு விடுவார்கள்.

இந்தக் கூட்டத்தில் பிச்சை அரசு என்று ஒரு சட்டக் கல்லூரி மாணவர் தலைமை தாங்கினார். அந்த நாள் தி.மு.க.வின் மும்மூர்த்திகளும் மேடையில் இருந்தார்கள்.

எவ்வளவோ மன்றாடிப் பார்த்தேன். பிச்சை அரசு என்னைப் பேசவிடுவதாக இல்லை. விடுகிறாயா? இல்லை நானே பேசிவிடட்டுமா என்று மிரட்டினேன். மிரட்டலுக்குப் பலன் கிடைத்தது. 5 நிமிடமே பேசலாம் என்று பிச்சை அரசு உத்தரவிட்டார். அவ்வளவுதான். பொழிந்து விட்டேன். ஒரே ஆரவாரம்! பிச்சை அரசு காணாமல் போய்விட்டார்.

கலைஞர் தமது உரையில் என்னைக் குறிப்பிட்டார். குடத்து விளக்காக ஏன் இருக்கிறாய் தம்பி! குன்றின் மேல் விளக்காக ஆவதுதானே தம்பி! என்றெல்லாம் பேசினார்.

பிறகு 'முரசொலி' இதழில் கட்டுரைகள் எழுதினேன். என் வயதில் 'முரசொலி'யில் அதிகமான கட்டுரைகளை எழுதியவன் நானாகவே

இருப்பேன்.

'சூன்யமே உன் பெயர்தான் சுதந்திராவா?' என்று அப்போதைய சுதந்திரா கட்சியைச் சுட்டெரித்து ஒரு கட்டுரை எழுதினேன். 'சுதந்திராக் கட்சி தலைப்பாகைகளின் கட்சி; கைத்தடிகளின் கட்சி' என்கிற பண்டித நேருவின் மேற்கோளோடு இந்தக் கட்டுரை தொடங்கியது.

எழுதிய கட்டுரையைக் கொண்டு சென்று 'முரசொலி'யில் அப்போது வேலையாயிருந்த ஒருவரிடம் கொடுத்தேன். அடையாறு ஆலமரம் ஒரு சின்ன பீங்கான் நாற்காலிக்குள் தன்னைப் புதைத்துக் கொண்டதைப் போன்ற ஒரு மனிதர் அங்கே இருந்தார். கட்டுரையைக் கொடுத்த கையோடு, ஒரு டெலிஃபோன் பண்ண வேண்டும்' என்று அவரைத் தயவாய் கேட்டேன். 'டெலிஃபோன் வேலை செய்யாது' என்று சொன்னார்.

நான் நின்று கொண்டே இருந்தேன். அவருக்குக் கால் வலிக்காமல் போனது எனக்கு ஆச்சரியமாக இருந்தது. அதைவிட ஆச்சரியம் அவருக்கு முன்னால் நான் குறுகிப் போனபோதே, வேலை செய்யாது என்று அவர் பிரகடனப்படுத்திய தொலைபேசியைச் சுழற்றி அவராகவே பேச ஆரம்பித்தார். இதைத்தான் பின் நாளில்... - 'அவமானங்களை சகித்துக் கொள்வது ஒரு அரிய கலை; இது ஆயகலைகள் அறுபத்து நான்கிலும் - அடங்காது' என்று எழுதினேன்.

'கட்டுரையைப் போட்டு விடுகிறேன்' என்றார். போட்டு விடுகிறேன் என்பதற்கு இரண்டு பொருள் உண்டு என்பதைப் போகப் போக உணர்ந்தேன். இந்தக் கட்டுரை 'முரசொலி'யில் கண்விழிக்கவே இல்லை.

இதற்குள் 'சுயாட்சியா? சுதந்திரமா 'தாகங்கள்' சில 'உரத்த சிந்தனைகள்' என்று மூன்று புத்தகங்களை எழுதினேன். கலைஞர் வெளியிட்டார். தமிழ்வாணன் வாங்கிக் கொண்டார்.

கலைஞரே பழகு தமிழில் என்னைப் பாராட்டிவிட்டதால், 'முரசொலி'யில் பலருக்கும் அச்சம். கட்டுரைகள் தொடர்ந்து வந்தன.

பெரியார் மறைந்தபோது, 'முரசொலி'யின் கடைசிப் பக்கத்தை எனது எழுதுகோல் முழுவதுமாக அளவெடுத்தது. 'என்ன எழுத... இனி நான் எதை எழுத...

வீணை அறுந்ததம்மா... விடிவிளக்கு அணைந்ததம்மா... என்று அந்தக் கட்டுரை தொடங்கும்.

கோபாலபுரத்தில் வண்டி வந்து நின்றபோதுதான் மனம் அசைபோடுவது நின்றது.

இதயம் ஒன்றிரண்டு முறை ஓங்கி அடித்துக் கொண்டது.

கலைஞர் எதற்கு அழைத்தார் என்பது புலப்படவில்லை. என்னை அழைத்து வந்த துரைமுருகன் நிழலாய்த் தொடர்ந்தவர் நீராய் உலர்ந்துவிட்டார். காணவில்லை.

‘என்ன டில்லி போகிறீர்களா?’ கலைஞர் கேட்டார்.

‘ஒரு வழக்கு சம்பந்தமாக எனது சீனியர் என்னை டெல்லி அனுப்புவார். ஏன் ஏதாவது வேலை இருக்கிறதா அண்ணா’ - நான்.

‘என்ன உங்களை ராஜ்யசபாவிற்கு அனுப்புவதாக இருக்கிறோம்’ என்றார் கலைஞர்.

அப்போதைக்கு எனக்கொன்றும் தோன்றவில்லை. நகைக் கடைக்குள் நிறுத்தப்பட்ட பெண்ணைப் போல நின்றேன்.

‘இது மாதிரி பூப்போட்ட சட்டையெல்லாம் போடக்கூடாது; நீங்கள் போகப் போவது முதியோர்கள் அவை’ - கலைஞர் சொன்னார்.

நான் இந்தப் பொறுப்பிற்கு தகுதியானவன் என்று கலைஞருக்குக் கச்சிதமாக உணர்த்திய முரசொலி மாறன் அங்கே இருந்தார்.

‘எதிர்ப்பு வரலாம். நீங்கள்தான் பார்த்துக் கொள்ள வேண்டும்’ என்றேன்.

‘உங்களைக் கேட்டுக் கொண்டா அனுப்புகிறேன்’ என்றார் கலைஞர்.

அவர் இருந்தது படுக்கை அறையில். தலையணைக்குக் கீழே இருந்து ஒரு சீட்டை எடுத்துக் காட்டினார். அதில் வேறொருவரின் பெயர் எழுதப்பட்டு, பிறகு அடிக்கப்பட்டு எனது பெயர் எழுதப்பட்டிருந்தது.

அடிக்கப்பட்ட பெயருக்கு உரியவர், எனது பிறவி எதிரி. மருத்துவர். அக்கம்பக்கத்தில் ஊசிபோடுகிற போதே, ‘வலம்புரி ஜானுக்கு உடல்நலம் இல்லையாமே?’ என்று கேட்பார். எங்காவது குடும்ப நிகழ்ச்சிகளில் இவர் எதிர்ப்பட்டால் இருமக்கூட அச்சப்படுவேன். ஓங்கி இருமிவிட்டால், நுரையீரல் இருக்கவேண்டிய இடத்தில் நூலாம்படை இருக்கிறது என்று அறிக்கை விட்டு விடுவார்.

அன்பில் தர்மலிங்கத்தை வைத்து என் பெயரை கலைஞர் முன்மொழிந்தார். சலசலப்பு வந்தது. இந்தச் சலசலப்பிற்கு ஊற்றாய் இருந்தவர் பண்ருட்டி ராமச்சந்திரன். என்மீது அவருக்கு ஒன்றும் கோபம் இல்லை. திருநெல்வேலிக்காரரான அவரது நண்பர் ஒருவருக்காக அவர் போராடினார். அவர் பெயர் ராமசுப்பையா. கலைஞர் விட்டுக் கொடுக்கவில்லை.

தேர்தல் முடிந்தது. மேலவைத் தேர்தலில் மனுப்போட்ட அன்றைக்கு எனக்கு உரிய வயதான முப்பது ஆகியிருக்கவில்லை என்று

சிலர் எழுத ஆரம்பித்தார்கள்.

எனது பள்ளி இறுதி வகுப்பு சான்றிதழ் வரைக்கும் அப்போதைக்கு அமைச்சர்களாக இருந்த இருவர் கைப்பற்றினார்கள்.

அவர்களில் ஒருவர் இப்போது ஏறுவதற்கு அரசியல் வாகனம் கிடைக்காமல், பீங்கான் நாற்காலியில் உட்கார்ந்து கொண்டு பலாப்பழம் விற்றுக் கொண்டிருக்கிறார். இவர் மூளையால் முன்னேறியவர்; இவருக்கு இதயம் இடம்பெயர்ந்து இருநூறு வருடங்கள் ஆகின்றன.

இன்னொருவர் நடமாடுகிற பல்கலைக்கழகமாக இருந்து இப்போது 'நாயின் நாக்கு' பற்றி நான்கு மணி நேரம் பேசுகிற ஆற்றலாளர் என்கிற பெருமைக்கு உரிய குட்டிச்சுவராகி விட்டார்.

பரபரப்பிற்கு கால்கை முளைத்து பத்திரிகைகள் ஆகிவிட்டதைப் போல, மாலை வந்துவிட்டால் முதற்பக்கம் என்னைப் பற்றித்தான்.

அப்போது எஸ்.டி. சோமசுந்தரம், 'சமநீதி' என்றொரு நாளிதழ் நடத்தினார். 'என்னைப் பற்றி எழுதியே அவரது மைக்கூடு தீர்ந்தது. 'வலம்புரிஜான் நாடாளுமன்றம் போக தடை.' 'ஜான்தான் எத்தனை ஜானடியோ' என்றெல்லாம் எழுதினார்.

எனது ஞானஸ்நான சான்றிதழ்களை சென்னை ஆலய வளாகம் ஒன்றில் நான் கொளுத்திவிட்டதாக எழுதினார். துப்பறிகிற கதை மாதிரி தப்பும், தவறுமாக ஆனால், ராஜேஷ்குமார், ராஜேந்திரகுமார் போன்றவர்களை வெட்கப்படுத்திவிடுகிற மாதிரி எழுதுவார்.

எனது உறவினரான, இப்போதும் சென்னை உயர்நீதி மன்றத்தில் அங்கி தரித்து அலைகிற அழுக்குத் தேமல் ஒருவர், நாடாளுமன்றத்திற்குள் என் நுழைவைத் தடுப்பதில் வானத்திற்கும் பூமிக்குமாகத் தாவினார்.

முன்னாள் அமைச்சர் ஒருவர், திருச்செந்தூர் வக்கீல், சென்னை டாக்டர் ஒருவர் இப்படிப் பலருக்கும் எனக்கு எதிராக நடைபெற்ற தேர்தல் வழக்கில் சின்னச் சின்ன பங்கு இருந்தது. அதில் முன்னாள் அமைச்சர், நீதிமன்றத்தில் எனக்கு எதிராக சாட்சியம் சொல்ல வருவதாக இருந்தது. அப்போது திருவை அண்ணாமலை பத்திரிகையில் இவரைப் பற்றி எழுதினேன். அவரது மனைவி... அவரது நடவடிக்கை பற்றி எழுதிய கடிதம் வெளிவந்தது. இதற்கெல்லாம் காரணமாக இருந்தவர் இப்போதும் அமைச்சராக இருக்கிறார். இவர்தான் 'ஜெயா'விற்கு நோபல் பரிசு தரவேண்டும் என்று பேசுகிறவர். எல்லோரும் என்னைப் புதைத்தார்கள். நான் விதை என்பதை

மறந்தார்கள்.

விபூதி சுப்ரமண்யம் என்றொரு பிராமணர் வந்தார். இவர் எங்களோடு தேர்தலுக்கு நின்றார். மூன்றோ நான்கோ வாக்குகள் வாங்கினார். சுதந்திராக் கட்சியைச் சார்ந்த பிலுமோடியிடமிருந்து கடிதம் வாங்கி தி.மு.க.வில் ஆள் பிடித்திருக்கிறார். அடிபட்ட வலி அவருக்கு.

மோகனரங்கம் அ.தி.மு.க. சார்பில் நின்றார். அவர் வாங்கியது பூஜ்யம். (வாக்குகள் வாங்கவில்லை என்று சட்டநெறிப்படி சொல்லக்கூடாது). அவர்தான் என்மீது வழக்குத் தொடர்ந்தார். பிறகு விபூதி சேர்ந்து கொண்டார். இந்த பிராமணரை முன்னாலே நிறுத்திவிட்டு, பிராமணர் அல்லாதவர்களுக்காக வாழ வந்தவர்கள் தங்களது பொம்மலாட்டத்தைத் தொடங்கினார்கள். சீனிவாச வரதாச்சாரியார் எனக்கு எதிராக வாதாடினார். அப்போது பின்னாளில் சட்ட அமைச்சராக இருந்த பொன்னையன் அவருக்கு ஜூனியர். நீதிபதி இப்போது உச்ச நீதிமன்றத்தில் இருக்கும் மோகன்.

கலைஞர் என்னை அழைத்தார். கவலைப்பட்டார். 'எனக்கு அம்மா, அப்பா இல்லை. என்னைப் பள்ளியில் சேர்த்த சகோதரி உயிரோடு இல்லை. இந்தச் சூழ்நிலையில் இதுதான் வயது என்று சொல்லப்பட்டதை நம்பி வந்திருக்கிறேன். அது தவறு என்று அறிகிறபோது மாற்றுவதில் என்ன பாதகம்' என்று வாதித்தேன்.

அவர் புரிந்து கொண்டார். அவரது சட்ட அமைச்சராக இருந்த மாதவன் புரிந்துகொள்ள மறுத்தார். 'நீதிபதிக்கே வராத சந்தேகம் உங்களுக்கு எப்படி வருகிறது?' என்றுகூட முரசொலி செல்வம் படுக்கையில் கிடந்தபோது சென்னை பொது மருத்துவமனையில் வைத்து கலைஞர் மாதவனைக் கேட்டார்.

எனது வழக்கை விசாரிக்கிற நீதிபதி மோகனே சிவில் வழக்கு போட்டு எனது வயதை மாற்றியிருக்கிறார். தான் மாற்றியது சட்டத்திற்கு உட்பட்டதுதானே என்று வாதித்தேன். சிங்கம்புணரிக் காரருக்கு முன்கையில் வரவேண்டிய சிரங்கு மூளையில் வந்திருந்ததை அறிந்தேன்.

தந்தை பெரியாரது மனைவி மணியம்மை நீதிபதி மோகனிடம் சென்றார்கள். மதியழகன் பேசினார்.

நீதிபதி மறுநாள், 30 ஆண்டுகளுக்கு முன்னர் தூசிபடிந்த, தொலைந்துபோன எனது உவரி ஊரில் நான் முதன்முதலாகப் பள்ளியில் சேர்ந்தபோது கொடுத்த விண்ணபப் படிவம் எங்கே என்று கேட்டார். இன்னும்கூட எங்கள் ஊரில் விண்ணபப் படிவம் இல்லை.

எந்த ஊரிலாவது இருக்கிறதா?

நான் நிமிர்ந்து அவரைப் பார்த்தேன். நீதிதேவதை தனது கண்களை ஒருமுறை கண்ணீரால் கழுவிக் கொண்டாள். கதை முடிந்துவிட்டது. என்மீதான வழக்கைப் போட்டவர் மோகனசுந்தரம். நடத்தியவர்தான் விபூதி சுப்ரமணியம்.

அ.தி.மு.க. சார்பான வக்கீல்களே வாதிட்டார்கள். அப்போது சீனுவாச வரதாச்சாரியாரை நானே சென்று சந்தித்தேன். 'உனக்கெதிராக இப்படி ஒரு வழக்கை நடத்துவதற்காக என்னை மன்னித்துக்கொள்; ஃபீஸ் வாங்கி விட்டேன்' என்றார்.

மணிக்கு மணி என்மீதான தேர்தல் வழக்கின் திருப்பத்தைப் பொன்னையன் எம்.ஜி.ஆருக்குச் சொல்லுகிறார் என்று அறிந்தேன்.

எம்.ஜி.ஆருக்கு என் மீது என்ன கோபம்? முதலில் பிடிபடவில்லை. அதைவிட அதிர்ச்சி, சீனிவாச வரதாச்சாரியார் அலுவலகத்திலிருந்து எம்.ஜி.ஆர். வக்கீல்கள், 'நான் தோற்கிறேன்... தோற்றுக் கொண்டிருக்கிறேன்' என்று கலைஞரின் அமைச்சர்கள் சிலருக்குத் தகவல் சொல்லிக் கொண்டிருந்தார்கள்.

அப்போது ஒருநாள் - பிற்பகல் வேளை. தீர்ப்பு வருவதற்கும், தற்காலிகமாக நான் தீர்ந்து போவதற்கும் இரண்டு வாரங்கள் இருந்தன.

டெலிஃபோன் மணி அடித்தது. எடுத்தேன். இதுவரை டெலிஃபோனில் நான் கேட்டிராத குரல்.

எம்.ஜி.ஆரைக் கொல்ல சதி!

“**நா**ன்தான் எம்.ஜி.ஆர். பேசறேன்” -எனக்கு அதிர்ச்சியாக இருந்தது.

இவர் எதற்காகப் பேசுகிறார்? அல்லது எவராவது இவரது குரலில் பேசுகிறார்களா? நம்மைச் சோதிக்கிறார்களா? சிவகங்கை சேதுராசன் மீது எனக்குச் சந்தேகம் வந்துவிட்டது. அவரால்தான் அப்போதெல்லாம் ஏக காலத்தில் எல்லோர் குரலிலும் பேச இயலும்.

எனது சந்தேகம் உறைபனியாய் இறுகுவதற்கு முன்னர் ‘ஹலோ... ஹலோ’ என்றார்.

அவரே பேசினார். ‘உங்கள் மீதான வழக்கிற்கு நான்தான் காரணம் என்று எவரேனும் சொன்னால் நீங்கள் நம்ப வேண்டாம். இதில் எனக்குச் சம்பந்தமில்லை. என்னைத் தவறாக நினைக்க வேண்டாம்’ என்றார்.

‘உங்கள் கட்சியைச் சார்ந்த மோகனரங்கம்தானே வழக்குப் போட்டிருக்கிறார்’ என்றேன்.

“முதலில் போட்டார்; ஆனால் அதை நாங்கள் நடத்தவில்லை; வேறொருவர், சுதந்திராக் கட்சிக்காரர் நடத்துகிறார்’ என்றார்.

அன்று மாலை மோகனரங்கம் என்னைச் சந்தித்தார். அவர் என்மீது போட்ட வழக்கிற்கும் எம்.ஜி.ஆருக்கும் சம்பந்தம் இல்லை என்றார். நான் இது கை கால் முளைத்த கதை என்றேன்.

எம்.ஜி.ஆர். பேசியதிலிருந்தும், மோகனரங்கம் சொன்னதிலிருந்தும் ஒன்று உண்மையானது.

தீர்ப்பு எனக்கு எதிராக வரப்போகிறது என்பது தெளிவாகிவிட்டது. ஆனாலும் எனது தற்காலிகமான வீழ்ச்சிக்குத்

தான் காரணம் இல்லை என்று எம்.ஜி.ஆர். ஏன் அடித்துச் சொல்லுகிறார் என்பது எனக்கு அப்போதைக்கு விளங்கவில்லை.

எம்.ஜி.ஆர். வறுமை வாணலியில் வாட்டி எடுக்கப்பட்டவர். ஒருநாள் பசியாற்ற ஒன்றும் இல்லாமல் அவரது அம்மா சத்யபாமா பட்டாணிக்கடலை தனக்குத் தந்ததைக் கண்ணீரோடு அவர் பின்நாளில் என்னிடத்தில் சொல்லியுள்ளார். ஆகவே ஏழைகளின் துயரத்தை உண்மையாகவே எம்.ஜி.ஆர். தாங்கிக்கொள்ள மாட்டார் என்பதை நான் அறிவேன்.

ஏழைகளைப் பற்றிய அவரது கவலை உச்சபட்சமான நடிப்பு என்று என்னிடத்தில் எடுத்துச் சொன்னவர்கள் பலர் உண்டு. ஆனால் என்னைப் பொறுத்தவரை ஏழைகளைப் பற்றிய எம்.ஜி.ஆரின் கவலையில் சத்திய வெளிச்சம் சாகாமல் இருந்ததை நான் அறிவேன்.

ஆகவே சமுதாயத்தின் அடித்தளத்தில் இருந்து வெடித்து வெளிக் கிளம்பி வந்த என்னைப் போன்ற ஒரு இளைஞனின் தற்காலிக வீழ்ச்சியில் தனக்குச் சம்பந்தம் இல்லை என்று அவர் காட்டிக்கொள்ள முயன்றார்.

பனிப்படலத்தைப் போல மங்கலாகத் தெரிகிற கடந்த காலத்தை நினைத்துப் பார்க்கிறேன். இன்றைக்கு பெரும்பாலான தலைவர்களிடத்தில் கமிஷன் போட்டாலும் கண்டு பிடிக்க முடியாத வரலாற்று உணர்வு எம்.ஜி.ஆரிடத்திலே ஆழமாக வேர் பிடித்திருந்ததை நினைத்து நினைத்து அதிசயிக்கிறேன்.

மறைந்த பிறகு மனிதர்கள் நம்மைப் பற்றி என்ன நினைப்பார்கள் என்கிற எண்ணமே இல்லாமல் போனதுதான் இன்றைக்குப் பெரும்பாலான தலைவர்களை உயிரோடிருக்கிற போதே உடைந்துபோன முதுமக்கள் தாழிகளாக நமக்குக் காட்டுகின்றன.

எம்.ஜி.ஆரை நினைக்கிறபோதெல்லாம் ஜெயலலிதாவை நினைக்காமல் இருக்க இயலாது. இயேசு நாதரை நினைக்கிறபோதெல்லாம் பாரபாஸ் என்கிற கொள்ளைக்காரனின் நினைவும் கூடத்தானே வருகிறது. இயேசுநாதரை விடுவதா, இல்லை பாரபாசை விடுவதா என்று இரண்டாயிரம் ஆண்டுகளுக்கு முன்னர் மன்னன் ஒருவன் மக்களைக் கேட்டான். இயேசுவை கொல்லுங்கள் பாரபாசை விடுவித்து விடுங்கள் என்று சொலை வெறிபிடித்த கூட்டம் அன்றைக்கு கொக்கரித்தது. பெரும்பான்மை அன்றைக்கு பாரபாசை விடுதலை செய்தது. ஆனால் வரலாறு அவனை கொள்ளைக்காரன் என்றே குறிப்பிடுகிறது.

பெரும்பான்மை, ஜெயலலிதாவை ஆட்சித்தேரில் அமர

வைத்திருக்கலாம். ஆனால் திருடன் திருக்குறளைத் திருடுவதால் புலவனாகி விடுவதில்லை.

பெரும்பான்மை, பாக்கு வெட்டிகளுக்குப் பரமவீரச் சக்கரம் தந்துவிடலாம். அதற்காகப் பாக்கு வெட்டிகளோடு போர்க்களத்திற்குப் புறப்பட்டுவிட இயலாது.

எம்.ஜி.ஆர். என்னைப் போன்றவர்கள், அவருக்கு எதிராக இருந்தபோதும் மதித்தார். அடக்கம், என்பதற்கு அகராதியில் அர்த்தம் எம்.ஜி.ஆர். என்றே எழுதிவிடலாம்.

எம்.ஜி.ஆரின் வாரிசு என்று வார்த்தை வளர்க்கிற ஜெயலலிதாவிற்கு அடக்கம் இருக்கிறதா?

முதுமலை பறவைகள் விலங்குகள் சரணாலயத்திற்கு ஜெயலலிதா பெயர்.

கார்களை ஏற்றி கனகாம்பரப் பூக்களைக் கூட காயப்படுத்தி விடுகிற ஜெயலலிதாவின் பெயரை சரணாலயத்திற்குச் சூட்டுகிறவர்கள் நாட்டுக்குள் நகர்ந்துவிட்ட நாசகார நரிகள்.

சென்னைப் பல்கலைக் கழகத்திற்கு ஜெயலலிதா பெயராம். பதறிப் போனேன். இப்போது இல்லை என்பது நாடகத்தின் இடைவேளை. சூரியன் எரிவதே நான் சுருட்டுப் பற்றவைக்க வேண்டும் என்பதற்காகத்தான் என்று ஒருவன் பேசினால் தலைகளைக் கழற்றி நாம் கரங்களில் வைத்துக் கொள்ளுவதைத் தவிர நமக்கு வேறு மார்க்கம் இல்லை.

சென்னைப் பல்கலைக் கழகம் தப்பித் தவறி தனது பெயரை மாற்றிக் கொள்ளும் என்றால் இலட்சோப இலட்சம் பட்டதாரிகள் தங்கள் பட்டங்களைத் திருப்பித் தந்துவிட தயாராக இருக்கிறார்கள்.

அந்த வருடம் அக்டோபர் 14, அன்று தி.மு.கழகத்தின் உயர்மட்டக் கூட்டம் ஒன்று ராஜாஜி ஹாலுக்குப் பின்னால் இருந்த அலுவலகத்தில் நடைபெற்றது. நானும் கலந்து கொண்டேன். அன்றுதான் தீர்ப்பு வந்தது. இதில் வேடிக்கை - அன்று எனக்குப் பிறந்தநாள்.

பத்திரிகையாளர்கள் கலைஞரைக் கேட்டார்கள். உச்சநீதிமன்றத்தில் அப்பீல் செய்வோம் என்று சொல்லிவிட்டார்.

அதற்குள் எனது இடத்தில் வேறொரு தொழில் அதிபரை அனுப்புகிறோம் என்று முன்னணித் தலைவர் ஒருவர் முந்தானை விரித்து விட்டார் என்று அறிந்தேன்.

நான் உச்ச நீதிமன்றத்தில் அப்பீல் செய்வதற்காகப் புறப்பட்டேன். எனது பயணச்சீட்டுகள் எனக்கு சொல்லப்படாமலே கேன்சல்

செய்யப்பட்டன. என்றாலும் நான் அப்பீல் செய்தேன். உச்ச நீதிமன்றத்தில் முற்ற முழுக்க வழக்கு முடிந்தால் ஒழிய எனது இடத்தை நிரப்ப முடியாது என்பதை அறிந்த தொழில் அதிபர் தவணை முறையில் சாக ஆரம்பித்தார்.

டெல்லிக்கும், சென்னைக்குமாக அலைந்து கொண்டிருந்தேன். அதற்குள் அவசர நிலை அமுலானது. தி.மு.கழக ஆட்சி தீர்த்துக் கட்டப்பட்டது.

நாடாளுமன்றத்தில் உள்துறை இணைஅமைச்சர் ஓம்மேத்தா தி.மு.கழகத்தை ஆட்சி நாற்காலியில் இருந்து அகற்றியதற்காகச் சொன்ன காரணங்களில் எனது சுயாட்சி பற்றிய பேச்சும் இடம் பெற்றிருந்தது.

கலைஞர் வீட்டிற்குள் செல்லுகிறவர்களைக் கைது செய்கிறார்கள் என்று அறிந்து அங்கே சென்றேன். இராவணனைவிடச் சிறந்த வீரரான கருணாநிதியின் கண்கள் கலங்கி இருந்தன. அப்போது அங்கே அமைச்சராக இருந்த கண்ணப்பன் உட்கார்ந்திருந்தார். சற்குணம் நின்று கொண்டிருந்தார்.

வெளியில் வந்தபோது என்னை ஒருவரும் கைது செய்யவில்லை. நான் உடனேயே கைது செய்யப்பட்டு விடக்கூடாது. சிந்திப்பதற்கு என் மாதிரி இளைஞனுக்கு அவகாசம் தரப்பட வேண்டும் என்று காங்கிரஸ் தலைவர்கள் இரண்டுபேர் கருதியதால்தான் வெளியில் விடப்பட்டேன் என்பதைப் பிறகு அறிந்தேன்.

தந்தை பெரியார் மறைவதற்கும் முன்னரே எம்.ஜி.ஆர். கழகத்திலிருந்து பிரிந்துவிட்டார். பெரியாரின் தலைமாட்டில் நான் நின்றேன். அவர் மீது கிடந்த கறுப்புத் துணியைக் கொண்டு வந்து ஒரு வயதே ஆன எனது முதற்பெண் கவிதாவின் தொட்டிலில் கட்டினேன்.

பெரியாரின் இறுதி ஊர்வலத்திற்கு காமராசர், ஈ.வெ.கி. சம்பத் எல்லோரும் வந்தார்கள். வேலூரிலிருந்து கொண்டு வரப்பட்ட பெரியாரின் சடலம் சென்னை நகரத்தின் எல்லைக்குள் வருகிறது என்று அறிந்ததுமே ராஜாஜி ஹாலில் பெருந்தலைவர் எழுந்து நிற்க ஆரம்பித்தார்.

அன்று நடந்த பெரியாரின் இறுதி ஊர்வலத்திற்கு எம்.ஜி.ஆர். வந்தார். விசில் சத்தம் விலாப் புறத்தைக் கிழித்தது. எல்லோருக்கும் வருத்தம். எம்.ஜி.ஆர். மீது ஒரு செருப்பு வந்து விழுந்தது. பக்கத்திலிருந்த ஒரு சினிமாக்காரர் எம்.ஜி.ஆர். மீது செருப்பை எறிந்தவன் வலம்புரிஜான் என்று சொல்லிவிட்டார். அவரால் முடிந்தது அவ்வளவுதான்.

எம்.ஜி.ஆர். அதை வெகுநாள் நம்பி இருந்தார். ஒருமுறை தஞ்சாவூருக்கு எம்.ஜி.ஆர். போவதாக இருந்தது. போனால் பூகம்பம் வெடிக்கும்; புயல் அடிக்கும் என்று பேசினேன். அந்த நேரம் பார்த்து எம்.ஜி.ஆரைக் கொல்லுவோம் என்று எவரோ அவருக்கு மொட்டைக்கடிதம் எழுதியிருக்கிறார்கள்.

எனது பேச்சு, மொட்டைக் கடிதம் இரண்டிற்கும் அழகான முடிச்சுப் போட்டார் கே.ஏ.கே. தென்னகம் என்கிற அவரது நாளிதழில் எம்.ஜி.ஆர். உயிருக்கு உலை வைப்பதே நான்தான் என்பதுபோல எழுதினார். என்னை அவருக்கு ஆகாது. அறிவாளிகளின் எண்ணிக்கை ஒன்றுக்கு மேல் இருக்கக்கூடாது என்பதில் அவர் உறுதியாக இருந்தார்.

கோள் மூட்டுகிறவர்கள் சத்தம் போடாமல் கடிக்கிற பாம்புகள்; தூங்குகிறவர்களின் தலைகளின் மேல் கற்களைப் போடுகிற கபாலி கர்கள்.

ஆண்டாள் தனது பாசுரத்தில் இவர்களைப் பஞ்சமா பாதகர்களைவிட கொடுமையானவர்கள் என்று வருணித்திருக்கிறான். ஆகவேதான் 'செய்யாதன செய்யோம்' என்று கொலை, களவு, கற்பழிப்பு போன்ற பாதகங்களை இரண்டு சொற்களில் அடக்கிவிட்டு, 'தீக்குறளைச் சென்று ஓதோம்' என்று கோள் சொல்லுவதைக் கண்டிப்பதற்கு தனிவரி அமைத்தாள்.

அந்தநாளில் கோள் சொல்லுகிறவர்கள் சிலர் திராவிட இயக்கத்தில் முழுநேர ஊழியர்களாக இருந்தார்கள்.

இப்படி பலரும் எனக்கெதிராகச் சொன்னவற்றை எழுதியவற்றை எம்.ஜி.ஆர். நம்பினார்!

ஆனால், அவரே ஒருநாள்!

எம்.ஜி.ஆரிடம் மன்றாடினேன்!

தி.மு.கழகத்திலிருந்து வெளியேறி ஜனதா கட்சிக்குப் போன எனக்கு; அந்த நாளில் பெரிதும் ஆதரவாக இருந்தவர் பழ. கருப்பையா. பாப்பம்மாள் என்ற பெண்மணியை காவலர்கள் கற்பழித்து விட்டார்கள் என்று ஒரு கண்டனக் கூட்டம் காரைக்குடியில் நடைபெற்றது. இது எம்.ஜி.ஆரின் ஆட்சிக் காலம். நான் பேசினேன். காவல்துறை காட்டுமிராண்டித் தனமாக நடந்து கொண்டது. பொதுமக்களை அடித்து விரட்டியது. என்னை கைதுசெய்ய துடித்தது.

நான் சென்னையில் இல்லை என்பதை உறுதியாக அறிந்து கொண்ட காவலர்கள்; எனது குழந்தைகளை வதைத்தார்கள்.

சர்வ வல்லமை படைத்த ஒரு மாநில அரசிற்கு நான் எங்கே இருக்கிறேன் - எந்தக் கூட்டத்தில் பேசுகிறேன் என்பது கூடவா தெரியாமல் இருக்கும்? இருந்தும் நான் ஒளிந்து கொண்டிருப்பதைப் போன்ற ஒரு மாயத்தோற்றத்தை உருவாக்கி, என்னை அவமானப்படுத்துவதில் ஆனந்தப்பட்டார் எம்.ஜி.ஆரின் அந்தநாள் அமைச்சர் ஒருவர்.

காணாமல் போனவர்கள் பற்றிய அறிவிப்பில் இவர் பெயரும் இப்போது இடம் பெற்றால் ஆச்சரியம் இல்லை. ஆனால் அந்த நாளில் அவரது ஆதிக்கக் கொடி அத்துமீறிப் பறந்தது.

என் குழந்தைகளை வரிசையாக நிற்க வைத்து 'உங்கள் அப்பா இருக்கும் இடம் எங்கே?' என்று கேட்டு எனது வாரிசுகளை வதைத்திருக்கிறார்கள் என்று அறிந்து வாடிப்போனேன்.

சென்னைக்குத் திரும்பிய பிறகு இவ்வாறு கொடுமையைக் கொலுவேற்றி வைத்து, அநீதிக்கு ஆலவட்டம் சுழற்றுவது எம்.ஜி.ஆர். அல்ல என்று உறுதியாக அறிந்தேன். இஞ்சி மிட்டாய் அளவு கூட இதயம் இல்லாத அவரது அமைச்சர்களில் ஒருவர் இவ்வாறெல்லாம்

நடந்து கொண்டார் என்பதை எம்.ஜி.ஆர். பார்வைக்கே கொண்டுவர வேண்டும் என்று முடிவெடுத்தேன்.

கறுப்பு மலர்களின் காவியத் தலைவராக விளங்கிய பாபு ஜெகஜீவன்ராமிடத்தில், எம்.ஜி.ஆர். ஆட்சியில் எனக்கு இழைக்கப்படுகிற அநீதிகளைப் பட்டியலிட்டேன். நான் எழுதுகிறேன் என்றார். எங்கே எழுதப் போகிறார் என்று இருந்து விட்டேன். உண்மையாகவே எழுதிவிட்டார். அவர் எம்.ஜி.ஆருக்கு எழுதிய கடிதத்தின் நகல் என்னிடம் தரப்பட்டது.

ஆனால், எம்.ஜி.ஆரின் அமைச்சர், அரிஸ்டாட்டிலுக்கு அரசியல் சொல்லிக்கொடுத்தவரைப் போல, சட்டம் தனது கடமையைச் செய்கிறது' என்று பாபுஜி மாதிரி ஒரு பிறவி மேதைக்கே எழுதிவிட்டார்.

எம்.ஜி.ஆரை எப்படியாவது பார்த்து விடுவது என்று முடிவெடுத்தேன். அன்று ஆடி அமாவாசை. எனது மாமனாரின் கடையிலிருந்து எம்.ஜி.ஆரின் கோட்டை அலுவலகத்திற்கு ஃபோன் பண்ணினேன். அன்றே வரும்படி தகவல் வந்தது. ஆச்சரியத்தால் அதிர்ந்து போனேன்.

அன்று மதியம் ஒருமணி இருக்கும். கோட்டையில் முதலமைச்சர் அறைக்குச் சென்றேன். காதில் கருவி மாட்டியிருந்த ஒரு கடைநிலை ஊழியர் என்னை அழைத்துச் சென்றார். உள்ளே சென்றதும் ஒரு அதிர்ச்சி எனக்காகக் காத்திருந்தது.

எம்.ஜி.ஆரிடத்தில் தனியாகப் பேசவேண்டும் என்று போனேன். எஸ்.டி.எஸ். முதற்கொண்டு பல மந்திரிப் பிரதானிகள் அங்கே இருந்தார்கள். கழுகுக் கூட்டத்தில் வெள்ளைப் புறாவைப் போல ராஜாராமும் இருந்தார்.

எம்.ஜி.ஆர். இவர்களை வரவழைத்தாரா? அல்லது இயல்பாகவே இவர்கள் அங்கே வந்தார்களா? என்று எனக்குத் தெரியாது.

காரைக்குடியில் என்மீது போட்டிருக்கிற கொலை முயற்சி வழக்கைத் திரும்பப் பெறவேண்டும் என்று நான் எம்.ஜி.ஆரிடம் மன்றாடினேன். அப்போது வலது பக்கத்தில் வீற்றிருந்த அவரது அமைச்சர்கள் துரியோதனாதிகளைப் போல் எனக்குத் தென்பட்டார்கள்.

"மனு கொண்டு வந்திருக்கிறீர்களா?" என்று எம்.ஜி.ஆர். கேட்டார். கொடுத்தேன். இது "காப்பி அல்லவா?" என்றார். "ஆமாம். ஒரிஜினலை சட்ட அமைச்சர் நாராயணசாமி முதலியாரிடம் கொடுத்தேன்" என்றேன். எம்.ஜி.ஆர். 'படித்த' நாராயணசாமி முதலியாருக்கு நான்

அதிக மதிப்பு தருவதாகத் தவறாகப் புரிந்து கொண்டார்.

எஸ்.டி.எஸ். நேரம் பார்த்து, 'ஒரிஜனலைத்தானே முதல்வரிடம் கொடுக்க வேண்டும்' என்றார். எம்.ஜி.ஆர். அவரைப் பார்த்தார். பிறகு அவரை அந்த இடத்தில் கண்டுபிடிப்பதற்கே கமிஷன் போட வேண்டியாயிற்று. இந்த எம்.ஜி.ஆரை நினைக்கிறபோது, நிகழ்கால அவலமான ஜெயலலிதாவை நினைக்காமல் இருக்க இயலவில்லை.

அப்போதைக்கு என்னிடம் எம்.ஜி.ஆர். விரோதம் பாராட்டி வந்தாலும், எல்லை மீறி விஷ அம்புகளை வீசி எறிகிற அவரது ஆட்களை அவர் அடக்கி வைத்தார். அத்துமீறிய சொல்லை எறிந்த எஸ்.டி.எஸ்.ஸை அன்று எம்.ஜி.ஆர். அடக்கினார். இன்று ஜெயலலிதா வன்முறையாளர்களை, வாடகை மனிதர்களை, பயங்கரவாதிகளை கூச்சநாச்சமின்றி வளர்க்கிறார். இது ஆட்சி அல்ல; ரௌடிகளின் ராஜ்யம்... பேட்டை பக்கிரிசாமிகளின் பேரரசு...

'நான் தனி மனிதன்... ஒரு அரசாங்கம் தனது ஆற்றல் படைத்த அதிகார இயந்திரத்தை வைத்து என்னை நசுக்கலாமா?' என்று எம்.ஜி.ஆரிடம் கேட்டேன்.

அதற்கு நேரிடையாகப் பதில் சொல்லாத எம்.ஜி.ஆர். "சாப்பிடுகிறீர்களா? என்று கேட்டார்- இது தான் எம்.ஜி.ஆர். நான் சாப்பிட்டு வந்து விட்டேன்'' என்றேன். ஓ! இன்றைக்கு ஆடி அமாவாசை. உங்களுக்கு வேண்டியது கிடைக்காது" என்றார் நக்கலாக. நான் வயிற்று மைதானத்தின் அவரைப் போலவே ஆடு, மாடுகளைப் புதைக்கிறவன் என்பதை எம்.ஜி.ஆர். அப்படிச் சுட்டிக்காட்டினார்.

'பாயசமாவது சாப்பிடுங்கள்' என்றார். என்னடா வழக்கை வாபஸ் வாங்கச் சொன்னால், பாயசத்தை ஊற்றி வழுக்கும்படி பண்ணுகிறாரே என்று நினைத்தேன். அப்போது எஸ்.டி.எஸ். மீண்டும் தலைகாட்டினார்.

தமிழக அரசின் வீட்டுவசதி வாரியத்தை மத்திய அமைச்சர் ஒருவர் வியந்து பாராட்டிய செய்தி அன்றைக்கோ, முன்தினமோ 'டைம்ஸ் ஆஃப் இந்தியா'வில் வந்திருந்ததைச் சுட்டிக்காட்டி சாம்பிராணி போட்டார் எம்.ஜி.ஆர். இந்தப் புகழ் சுருளில் சிக்குவார் என்று எதிர்பார்த்தேன். அவரோ இந்தப் பாராட்டு தனக்கு உரியது அல்ல என்று ஓங்கிச் சொல்லிவிட்டார். எனக்கு வியப்பிலும் வியப்பாக இருந்தது.

அப்போது நான் பெரியாரைத்தான் எண்ணினேன். கேரளாவில் உள்ள வைக்கத்தில் ஒடுக்கப்பட்ட மக்களுக்கு உரிமை பெற அவர் போராடினார். அவருடைய போராட்டத்துக்கு வெற்றி கிடைத்தது என்று பலரும் எழுதியபோது பெரியார் அந்த வெற்றியை

ஏற்கவில்லை. ஆலயத்திற்குப் பக்கத்தில் உள்ள பாதையைப் பெரிதாக்கியிருக்கிறார்கள். இது எனது போராட்டத்துக்குக் கிடைத்த வெற்றி அல்ல. பாதை பெரிதாக்கப்பட்டதால் இனி தீண்டப்படாதோர் அகலப் பாதையில் எதிர்வாடையில் போகலாம். இந்தப் பக்கமாக நடந்தால்தானே சாமிகளுக்குத் தீட்டுவரும். இந்த அகலப்பாதை சாமிகளின் தீட்டுக்கு சமாதானமே தவிர, தீண்டப்படாதவர்களுக்கு இந்த ஏற்பாட்டில் விடிவு பிறக்கவில்லை என்றே பெரியார் கருதினார்.

இன்று ஜெயலலிதா தோள்வலிக்கத் தூக்கிச் சுமக்கிற மாலைகள் தனக்கு உரியவை அல்ல என்று தெரிந்தும் சுமக்கிறார்.

69 சதவிகிதத்தை தமிழ் மக்களுக்கு வாங்கித்தந்தவர் என்றும், 'சமூகநீதி காத்த வீராங்கனை' என்றும் பத்திரிகைகளின் பக்கங்களை கறைபடிந்த விளம்பரங்கள் ஆக்கிரமித்துக் கொண்டிருக்கின்றன. போலி விளம்பரப் பகுதியைப் போல தள்ளிவிட வேண்டிய இம்மாதிரி பக்கங்கள் நமது நாளிதழ்களில் அதிகரித்து வருவது நமது கலாச்சாரம் காலாவதியாவதின் கடைசி அடையாளம்.

ஜெயலலிதாவை 'இட ஒதுக்கீடு நாயகி' என்கிறார் ஒரு அமைச்சர். இந்த அம்மைத் தழும்பிற்குத் தவணை முறையில் அறிவைத் தப்பாமல் தருவது நமது கடமை.

'இட ஒதுக்கீட்டு நாயகி' என்பதை ஒருமுறைக்கு மேலே சொல்லவேண்டாம். எந்தப் பெண்ணுக்கும் களங்கம் வருவது நமக்கு உடன்பாடல்ல.

ஜெயலலிதா ஒரு மாநிலத்தின் முதலமைச்சர் என்கிற முறையில் 69 சதவிகிதம் இடஒதுக்கீடு கேட்டார். கேட்டதைப் பெரிதுபடுத்துகிற சமுதாயக் காவலர்களே, கொடுத்த நரசிம்மராவை மறந்துவிடலாமா?

கேட்ட ஜெயலலிதாவிற்குப் பக்கம் பக்கமாக விளம்பரம் ஆளும் கட்சி அறவாணர்கள் தருகிறார்கள். கொடுத்த நரசிம்மராவிற்குக் கால் பக்க விளம்பரத்தைக் கூட காணவில்லை.

கேட்பது பெரிதா? கொடுப்பது பெரிதா? இது வாழ்வியல் உண்மை. இதற்குமா வழக்காடு மன்றம்?

சமூகநீதிக்கும், ஜெயலலிதாவிற்கும் என்ன சம்பந்தம்? ஆனந்தன் என்கிற ஆதிதிராவிடரை அமைச்சராக்கியிருக்கிறார் ஜெயலலிதா. பிரதானமாக ஆதிதிராவிடர் நலத்துறை தானே தந்திருக்கிறார். ஒரு கக்கனுக்கு உள்துறையைத் தந்த காமராஜர் எங்கே? இந்த கன்னித்தீவு எங்கே?

ஆந்திராவில் முதல்வர் விஜய பாஸ்கர ரெட்டிக்கு அடுத்த துணை முதல்வர் ஆதிதிராவிடர். கர்நாடகத்தில் முதல்வர் வீரப்ப மொய்லி

யின் தந்தையார் முடி திருத்துகிறவர். ஒரு தாழ்த்தப்பட்ட தமிழனை துணை முதல்வராக்குவதற்கு ஜெயலலிதா தயாரா?

உண்மை அல்லாததை உண்மை என்று நிலைநாட்ட வரலாற்றில் எவ்வளவோ முயற்சிகள் மேற்கொள்ளப்பட்டுள்ளன. ஆனால் சத்தியம் மாத்திரமே சரித்திரத்தில் சாகாமல் இருக்கிறது. தூக்கத்தில் வேட்டியில் சிந்திவிடுகிற கழிவை பூகோள வரைபடத்தில் உருவான புதியதேசம் என்று அறிமுகப்படுத்துவது, விழுந்து போன பல்லுக்கு விழா எடுப்பதற்கே சமானமாகும்.

தொட்டால் தீட்டு; பட்டால் திருநீலகண்டம் என்று வாழுகின்ற ஜெயலலிதா, ஆதிக்க வர்க்கத்தின் அலங்கார பொம்மை.

பெரியாரை இரண்டாவது முறையாக சாகடிக்கிற ஒரு வீரமணி தருகிற சான்றிதழை வைத்துக்கொண்டு ஜெயலலிதா 'சமூகநீதி காத்த வீராங்கனை' ஆகிவிட முடியாது. வீரமணிக்கு வேட்டைக்காரனாகவும் இருக்க வேண்டும்; மிரண்டு ஓடுகிற முயலாகவும் இருக்க வேண்டும். கலைஞர் கருணாநிதி மீது வீரமணிக்கு நியாயமான கோபம் கூட இருக்கலாம். அதற்காக 'பிராமணர்கள் ஒழிக! ஜெயலலிதா வாழ்க!' என்கிற வீரமணியின் புதிய தெம்மாங்கை எந்தத் தமிழ் காதும் எப்போதும் ஏற்காது.

இன்று ஜெயலலிதா ஒரு பிராமண மாது என்கிற ஒரே காரணத்திற்காகத்தான் வெங்கட்ராமனைப் போல பரதமாடுகிற சில பல் செட்டுகள் அவரைப் பாதுகாத்து வருகின்றன.

எந்தப் பிராமணனுக்கும் நான் எதிரி அல்ல. ஆனால் உண்மையைவிட எந்த சாதியானும் உயர்ந்தவன் அல்ல. உண்மையை எப்போதும் நேசிக்கிற நான் உங்களுக்குச் சொல்லுகிறேன்.

ஒரு துறையில் தாங்கள் வரமுடியாவிட்டால், வந்தவர்களைப் பிடித்துக் கொள்ளுவது பிராமணர்களின் ஆரம்பப் பாடம். மராட்டிய வீரன் சிவாஜியிலிருந்து நமது அன்பிற்குரிய சிவாஜி ராவ் வரை இதுவே நடந்திருக்கிறது. எம்.ஜி.ஆருக்கும் இதுவே நிகழ்ந்தது. ஒருவர் அய்யர்; மற்றொருவர் அய்யங்கார். சினிமா, பத்திரிகை, அரசியல் எந்தத் துறையிலும் இதுவே நிகழ்ந்திருக்கிறது. எவ்வளவு கசந்தாலும் இதுவே உண்மை.

ஜெயலலிதாவின் ஆலோசகர் வெங்கட்ராமனின் வீழ்ச்சி விவரிக்க முடியாதது. அமெரிக்காவின் முன்னாள் குடியரசுத்தலைவர் லிண்டன் ஜான்சன் பொருளாதாரப் பேராசிரியரானார். சோவியத் அதிபர் கோர்பச்சேவ் பதவிக்காலம் முடிந்த பிறகு பத்திரிகையாளர் ஆனார். இந்த நாட்டின் தலைவிதி முன்னாள் குடியரசுத் தலைவர் ஒரு சினிமா

நடிகைக்கு அந்தரங்க ஆலோசகர் ஆகிப் போனார்.

எம்.ஜி.ஆர். "சாப்பிடப் போகிறேன்" என்று கிளம்பினார். பிறகு நின்று நிதானித்து, "கொஞ்சம் இருங்கள்" என்றார். என்ன சொல்லப் போகிறாரோ என்று அங்கேயே இருந்தேன்.

சற்றைக்கெல்லாம் சாப்பிட்டு விட்டு வந்த எம்.ஜி.ஆர். "'தேர்தல் வழக்கு தொடர்பாகவும் ஒரு கிரிமினல் வழக்கு இருக்கிறதே" என்றார். "ஆம்" என்றேன். "அடுத்தவாரம் வந்தால் பேசலாம்" என்றார்.

வழக்கை வாபஸ் வாங்குவார். ஆனாலும் உடனே வாங்க மாட்டார் என்று அறிந்து கொண்டேன். வீட்டிற்கு வந்தேன். அப்போது மண்டல் கமிஷன் உறுப்பினராக இருந்த பெரியவர் கே. சுப்பிரமணியம் என்னைப் பார்க்க வந்திருந்தார்.

வேலைக்குப் போவது என்று தீர்மானத்தோடு அவரோடு டெல்லி க்குப் புறப்பட்டேன். அவரும், பாண்டிச்சேரி கவர்னர் குல்கர்னி என்பவருமாக டெல்லி 'ஹெய்லி ரோடில் உள்ள ராவ் ஐ.ஏ.எஸ். இன்ஸ்டிட்யூட்டில் வேலை வாங்கித் தந்தார்கள். 'சர்வதேச விவகாரங்கள்' என்கிற பாடத்தை ஐ.ஏ.எஸ். மாணவர்களுக்குச் சொல்லி க் கொடுத்தேன். தலைமைச் செயலாளர் சபாநாயகத்தின் மகள் மீனா சபாநாயகம் கூட அப்போது அங்கே படித்தார்.

எந்த நீதிமன்றத்திற்கும் வருவதில்லை. எம்.ஜி.ஆர். அரசு கைது செய்தால் செய்யட்டும் என்று டெல்லிதொடர்ந்தேன். எந்த நேரத்திலும் கைதாகலாம் என்கிற சூழலில் எனது மதுரை நண்பர் பாரதியன் டெல்லி வெஸ்டர்ன் கோர்ட்டிற்கு வந்தார். இருபது ஆண்டுகளுக்கும் மேலாக என்னோடு தொடர்ந்து பயணப்படுகிற பாரதீயன் சொன்னவற்றைக் கேட்டபோது நெஞ்சுக்குள் ஒரு நெருஞ்சித் தோட்டமே நிமிர்ந்தது.

தேர்தலில் தோற்றேன்!

எனக்கு எதிரான வழக்குகள் பாஞ்சாலியின் சேலையைப் போல வளர்ந்தே வந்தன. பாரதியன் சொன்னது பச்சை நெருப்பை நெஞ்சில் பதியம் வைத்தது.

அவசர காலத்தில் தமிழில் முதன்முதலாக தடை செய்யப்பட்ட எனது 'நியாயம் கேட்கிறோம்' என்கிற புத்தகம் தொடர்பாக எம்.ஜி.ஆர். அரசு வழக்கொன்றைப் பதியப் போகிறது என்று வாயாடி வைத்தார் பாரதியன்.

சில மாதங்கள் தலைநகரில் தொடர்ந்தேன். அரசியலை விட்டுவிட்டு அதிகநாள் இருக்க இயலவில்லை. ஆகவே சென்னையை நோக்கி சிறகு விரித்தேன். அப்போது எம்.ஜி.ஆர். அரசு நீக்கப்பட்டிருந்த நேரம், 'எம்.ஜி.ஆர். அரசு நீக்கப்பட்டது தவறு' என்று அறிக்கை கொடுத்தேன். எதையும் எதிர்பார்த்ததல்ல. ஒரு மாநில அரசை தனிப்பட்ட காரணங்களுக்காக அன்றைய மத்திய அரசு பந்தாடியது தவறு என்றே எனக்குப்பட்டது.

அந்த வருடம் தமிழ் வருடப் பிறப்பு. அப்போது நான் போர்த்துக்கீசியர் தெருவில் இருந்தேன். குளித்துவிட்டு மாடத்தைக் கடக்கிறபோது, தொலைபேசி இருமியது. எடுத்தேன். 'நான்தான் எம்.ஜி.ஆர். பேசறேன் எனக்கு ஆச்சரியமாக இருந்தது. அது எப்படி என்மீது இரக்கமே காட்ட மறுத்த எம்.ஜி.ஆர். பேசுகிறார் என்று வியந்தேன்.

'வணக்கம் அண்ணே!, என்றேன். மறுமுனையில் அவர், 'என்னை இன்னமும் அண்ணன் என்று சொல்லிகிறீர்களே' என்றார். 'எல்லோரும் எனக்கு அண்ணன்தான் என்று சொன்னேன்.

அடுத்து நானே தொடர்ந்தேன். 'இரண்டு பண்டிகைகளுக்கும் வாழ்த்து' என்றேன். அந்த வருடம் ஏப்ரல் 14-ம் தேதி தமிழ்ப்

புதுவருடமும், விஷுப் பண்டிகையும் பின்னிப் பிணைந்து வந்தது

'இரண்டு பண்டிகைகளுக்கும் வாழ்த்து' என்று சொன்னதும் எம்.ஜி.ஆர். சுதாரித்துக் கொண்டார். அது என்ன இரண்டு பண்டிகை. எனக்கு வருவது ஒரே பண்டிகைதான். 'தமிழ்ப் பண்டிகை' என்று ஒருதட்டு தட்டினார். ஒரு சிலம்பு வாத்தியாரின் சிலிர்ப்பு மாதிரி அது இருந்தது.

'தவறான எண்ணத்தில் சொல்லவில்லை' என்றேன். 'அது பற்றி ஒன்றுமில்லை' என்றார். அந்த நேரத்தில் பார்த்து எனக்கொரு சந்தேகம். நாளைக்கு எம்.ஜி.ஆர். என்னிடத்தில் பேசினார் என்றால் எவராவது நம்புவார்களா என்று எனக்குச் சந்தேகம் வந்துவிட்டது.

வேறு ஒன்றுமில்லை. வழக்குகளால் என்னை உழுத நிலமாக உருமாற்றிவிட்டு என்னிடம் எப்படி எம்.ஜி.ஆர். பேசுவார் என்பதுதான் அந்தச் சந்தேகம். நான் உடனே எனது மனைவியை அழைத்து பானு! எம்.ஜி.ஆர். பேசுகிறார்; வணக்கம் சொல்!' என்றேன். மனைவி நம்பினால் போதும்; மற்றவர்கள் நம்பாவிட்டால் போகிறார்கள் என்று நினைத்தேன். எனது மனைவி அவருக்கு வணக்கம் சொன்னாள். கொஞ்சநேரத்தில் அவளைக் காணவில்லை. எம்.ஜி.ஆர். பேசிய வரலாற்றுச் செய்தியை அருகில் குடியிருந்த அவளது அம்மா, அப்பாவிற்கு அறிவிக்கப் போயிருக்கிறாள்.

எம்.ஜி.ஆர். கேட்டார். 'கிறிஸ்தவர்கள் யார் சொன்னால் கேட்பார்கள்?'

நான் பதில் சொல்லவில்லை.

'எட்மண்ட் சொன்னால்தானே கேட்பார்களாம்' என்றார்.

'இல்லை நான் சொன்னால்தான் கேட்பார்கள்' - இது நான்;

எம்.ஜி.ஆர். எங்கே வருகிறார் என்பதைப் புரிந்து கொண்டேன்.

'சரி, நான் சொன்னால்தான் கேட்பார்ாகள் என்று வீட்டுக்குள் இருந்துவிட்டால் எப்படி' என்றார்.

மந்திரியாக இருந்த எட்மண்ட் அப்போது எம்.ஜி.ஆரை விட்டு விலகி இருந்தார்.

'நான் என்ன செய்யவேண்டும்?' என்று கேட்டேன். உடனே எம்.ஜி.ஆர். 'என்னைச் சந்திக்க வேண்டும்' என்றார். என்னை நீங்கள் சந்தேகிக்கிறீர்கள். நம்புங்கள்; நலமாகும்' என்று போப்பாண்டவரைப் போலப் பேசினார்.

சரி என்றேன்; அவரைச் சந்திக்கப் போவதா வேண்டாமா என்று முடிவெடுப்பதற்கு இரண்டு வாரங்கள் ஆகிவிட்டன.

இரண்டு வாரங்கள் கழித்து எம்.ஜி.ஆர். ஃபோன் பண்ணினார்.

'என்னை நீங்கள் நம்பவில்லை' என்றார்.

'நம்புகிறபடியா நீங்கள் நடந்தீர்கள்' என்று கேட்கிற மாதிரியாக நான் இல்லை. அகதிக்கு இதுதான் நாடு என்று அடித்துச் சொல்கிற உரிமை இல்லை அல்லவா?

உள்வாங்கிக் கொண்டேன்.

'ஏன் வரவில்லையா?' - எம்.ஜி.ஆர். கேட்டார்.

'தேவராஜ் - அர்ஸும், நீங்களும் அம்பேத்கார் சிலை திறக்கிற விழாவிற்கு வந்தபோது மேடைக்கு வர முயன்றேன். ஆனால் என்னைப் போலீஸார் விடவில்லை' என்றேன். எம்.ஜி.ஆர்., 'பொய்' என்றார். அதுதான் எம்.ஜி.ஆர். 'என்னை நம்புகிறவர்கள் கெட்டதில்லை' என்றார்.

'நாளையே வருகிறேன்' என்றேன். அந்த நேரம் பார்த்து கதவில் சிலர் தட்டுவது கேட்டது. சேலத்திலிருந்து கிறிஸ்தவத் தலைவர்கள் பன்னீர்செல்வம் என்கிறவரின் தலைமையில் வந்திருந்தார்கள். தேர்தலில் யாரை ஆதரிப்பது என்று தலையைப் பிய்ப்பதற்குப் பதிலாக கொய்து கொண்டு நின்றார்கள். கருணாநிதியைப் பார்க்கலாம் என்று ஒரு பேச்சுக்குத்தான் சொன்னேன். ஓரிருவர் முறைத்தார்கள். சரி, எம்.ஜி.ஆரைப் பார்க்கலாம். ஆனால் அவரைப் பார்ப்பது அவ்வளவு எளிதல்லவே' என்றேன். எம்.ஜி.ஆர். என்னை அழைத்ததை சொல்லவே இல்லை.

'மாலை 5 மணிக்கு வாருங்கள்' என்று சொன்னேன். வந்தார்கள். அனைவரையும் வாரிச் சுருட்டிக் கொண்டு, எம்.ஜி.ஆரின் தியாகராயநகர் அலுவலகம் போனேன். முத்து என்கிற பணியாளர் எங்களை வரவேற்றார்.

கொஞ்சநேரத்தில் எம்.ஜி.ஆர். தோன்றினார். 'தோன்றினார்' என்றுதான் சொல்லவேண்டும். காரணம் அவ்வளவு அழகாக இருந்தார்.

மழையாக இறங்கி வந்தால் மண்மார்பு வலிக்கும் என்று, மேகமாக இறங்கி வந்த சீதளச் சூரியனை போல அவர் இருந்தார். பல ஆண்டுகளுக்குப் பிறகு பக்கத்தில் பார்த்து அவரை விழிகள் கொண்ட மட்டும் அள்ளிக் கொண்டேன்.

எல்லோருடைய அணிவகுப்பு மரியாதையையும் கண்களால் ஏற்றுக்கொண்டு, முத்துவைப் பார்த்து, 'எல்லோருக்கும் டிஃபன்' என்றார். 'இரண்டு ஸ்வீட்' என்றார்.

என்னை மாத்திரம் உள்ளே அழைத்தார்.

'இவர்களைக் காட்டி நீங்கள் தலைவராகி விடலாம்' என்று

சொல்லிவிட்டுச் சிரித்தார்.

சம்பந்தமே இல்லாமல் 'பெனிட்டென்ஷியா' என்றால் என்ன என்று கேட்டார். தவறு செய்தவர்கள் திருந்துவதற்காக அடைக்கப்படுகிற இடம்' என்றேன்.

'பலர் மறந்துவிட்ட சொல்லை நீங்கள் தெரிந்து வைத்திருக்கிறீர்களே' என்று பாராட்டினார். எனக்கு உடல் உப்பிவிட்டது.

'ஃபிரெஞ்சுப் புரட்சிக்கும், ரஷ்யப் புரட்சிக்கும் என்ன வேறுபாடு? என்று கேட்டார். காளிமுத்து எனக்கு பின் வரிசையில் அமர்ந்திருந்தார்.

'ஃபிரெஞ்சுப் புரட்சியில் சர்வாதிகாரிகள் மாறினர். சர்வாதிகாரம் தொடர்ந்தது. ரஷ்யப் புரட்சியில் சர்வாதிகாரமும் சாய்ந்தது; சர்வாதிகாரிகளும் ஓய்ந்தனர்' என்றேன்.

இப்படிப் பேசிக் கொண்டிருந்தபோது, 'உலகம் மாறும்' என்று அறியாமல் சொல்லிவிட்டேன். எம்.ஜி.ஆர். திருத்தினார். 'உலகத்தை மாற்ற வேண்டும் உலகம் தானே மாறாது' என்றார்.

ஏதோ சொல்லப் போனேன். காளிமுத்து சுரண்டினார். சுதாரித்துக் கொண்டேன். காளிமுத்து கிளம்பினார்.

'உங்களுக்கு எந்தத் தொகுதி வேண்டும்?' என்று எம்.ஜி.ஆர். கேட்டார்.

பட்டியலை நீட்டினார். திருத்தணியிலிருந்து தொடங்கினார். நீங்கள் நாயுடு இல்லை, நாடார் இல்லை என்று ஒவ்வொரு தொகுதியாகக் கழித்தார். கடைசியாக 'நான் சொல்லுகிற தொகுதியில் நிற்பீர்களா?' என்றார் இதை முதலிலேயே சொல்லியிருக்கலாம்.

'சென்னை புரசைவாக்கத்தில் தி.மு. கழகத்தின் பொதுச் செயலாளர் அன்பழகனை எதிர்த்து நிற்கவேண்டும்' என்றார் எம்.ஜி.ஆர்.

'தோற்றுவிட்டால்?' என்றேன். 'பார்த்துக் கொள்கிறேன்' என்றார்.

'நீங்கள் போட்டியிட்டால் அன்பழகன் தமிழ்நாடு முழுவதும் சுற்றுப் பயணம் செய்யமாட்டார். எனக்கு அதுபோதும்' என்றார் எம்.ஜி.ஆர்.

'போய் நாமினேஷன் போடுங்கள்' என்றார். 'இரட்டை இலை' தந்துவிட்டார். '25 ரூபாய்தானே கையில் இருக்கிறது' என்றேன்.

அந்த வருடம் ஆட்டோவில் வந்து மனு தாக்கல் செய்தது அகில இந்தியாவிலும் நானாகவே இருப்பேன்.

'தேர்தல் செலவிற்குக் கவலைப்பட வேண்டாம்' என்றார்.

எம்.ஜி.ஆர். சொன்னபடியே நடந்தது. அன்பழகன் தமிழ்நாடு

சுற்றுப் பயணத்தை நிறுத்தி விட்டதாக 'முரசொலி'யில் அறிக்கை விட்டார்.

எம்.ஜி.ஆர். சொன்ன சொல்லைக் காப்பாற்றினார்.

1,400 வாக்குகள் வேறுபாட்டில் தோற்றேன். இறுதிநாள் எனக்காக புரசைவாக்கம் முழுவதும் எம்.ஜி.ஆர். சுற்றினார். பணத்தை அள்ளி இறைத்தார்.

வேறு தொகுதி வாக்குச் சீட்டுகள் எல்லாம் என் பெட்டிக்குள் வந்தன. எல்லாம் மாய வேலைகள்! எவ்வளவு பணம் வேண்டும்?' என்று எம்.ஜி.ஆர். எனது தேர்தல் பொறுப்பாளரிடம் கேட்டார்.

இத்தனை கார், ஆட்டோ என்று இவர் சொன்னதும், 'எவ்வளவு பணம் என்று கேட்டால், வாகனத்திற்குக் கணக்குச் சொல்கிறாயே... நிற்பது யார்? என்று கேட்டார்.

தோல்விக்குப் பிறகு நான் நிமிர்ந்து நிற்பதற்கும் எம்.ஜி.ஆரின் இந்தப் பிரகடனமே காரணம்.

இப்படித்தான் நான் எம்.ஜி.ஆரை அடைந்தேன். அப்போது ஜெயலலிதா எங்கே இருந்தார்?

சோபன்பாபுவுடன் ஜெயலலிதா!

அப்போது ஜெயலலிதா எங்கே இருந்தார் என்பதை அறிந்துகொள்ள அரிக்காமேடு ஆராய்ச்சி செய்ய வேண்டிய அவசியம் இல்லை.

சோபன்பாபு என்கிற தெலுங்கு நடிகரோடு ஜெயலலிதா பரமபதம் விளையாட்டில் ஈடுபட்டிருந்தார் என்பதை சினிமாக்காரர்கள் எல்லோருமே அறிவார்கள். அவரே குமுதத்தில் தனது வாழ்கை வரலாற்றை விவரித்தபோது இதை வெளிச்சம் போட்டுக் காட்டியிருக்கிறார்.

ஜெயலலிதா ஒரு பத்திரிகைக்கு அளித்த பேட்டியில் சோபன்பாபுவைக் குறிப்பிட்டு 'I am going steady' என்று நாவாடியிருந்தார்.

இது வழக்கமான சினிமாக்காரிகள் அம்மணமாக நின்று கொண்டு, அழுக்குத் துணிகளைப் பகிரங்கமாகத் துவைக்கிற பச்சைத்தனம் என்று எவரேனும் நினைத்தால் நீங்கள் ஜெயலலிதாவை அறிந்துகொள்ளவே ஆரம்பிக்காதவர்கள் என்று அர்த்தம்.

சோபன்பாபுவோடு தான் வாழ்ந்த காலத்தைக் குறித்து ஜெயலலிதா எழுதியவை எல்லாம் பரபரப்பை உருவாக்க வேண்டும் என்கிற நோக்கத்தில் சொல்லப்பட்டவைகளும் அல்ல; சத்தியத்திற்குச் சாட்சியம் சொல்லுவதற்காகச் சரிந்தவைகளும் அல்ல.

இந்த நேரத்தில் ஒன்றை உறுதியாகக் குறிப்பிட விரும்புகிறேன். சினிமாக்காரியான ஜெயலலிதாவிற்கு நேர்ந்த ஒரு தொழில் விபத்தைக் கொச்சைப்படுத்துவது எனது நோக்கம் அல்ல. எந்தப் பெண்ணுக்கும் களங்கம் கற்பிப்பது எனக்கு உடன்பாடானது அல்ல. கடந்த கால இருட்டிற்குள் வெளிச்சத்தைப் பாய்ச்சுகிற போது நெளிகிற

உண்மைகளை நிகழ்காலத்திற்கு எடுத்துக் காட்டுவது எழுத்தாளனின் கடமையாகிறது.

வேறெவரும் எடுத்துச் சொல்ல இயலாத வண்ணம் தனது வாழ்க்கையைப் பற்றி தானே வெளிச்சம் போட்டுக் காட்டவேண்டிய அவசியம் ஜெயலலிதாவிற்கு என்ன வந்தது?

இங்கேதான் ஜெயலலிதாவை நீங்கள் முழுமையாகப் புரிந்து கொள்ள வேண்டும்.

'எம்.ஜி.ஆர். எனது அரசியல் ஆசான்' என்று எப்போதாவது ஒருமுறை குறிப்பிட்டுக்கொள்கிற ஜெயலலிதா, எம்.ஜி.ஆரை நோகடிப்பதற்காகவே இவ்வாறெல்லாம் தனது வாழ்க்கையின் அந்தரங்கத்தை பகிரங்கப்படுத்தினார்.

ஒரு காலத்தில் எம்.ஜி.ஆரோடு இணைந்திருந்து ஏறத்தாழ அவரது மாற்று மனைவி என்று மக்களாலேயே கருதப்பட்ட ஜெயலலிதா, எம்.ஜி.ஆரை விட்டு ஒதுங்கினார். ஒதுக்கப்பட்டார். அந்த காலகட்டத்தில் இழந்த தன்னை நினைத்து எம்.ஜி.ஆர். ஏற்க வேண்டும் என்பதற்காகவே தனது உல்லாச வாழ்க்கையை ஜெயலலிதா ஊரறிய வைத்தார்.

இந்த மோதலுக்கும், ஜெயலலிதாவின் இவ்வாறான முடிவிற்கும் எம்.ஜி.ஆரும் காரணம் என்பதை நான் மறுக்கவில்லை. ஆனால் நான் இங்கே எடுத்துக்காட்ட விரும்புவதெல்லாம் ஜெயலலிதாவிடம் பழிவாங்குகிற குணம் பதுங்க ஆரம்பித்ததற்கு அவரது கடந்த காலம் ஒரு காரணம் என்பதுதான்.

போன வாரம் கோவையில் இருந்து வந்த நீலகிரி தொடர் வண்டியில் வி.என். ஜானகியோடு கட்சி நடத்திய ஒரு முன்னாள் நாடாளுமன்ற உறுப்பினர் என்னைப் பார்த்துவிட்டு, எனது கைகளை முத்தமிட்டார். எதற்கு என்றேன். நக்கீரனில் நீங்கள் எழுதுவதற்காக என்றார். பழிவாங்குகிற குணத்தால் ஜெயலலிதா, அவரது இதயத்தில் உண்டாக்கியிருக்கிற காயம் அல்லவா அவரது உதடுகளை என் கரங்களில் ஊன்றி வைத்தது.

எம்.ஜி.ஆர். மீண்டும் ஆட்சிக்கு வந்ததும் உலகத் தமிழ் மாநாட்டு வேலைகள் தொடங்கின. தமிழர்களின் உச்சபட்சமான கேளிக்கைகளில் ஒன்று உலகத் தமிழ் மாநாடு. இலட்சக்கணக்கான வேடிக்கை பார்க்கிற தமிழர்களைத் திரட்டி காப்பிய நாயகிகளின் கற்பு எவ்வளவு ஆழத்தில் இடம்பிடித்திருந்தது என்று ஐந்தாண்டுகளுக்கு ஒருமுறை அறியாவிட்டால் பாதித் தமிழர்களுக்குப் பக்கவாதம் வந்துவிடும்.

மதுரை வீரனான எம்.ஜி.ஆர். உலகத் தமிழ் மாநாட்டிற்காக

மதுரையைத் தேர்ந்தெடுத்தார். அவரது செய்தித்துறை அமைச்சரான ஆர்.எம். வீரப்பனுக்கு அந்த மாநாட்டில் அதிகப் பங்கு இருந்தது.

மாநாட்டில் கலை நிகழ்ச்சிகளை ஏற்பாடு செய்கிற பொறுப்பெல்லாம் ஆர்.எம். வீரப்பனுக்கே வந்தது.

இந்த நேரத்திலேதான் விதி தனது விளையாட்டைத் தொடங்கியது. அந்த நாளில் படங்கள் படுத்துவிட்ட நிலையில் ஜெயலலிதா பல இடங்களில் 'காவிரி தந்த கலைச்செல்வி' நாட்டிய நாடகத்தை நடத்தி வந்தார். அவர் காவிரி தந்த கலைச்செல்விதான். தமிழர்கள் உலகக் குடிமக்களாக உருமாற்றப்பட்டு விட்டதால் இப்போது ஜெயலலிதாவை தமிழ்த் தாயாக்கி விட்டார்கள்.

அரசுப் பொருட்காட்சிகளில் நாட்டிய நாடகம் நடத்துவதற்கே அரசாங்க அதிகாரிகளைக் கெஞ்சுகிற நிலையில் அன்றைக்கு இருந்தது ஜெயலலிதாவின் நாட்டியக்குழு.

என்ன இருந்தாலும் ஜெயலலிதா என்கிற ஆரிய ராணிக்கு உள்ள திறமை அடிமைகளான தமிழர்களுக்கு வருமா?

எம்.ஜி.ஆரின் செல்வாக்கு உச்சத்தில் இருந்தபோது அவரைப் பயன்படுத்திக் கொள்ளவேண்டும் என்று முடிவெடுத்தார் ஜெயலலிதா. எந்த ஆர்.எம். வீரப்பன் தனக்கு இடைஞ்சலாக இருக்கக்கூடும் என்று ஜெயலலிதா நினைத்தாரோ, அந்த ஆர்.எம். வீரப்பனுக்குத் தூதுவிட்டார்.

ஆர்.எம்.வீரப்பனின் உருவத்திலேதான் விதி தமிழ்நாட்டு மக்களின் மீது விளையாட ஆரம்பித்தது. 'காவிரி தந்த கலைச்செல்வி' நாட்டிய நாடகம் ஏற்பாடாகி விட்டது. ஆர்.எம். வீரப்பனின் ஏற்பாட்டில் எம்.ஜி.ஆர். உட்கார்ந்து 'காவிரி தந்த கலைச்செல்வியை' கண்களில் அள்ளிக் கொண்டார். மதுரை உலகத் தமிழ் மாநாட்டில் காவிரி தந்த கலைச்செல்வியை எம்.ஜி.ஆர். கண்களால் தழுவ ரசிகர்கள் எம்.ஜி.ஆரைத் தழுவ கலை, தமிழகத்தின் நிலையை மாற்ற ஆரம்பித்து விட்டது.

இந்த நாட்களில் ஒருநாள் எனது மனைவி வற்புறுத்தியதின் பேரில் எம்.ஜி.ஆரைப் பார்க்கப் போனேன். அப்போது 'தாய்' என்று ஒரு பத்திரிகை வர இருக்கிறது. ஆசிரியராக இருந்து பார்த்துக் கொள்ளுவீர்களா என்று கேட்டார். எம்.ஜி.ஆர். கருணாநிதியின் குங்குமத்திற்கு எதிராகத் 'தாய்' நிறுத்தப்பட வேண்டும் என்பதில் எம்.ஜி.ஆர். குறியாக இருந்தார்.

தாய் தொடங்கியது; தலைவலியும் ஆரம்பித்தது. தாய் வார இதழ் இப்படித்தான் அமைய வேண்டும் என்று தன்னிடம் வாரா வாரம்

ஆலோசனை கலக்க வேண்டும் என்று நினைத்தார் ப.உ. சண்முகம். அவர் அப்போது அ.தி.மு.க.வில் எம்.ஜி.ஆருக்கு அடுத்தபடியாக இருந்தார். இது எனக்கு உடன்பாடானது அல்ல; ஆகவே அவரைப் பகைத்துக் கொண்டேன்.

எனக்கு அரசியலில் வெற்றி கிடைத்தது; திரைப்படத்தில் வெற்றி கிடைத்தது; ஆனால் பத்திரிகை தொடங்கி மூன்று முறை நிறுத்தினேன். இந்த முறை பத்திரிகை வெற்றி பெற வேண்டும் என்று வலம்புரிஜானிடம் ஒப்படைக்கிறேன்" என்று எம்.ஜி.ஆர். தாய் வெளியீட்டு விழாவிலே பேசி பலரை எனக்கு எதிரியாக்கிவிட்டார்.

வியாழக்கிழமை தோறும் சில பத்திரிகை ஜாம்பவான்கள் வெற்றிலையும், கையுமாக நெல்சன் மாணிக்கம் சாலை அலுவலகத்திற்கு வருவார்கள். வந்ததும், உங்களுக்கு பத்திரிகை நடத்தி அனுபவம் இல்லை என்று ஆரம்பிப்பார்கள்.

முறுக்கு, வெற்றிலை, சீவல் இப்படி எவ்வளவோ வாங்கி அவர்களது வாய்களை அடைத்துவிடப் பார்த்தேன். முடியவில்லை; வியாழக்கிழமை வந்தால் இந்த பிரகஸ்பதிகள் வந்துவிடுவார்கள். ஒருநாள் கோபத்தில் "உங்களுக்குக் குழந்தைகள் இருக்கின்றனவே! எப்படிப் பெறுவது என்று எந்தத் தனிப்பயிற்சிக் கல்லூரியில் பயின்றீர்கள்!" என்று ஒரு போடு போட்டேன். பிறகு வியாழக்கிழமைகள் வந்தன; இவர்கள் வரவில்லை.

தாயில் ஜெயலலிதாவின் தலையீடு ஆரம்பமாகி விட்டது. ஒருநாள் அ.இ.அ.தி.மு.க.வின் தாதாபாய் நௌரோஜியான வள்ளிமுத்து தாத்தா ஃபோன் பண்ணினார். 'சுயமரியாதை இயக்கம்' நடத்துகிற ஒரு பேப்பரில் மூகாம்பிகை படம் எப்படிப் போடலாம். அம்மாவிற்கு இது அறவே பிடிக்கவில்லை என்றார். வள்ளிமுத்து வயதிற்கு அவரது அம்மா உயிரோடிருக்க நியாயமில்லை. அவர் எந்த அம்மாவைச் சொல்லுகிறார் என்பது எனக்கு உடனே விளங்கவில்லை.

எந்தப் படம் போடவேண்டும் என்று 'அம்மா' விரும்புகிறார்கள் என்று கேட்டேன். அதற்கு வள்ளிமுத்து 'சாரதா அம்மையார் படம்' என்றார்.

'ராமகிருஷ்ண விஜயம்' பத்திரிகையில் போடவேண்டிய படத்தை எப்படி 'தாய்' வார இதழில் போடலாம் என்று கேட்டேன்.

அதற்கு அவர் பார்த்து 'நடந்துகொள்ளுங்கள்' என்று எச்சரித்தார். இவர் அனகாபுத்தூர் ராமலிங்கம் எல்லோரும் ஜெயலலிதாவிற்குக் கை முளைப்பதற்கு முன்னே தடிகளாகி விட்டவர்கள். அவ்வப்போது 'அம்மா' இப்படி நினைக்கிறார்கள்... அப்படி

நினைக்கிறார்கள்... என்று அபாய அறிவிப்பு தந்து கொண்டே இருப்பார்கள்.

'தாய் வெளியீட்டு விழாவில் எம்.ஜி.ஆர். வெளியிட யார் முதற் பிரதியைப் பெற்றுக் கொள்வது என்பது பெரும் சர்ச்சையானது. பானுமதி வாங்கினால் நன்றாக இருக்கும் என்றார் ஒருவர். நானும் ஆமென்று தகவல் தந்துவிட்டேன். அந்த அம்மாவும் ஒத்துக் கொண்டார்கள். முரசொலி சங்கரய்யா என்பவர் எங்கள் அலுவலகத்தில் பணியாற்றி வந்தார். இவர்தாம் அண்ணாவைப் பெரியாரிடம் அழைத்துப் போனவர் என்பார்கள். இவரது வயதிற்கு இவரை எவரும் வேலை வாங்க இயலாது. நானும் இவருக்கு வேலை தராமல் சம்பளம் மாத்திரம் தந்து வந்தேன். இந்த சங்கரய்யா பானுமதியை அழைத்தால் நடப்பதே வேறு; அம்மா'வை அழைக்க வேண்டும் என்றார். அவர் சொன்ன அம்மாவும், அவர் அளவிற்கு வயதான வள்ளிமுத்து சொன்ன 'அம்மா'வும் ஒரே அம்மாதான்.

தாய் நிர்வாகம் அப்பு என்கிற ரவீந்திரனிடம் இருந்தது. இவர் வி.என். ஜானகியின் வளர்ப்பு பிள்ளை. ஆதலால் ஜெயலலிதாவை அழைத்தால் ஜானகி பத்திரிகைக்கே மூடுவிழா நடத்தி விடுவார் என்றார்கள் சிலர். எனக்கு ஒரே குழப்பமாக இருந்தது.

80, 90 வயது மனிதர்களை கூட பயப்படுத்துகிற இந்த மாபெரும் சக்தியைப் பார்த்துவிட வேண்டும் என்று முடிவெடுத்தேன். இதற்குள் 'தாய்' ஆசிரியர் பொறுப்பிலிருந்து என்னை நீக்கிவிட்டு இந்துமதி ஆசிரியராகப் போகிறார் என்று வதந்தி பரவியது.

இப்போது என்னை இரட்சிக்க சர்வ சக்தி படைத்த ஜெயலலி தாவால் மாத்திரமே இயலும் என்கிற முடிவிற்கு நான் வந்தேன்.

அந்த நேரத்தில் உதகமண்டலத்தில் மலர் கண்காட்சி வந்தது. எம்.ஜி.ஆர். அந்த நிகழ்ச்சியில் கலந்து கொள்வதாக இருந்தது. அவரோ எனக்கு ஃபோன் பண்ணி ஊட்டி மலர்க்கண்காட்சியைப் பற்றி இந்துமதி தாயில் எழுதினால் நன்றாக இருக்குமா என்று கேட்டார்.

தாய் வெளியீட்டு விழாவிற்கு இந்துமதியை அழைத்தது எவ்வளவு தப்பாகப் போயிற்று என்று அப்போது நினைத்தேன்.

'இந்துமதியின் பயணத்திற்கு ஏற்பாடு செய்யுங்கள்' என்று எம்.ஜி.ஆர். உத்தரவிட்டார்.

நான் ஆனது ஆகட்டும் என்று இருந்து விட்டேன்.

மாலையில் ஏற்பாடு பண்ணியாயிற்றா என்று கேட்டார். நான் "இந்துமதிக்கும், அவரது அம்மாவிற்கும் சேர்த்து பயணச் சீட்டுகளைத் தாய் வாங்கியிருக்கிறது" என்றேன். அவர்கள், அம்மா எதற்காக என்று

கேட்டார். இந்துமதிக்கு அம்மா இருக்கிறார்களா என்று எனக்கு இன்றுவரை தெரியாது. ஆனால் அந்த நேரத்தில் அவரைக் கலைப்பதற்காக அப்படிச் சொன்னேன்.

கடைசியாக இந்த ஆசிரியர் பதவியைக் காப்பாற்றிக் கொள்ளுவதற்காக ஜெயலலிதா என்கிற கருணாம்பிகையைத் தரிசிப்பதைத் தவிர வேறு வழி இல்லை என்று அவரைப் பார்க்கப் போனேன்.

மறுநாள் போயஸ் தோட்டத்தில் காலை 11 மணிக்கு நுழைந்தேன்.

'ஜெ.'யை வாழ்த்தி கலைஞர் எழுதிய கடிதம்!

எம்.ஜி.ஆர். ஸ்டைல் இன்டர்காம் போயஸ் தோட்டத்திலும் உண்டு. இன்டர்காமில் ஜெயலலிதாவோடு பேசினேன். "பத்துமணிக்கல்லவா வரச்சொன்னேன். 11 மணிக்கு வந்தால் எப்படி?" என்றார்.

''11 மணிக்குத்தான் வரச்சொன்னீர்கள்'' என்றேன். கோப்பெருந்தேவிக்கு கோபம் வந்துவிட்டது. என்ன பண்ணுவது... நேரம். "நாளைக்கு வாருங்கள்" என்றார்கள். நாளைக்குவரை நகர்த்த முடியாத பிரச்சினை என்பதை நாகரிகமாக உணர்த்தினேன்.

சற்றைக்கெல்லாம் ஜெயலலிதா கீழே வந்தார். சாம்பல் கலர் புடவையில் சங்கமமாகியிருந்தார். அப்போதெல்லாம் ஊசி இலை மரம் உடுத்திக்கொண்டதைப் போல ஒல்லியாக இருப்பார்.

இந்துமதி விவகாரத்தைச் சுருக்கமாக விளக்கினேன். 'தாய்' வார இதழ் வெளியீட்டுவிழாவில் எம்.ஜி.ஆரிடமிருந்து இந்துமதி அவரது பெர்சனல் ஃபோன் நம்பரை வாங்கியது முதற்கொண்டு ஒன்றும் விடாமல் சொன்னேன். ஜெயலலிதாவின் மூக்கு முனையில் கோபம் கோபுரம் எழுப்பியிருந்ததை என்னால் பார்க்க முடிந்தது. நான் சொன்னதாக எம்.ஜி.ஆரிடம் சொல்லிவிடக்கூடாது என்றும் ஒரு கோரிக்கை வைத்தேன். சரி என்றார் ஜெயா.

என்ன நடந்ததோ தெரியாது. அன்று மாலை எம்.ஜி.ஆர். ஊட்டிக்குப் போனார். இந்துமதி சென்னையில் இருந்தார்.

தற்காலிகமாக எனது சிரச்சேதம் நிறுத்தி வைக்கப்பட்டது.

இரண்டு நாட்களில் எம்.ஜி.ஆர். திரும்ப வந்துவிட்டார். வந்ததும் தோட்டத்திலிருந்து அழைப்பு வந்தது. "இந்துமதிக்கு இங்கிலீஷ் தெரியுமா?" என்று எம்.ஜி.ஆர். கேட்டார். "தெரிந்திருக்கலாம். ஆனால் பெரிய அளவில் தெரிந்திருக்க இயலாது'' என்று சொன்னேன்.

இந்துமதிக்குத் தெரிந்ததற்கு பெயர் இங்கிலீஷ் அல்ல என்று வேண்டுமென்றுதான் ஆரம்பித்தேன். 'இந்துமதி'க்குப் பத்திரிகை நடத்திய அனுபவம் உண்டா? எம்.ஜி.ஆர். கேட்டார். 'நடத்தினார்கள்; நிறுத்திவிட்டார்கள்' என்றேன். 'நிறுத்துவதும் ஒரு திறமைதானே' என்று அவரே சொல்லிக்கொண்டார்.

ஈரத்தைப் பிழிந்து காயப்போட்ட துணியைப்போல மனம் எனக்கு லேசானது. அந்த நேரத்திலேதான் எம்.ஜி.ஆர். ஸ்டைல் 'பஞ்ச்' வந்தது.

'நீங்கள் இந்த விவகாரத்தை அம்முவிடம் சொல்லியிருக்க வேண்டியதில்லை' என்றார் எம்.ஜி.ஆர். எனக்கு வாய் வந்தது; வார்த்தைகள் வரவில்லை.

நான் சொன்னதாகச் சொல்ல வேண்டாம் என்று இந்த அம்மாளிடம் வைத்த கோரிக்கைக்கு இவ்வளவுதான் மரியாதையா என்று அங்கலாய்த்தேன்.

வாக்குறுதியை காப்பாற்றுகிற வழக்கமே ஜெயலலிதாவிற்குக் கிடையாது. வளர்ப்பு அப்படி; வாழ்க்கை அப்படி. இன்றைக்கு ஜெயா அறிவிக்கிற திட்டங்களை நிறைவேற்றுவதில்லை என்று எதிர்க்கட்சிக்காரர்கள் எப்போதாவது ஒருமுறை குரல் எழுப்புகிறார்கள். அவர்கள் ஜெயாவின் ஆரம்ப நாட்களை அறிந்திருந்தால் அவ்வாறு அங்கலாய்க்கமாட்டார்கள்.

இதற்கிடையில் ஒருநாள் எம்.ஜி.ஆரிடமிருந்து எனக்கு அழைப்பு வந்தது. என்னமோ ஏதோ என்று 'தாய்' அலுவலகத்திலிருந்து போனேன். ''எம்.ஜி.ஆர். தனது சினிமா வெற்றியைப் பற்றி அவரது அமைச்சர்களான ஹண்டே, பொன்னையன் ஆகியோரைச் சூழ வைத்துக்கொண்டு உரையாற்றிக்கொண்டிருந்தார். எனக்குக் காதில் அவர் சொன்னது விழுந்தது; முளைக்கவில்லை. காரணம் எதற்குக் கூப்பிட்டாரோ என்பதே எனது கவலையாக இருந்தது. சாப்பிடச் சொன்னார். சாப்பாடும் சரிவர இறங்கவில்லை. எல்லோரும் சென்றுவிட்டார்கள்.

அப்போது எம்.ஜி.ஆர். "அம்முவிற்கு நீங்கள் உதவியாக இருக்க வேண்டும்" என்றார். 'என்ன உதவி?' என்று கேட்டேன். "அம்முவை அரசியல் களத்தில் இறக்கியிருப்பதற்கு ஆழந்த காரணம் இருக்கிறது. அம்மு எழுதப்பேச நீங்கள் உதவியாக இருக்க வேண்டும்" என்றார் எம்.ஜி.ஆர்.

இதை ஒரு உத்தரவாகச் சொல்லாமல் எம்.ஜி.ஆர். கனிவாகச் சொன்னார். ஒருவேளை வேலை வாங்குவது எப்படி என்பதை

எம்.ஜி.ஆரிடத்திலிருந்துதான் கற்றுக்கொள்ள வேண்டும்.

இதற்குப் பிறகு ஜெயலலிதாவின் வீட்டுக்கு நான் அடிக்கடி போக ஆரம்பித்தேன். அப்போது ஒருநாள் ஜெயலலிதா 'கிர்கிஸ்' என்றால் என்ன என்று கேட்டார். இது சோவியத் ஒன்றியத்தில் பேசப்படுகிற மொழிகளில் ஒன்று. இதைப்பற்றி எம்.ஜி.ஆர். ஜெயலலிதாவிடம் பேசியிருக்க வேண்டும்.

உலகத்தமிழ் மாநாட்டு மலரில் எம்.ஜி.ஆர். பெயரில் வெளிவந்த கட்டுரை நான் எழுதியது. ஆர்.எம்.வீரப்பன்தான் இந்தக் கட்டுரையை எழுத வைத்தார். இதில் 'கிர்கிஸ்' என்கிற மொழிக்கு ஜார் மன்னர்கள் ஆட்சி வீழ்ந்தபோது எழுதத்தக்க வரிவடிவம் இல்லை. ஆனால் 50 ஆண்டுகளில் வரிவடிவத்தை உண்டாக்கி இந்த மொழியிலேயே எழுதி டாக்டர் பட்டம் வாங்குகிற அளவிற்கு ரஷ்யர்கள் இந்த மொழியை வளர்த்துவிட்டார்கள் என்று எழுதியிருந்தேன்.

பணத்தை செலவழித்து ஒரு மொழியை, இலக்கியத்தை வளர்க்க இயலும் என்பதுதான் ஜெயலலிதாவிற்கு என்னிடமிருந்து கிடைத்த முதல் பாடம்.

உலகத் தமிழ்மாநாடு நடக்கிறதென்றால் அதற்கு குறைந்தபட்சம் ரூ.10 கோடி செலவாகிறது. ரூ. 10 கோடி செலவழிக்கப்படுவதற்கு முன்னால் இருந்த நிலைமையிலிருந்து ரூ.10 கோடி செலவழிக்கப்பட்ட பிறகு தமிழ் மொழி, இலக்கியம் வளர்ந்திருக்கவேண்டும். இல்லாவிட்டால் இந்த ரூ.10 கோடியையும் சேர்த்து ஜெயலலிதா-சசிகலா கூட்டுக்கொள்ளை நிறுவனம் தமிழ் மக்களுக்குத் திருப்பித் தரவேண்டிய அவசியம் வரும்.

கல்தூண்களாலும், நினைவுச் சின்னங்களாலும் தங்களை நிலைப்படுத்திக் கொள்ள நினைத்த பழங்கால மன்னர்களைப் போல ஒவ்வொரு தமிழனும் கெட்ட கனவைப்போல மறந்துவிடத்தக்க ஜெயலலிதாவின் ஆட்சிக்காலத்தை நிலைநாட்டுவதற்காக பொதுமக்களின் வரிப்பணம் தஞ்சைத் தரணியிலே தாறுமாறாக்கப்படுகிறது.

எம்.ஜி.ஆர். மீண்டும் ஜெயலலிதா பைத்தியம் ஆனதற்கு ஆர்.எம்.வீரப்பன் ஏற்பாடு செய்த ஒரு நாட்டிய நாடகம் மாத்திரமே காரணம் இல்லை. இந்த வெறித்தனமான அங்கீகாரத்திற்கு வேறு ஒரு பின்னணி இருக்கிறது.

எம்.ஜி.ஆர். இரண்டாவதுமுறை ஆட்சிக்கு வந்ததும் அவருக்கு நம்பகமான ஒரு செய்தி கிடைத்தது. அதாவது தனது பிறவி எதிரியான கருணாநிதி, ஜெயலலிதாவைப் பயன்படுத்தி தன்னை மேடைகளிலும்,

பத்திரிகைகளிலும் அசிங்கப்படுத்தப் போகிறார் என்பதுதான் அது.

இதை நம்புவதா, இல்லையா என்று பலநாள் பாடுபட்ட எம்.ஜி.ஆர். இறுதியாக அவரது நெருக்கமான நண்பர்கள் வாயிலாக இந்தத் தகவலை உறுதிப்படுத்திக்கொண்டார். இந்த இரண்டு நண்பர்களுமே சென்னையில் உள்ள பிரபலமான திரையரங்கங்களின் அதிபர்கள்.

தன்னோடு நெருங்கியிருந்த செல்வாக்குமிக்க ஒரு நடிகையைக் கருணாநிதி தனக்கு எதிராகப் பயன்படுத்திவிட்டால் தனது புகழுக்குக் களங்கம் கண்டிப்பாக ஏற்படும் என்று எம்.ஜி.ஆர். நினைத்தார். அதனவிளைவுதான் ஆபத்திற்குப் பாவம் இல்லை என்று இந்த மின்சாரக் கம்பியைப் பிடித்துத் தொங்கினார். அவர் தூக்கியெறியப்பட்டார். அவரோடு தமிழ்நாடும் ஒரு பாதாளத்தில் தூக்கியெறியப்பட்டது.

தனக்கு அப்போதைக்கு வர இருந்த தற்காலிகமான ஆபத்தைத் தவிர்ப்பதற்காகவே எம்.ஜி.ஆர். ஜெயலலிதாவை சேர்த்துக் கொண்டார். ஆனால் ஒரு நிரந்தரமான ஆபத்திற்கு நீர்விட்டு வளர்க்கிறோம் என்பதை அப்போதைக்கு எம்.ஜி.ஆர். அறிந்திருக்கவில்லை. தனது கையை மீறி என்ன நடந்துவிடும் என்று எம்.ஜி.ஆர். நினைத்தார். ஆனால் இந்த உறவால் அவரது கையே பின்னாளில் அசைக்க முடியாமல் போகும் என்று அப்போது அவர் நினைக்கவில்லை.

ஒருநாள் ஜெயலலிதா என்னிடம் ஒரு ஆங்கிலக் கடிதத்தைக் காட்டினார். இந்தக் கடிதம் ஜெயலலிதாவிற்கு வந்த பாராட்டுக் கடிதம். அந்தக் கடிதத்தை எழுதியவர் கலைஞர்தான். மதுரை மாநாட்டில் விடுதலைப்புலிகளை ஆதரித்துப் பேசிய ஜெயலலிதாவைப் பாராட்டி ஆங்கிலத்தில் இரண்டு பக்கம் எழுதியிருந்தார்.

இந்தக் கடிதத்தால் அப்போதைக்கு புளகாங்கிதம் அடைந்திருந்தார் ஜெயலலிதா. ஆனால் அந்த அம்மாளுக்கு அப்போதைக்கு வந்த சந்தேகம் என்னவென்றால் கலைஞருக்கு ஆங்கிலம் தெரியுமா என்பதே. நான் சொன்னேன். வழக்கறிஞர்கள் வழக்கு ஒன்றினை அவரிடத்திலே ஒருமுறை விவரித்துவிட்டால் வழக்கறிஞர்களுக்கே வழக்கை எப்படி நடத்துவது என்று சொல்லி க்கொடுக்கிற அளவிற்கு ஆற்றல் உள்ளவர். அவர் உரக்க ஆங்கிலம் வாசிப்பதை நான் பார்த்திருக்கிறேன். எழுத இயலுமா என்பது எனக்குத் தெரியாது என்றேன்.

இதிலே தெரிவதற்கு என்ன இருக்கிறது. இவருக்கெல்லாம் ஆங்கிலம் தெரிவதடகு இவர் கான்வென்டிலா படித்தார் என்றார்

ஜெயலலிதா. கான்வென்டிற்குப் பொதி சுமக்கிற பூக்களுக்குத்தான் ஆங்கிலம் வரும் என்கிற பாமரத்தனமான எண்ணத்திற்கு இந்த மாதுசிரோன்மணியும் பலியாகி இருக்கிறார் என்று நினைத்துக்கொண்டேன். அந்த வரலாற்றுச் சிறப்புமிக்க கடிதத்தில் இருந்த சில பிழைகளை ஜெயா சுட்டிக்காட்டினார். தனது ஆங்கில அறிவை என்னிடத்தில் அழுத்திக்காட்டவேண்டும் என்று அவர் நினைத்திருக்கவேண்டும். நாலும் தெரிந்தவன் என்று காட்டிக்கொள்வதைவிட ஆபத்தானது அரசியலில் ஒன்றும் இல்லை என்று அப்போதைக்கு முட்டாளைப்போல முகம் காட்டினேன்.

ஜெயலலிதாவிற்கு ஆங்கிலம் பிழை இல்லாமல் எழுதவரும், உச்சரிப்பிலும் பெரும்பாலும் தவறு இராது. ஆனால் ஜெயாவின் ஆங்கிலத்திற்கு ஈடு இல்லை இணை இல்லை என்று பாமரர்கள் சிலர் பாராட்டுகிறபோது சத்தியம் சாகடிக்கப்படுகிறது என்பதால் சங்கடமாக இருக்கிறது.

ஒருநாள் ஜெயலலிதா வரச்சொன்ன நேரத்திற்கு ஒருநிமிடம் கூட பிந்தாமல் போனேன். அவரது இல்லத்தில் மின்சாரம் இல்லை. கடுமையான கோபத்தில் இருந்தார். போயஸ் தோட்டம் பகுதியில் மின்சார வாரியம் ஏதாவது வேலை செய்கிறபோது ஜெயலலிதா வீட்டில் இல்லாமல் இருந்தால்தான் மின் இணைப்பைத் துண்டித்துவிட்டு வேலை செய்வார்களாம். இந்த வழக்கத்தை மீறி வீட்டில் இருக்கிறபோதே மின் இணைப்பைத் துண்டித்து விட்டார்கள் என்பதில் ஜெயலலிதாவிற்கு கோபம் என்று அறிந்தேன். ஜெயலலிதா என்கிற அரசியல் சட்டத்திற்கு அப்பாற்பட்ட அதிகார மையம் வளரத் தொடங்குகிறது என்பதை அறிந்து கொண்டேன். சரி; இந்தக் கோபத்தில் பார்த்தால் உள்ளதற்கும் சிக்கல் வந்துவிடும் என்று வீடு வந்து சேர்ந்துவிட்டேன்.

வீடு வந்ததும் ஃபோன் வந்ததாக எனது மனைவி சொன்னாள். விழுந்தடித்துக்கொண்டு போயஸ் தோட்டம் ஓடினேன். அந்த அம்மையார் இருக்கவில்லை. அப்போது மஞ்சள் நிற புடவையில் தன்னை மறைத்துக்கொண்டிருந்த தமிழ்நாட்டின் ஜாரினாகாத்தரீனா சசிகலாவை முதன்முதலாக அங்கே பார்த்தேன்.

'நானும் அவர்களுக்காகத்தான் காத்திருக்கிறேன், வந்துவிடுவார்கள்' என்றார் சசிகலா. காத்திருந்த நேரத்தில் கே.ஏ.அப்பாஸ எழுதிய ஒரு புத்தகமே தீர்ந்துபோனது.

அதற்கு மேலும் எனது சுயமரியாதை என்னை அங்கே இருக்க விடவில்லை.

சசிகலா அப்போதுதான் போயஸ் தோட்டத்துக்கு வர ஆரம்பித்திருந்தார். சசிகலாவைப் பற்றி எழுதுவதற்கு அவர் விக்டோரியா மகாராணியாகவோ, எலிசபெத் மகாராணியாகவோ இருக்க வேண்டிய அவசியம் இல்லை. வரலாற்றுத் தீமைகளை எதிர்காலத்திற்குச் சுட்டிக்காட்ட வேண்டிய அவசியம் என்னைப் போன்ற எழுத்தாளனுக்கு உண்டல்லவா? ஆகவேதான் சசிகலாவைப் பற்றி எழுதுவதைக்கூட குறைவானதாக நான் நினைக்கவில்லை.

சசிகலா ஒரு வீடியோகடை வைத்திருந்தார் என்பது தெரிந்த தகவல்தான். இன்று சர்வசக்தி படைத்த தமிழ்நாட்டின் நிழல் முதல் அமைச்சர் நடராசன் அப்போது வேலை இல்லாமல் இருந்தார். அவரும் வீடியோ வியாபாரத்தில் அவரது மனைவிக்கு உதவியாக இருந்தார். தலைமைக் கழகத்தில் மேலாளராக இருந்த துரை என்பவரை பயன்படுத்தி ஜெயலலிதாவின் கூட்டங்களை வீடியோ எடுப்பது என்கிற முடிவிற்கு நடராசன் வந்தார். துரைதான் முதலில் ஜெயலலிதாவிற்கும் சசிகலாவிற்கும் பாலம் போட்டவர்.

ஜெயலலிதாவின் சென்னை, ஈரோடு கூட்டங்களை சசிகலாவின் ஆட்கள் வீடியோ எடுத்தனர்.

ஜெயலலிதா தனக்கு வருகிற கூட்டத்தைப் பார்த்து மகிழ்ந்தார். அதிகார வெறியை இந்தப் படங்கள் கொஞ்சம் கொஞ்சமாக ஜெயலலிதாவின் நெஞ்சில் ஊட்டின.

ஜெயலலிதாவை சசிகலா நெருங்கிவிட்டார். இந்த நேரத்தில் எம்.ஜி.ஆருக்கு, ஜெயலலிதாவிற்கு வருகிற கூட்டத்தால் தனக்கு ஆபத்து வருமா என்கிற சந்தேகம் தலைகாட்ட ஆரம்பித்தது. ப.உ.சண்முகத்திடமும், மற்றவர்களிடத்திலும் இது தொடர்பாக ஆலோசனை கலக்க ஆரம்பித்தார் எம்.ஜி.ஆர்.

காலையில் எம்.ஜி.ஆர். ஜெயலலிதாவைக் கட்டுப்படுத்த வேண்டும் என்று நினைப்பார். மாலையில் வளரட்டும் என்று வாழ்த்திவிடுவார். இந்தக் காலகட்டத்தில் எம்.ஜி.ஆர். கொஞ்சம் வழுக்கித்தான் விட்டார். எம்.ஜி.ஆர். ஒன்றும் சந்தேகப் பேர்வழி அல்ல. ஆனால் சராசரி ஆண்களைவிட கொஞ்சம் அதிகமாகச் சந்தேகப்படுவார். இந்த நிலையில் அவர் ஜெயலலிதாவைக் கண்காணிக்க ஆரம்பித்தார். போயஸ் தோட்டத்திற்குப் போகிறவர்கள் வருகிறவர்களெல்லாம் கண்காணிக்கப்பட்டார்கள்.

ஜெயாவின் மீது கொஞ்சம் அதிகமாகப் பாசம் காட்டுகிறோம் என்று பக்கத்தில் போனவர்களெல்லாம் அடிஉதைகளுக்கு ஆளானார்கள்.

இறுதியாக ஒரு கட்டத்தில் ஜெயலலிதாவின் நடவடிக்கைகளைக் கண்காணிப்பதற்கு மிகச்சரியான ஒரு ஆள் தனக்கு வேண்டும் என்கிற முடிவிற்கு வந்தார். அப்போது சசிகலாவைப் பற்றிய தகவல்கள் எம்.ஜி.ஆருக்குக் கிடைத்தன. ஒரு பெண்ணைப் பயன்படுத்தி மற்றொரு பெண்ணை உளவு பார்த்தார் எம்.ஜி.ஆர்.

போயஸ் தோட்டத்தில் நான் பார்த்த சசிகலாவை, தியாகராய நகர் அலுவலகத்திலும் சில வேளை எம்.ஜி.ஆரின் ராமாவரம் தோட்டத்திலும் நான் பார்த்திருக்கிறேன்.

வி.என்.ஜானகி, ஜெயலலிதா என்கிற இரண்டு வலிமை வாய்ந்த பெண்களுக்கு மத்தியில் ஒரு பத்திரிகை ஆசிரியராக பன்னிரண்டு ஆண்டுகள் காலம் தள்ளிய எனது சாதனையே உலக மகாசாதனை என்று நான் நினைத்துக்கொண்டிருந்தேன்.

ஆனால் எம்.ஜி.ஆருக்குத் தெரியாமல் ஜெயலலிதாவையும், ஜெயலலிதாவிற்குத் தெரியாமல் எம்.ஜி.ஆரையும் கண்காணித்த சசிகலா வரலாற்றின் வணக்கத்திற்கே உரியவர்.

அன்றைக்கிருந்த சசிகலா உண்மையில் எம்.ஜி.ஆர். ஆளா? ஜெயலலிதா ஆளா?

எம்.ஜி.ஆர். நடத்திய விசாரணை!

ஜெயலலிதாவைக் கண்காணிப்பதற்கும் அவரது நடவடிக்கைகளை வேவு பார்ப்பதற்கும் எம்.ஜி.ஆருக்குப் பலர் இருந்தார்கள். என்றாலும், பொதுவாக ஒருவர் சொல்லுவதை அப்படியே நம்பி நடவடிக்கைகளில் ஈடுபடுகிற வழக்கம் உடைய எம்.ஜி.ஆர். ஜெயலலிதாவைப் பொறுத்தமட்டிலும் முற்றிலும் வித்தியாசமாக நடந்துகொண்டார்.

ஜெயலலிதாவைப் பற்றி ஒருவர் சொல்லுகிற தகவலைப் பலமுறை கிராஸ்செக் பண்ணிவிட்டுத்தான் எம்.ஜி.ஆர். நம்புவார், அல்லது நம்பாமல் இருப்பார்.

ஜெயலலிதாவின் நடவடிக்கைகளை, அணுகுமுறைகளைக் குறுகிய காலத்தில் அறிந்து கொண்டார் சசிகலா. ஜெயலலிதாவைப் பொறுத்தமட்டில் இதுதான் நடந்திருக்கும் என்று எம்.ஜி.ஆர். நம்புகிறவைகளை ஓங்கிச் சொல்லுகிற வேலையைக் கனகச்சிதமாகச் செய்து வந்தார் சசிகலா.

இந்த நேரத்தில் 'முரசொலி'யில் ஒரு கட்டுரை கண் சிமிட்டியது. அப்போது கொள்கை பரப்புச் செயலாளராக இருந்த ஜெயலலிதாவிற்கு, காவல்துறை அதிகாரிகள் கார் கதவு திறந்துவிடுகிறார்கள் என்கிற செய்தியைச் சொல்லவந்த கட்டுரையில், இடம்பெறக்கூடாத ஒரு வரி இடம் பெற்றிருந்தது. அதாவது ஜெயலலிதா ஒரு குணப்படுத்த முடியாத நோயாளி என்பது போன்ற வார்த்தைகள் இடம்பெற்று இருந்தன.

இந்த வாசகத்திற்கு ஒரு பின்னணி உண்டு. அதாவது, ஜெயலலிதா- அமெரிக்கா போனபோது- 'சிகிச்சை பெறுவதற்காகவே அமெரிக்கா போகிறேன்' என்று வருமான வரி அதிகாரிகளுக்கு

எழுதியிருக்கிறார். அந்த வெளிநாட்டுப் பயணத்தின்போது, வருமான வரி அதிகாரிகளின் சான்றிதழ் அவருக்கு அவசியப்பட்டது. இந்தக் கடிதம் வருமான வரி அலுவலகத்தில் கோப்பில் இருந்திருக்கிறது.

வருமான வரி அலுவலகத்தில் இந்தக் குறிப்பிட்ட கோப்பினைப் பார்த்த ஒரு அதிகாரிக்கு, மூளை துரித கதியில் வேலை செய்ய ஆரம்பித்தது. ‘முரசொலி’ நாளிதழ், ‘ஜெயலலிதா நோய்வாய்ப் பட்டிருக்கிறார்’ என்கிற பொருளில் எழுதிவிட்டதால், ஜெயலலிதா தனது உடல்நிலைப்பற்றி தானே எழுதிய கடிதத்தைக் கோப்பிலிருந்து அகற்றினார் அந்த அதிகாரி. கடிதத்தை ஜெயலலிதாவிடமே ஒப்படைத்து, ‘முரசொலி’ செய்தியைப் பொய்யாக்கி ‘அம்மா’விடம் வெகுமானம் பெற்று பூலோக சொர்க்கத்தில் புகுந்துவிடலாம் என்று எண்ணினார் அதிகாரி. ஆகவே தலைமைக் கழகம் துரை மூலமாக லாயிட்ஸ் ரோடு கட்சி அலுவலகத்தில் ஜெயலலிதாவைப் பார்க்க அந்த அதிகாரி வந்தார்.

ஜெயலலிதா தனது உடல்நிலைப் பற்றி எழுதிய கடிதத்தைத் திருப்பித் தருவதோடு, கோப்பையே கொண்டு வந்து கொடுத்து விடுவதாக அந்த அதிகாரி பேசினார். ஜெயலலிதாவிற்குக் கோபம் கொந்தளித்துவிட்டது. அந்த அதிகாரியை யார் மாடிப்படி ஏறவிட்டது என்று ஜெயலலிதா பொரிந்து தள்ளிவிட்டார். தலைமைக் கழகம் துரை, இடி தலையிலே இறங்கினாலும் இயல்பாக எடுத்துக்கொள்கிறவர். ஜெயாவின் பூகம்பச் சிதறலை அவர் அப்போதைக்கு பொறுத்துக்கொண்டார். அதிகாரி வந்த வழியாகவே விரைந்தார்.

ஆனால் ஜெயலலிதா தலைமைக் கழகம் துரை வழியாக மீண்டும் அந்த அதிகாரியை அழைத்தார். மாலை 5 மணிக்கு தியாகராய நகர் அலுவலகத்திற்கு வருமாறு கேட்டுக் கொண்டார். மாலையில் எம்.ஜி.ஆரே இந்த அதிகாரியை விசாரித்தார். அந்த அதிகாரி இம்மாதிரி தன்னை இழுத்துவிட்டது ஒரு ஆடிட்டர் என்கிற விபரங்களைச் சொன்னார். எம்.ஜி.ஆரின் கோபம் அப்போதைக்கு குறைந்தது. ஆனால் அதிகாரிக்கு வேலை போய்விட்டது.

எம்.ஜி.ஆர். யோசித்தார். இந்தக் கடிதத்தை ஒரு அதிகாரி தானே கோப்பிலிருந்து அகற்றி, ஜெயலலிதாவிடம் கொண்டு வந்திருக்க இயலாது. இதற்கு ஏதேனும் பின்னணி இருக்கவேண்டும். யார் இந்தப் பின்னணியில் இருந்தது என்று ஒவ்வொருவராக விசாரிக்க ஆரம்பித்தார். ஆளுக்கொன்றைச் சொன்னார்கள். இறுதியாக ஒருநாள் ஜெயலலிதாவிடமிருந்து எம்.ஜி.ஆருக்குத் தூதாக வந்த சசிகலாவிடமே

எம்.ஜி.ஆர். இந்த மர்ம முடிச்சை அவிழ்க்கும்படி கேட்டார்.

அந்தநாளில் அமைச்சர்களாக இருந்த திருநாவுக்கரசு, கே.கே.எஸ்.எஸ்.ஆர்., திருச்சி சௌந்தர்ராஜன் போன்றோர்களிடம் ஜெயலலிதாவின் தூதுவராக சசிகலா செல்வதுண்டு. காரணம் இவர்கள் மூவரும்தான் ஜெயலலிதா சொன்னவைகளையும், ஜெயலலிதா சொன்னதாக சசிகலா சொன்னவற்றையும் செய்து கொடுத்தார்கள். சசிகலா சொல்லுகிற சிபாரிசுகள் எல்லாம் ஜெயலலிதாவின் சிபாரிசுகளா என்று அறிந்து கொள்வதிலிருந்து, அவர்கள் மூவருமே தடுக்கப்பட்டார்கள். இதுதான் தில்லைத் தாண்டவனின் திருவிளையாடல். இதுதான் நடராச நளினத்தில் உச்சம்.

எம்.ஜி.ஆர்., வருமான வரி அலுவலகத்திற்கு ஜெயலலிதா எழுதிய கடிதத்தின் பின்னணியைப் பற்றிக் கேட்டபோது, சசிகலா பட்டிவீரன் பட்டியைச் சார்ந்த ஒருவருக்கு மெடிக்கல் சீட் வேண்டுமென்று எம்.ஜி.ஆரிடம் எழுதிக் கொடுத்திருந்தார்.

மூன்று நாட்கள் தியாகராய நகர் அலுவலகத்தில் ஜெயலலிதாவை சந்திக்காமலிருந்த எம்.ஜி.ஆரின் கோபத்தைப் பயன்படுத்திக் கொண்டார் சசிகலா. அவருக்கு அப்போது மெடிக்கல் சீட்டும், அதிலிருந்து விழப்போகிற கத்தைக் கத்தையான பணமுமே கண்களுக்குள் நிழலாடின. ஆகவே வருமானவரி அலுவலகத்திலிருந்து கடிதத்தை எடுக்கச் சொன்னது, ஜெயலலிதாதான் என்று ஓங்கிச் சொல்லிவிட்டார் சசிகலா. இந்த உண்மை இன்றைக்குவரை ஜெயலலிதாவிற்குத் தெரியாது. எத்தனையோ உண்மைகள் மறைக்கப்படுகின்றன. இது அதிலே ஒன்று.ஒருவாரம் பத்துநாளைக்குப் பிறகு ஜெயலலிதா என்னை அழைத்தார். ஒரு குறிப்பிட்ட தேதியைச் சொல்லி 'அன்று நான் எம்.ஜி.ஆரை தோட்டத்தில் சந்தித்தது உண்மையா?' என்று கேட்டார். 'ஆம்' என்றேன். 'வருமானவரி அலுவலகத்திலிருந்த கடிதத்தை நான்தான் எடுக்கச் சொன்னேன் என்று எப்படி நீங்கள் எம்.ஜி.ஆரிடம் சொல்லலாம்?' என்று ஜெயலலிதா கேட்டார். எனக்கு விட்டலாச்சாரியாரின் உச்சமான படம் பார்ப்பதைப் போல் இருந்தது.

எம்.ஜி.ஆர். இப்படி ஒரு கேள்வியும் கேட்கவில்லை. நான் இவ்வாறு ஒரு பதிலையும் சொல்லவில்லை என்றால் யார் கேட்கப் போகிறார்கள்? என்மீது இந்த அபாண்டமான பழியைத் தூக்கிப் போட்டவர் யார் என்று கண்டுபிடிப்பதற்கு மூன்று முழு மாதங்கள் அசுர முயற்சி எனக்குத் தேவைப்பட்டது. இறுதியாக, வெற்றிலையும் கையுமாக எப்போதும் இருக்கிற ஒரு பழுத்த பத்திரிகையாளர் வாயிலாக தில்லைக்காளி சசிகலாதான் காரணம் என்று

அறிந்துகொண்டேன்.

அப்போதெல்லாம் தற்போதைய தமிழ்நாட்டின் நிழல் முதலமைச்சர் நடராசன் என்னை சந்திக்க வருவார். அவர் அமைச்சர் ஆர்.எம்.வீரப்பனின் செய்தி விளம்பரத்துறையில் அதிகாரியாக இருந்த நேரம். தனக்குப் பணி உயர்வுக்காக ஆர்.எம்.வீரப்பனிடம் நான் பேசவேண்டும் என்று என்னை என் இல்லத்தில் சந்தித்துக் கேட்டார்.

நான் ஆர்.எம். வீரப்பனுக்கு நெருங்கியவன் என்பதை அப்போது அம்புலிமாமா படிக்கிற ஆறாம்வகுப்பு சிறுவர்களும் அறிவார்கள். நான் நடராசனுக்குப் 'பிரமோஷன்' கொடுத்தால் என்ன என்று கேட்டேன். அதற்கு அவர், "நடராசனுக்கு உதவி செய்வதும், நாகப்பாம்பிற்கு பால் வார்ப்பதும் ஒன்றுதான்" என்று சொன்னார். நான் எவ்வளவோ வாதிட்டேன். பெரும்பாலும் நான் சொன்னதைக் கேட்கிற ஆம்.எம்.வீரப்பன், நடராசனுக்கு உதவி செய்வதே இல்லை என்பதில் உறுதியாகிவிட்டார். நான் நடராசனுக்கு உதவி செய்யவில்லை என்று நடராசன் அவராக நினைத்துக்கொண்டார். ஏற்கனவே சின்ன வயதில் எனக்கு அறிமுகமான, சமவயதுடைய பலர் பி.ஆர்.ஓக்களாக இருந்தபோது, நான் எம்.பி., பேச்சாளி, எழுத்தாளி என்று ஆனது பலபேருக்கும் உறுத்தலை உண்டாக்கிற்று. ஆகவே இந்தப் பரிவாரத்தில் ஒருவரான நடராசன் என்னை ஒழித்துவிடவேண்டும் என்பதில் உறுதியானார்.

அப்போதெல்லாம் சசிகலா போயஸ் தோட்டத்திற்கு சைக்கிள் ரிக்ஷாவில்தான் வந்துகொண்டிருந்தார். தலைமைக் கழகம் துரை, ஆடிட்டர் சுந்தரேசன், கேஷியர் சாமிநாதன் மாறி மாறி ஆளுக்கு 5 ரூபாய் சைக்கிள் ரிக்ஷாவிற்கு வாடகைப் பணம் தந்திருக்கிறார்கள்.

இன்றைக்கு அதே சசிகலா, தஞ்சை மாவட்டத்தில் திலகர் திடல், பெருவுடையார் கோயில், ரயில்வே ஸ்டேஷன் போன்ற சில இடங்களைத் தவிர வேறு எல்லா இடங்களையும் வாங்கிவிட்டார். முன்பெல்லாம் அறிஞர் அண்ணா நிலச்சுவான்தார்களைப் பற்றிப் பேசுகிறபோது, வாண்டையார், வடபாதிமங்கலத்தார், குன்னியூர் சாம்பசிவ அய்யர், உக்கடைத்தேவர், வலிவலம் தேசிகர், கபிஸ்தலம் மூப்பனார் என்று பட்டியல் போடுவார். இன்று அவர் இருந்திருந்தால் தஞ்சை நிலச்சுவான்தார்களைப் பற்றிய அவரது பட்டியலில் சசிகலா நாம சங்கீர்த்தனம் மாத்திரமே இடம் பெற்றிருக்கும்.

சசிகலா, நடராசன் இரண்டு பேர்களது உடம்பிலும் மொகலாய இரத்தமே ஓடிக்கொண்டிருக்கிறது. இவர்கள் மொகலாயர்கள் ஆட்சிக்காலத்தில் வாழ்ந்திருந்தால், ஆங்கிலேய ஆட்சியையே

வரவிடாமல் செய்திருப்பார்கள். அவ்வளவு சாமர்த்தியசாலிகள். நந்த வம்சத்தை பூண்டோடு அழித்த சாணக்கியனேகூட இப்போதைக்கு அரசியல், அரிச்சுவடியை இவர்களிடமிருந்ததுான் அறிந்துகொள்ள வேண்டும்.

ஜெயலலிதாவிற்கு ஒரு நாயைவிட அதிக விசுவாசமாக இருந்தவர் மாதவன் நாயர். 23 ஆண்டுகளுக்கும் மேலாக ஜெயலலிதாவின் மேலாளராக இருந்தவர். சசிகலாவின் வருகையால் முதன்முதலில் பாதிக்கப்பட்டவர் மாதவன் நாயர்தான். இப்போது அவர் எங்கிருக்கிறார் என்பதே தெரியவில்லை.

கவிஞர் எஸ்.ரவிராஜ் என்று ஒருவர் ஜெயாவிற்கு உதவியாளராக இருந்தார். 'என் கணவர் எனக்காக வேண்டுகிறார். நான் சுமங்கலி யாகத்தான் சுடுகாடு போகவேண்டுமாம்' என்கிற இவரது கவிதையை ஜெயலலிதாவே என்னிடம் ஒருமுறை பாராட்டினார். என்னிடம் அடிக்கடி வந்து ஜெயலலிதா கேட்டாரென்று புத்தகங்கள் வாங்கிப் போவார். இவர் இத்தனைக்கும் சசிகலாவிற்குச் சொந்தக்காரர். இவரைப் போயஸ் தோட்டத்திலிருந்து வெளியேற்றுவதற்கு சசிகலாவிற்கு பெரிய முயற்சிகள் அவசியமாக இருக்கவில்லை.

தலைமைக்கழகம் துரை, ஆடிட்டர் சுந்தரேசன்... இப்படிப் பலரை பந்தாடினார் சசிகலா. தங்களது வசந்தகாலம் வருடம் முழுவதும் நீடிக்க வேண்டும் என்பதற்காக சசிகலாவும் நடராசனும் பலரைப் பந்தாடிவிட்டார்கள். இவர்கள் உடம்பில் ஓடுவது மொகலாய இரத்தம் என்று நான் எழுதியதற்கு இதுவெல்லாம் காரணம் அல்ல.

இன்று ஏறத்தாழ தமிழ்நாட்டை ஜெயலலிதா என்கிற மெழுகுப்பொம்மையைக் காண்பித்து ஆட்சி புரிந்து வருகிற சசிகலாவை முதன்முதலாக ஜெயலலிதாவிடம் அறிமுகப்படுத்தியது ஜனதாக்கட்சி தலைவி சந்திரலேகா.

சந்திரலேகா அப்போது தென்ஆற்காடு மாவட்ட ஆட்சித்தலைவராக இருந்தார். அங்கேதான் நடராசன் பி.ஆர்.ஓ.வாக இருந்தார். ஜெயலலிதாவும் சந்திரலேகாவும் சர்ச்பார்க்கில் ஒன்றாகப் படித்தவர்களாம். சந்திரலேகாவைப் பயன்படுத்தி சசிகலாவும் நடராசனும் ஜெயலலிதாவை நெருங்கினார்கள். ஆனால் அதே சந்திரலேகாவின் முகத்தில் அமிலம் எறியப்பட்டபோது சசிகலா, நடராசன் இருவருமே ஆனந்தப்பட்டார்கள்.

அக்பர் ஆட்சி வந்ததும் அவருக்கு ஆட்சிக் கலையை அறிமுகப்படுத்திய பைராம்கான் என்கிற அவனது மாமனைத்தான் அக்பர் முதலில் குறி வைத்தார். மொகலாய ஆட்சி இன்னமும்

தமிழ்நாட்டில் நடைபெறுகிறது என்பதற்கு சந்திரலேகாவின் முகம் வெந்துபோனது கடைசி அடையாளம் மாத்திரமே.

ஜெயலலிதா, சீவகசிந்தாமணி என்கிற காப்பியத்தில் வருகிற சச்சந்தனைப்போல, தான் வீழ்வது தெரியாமலே வீழ்ந்து வருகிறார். என்னதான் படாடோபமான முதலமைச்சராக ஜெயலலிதா இருந்தாலும், சசிகலா, நடராசன் என்கிற கடற்கொள்ளைக் காரர்களின் கரங்களில் அகப்பட்ட அடிமைப் பெண்ணாகவே ஜெயலலிதா இருந்து வருகிறார்.

அந்தநாள் சரித்திரத்தில் வருவதைப்போல மாதவன் நாயரிலே இருந்து ஜெயலலிதாவின் விசுவாசம்மிக்க ஊழியர்களை ஒவ்வொருவராக பழிவாங்கி, உடன்பிறந்த சகோதரன் ஜெயக்குமாரைக்கூட ஜெயலலிதாவோடு சேரவிடாமல் செய்து, உண்மைகளை அறியவிடாமல் செய்து, தங்களுக்கு சகாயம் செய்த திருநாவுக்கரசு, கே.கே.எஸ்.எஸ்.ஆர்., திருச்சி செளந்தர்ராஜன் போன்றவர்கள் தாங்கள் இல்லாமல் ஜெயலலிதாவை சந்திக்கக் கூடாது என்கிற நிலைமைக்கு அவர்களை ஆளாக்கி, எல்லா பாதகங்களையும் ஏககாலத்தில் செய்து, தங்களை அதிகார இயந்திரத்தில் நிலைப்படுத்திக்கொண்ட சசிகலா, நடராசன் இருவரும் எதற்காக இவற்றைச் செய்தார்கள் என்று எண்ணுகிறபோதுதான் சோகம், சொல் விளையாட்டாகிறது.

தமிழ்நாட்டாரின் நன்மைக்காக இவ்வளவு தவறுகளைச் செய்து ஜெயலலிதாவிடம் இடம் பிடித்தார்களா? இல்லை. தங்களது சாதியரின் சந்தோஷத்திற்காக இவ்வளவு பழிபாவங்களைச் செய்தார்களா? அதுவும் இல்லை. தங்களது சொந்த அண்ணன், தம்பி உறவுமுறைக்காக தமிழ்நாட்டில் ஆட்சி இயந்திரத்தையே இவர்கள் இருவரும் உருக்குலைத்துவிட்டார்கள்.

சசிகலாவின் குடும்பத்தை சந்தோஷப்படுத்துவதற்காகவே தமிழ்நாட்டு மக்கள் வாக்களித்து ஆட்சி அமைக்க வேண்டிய அவலம் வந்துவிட்டது. இது தமிழர்களுக்கு இதுவரை இல்லாத புதிய தலைகுனிவு.

முதலில், தனது சாதியாரைக் கடைத்தேற்ற வந்தவரைப்போல நடராசன் தன்னை ஜோடித்துக் கொண்டார். தமிழ்நாட்டின் சில இடங்களில் சாதியக் கலவரங்களுக்குக்கூட அவர் காரணமாக இருந்தார். முக்கியமான குற்றங்கள் அவரது தூண்டுதலில் நடைபெற்றால், அன்று அவர் ஊரில் இருக்கமாட்டார்.

இப்போதும்கூட எங்களில் சிலபேர் அவரது தயவால்தான்

உயிர்வாழ்ந்து கொண்டிருக்கிறோம். தனது மனைவியின் மூலமாக நடராசன் தமிழ்நாட்டையே ஆண்டு பரிபாலித்து வருகிறார்.

இந்த சசிகலா, எம்.ஜி.ஆர். ஆளா? ஜெயலலிதா ஆளா? என்று கேட்டிருந்தேன். சசிகலா எம்.ஜி.ஆர். ஆளுமல்ல; ஜெயலலிதாவின் ஆளுமல்ல. சசிகலா சசிகலாவின் ஆள். இதைத் தமிழ்நாடு ஒருநாள் முழுவதுமாக உணரும். அப்போதுகூட ஜெயலலிதா உணரமாட்டார்.

முக்கியமாக வருமானவரி அலுவலகத்திலிருந்து அந்த அதிகாரி கடிதத்தை எடுத்துக்கொண்டு ஜெயலிதாவிடம் போவதற்கு யார் காரணம்? மறைந்திருந்து ஜெயலலிதாவைத் தாக்கிய இந்த மர்ம மனிதர் யார்?

ஜானகி-ஜெயலலிதா!

மறைந்திருந்து தாக்கிய அந்த மர்ம மனிதன் தமிழ்நாட்டின் நிழல் முதல் அமைச்சர் நடராசன்தான்.

பிராமணர்களில் சிலர் தங்களைப் பிறவிப் புத்திசாலிகள் என்பதாக நினைத்துக்கொள்வார்கள். இந்த மாயாவாதத்தின் மண்டை ஓட்டை உடைத்தவர் நடராசன்தான்.

பொதுவாகவே இந்தியாவில் எந்த மாநிலத்தில் எவர் ஆட்சிக்கு வந்தாலும் ஆட்சி, அதிகாரம், பத்திரிகை, வங்கி, தகவல் தொடர்பு, தாலுகா, அலுவலகம் என்று அதிகார கேந்திரத்தின் ஆட்சி மையங்களை அபகரித்துக்கொள்வார்கள் பிராமணர்கள்.

தமிழ்நாட்டில் பிராமண சாதியிலே பிறந்த ஜெயலலிதா ஆட்சிக்கு வந்ததும் தங்களது சாதிக்காரரான ஜெயலலிதாவை நெருங்க வேண்டுமென்று பிராமணர்களிலே பலர் முயற்சித்தார்கள். இந்த முயற்சிகளின் மூக்கை உடைத்தவர் நடராசன்தான். நடராசனை எனக்கு ஆகாது என்பதற்காக நான் இந்த உண்மையை ஊனப்படுத்த வேண்டிய அவசியம் இல்லை.

ஜெயலலிதா ஆட்சிக்கு வந்ததும் 'எங்காத்துப் பொண்ணு ஆட்சிக்கு வந்துட்டா' என்று மகிழ்ந்த பிராமணர்களை நான் அறிவேன். இதை நான் குற்றம் என்று குறிப்பிடவில்லை. எந்த அளவிற்கு ஜெயலலிதா ஆட்சிக்கு வந்ததில் பிராமணர்தலைவர்கள் பேரின்பம் அடைந்தார்கள் என்பதை நான் சொல்லியாக வேண்டும்.

ஒருநாள் ஜயேந்திர சரஸ்வதி சுவாமிகள் என்னை அழைத்தார்.

சென்னை சேப்பாக்கம் முன்னாள் மேயர் ராதாகிருஷ்ணன் இல்லத்தில் அவர் முகாமிட்டிருந்தார். ஒரு சமயத் தலைவரின் அழைப்பிற்கு மரியாதை தருவது இந்த சாமான்யனின் கடமை

என்பதற்காகப் போனேன். கொஞ்சநேரம் காத்திருக்க வேண்டும். என்.டி.ஆர். பேசிக்கொண்டிருக்கிறார் என்றார்கள். நானாக சுவாமிகளைக் காண வரவில்லை; அவராக அழைத்துதான் நான் வந்தேன் என்று தெரிவித்தேன்.

சுவாமிகளின் சன்னிதிக்கு அழைத்துப் போனார்கள். ஆரஞ்சுக் கலர் சால்வை ஒன்று தந்தார். அதுதான் மடத்து மரியாதை. எதற்குக் கூப்பிட்டார் என்பதை ஒருமணி நேரம் அவரோடு உரையாடிய பிறகு என்னால் அறிந்துகொள்ள முடியவில்லை. இஸ்லாத்தை பற்றி நீங்கள் எழுதிய புத்தகம் சிறப்பாக இருக்கிறது என்று படித்தவர்கள் பாராட்டினார்கள். திருநாவுக்கரசு தன்னை சந்தித்துவிட்டுப் போனார் என்றும் சுவாமிகள் குறிப்பிட்டார்கள்.

ஜெயலலிதாவைப் பற்றி சுவாமிகள் என்ன நினைக்கிறார் என்று அறிந்துகொள்ள வேண்டும் என்று பேச்சைத் தொடர்ந்தேன். ஜெயலலி தாவின் தவறுகளை ஒவ்வொன்றாக சொல்லிக்கொண்டே வந்தேன். சுவாமி சும்மாவே இருந்தார். சுவாமி உங்களுக்கு எதிராகவே அந்த அம்மா அரைப்பக்கத்திற்கு அறிக்கை விட்டு விட்டார்களே என்றேன். அப்போதும் சிரித்தாரே தவிர வார்த்தைகள் சிந்திவிடவில்லை. பிறகு அந்த அம்மாவைச் சொல்லிக் குற்றமில்லை. எல்லாம் சின்னம்மாதான் காரணம் என்று சொல்லிப் பார்த்தேன். சசிகலாவைக் குற்றம்சாட்டி யதும் அவரது முகத்தில் வெளிச்சம் விளையாடத் தொடங்கியது.

ஜெயலலிதா சங்கராச்சாரியாரை சட்டை செய்வதில்லை. இப்போது அம்மா காஞ்சிபுரம் போனபோதுகூட ஆட்சியாளர்கள் மடத்துக்கு வராவிட்டால் மடத்தின் மரியாதையே போய்விடும் என்று சங்கராச்சாரியார் மன்றாடிக் கேட்டுக்கொண்ட பிறகுதான் இரண்டு அம்மாக்களும் காஞ்சிபுரம் மடத்திற்குக் கால் எடுத்து வைத்திருக்கிறார்கள். இதற்காக வெங்கட்ராமனை வேண்டி, அவரால் இயலாது போகவே நடராசன்தான் போனால் போகட்டும் சங்கராச்சாரியாருக்கு அருளிச் செய்திருக்கிறார். இரண்டு அம்மாக்களுக்கும் காமாட்சி அம்மனுக்குச் சாற்றிய புடவைகளைச் சங்கராச்சாரியார் தந்து கௌரவப்படுத்தியதாக பழுத்த பத்திரிகையாளர் ஒருவர் சொல்லிச் சொல்லி வேதனைப்பட்டார்.

வாயை மூடு என்று தனக்கு எதிராக அறிக்கை கொடுத்த ஜெயலலி தாவின் மீது வாஞ்சையோடு நடந்துகொள்கிறார் சங்கராச்சாரியார். அதற்குக் காரணம் ஜெயலலிதாமீது சங்கராச்சாரியாரின் ஆதிக்க நிழல் விழுந்துவிடக்கூடாது என்பதற்காக ஜெயலலிதாவின் பெயரால் சங்கராச்சாரியாரை தாக்கி அறிக்கை தந்தவர் நடராசன்தான் என்பதை

சங்கராச்சாரியார் அறிந்துகொண்டதுதான். சங்கராச்சாரியாருக்கும் ஜெயலலிதாவிற்கும் இடையிலான இடைவெளியில் ஓர் அங்குலம்கூட குறைந்துவிடாமல் பார்த்துக்கொண்டவர் நடராசன்.

எவராலும் அடக்க முடியாத ஜெயலலிதாவை நடராசன் எவ்வளவு எளிதாக மடக்கிவிட்டார் என்பதை நினைக்கிறபோது எனது விழிப்புருவங்கள் வில்லாகிப் போகின்றன.

இதற்குக் காரணம் ஜெயலலிதாவிடம் தனது மனைவியைத் தவிர எவர் நெருங்கினாலும் தனக்கு ஆபத்து என்பதை நடராசன் நன்றாக உணர்ந்துகொண்டதுதான்.

1983 தொடக்கத்திலேயே நடராசனின் வளர்ச்சியை வீக்கம் என்று வர்ணித்தவர் ஆர்.எம்.வீரப்பன்தான். இந்தக் காலகட்டத்தில் கே.ஏ.கிருஷ்ணசாமிதான் முழுக்க முழுக்க நடராசனை ஆதரித்து வந்தார்.

1983 'தாய்' பொங்கல் மலரின் அட்டையில் எம்.ஜி.ஆர்., ஜானகி இருவரும் இருப்பதைப் போன்ற அட்டைப் படத்தைப் பிரசுரித்தோம். இந்த அட்டைப் படத்தைப் போடவேண்டும் என்று என்னிடத்தில் எடுத்துச்சொன்னவர் ஜானகி அம்மாளின் வளர்ப்பு மகன் ரவீந்திரன்.

பத்திரிகை வெளியானது. பரபரப்பாக விற்பனையானது. அப்போது பொங்கல் அன்று காலை. நானிருந்த போர்த்துக்கீசிய தெரு இல்லத்திற்கு ஜெயலலிதா பேசினார். இப்படி ஒரு அட்டைப்படம் போட்டதற்காக அவர் என்னை கடிந்து கொண்டார். இது நானாகச் செய்ததில்லை; ரவீந்திரன்தான் தாயின் பதிப்பாளர். அவர் சொன்னதை நான் மறுக்க முடியாது என்றெல்லாம் பேசினேன். இனி நீங்கள் என்னிடம் பேசவே கூடாது என்று ஜெயலலிதா சொன்னார். எம்.ஜி.ஆருக்கும் ஜானகி அம்மாளுக்கும் அப்போது ஏதோ கருத்து வேறுபாடு இருந்ததாம். அந்த நேரத்தில் பார்த்து அவர்களது சின்ன வயது சினிமாப் படத்தை நான் தாய் அட்டையிலே போட்டது அபத்தம் என்பதாக ஜெயலலிதாவின் பேச்சிலிருந்து தெரிந்துகொண் டேன். வெடுக்கென்று ஜெயலலிதா தொலைபேசியை வைத்துவிட்டார்.

மறுநாளே மாலைப்பொழுதில் ஜெயலலிதா என்னைத் தொலைபேசியில் அழைத்தார். "எங்களது பிரச்சினையை நீங்கள் முழுமையாக அறிந்திருக்க முடியாது. உங்களிடம் கோபப்பட்டதும் தப்பு" என்று சொன்னார். ஜெயலலிதா இவ்வளவு தூரம் இறங்கி வந்தது எனக்கு ஆச்சரியமாக இருந்தது. கோபம் கொப்பளித்தாலும் கூடவே குணமும் இருக்கிறதே என்று அப்போதெல்லாம் மகிழ்ந்து போனேன்.

மறுநாள் ஆர்.எம்.வீரப்பனைப் பார்க்கப் போனேன். அவரிடம்

ஜெயலலிதா என்னைக் கோபித்துக்கொண்டதைச் சொன்னேன். அப்போது அவர் இப்படி ஒரு படம் வந்ததை இப்போதெல்லாம் எம்.ஜி.ஆரே விரும்பமாட்டார் என்று சொன்னார்.

அவரோடு பருகூருக்குப் போனேன். அங்கே அவர் என்னிடத்தில் பேசும்போது, ஜானகியம்மாள் படத்தைப் போடாவிட்டால் பிரச்சினை வராது. ஜெயலலிதா படத்தைப் போட்டாலும் பிரச்சினை வரும்; போடாவிட்டாலும் பிரச்சினை வரும் என்றார். எனக்கோ பூதத்திற்குப் பல்விளக்கிவிடப்போய் விரலைக் காணாமல் வேதனைப்படுவதுபோல ஆனது. ஆர்.எம்.வீரப்பன் என்மீது மிகுந்த அன்பு உள்ளவர். ஆகவே ஜெயலலிதாவை இவ்வாறு உங்கள் மீது கோபப்பட வைப்பது யார் என்று அறிவீர்களா என்று கேட்டார். நான் தெரியாது என்று சொன்னேன். நீங்களாக கண்டுபிடிக்கிறீர்களா பார்ப்போம் என்று சொன்னார். வந்துவிட்டேன்.

ஜெயலலிதாவின் கோபத்திலிருந்து எப்படியாவது தப்பிப்பது என்கிற முடிவிற்கு வந்தேன். உடனே பொன்.ஜெயந்தன் என்கிற எனது உதவி ஆசிரியரை அழைத்து ஜெயலலிதாவின் வண்ணப்படம் ஒன்றை வரவழைக்கச் சொன்னேன். அவரது முயற்சி நடந்துகொண்டிருக்கும் போதே, நான் போயஸ் தோட்டம் போனேன். அந்த அம்மாவிடமே ஒரு வண்ணப்படம் வேண்டும் என்று கேட்டேன்.

ஒரு நூலகத்தில் அந்த அம்மா புத்தகங்களைப் புரட்டுவதைப் போல ஒரு வண்ணப்படம் அந்த அம்மாவே தந்தார்கள். அதை மறுவாரமே பிரசுரித்தேன். ஆனால் அந்தப்படம் அச்சில் எதிர்பார்த்த அளவிற்கு வரவில்லை. இந்தப்படத்தை பிரசுரித்துவிட்டேன் என்பதில் பதிப்பாளர் ரவீந்திரனுக்கு என்மீது படுகோபம். ஆனது ஆகட்டும். போனது போகட்டும் என்று எம்.ஜி.ஆர்.தான் இந்தப் படத்தைப் பிர சுரிக்கச் சொன்னார் என்று இவர்கள் வாய்களை அடைத்துவிட்டேன்.

அடுத்தநாள் ஆர்.எம்.வீரப்பன் கூப்பிட்டார். ஜெயலலிதா படத்தை ஏன் அட்டையிலே போட்டீர்கள் என்று கேட்டார். எம்.ஜி.ஆர்.தான் போடச்சொன்னார் என்று அவரிடமும் சொன்னேன். அப்போதைக்கு அவர் வாய் அடைபட்டது. ஆனாலும் அவர் என்னை விடவில்லை. எம்.ஜி.ஆர்.-ஜானகி அம்மாள் படம் போட்டதற்காக ஜெயலலிதாவிடம் கோள் மூட்டியவர்களைக் கண்டுபிடித்து விட்டீர்களா? இப்போதும் வேண்டுமென்றே ஜெயலலிதாவின் படத்தைச் சரிவர பிரசுரிக்கவில்லை என்று உங்களுக்கு வேட்டு வைக்கப்படுகிறது... அறிவீர்களா என்று ஆர்.எம்.வீரப்பன் கேட்டார்.

அறிந்தேன்... அதிர்ந்து போனேன்.

சவால் விட்டார் ஜெயலலிதா!

எல்லா வழிகளிலும் எனக்கு இடைஞ்சல்களை உருவாக்கி வந்தவர் நடராசன்தான் என்பதை ஆர்.எம்.வீரப்பனின் உதவியாளர் ஒருவரிடமிருந்து உறுதியாக அறிந்துகொண்டேன்.

அன்பே உருவான எம்.ஜி.ஆர். தொடக்கத்தில் ஒன்றிரண்டு முறை என்னிடத்தில் கோபம் கொண்டது உண்டு. அப்போதெல்லாம் எனக்கு எதிராக எம்.ஜி.ஆரிடம் கோள்மூட்டுகிற குணவதி ஜெயலலிதா என்றுதான் நினைத்தேன்.

பிறகுதான் பல சந்தர்ப்பங்களில் ஜெயலலிதா வெறும் அம்பாகத்தான் பயன்பட்டிருக்கிறார். அவரைப் பயன்படுத்தி என் மீது பழி தீர்த்துக்கொண்டவர் நடராசன்தான் என்பது விளங்கிற்று.

நான் 'ராஜரிஷி' பத்திரிகை தொடங்கி ஜெயலலிதாவைப் பற்றி எழுத ஆரம்பித்தபோது என்னைக் கொன்றுவிட வேண்டும் என்று நடராசனுக்கு தங்கள் ஆன்மாவை அதிக விலைக்கு விற்றுவிட்ட அந்தகர்கள் சிலர் அறிவுரை சொல்லியிருக்கிறார்கள். இப்போதைக்கு பிழைத்துப் போகட்டும் வலம்புரிஜான் என்று நடராசன் கருணை காட்டிய ஒரே காரணத்தாலேதான் கடந்த மூன்று ஆண்டுகளாக நான் உயிர் வாழ்ந்துகொண்டிருக்கிறேன்.

இப்போதும் நான் எழுதி வருகிற இந்தக் கட்டுரைத் தொடரை எப்படியாவது நிறுத்திவிட வேண்டும் என்பதற்காக, ஆறு மாதத்திற்கு மேல் என்னை ஆதரிக்க முடியாத ஒரு அரைகுறை உறவினருக்கு கைநிறைய பணமும் கண் நிறையக் கனவுகளையும் தந்து 'வலம்புரிஜான் மீது வழக்குப் போட்டால் போதும்; நீ எம்.எல்.ஏ. ஆவது உறுதி' என்று வாக்குறுதி அளித்திருக்கிறார்.

சகலகலா வல்லவரான நடராசன் என்னை அழித்து ஒழிப்பதில்

இறுதி வெற்றி பெற்றாலும் நான் சத்தியத்திற்கு மாத்திரமே சாட்சியம் சொல்லுவேன்.

தன்னைத் தாக்கினாலும் தாக்கிவிட்டுப்போகட்டும்; ஜெயலலிதா பிராமணப்பெண் என்பதற்காக சங்கராச்சாரியார் ஆதரிக்கிறார். அந்த சங்கராச்சாரியாரை நெருங்க விடாமல் பார்த்துக்கொள்கிறார் நடராசன் என்றால், உண்மையிலேயே பிராமணர் அல்லாதாரின் பெருவணக்கத்திற்கு உரியவர் நடராசன்தான் என்பதிலே சந்தேகம் இல்லை.

நடராசனை ஒருமுறை விக்கிரமன் என்கிற தமிழ் எழுத்தாளர் 'தமிழ்நாட்டின் தற்கால ராஜாஜி' என்று வருணித்துவிட்டார் என்று அவர் கூடவே இருக்கிற கவிஞர் ஒருவர் குறைபட்டுக்கொண்டார்.

விக்கிரமனுக்கும் ராஜாஜிக்கும் என்ன விரோதம் என்றுதான் முதலில் நினைத்தேன். பிறகுதான் பிராமணர்களுக்கு அவரவர் இருந்தாக வேண்டிய இடங்களை சுட்டிக்காட்டிய நடராசன், உண்மையாகவே சகாப்தங்கள் போற்ற வேண்டிய சாணக்கியர் என்பதை அறிந்துகொண்டேன். நிகழ்கால வரலாற்றில் ஒரு முதலமைச்சர் சுதந்திரமாக இருப்பதாக அவரை நம்ப வைத்துவிட்டு, அவரை சட்டைப் பைக்குள் ஆணி அடித்து வைத்திருக்கிற நடராசனின் சாகசம் சாமானியமானதா?

ஜெயலலிதா நடராசனின் பிடியிலிருந்து தப்புவதற்காகப் பலமுறை முயற்சி செய்தார். ஆனால் ஒவ்வொரு முயற்சிக்குப் பிறகும் நடராசனின் பிடி இறுகியே வந்திருக்கிறது.

விடுதலைப்புலிகளால் ஜெயலலிதாவிற்கு ஆபத்து என்கிற அபவாதத்தை நடராசன்தான் உருவாக்கினார். இப்படி ஒரு வாதத்தை அவர் களத்தில் இறக்கிய காலத்திலிருந்து என்னைப் போன்றவர்கள் மண்டையை உடைக்காத நாளில்லை.

விடுதலைப் புலிகளால் ஆபத்து ஏற்படுகிற அளவுக்கு ஜெயலலிதா என்ன செய்தார் என்பதை என்னால் இதுவரை கண்டுகொள்ள இயலவில்லை. விடுதலைப்புலிகளைப் போன்ற ஒரு அமைப்பு உலகத்தில் எங்காவது கொலைப்பட்டியலை வெளியிட்டுவிட்டு கொல்லுமா?

ஜெயலலிதாவிற்கு ஆபத்து ஆபத்து என்று அடித்துச் சொல்லி நடராசன் அற்புதமாக இந்த அடிமைப்பெண்ணை ஒரு நிரந்தர கைதியாகவே ஆக்கிவிட்டார்.

தமிழ்நாட்டில் ஒரு பொம்மலாட்டம் நிகழ்ந்து வருகிறது. சூத்திரதாரி நடராசன்தான். நடராசனுக்கு எதிராக ஜெயலலிதா

செயல்பட்ட ஒவ்வொரு முறையும் ஒரு செயற்கையான சிக்கலை நடராசன் ஜெயலலிதாவிற்கு உண்டாக்குவார். உடனே ஜெயலலிதா, 'ஆபத்பாந்தவா அநாத ரட்சகா' என்று நடராசனின் அரசியல் பிடிக்குள் அடைக்கலம் ஆவார்.

ஜெயலலிதாவுக்கும் நடராசனுக்கும் நடக்கும் இந்த நிழல் போராட்டத்தில் இறுதி வெற்றி நடராசனுக்கே கிடைக்கும்.

ஜெயலலிதா நடராசனை உண்மையிலேயே ஆதரிக்கிறாரா, எதிர்க்கிறாரா என்று தமிழர்கள் நான்கு ஆண்டு காலமாக பட்டிமன்றம் நடத்தி வருகிறார்கள். ஜெயலலிதா, நடராசனை எதிர்ப்பதுபோல நடிக்கிறார் அவ்வளவுதான். நடராசனோ, சசிகலாவோ இல்லாமல் தான் ஆட்சி நாற்காலியில் அமர்ந்திருக்க இயலாது என்பதை ஜெயலலிதா அறிவார். ஜெயலலிதாவிற்கும் நடராசனுக்கும் ஒரு பனிப்போர் நடப்பதைப்போல பாதித்தமிழர்களை நம்ப வைத்துவிட்டதுதான் இந்தக் கூட்டுக்கொள்ளைக் காரர்களின் சாமர்த்தியம்.

1983 தொடக்கத்தில் திருச்செந்தூரில் இடைத்தேர்தல் வந்தது. பிரச்சாரத்திற்கான பொறுப்பு அரங்கநாயகத்திடமிருந்தது. அவர் என்னை எப்போதுமே எதிரியாகக் கருதுகிறவர். பிரச்சாரத்திற்கு அவர் என்னை அழைக்கவேயில்லை. அரங்கநாயகம் தனது மூக்கிற்கு அப்பாலே பார்க்க முடியாதவர் என்கிற முழுநேர உண்மையை நான்தான் ஜெயலலிதாவிடம் எழுதிக் கொடுத்தேன். கடிதம் எம்.ஜி.ஆரிடம் காட்டப்பட்டது. மறுநாள் காலை அரங்கநாயகத்திற்கு அழைப்பு தந்தி மூலமாக வந்தது.

இதற்கிடையே பேச்சாளர்களுக்கான பயிற்சி முகாம் ஒன்று சென்னையில் ஹேமமாலினி திருமண மண்டபத்தில் நடைபெற்றது. இந்தப் பயிற்சி முகாமிற்கான அறிவிப்பு வந்தவுடன் ஜெயலலிதாவை தொடர்புகொண்டேன். யார் யாரெல்லாம் இந்தப் பயிற்சி முகாமிற்கு வரவேண்டும் என்று கேட்டேன். இது பயிற்சி பெறுகிற பேச்சாளர்களுக்குத்தான். உங்கள் மாதிரி சிறந்த பேச்சாளர்களுக்கு அல்ல என்றார் ஜெயலலிதா. வாஞ்சையோடுதான் சொல்கிறாரா? அல்லது வஞ்சப்புகழ்ச்சி அணியா என்று கண்டுகொள்வதற்கே எனக்கு வாரம் ஒன்று ஆனது.

உஷாராகிவிட்டதால் பத்துமணி பயிற்சி முகாமுக்கு ஒன்பது மணிக்கெல்லாம் சென்றேன். ஜெயலலிதா வந்து இறங்கினார். எல்லோருக்கும் கை, கால் ஆட ஆரம்பித்துவிட்டது. என்ன நடக்குமோ என்ற அச்சம்...

சத்துணவுத் திட்டம் பற்றி பொதுமக்களுக்கு விளக்குகிறீர்கள்

என்று வைத்துக்கொள்ளுங்கள். எப்படி விளக்குவீர்கள்? ஒவ்வொருவராக பேசிக்காட்ட வேண்டும் என்றார் ஜெயலலிதா. பொதுமேடைகளில் வாசிக்கவே பயிற்சி பெறாத நீ எங்களை எப்படி பேசிக்காட்டு என்று கேட்கலாம் என்று எல்லோரும் ஏககாலத்தில் மனதிற்குள் கேட்டுக்கொண்டார்கள்.

திருவை அண்ணாமலை மாட்டிக்கொண்டார். சத்துணவுத் திட்டத்தை இப்படி இப்படி விளக்குவேன் என்று பேசிக் காட்டியபோது, திருவை அண்ணாமலை அழுதேவிட்டார். கீழ்ப்படிதலுள்ள அவரது இருதயம் ஒருமுறை நின்றுபோகலாமா என்று அவரைக் கேட்டது. மருத்துவமனைக்குப் போய்விட்டார்.

இந்தத் திருவை அண்ணாமலை எங்கள் உவரி ஊரில் தி.மு.க. கூட்டம் பேசியபோது, அவரது உதட்டிலேயே நான் தொங்கிக் கொண்டிருப்பேன். பாவம் அவர் மாதிரி பண்பட்ட பேச்சாளர்கள் தங்கள் கரும்பலகைகளை அழித்து மீண்டும் 'ஆ' போட வேண்டியதாயிற்று என்று வருந்தினேன். சாதாரணமான சிற்றூர்களில் தங்களது ஆங்கில அறிவைக் காட்ட வேண்டி மேற்கோள்களை ஆங்கிலத்திலேயே உதிர்க்கிற பேச்சாளர்களை ஜெயலலிதா கண்டித்தார். கூட்டம் ஒருவாறாக முடிந்தது. அநேக முதிர்ச்சி பெற்ற பேச்சாளர்கள் ஜெயலலிதாவின் எதிர்பாராத வாழைத்தண்டு அடியைத் தாங்கமுடியாமல் மண்டபத்திலேயே விழுந்து கிடந்தார்கள்.

திருச்செந்தூர் சென்று மீண்டேன். எம்.ஜி.ஆருக்கு ஃபோன் பண்ணினேன். இடைத்தேர்தலில் நாம் வெற்றி பெறுவது கடினம் என்றேன். ராஜாமுகமதுவை அனுப்பியிருக்கிறேன் என்றார். முஸ்லிம்களை முழுமையாக வெற்றிபெற நீங்கள் போகவேண்டும் என்றேன். தோட்டத்திற்கு வாருங்கள் என்றார். மீண்டும் திருச்செந்தூருக்கு அழைக்கிறார் என்று எண்ணிக்கொண்டு இப்போதுதான் அங்கிருந்து வருகிறேன் என்று சொன்னேன். இல்லை, தோட்டத்திற்கு வாருங்கள் என்றார்.

விரைந்து போனேன். அங்கு எம்.ஜி.ஆர். இல்லை. அவருக்கு ஆயிரம் வேலை. ஆனால் அவரது தனிச் செயலாளர் பரமசிவம் இருந்தார். எம்.எல்.சி.க்கான ஏழு வேட்புமனுக்களை என்னிடம் தந்தார். எம்.ஜி.ஆர். தானே முன்மொழிந்திருந்தார். எம்.எல்.சி.யாக தேர்ந்தெடுக்கப்பட்ட ப.உ.சண்முகம் எம்.ஜி.ஆரிடம் நடத்திய பலப்பரீட்சையால் இந்த இடம் காலியானது. இந்த இடம் கேட்காமலே எனக்குக் கிடைத்தது.

ஏழு வேட்புமனுக்கள் எதற்காக என்று பரமசிவம் சாரிடம்

கேட்டேன். ஒன்று தவறாகப் போனால் வேறொன்று இருக்கட்டும் என்பதற்காக என்றார். அதற்கு ஏன் 'ஏழு' என்று கேட்டேன். பரமசிவம் சிரித்தார். ஏழு என்கிற எண்தான் தனக்கு நன்மை தருகிற எண் என்று எம்.ஜி.ஆர். நம்பியிருக்க வேண்டும்.

"இது ஒரு அம்மாவிற்குப் போயிருக்க வேண்டிய பதவி" என்றார் பரமசிவம். 'எந்த அம்மா' என்று கேட்டேன். "சுலோச்சனா சம்பத்" என்றார். சொல்லும்போதே ஒரு மாதிரி சிரித்தார். 'அவர் சொல்ல வந்தது ஜெயலலிதா; சொன்னது சுலோச்சனா சம்பத். ஜெயலலிதாவிற்கு 1983-ல் எம்.எல்.சி. பதவி கிடைத்திருக்க வேண்டும். அதைக் கிடைக்காமல் பார்த்துக் கொண்டவர் ஆர்.எம்.வீரப்பன்.

ஒருநாள் நான் ஆர்.எம்.வீரப்பன் வீட்டில் சாப்பிட்டுக் கொண்டிருந்தேன். அங்கே எம்.ஜி.ஆர். ஃபோன் பண்ணினார். 'தாய் எத்தனை பிரதிகள் விற்கிறது' என்றார். 'இரண்டு லட்சம்' என்றேன். 'இரண்டு லட்சத்து அறுபதாயிரமாமே' என்றார். 'யார் சொன்னார்கள்?' என்றேன். அதற்கு அவர் 'அம்மு' என்றார். 'உங்களிடம்தான் உண்மையான எண்ணிக்கையைச் சொல் வேண்டும். மற்றவர்களிடம் கூட்டிச் சொல்வதுதான் ஒரு ஆசிரியனுடைய கடமை' என்றேன். 'வாழ்க' என்று சொல்லிவிட்டு எம்.ஜி.ஆர். போனை வைத்துவிட்டார். கொஞ்ச நேரத்திற்கெல்லாம் மீண்டும் எம்.ஜி.ஆர். கூப்பிட்டார்.

சத்துணவிற்காக வாரியம் ஒன்று அமைக்கப்போகிறேன். அதற்குத் தலைவராக இருந்து பார்த்துக்கொள்ளுவீர்களா? என்றார். நாம் 'தாயை'க் கவனிப்பதில் விருப்பமாக இருக்கிறோமா இல்லையா என்பதைக் கண்டுகொள்ளவே இவ்வாறு கேட்கிறார் என்று நினைத்து 'முடியாது' என்று சொல்லிவிட்டேன்.

மறுநாளே ஜெயலலிதா எனக்கு ஃபோன் பண்ணினார். 'இப்படி அவராக ஒரு வாரியத்திற்கு தலைவராக்குகிறேன் என்று சொன்ன பிறகும் மாட்டேன் என்று சொல்லிவிட்டீர்களாமே?" என்று கேட்டார்.

நான் 'தாய்' வார இதழை கவனித்துக்கொள்ளுவதில் எனக்கு விருப்பம் இருக்கிறதா, இல்லையா என்று கண்டுகொள்ளவே அவ்வாறு கேட்கிறார் என்று நினைத்து முடியாது என்று சொல்லி விட்டேன் என்றேன்.

'அவர் அப்படியெல்லாம் சுற்றி வளைத்துக் கேட்கமாட்டார். நேரடியாகவே எதையும் கேட்பார். நீங்கள் புத்திசாலி என்பதல்ல பிரச்சினை. அதிபுத்திசாலி' என்றார்.

எனக்கு ஏதாவது ஒரு பொறுப்பு தரவேண்டும் என்று எம்.ஜி.ஆரை அடிக்கடி கேட்டவர் ஜெயலலிதா. இதை நான்

மறுப்பதாக இல்லை. மறுநாள் தமிழ்நாடு அரசின் சிறப்புப் பிரதிநிதியாகப் போடட்டுமா என்று தலைவர் கேட்கிறார் என்று ஆர்.எம்.வீரப்பன் கேட்டார். சென்னையிலே ஒரு பொறுப்பும் வேண்டும் பத்திரிகையும் வேண்டும் என்றேன்.

இந்தப் பின்னணியில்தான் எனக்கு எம்.எல்.சி. பதவி கிடைத்தது. இதற்கு ஜெயலலிதாதான் காரணம். ஆனால் ஜெயலலிதா வரவேண்டிய இடத்திற்கு வலம்புரிஜான் வந்ததற்கு ஆர்.எம்.வீரப்பன்தான் காரணம்.

எனக்கு ஏதாவது பொறுப்பு தரவேண்டும் என்று எம்.ஜி.ஆரிடம் பலமுறை கேட்டார் ஜெயலலிதா. ஆகவே எம்.எல்.சி. பதவி யாருக்கு என்ற கேள்வி எழுந்தபோது ஜெயலலிதாவிற்குக் கிடைத்திருக்க வேண்டிய பதவியைப் பறித்து ஆர்.எம்.வீரப்பன் எனக்குத் தந்தார். நான் எம்.எல்.சி. ஆகவேண்டும் என்பதைவிட ஜெயலலிதாவின் சிறகுகளை கத்தரிக்க வேண்டும் என்பதில் ஆர்.எம்.வீரப்பன் அப்போது குறியாக இருந்தார்.

ஜெயலலிதாவும் ஆர்.எம்.வீரப்பனும் ஒருவரை ஒருவர் அறியாமல் எனக்கு உதவினார்கள். இரண்டு பேர்களுமே மாறி மாறி அவர்களால்தான் எம்.எல்.சி. ஆனேன் என்று சொல்ல ஆரம்பித்தார்கள். எம்.ஜி.ஆர். காதுக்கும் இது எட்டிற்று. பெரும்பாலும் என்னிடத்தில் கோபத்தையே காட்டாத எம்.ஜி.ஆர். ஒருநாள், ‘உங்களை எம்.எல்.சி. ஆக்கியது யார்?’ என்று கேட்டேவிட்டார்.

திருச்செந்தூர் தொகுதியில் எனது ஜாதிக்காரர்கள் அதிகம் இருக்கிறார்கள் என்று ஆர்.எம்.வீரப்பன் இடைத்தேர்தல் நேரத்தில் நகர்த்திய காயில், ஜெயலலிதா அன்றைக்கு நசுங்கிப் போனார்.

இதை உடனே அறியாத ஜெயலலிதா, மனம் திறந்து என்னைப் பாராட்டினார். அவர் அப்போது மதுரை பாண்டியன் ஹோட்டலில் இருந்தார். திருச்செந்தூர் இடைத்தேர்தல் பிரச்சாரத்திற்காகச் சென்றுவிட்டு ஓட்டமும் நடையுமாக மதுரைக்கு வந்திருந்தார். நான் எம்.எல்.சி. ஆனதைப் பத்திரிகைகளில் பார்த்துவிட்டுத்தான் ஃபோன் பண்ணினார்.

“உங்களுக்கு ஏதாவது கிடைக்கும் என்று நினைத்தேன். உடனே எம்.எல்.சி.யாக்கிவிடுவார் என்று நினைக்கவில்லை” என்று அப்போது ஜெயலலிதா சொன்னார். அவரிடம் பேச்சுக் கொடுத்தபோது, அமைச்சர் ராகவானந்தம் ஜெயலலிதாவிடம் ஒழுங்காக நடந்துகொள்ளவில்லை என்று தெரிந்தது.

ஜெயலலிதா திருச்செந்தூர் தேர்தல் அலுவலகத்திற்கு வந்தபோது,

ராகவானந்தம் மாத்திரம் எழுந்து நிற்கவில்லை என்பதை முந்தியநாளே அறிந்துகொண்டேன். இப்போது ஜெயலலிதாவிடமிருந்து அறிந்த செய்தி இன்ப அதிர்ச்சியாக இருந்தது.

திருச்செந்தூர் தொகுதியில் ஓரிடத்தில் மக்கள் குடிதண்ணீர் கேட்டிருக்கிறார்கள். ஜெயலலிதா உடனே தண்ணீருக்கு ஏற்பாடு என்று குடிநீர் மந்திரியான ராகவானந்தத்திடம் உத்தரவிட்டிருக்கிறார். அரசாங்கம்; நடைமுறை அது இது என்று சொல்லக்கூடாத சமாச்சாரங்களையெல்லாம் ஜெயலலிதாவிடம் ராகவானந்தம் பலபேர் முன்னிலையில் சொல்லியிருக்கிறார்.

தேர்தல் முடியட்டும் அவர் பதவியில் இருப்பதைப் பார்ப்போம் என்று தொலைபேசியிலேயே சவால் விட்டார் ஜெயலலிதா. நான் உடனே ஆர்.எம்.வீரப்பனிடம் ஓடினேன்.

'ராகவானந்தத்திற்கு என்ன நேருகிறது என்பதைப் பொறுத்துத்தான் இப்போதைக்கு எம்.ஜி.ஆரிடம் ஜெயலலிதா எவ்வளவு நெருக்கமாக இருக்கிறார் என்பதைத் தீர்மானிக்க வேண்டும்' என்றேன். எம்.எல்.சி. விவகாரத்தில் ஜெயலலிதாவிற்குத் தோல்வியை உண்டாக்கியது ஆர்.எம்.வீரப்பன்தான் என்பதை ஜெயலலிதா அறிந்தால் என்ன நடக்குமோ என்கிற அச்சம் வேறு அப்போது ஆர்.எம்.வீரப்பனை ஆக்கிரமித்திருக்கிறது. இப்போது ஜெயலலிதாவின் ராஜாங்கத்தில் காணாமல் போன இன்றைய வீரப்பனைப்போல இல்லாமல், அன்றைக்கு ஜெயலலிதாவிற்கு மேற்கொண்டு இடைஞ்சல் ஏற்படுத்த ஆர்.எம்.வீரப்பன் நேரம் பார்த்துக்கொண்டிருந்தார்.

ராகவானந்தத்திற்கு ஜெயலலிதாவின் கோபத்தால் என்ன நேரப்போகிறது என்று எதிர்பார்த்து நானும் அவரும் நாட்களை நகர்த்தினோம்.

எம்.ஜி.ஆரின் வளர்ப்பு மகள்!

ராகவானந்தத்தின் தலை தப்பாது என்றேன் நான். ஆர்.எம்.வீரப்பன் தலைக்கு ஒன்றும் நேராது. தலைப்பாகை தடுமாறலாம் என்றார். அவர் சொன்னதுதான் நிகழ்ந்தது. ராகவானந்தத்தின் இலாகா மாற்றப்பட்டது; சின்ன சிராய்ப்புகளோடு அவர் அமைச்சரவையில் நீடித்தார். அப்போதைக்கு எந்த அளவிற்கு ஜெயலலிதா எம்.ஜி.ஆருக்கு நெருக்கமாக இருக்கிறார் என்பதற்கு இதுவே எங்களுக்கு அளவுகோலாக இருந்தது.

எம்.எல்.சி. தேர்தலுக்கு வேட்புமனு தாக்கல் செய்தேன். எதிர்ப்பே இல்லை. வெற்றி பெற்றதாக அறிவித்துவிட்டார்கள். அடுத்த வாரம் பதவியேற்கலாம் என்றிருந்தேன். அதற்குள் எம்.ஜி.ஆர். கொச்சினுக்குப் புறப்பட்டார். என்னை உடன் அழைத்தார். விமானம் சென்னை-பெங்களூர்-கொச்சின் என்று போனது. விமானத்தின் இடதுபக்கம் மூன்று இருக்கைகளில் முதலில் ஜானகி அம்மாள், அடுத்து எம்.ஜி.ஆர்., அடுத்து நான். என் இருக்கையில் பரமசிவம் சார்தான் உட்கார்ந்திருக்க வேண்டும். ஏதாவது கேட்பார், நீங்கள் உட்காருங்கள் என்று பரமசிவம் தப்பித்துவிட்டார்.

விமானம் ஒரு நிதானத்திற்கு வந்ததும் என் கையிலிருந்த புத்தகத்தை எம்.ஜி.ஆர். எடுத்தார். அது ஆச்சார்ய ரஜினீஷின் சொற்பொழிவுகள். அதை வைத்துக்கொண்டார். அடுத்து இருந்தது 'ஆனந்த விகடன்'. 'ஏன் நமது பத்திரிகை எங்கே?' என்று கேட்டார். உங்களுக்கு வழக்கம்போல ஐந்து பிரதிகள் அனுப்பிவிட்டேனே? என்றேன். மௌனமானார். ஓவல் வடிவ கண்ணாடி வழியாக எட்டிப் பார்த்துவிட்டு ஆற்றுப் படுகைகள் பாளம் பாளமாக வெடித்திருப்பதைப் பார்த்து நமக்கு மழை வரவில்லையே என்று

வருந்தினார்.

இதற்கிடையில் ஜானகி அம்மாளின் முகத்தை ஒரே ஒரு ஈ முற்றுகையிட ஆரம்பித்தது. அந்த அம்மாள் என்னவோ முயற்சி செய்தும் அந்த ஈயைப் பிடிக்க முடியவில்லை. எம்.ஜி.ஆருக்கு இதுவே பெரிய சவாலாகப் போய்விட்டது. என் கையிலிருந்து பத்திரிகையை வாங்கிச் சுருட்டினார் எம்.ஜி.ஆர். ஈயை அடிக்க முயற்சித்தார். ஈயென்ன சினிமா வில்லனா? எம்.ஜி.ஆர். அடித்தால் விழுந்துவிட... அந்த அம்மாவை ஈ விடவே இல்லை. எம்.ஜி.ஆர். ஈயை பத்திரிகைச் சுருளால் அடிப்பதையும் நிறுத்தவில்லை. ஒரு சந்தர்ப்பத்தில் ஓவல் வடிவ கண்ணாடியைப் 'படார், படார்' என்று எம்.ஜி.ஆர். அடித்தார். அக்கம்பக்கத்திலிருக்கிறவர்கள் எட்டி வந்து பார்த்தார்கள். அடிக்கிற அடியில் கண்ணாடி உடைந்துவிடுமோ என்கிற சூழ்நிலை. எம்.ஜி.ஆர். அடிப்பதை விடவில்லை. ஈயும் அவர் பிடிக்கு அகப்படவில்லை.

இந்த மூன்றாவது உலகப் பெரும்போரைப் பார்த்த விமானப் பணிப்பெண் வேகமாக வந்தார். தண்ணீரில் நனைந்த கைக்குட்டையால் ஒரு வினாடியில் ஈயை அழுத்திப்பிடித்து அகற்றிவிட்டார். எம்.ஜி.ஆருக்குப் பரமதிருப்தி. 'அது அதற்கு ஒருமுறை இருக்கிறது' என்றார் எம்.ஜி.ஆர். எதிர்ப்பு ஈயிடமிருந்து வந்தாலும் எம்.ஜி.ஆர். இறுதிவரை விடமாட்டார் என்கிற பாடம் எனக்குக் கிடைத்தது. ஜானகி அம்மாளுக்கும் எம்.ஜி.ஆருக்கும் கருத்து வேறுபாடுகள் இருந்திருக்கலாம். ஆனால் அந்த அம்மாளை எவ்வளவாக நேசித்தார் என்பதற்கும் இந்த நிகழ்ச்சி ஓர் எடுத்துக்காட்டாக ஆனது.

கொஞ்சநேரத்தில் விமான ஓட்டிகளில் ஒருவர் எம்.ஜி.ஆரை வந்து வணங்கினார். உடனே எம்.ஜி.ஆர். அவரோடு விமானத்தின் மூக்கு பகுதிக்குச் சென்றார். விமான ஓட்டியோடு உட்கார்ந்திருந்தார். சாதாரணமாகப் பயணிகள் அனுமதிக்கப்படாத இந்தப் பகுதிக்கு எம்.ஜி.ஆர். தாவிப்போனார்.

இப்போது இடையில் எம்.ஜி.ஆர். இல்லை. அந்தப் பக்கம் ஜானகி அம்மையார். இந்தப் பக்கம் நான். ஜானகி அம்மாள் பேச்சுக்கொடுத்தார். 'அய்யாவுக்குக் கோபம் வரும் ஆனாலும் அவர்மாதிரி குணவானைப் பார்க்க முடியாது. இப்போது எங்களுக்குள் பிரச்சினைகள் அதிகமாகி வருகின்றன. காரணம் உங்களுக்கெல்லாம் தெரிந்ததுதான். எப்படியாவது இந்த அம்மாவின் கொட்டத்தை அடக்கவேண்டும். நான் போகாத கோயிலில்லை. வேண்டாத தெய்வமில்லை என்று ஜானகி அம்மாள் அங்கலாய்த்தார்.

'என்னிடத்தில் ஒரு திட்டமிருக்கிறது பிறகு சொல்லுகிறேன்' என்று அப்போதைக்கு சொல்லி வைத்தேன்.

கொல்லூர் மூகாம்பிகை கோயிலுக்கு நீங்களும் போவீர்களே... அங்கே மூர்த்தி கணேஷ்பட் உங்களுக்குத் தெரியுமா? என்று ஜானகி அம்மாள் கேட்டார்.

'ஆம்' என்றேன். எதற்கு என்று கேட்பதற்குள் எம்.ஜி.ஆர். விமானத்தின் மூக்கிலிருந்து திரும்பி வந்துவிட்டார்.

வந்ததும், 'இந்த அம்மா என்ன சொல்லியிருப்பாங்கன்னு எனக்குத் தெரியும்' என்றார் எம்.ஜி.ஆர். எனக்குத் தூக்கி வாரிப்போட்டது. நல்லவேளை அதற்குள் விமானம் பெங்களூரில் இறங்கத் தொடங்கியது. நான் நெளி நெளியென்று நெளிந்து நிலைமையைச் சமாளித்தேன்.

பெங்களூரில் விமானத்தைச் சுத்தப்படுத்துவதற்காகப் பணியாளர்கள் சிலர் உள்ளே வந்தார்கள். எம்.ஜி.ஆரைப் பார்த்ததும் அவர்களுக்கு ஒரே பரபரப்பு. எம்.ஜி.ஆர். காலை தொட்டுக் கும்பிட்டார்கள்.

சற்றைக்கெல்லாம் கன்னட நடிகர் ராஜ்குமார் வந்தார். எம்.ஜி.ஆர். அவரைக் கூப்பிடுங்கள் என்றார். ராஜ்குமார் வலது கோடியில் முதலில் உட்கார்ந்தார். 'அவராக வரட்டும்' என்று நான் சொன்னேன். இப்போது நினைத்தால்கூட எவ்வளவு துணிச்சலாக எம்.ஜி.ஆரிடத்தில் பேசியிருக்கிறோம் என்று வியப்பாக இருக்கிறது.

சிறிதுநேரத்தில் ராஜ்குமாரே வந்து எம்.ஜி.ஆரை வணங்கினார். 'தோட்டத்திற்கு வாருங்கள் பேசுவோம்' என்றார் எம்.ஜி.ஆர். பக்கத்து மாநிலத்து நடிகர்களில் ராஜ்குமாருக்கு பாதிக் கன்னடர்கள் ரசிகர்களாயிருப்பார்கள். இருந்தும் எம்.ஜி.ஆர். என்றால் அவர்களுக்கே ஒரு பக்தி இருந்ததைப் பார்த்து பரவசப்பட்டேன்.

கொச்சின் மாநகராட்சியில் எம்.ஜி.ஆருக்கு வரவேற்பு நிகழ்ந்தது. "இவர் எனது நண்பர், எழுத்தாளர், இப்போது எம்.எல்.சி." என்ற எம்.ஜி.ஆர். என்னை கொச்சின் மேயருக்கு அறிமுகப்படுத்தினார்.

நண்பர் என்கிறாரே என்பது கொஞ்சம் உரசலாக இருந்தது. பிறகு கேட்டதற்கு இங்கே அப்படித்தானே சொல்ல வேண்டும். நம் ஊரிலேதான் தம்பி என்றார்.

எம்.ஜி.ஆர். தங்கியிருந்த விருந்தினர் மாளிகையில் பத்திரிகையாளர் கூட்டம் நடந்தது. பலரும் மலையாளத்தில் எம்.ஜி.ஆரை கேள்வி கேட்டார்கள். எம்.ஜி.ஆரால் மலையாளத்தில் பதில் சொல்ல முடியவில்லை. எம்.ஜி.ஆர். மலையாளியாக இருக்கலாம்;

ஆனால் மலையாளம் வரவில்லையா, அல்லது பேச விருப்பமில்லையா என்று பார்த்தால் மலையாளம் ஒரு மலையாளிக்கு வருவதைப்போல எம்.ஜி.ஆருக்கு வராது என்பதுதான் உண்மை.

எம்.ஜி.ஆரோடு காரில் வைக்கம் போனோம். பெரியாருக்கு இப்போது சிலை நிறுவியிருக்கிறார்கள். அண்மையில் நெடுஞ்செழியன் திறந்தார். இந்தச் சிலைக்கு 1983-ல் எம்.ஜி.ஆர். இடம் பார்த்தார்.

பதினோரு ஆண்டுகளுக்குப் பிறகு பெரியாருக்குச் நிலை நிறுவியிருக்கிறார்கள். வருகிற வழியில் தென்னை மரங்களுக்கு இடையில் சிதிலமடைந்து கிடந்த ஒரு வீட்டை எம்.ஜி.ஆர். எங்களுக்குக் காட்டினார்.

"உங்க அம்மாவிற்கு வைக்கத்தில் சொத்து இருக்கிறது என்கிறார்களே- அதுதான் இது" என்று காட்டினார் எம்.ஜி.ஆர். பிறகு எம்.ஜி.ஆர். தமது வளர்ப்புப் பெண்களைப் பார்க்கப் போனார். கூடப்பேசாதபடி பரமசிவம் சார் என்னைத் தடுத்தார். சரி இது ஜானகி அம்மாளின் ராஜாங்கம் என்று அறிந்து கொள்வதற்கு எனக்கு அதிக நேரம் ஆகவில்லை.

அந்த இரவில் கொச்சின் தமிழ்ச் சங்கத்தில் எம்.ஜி.ஆருக்கு வரவேற்பு நிகழ்ந்தது. என்னைப் பேச வேண்டுமென்று கேட்டார். நான் மறுத்தேன். பேசத்தான் வேண்டும் என்றார். பேசினேன். பிறகு எம்.ஜி.ஆர். பேசினார். எம்.ஜி.ஆருக்கு இலக்கியம் தெரியாது என்று எவரேனும் நினைத்தால அவர்கள் முட்டாள்களின் சொர்க்கத்தில் முழுநேர ஊழியர்கள் என்றுதான் பொருள்.

எம்.ஜி.ஆர். ஔவையார், நாலடியார் என்றெல்லாம் பேசி அசத்திவிட்டார். மறுநாள் துறைமுகத் தொழிலாளர் விழா ஒன்றில் எம்.ஜி.ஆர். கலந்துகொண்டார். விளையாட்டு மைதானத்தில் இது நடைபெற்றது. கேரள புரட்சி சோசலிஸ்ட் தலைவர்ஸ்ரீகண்டன் நாயர் இதில் பேசினார். எம்.ஜி.ஆர். அப்போது நான் தமிழில் பேசுவதை நீங்கள் ஆங்கிலத்தில் மொழிபெயர்க்க வேண்டும் என்றார். 'மலையாளிகளுக்கு எளிதாகத் தமிழ் விளங்குமே, எதற்காக செயற்கையாக ஒரு மொழிபெயர்ப்பு' என்று கேட்டேன். அவ்வளவுதான்... என்னை முறைத்தார்.

தமிழில் எம்.ஜி.ஆர். பேசினார். மலையாளிகள் கைதட்டி ஆரவாரம் செய்தார்கள். நான் சொன்னது உண்மை என்பதை எம்.ஜி.ஆர். உடனேயே உணர்ந்தார். இருந்தும் அவரை நான் அலட்சியப்படுத்துவதாக நினைத்துக்கொண்டார். ஊர் வந்துவிட்டோம்.

ஜெயலலிதாவிடமிருந்து அழைப்பு வந்தது. போனேன். கொச்சினில் என்னென்ன நடந்தது என்று கேட்டார். எனக்கோ எல்லாவற்றையும் சொல்லாவிட்டால் நாம் எங்கே மாட்டிக்கொள்ளப் போகிறோமோ என்று அச்சம். இருந்தும் அந்த அம்மா கேட்கிறபோது சொல்லாமலும் இருக்கக்கூடாது என்று சிலவற்றை மென்று விழுங்கினேன். நான் சிலவற்றை மறைக்கிறேன் என்று ஜெயலலிதா சொல்லாமல் சொன்னார்.

இரண்டு நாட்கள் கழித்து எம்.ஜி.ஆரைப் பார்க்கப் போனேன். அன்று எம்.எல்.சி. பதவிப்பிரமாணம் எடுக்க வேண்டும். அதற்காக அவரை அழைக்கப் போனேன். அவரோ மாடியிலிருந்து இறங்கவே இல்லை. இண்டர்காமில் பேசினார். நீங்கள் போய் பதவிப்பிரமாணம் எடுத்துக்கொள்ளுங்கள் என்றார். எனக்கு அழுகையே வந்துவிட்டது. கைக்கு எட்டியது வாய்க்கு எட்டாமல் போய்விட்டதே என்று எனக்கு வருத்தம்.

எம்.ஜி.ஆர். பேச்சை மொழி பெயர்க்காமல் விட்டதால் எம்.ஜி.ஆர். பதவிப் பிரமாணத்திற்கு வர மறுக்கிறாரா? ஜானகி அம்மாள் எதையாவது நாம் ஜெயலலிதாவிடத்தில் சொல்லிவிட்டோம் என்று எம்.ஜி.ஆர். காதில் ஏதாவது போட்டு வைத்துவிட்டார்களா? அல்லது கொச்சினில் என்ன நடந்தது என்று கேட்டபோது பலவற்றை மறைத்துவிட்டோம் என்று கருதி ஜெயலலிதா ஏதாவது எம்.ஜி.ஆரிடம் சொல்லிவிட்டாரா?

எம்.ஜி.ஆரின் கோபத்திற்குக் காரணம் இந்த மூன்றில் ஒன்று அல்லது மூன்றும் என்று நினைத்துக்கொண்டேன்.

மறுநாள் ஜெயலலிதா கூப்பிட்டார். போனேன். எம்.ஜி.ஆர். எங்கெல்லாம் போனார் என்று கேட்டார். அன்றைக்குச் சொன்னதைவிட அதிகமான தகவல்களைச் சொன்னேன். இதை அன்றைக்கே ஏன் சொல்லவில்லை என்று கேட்டார். புதிய பிரச்சினைகளுக்கு இந்தத் தகவல் வழிவகுக்கும் என்று சொல்லவில்லை என்றேன்.

எம்.ஜி.ஆரின் வளர்ப்புப் பெண்கள் பற்றி ஜெயலலிதா கேட்டார். இந்த இடம் வருகிற கட்டிடத்தில்தான் ஜானகி அம்மாள் என்னை இருட்டில் விட்டுவிட்டார்கள் என்று ஓங்கிச் சொன்னேன். இந்த உண்மையை உண்மையென்று இறுதியாக ஜெயலலிதா நம்பினார்.

பிரச்சினையை ஜெயலலிதாவிடமே சொன்னேன். அவர் நாளைக் காலையில் அவரைப் பாருங்கள் என்று சொன்னார். மறுநாள் காலை தோட்டத்திற்குப் போனேன். முதலில் வரவே இல்லை. 11 மணி

நெருங்கிக்கொண்டிருந்தது. சட்டமன்ற மேலவைக் கூட்டம் தொடங்குவதற்க முன்னால் பதவிப்பிரமாணம் எடுக்க வேண்டும்.

15 நிமிடத்தில் எப்படி மேலவைக்கு எம்.ஜி.ஆர். வரப்போகிறார் என்று நினைத்தேன். ஆனால் எதிர்பாராதவிதமாக எம்.ஜி.ஆர். வந்தார். அவரோடு காரில் ஏறினேன்.

ஆர்.எம்.வீரப்பன், ஜனார்த்தனம் எல்லோரும் இருந்தார்கள். சிலம்புச் செல்வர் பதவிப் பிரமாணம் செய்து வைத்தார். ஒருவழியாக எம்.எல்.சி. ஆனேன். ஆனால் எம்.ஜி.ஆரின் இடைப்பட்ட கோபத்திற்கு என்ன காரணம் என்பது அப்போதைக்குத் தென்படவில்லை.

ஒருவாரம் கழித்து அவரது கோபத்திற்கும், கோபம் குறைக்கப்பட்டதற்கும் ஜெயலலிதாவே முற்ற முழுக்க காரணம் என்று அறிந்துகொண்டேன்.

ஆனால் எல்லாம் முடிந்த பிறகும் ஒரு வாரம் வரை எம்.ஜி.ஆர். என்னிடம் பேசவில்லை.

கொச்சினில் நடந்தவைகளை ஜெயலலிதாவிடம் சொன்னதால் எம்.ஜி.ஆருக்கு கோபமா? சொல்லாததால் கோபமா? என்பதைக் கண்டுபிடிக்க முடியவில்லை.

இதற்கிடையில் ஒருநாள் எம்.ஜி.ஆர் 'தாய்' அலுவலகத்திற்குப் பேசினார். அது மாலை நேரம். "குமுதத்தில் அம்மு (ஜெயலலிதா) எழுதுகிற 'நெஞ்சிலே ஒரு கனல்' படிக்கிறீர்களா?" என்றார்.

'இல்லை' என்றேன்.

அந்தத் தொடரை குமுதத்தில் தொடர்ந்து எழுத முடியவில்லை. தாயில் எழுதலாமா? எழுதினால் தாய் அதிகம் விற்குமா? எப்படி உங்கள் அபிப்பிராயம் என்று கேட்டார்.

என்மீது எம்.ஜி.ஆருக்கு ஒரு மதிப்பு இருக்கவே செய்தது. அதை அவர் காட்டிக்கொண்ட விதம் அருமையாக இருந்தது.

இன்று எம்.ஜி.ஆரை இரண்டாவது முறையாக கொல்லுகிற சதிக்கும்பல் அவரது பண்பாடுகளைத் குழிதோண்டிப் புதைத்துவிட்டது.

அவர் எதிரிகளை நண்பர்களாக்கினார். இன்று ஜெயலலிதா நண்பர்களை எதிரிகளாக்கி வருகிறார்.

அன்று எம்.ஜி.ஆருக்குப் பொதுமக்கள் மீது மதிப்பு இருந்தது. இன்று மதிப்பு இருப்பதுபோல இந்த அம்மையார் காட்டிக்கொள்கிறார்கள். என்ன நிகழ்ந்தாலும் மக்களின் அறியாமையைப் பயன்படுத்தி ஆட்சிக்கு மீண்டும் வரலாம் என்று இந்த அம்மையாருக்கு ஒரு அழுத்தம் வந்திருக்கிறது.

ஜெயலலிதாவின் பணம் காய்க்கும் குட்டைப்பனைமரமான பொதுப்பணித்துறை அமைச்சர் கண்ணப்பன் அண்மையில் நடைபெற்ற யாதவர்கள் மாநாட்டிற்கு எவ்வளவு பணம் தந்தார்? ஏன் தந்தார்? யாருக்கு எதிராகத் தந்தார் என்பதெல்லாம் ஜெயலலிதா அறிவாரா? அவரது நாற்காலிக்குப் பின்னாலே நடைபெற்று வருகிற பொம்மலாட்டப் பேய்களை அவர் தெரிந்து வைத்திருக்கிறாரா?

இதை வெளியிடுங்கள் என்று எம்.ஜி.ஆர். சொன்னால் கீழ்ப்படிவதுதான் எனக்கு வேலை. ஆனால் தனது ஊழியக்காரனை அவர் மகிமைப்படுத்தினார். இன்று மந்திரிகளைக்கூட இந்த ஆரிய ராணி தனது அகம்பாவத்தால் அசிங்கப்படுத்தி வருகிறார்.

எம்.ஜி.ஆரிடம் அந்த அம்மாளுடைய கதையைக் குமுதம் நிறுத்தினால் நமது தாயில் வெளியிடலாம் என்றேன்.

'குமுதம்' ஏன் ஜெயலலிதாவின் தொடர்கதையை முடிவதற்குள் நிறுத்தியது.

ஜெயலலிதாவுக்குப் பிடித்த பிடிவாதக்காரி!

ஜெயலலிதாவின் தொடரை 'குமுதம்' ஏன் துண்டித்தது என்று ஒருநாள் அந்த அம்மாளையே கேட்டேன்.

"நீங்கள் அந்தக் கதையை படித்தீர்களா?" என்று கேட்டார். நான் 'இல்லை' என்றேன். "குமுதத்தில் வெளியாகி வந்த அந்தக் கதைக்கு கை, கால், காது, மூக்கு எல்லாம் வைத்து எம்.ஜி.ஆரிடம் எவரோ சொல்லியிருக்கிறார்கள்" என்றார் ஜெயலலிதா. வார்த்தைகளை வரிசைப்படுத்துவதிலே ஜெயலலிதா கவனமாக இருந்தார்.

நம்மைப் பற்றித்தான் நாளும் பொழுதும் எம்.ஜி.ஆர். இடத்தில் கோள்மூட்டுவதற்கு ஆட்கள் இருக்கிறார்கள் என்றால், எம்.ஜி.ஆரைப் பற்றியே எம்.ஜி.ஆரிடத்தில் கோள்மூட்டுவதற்கும் அ.தி.மு.க.வில் ஆட்கள் இருப்பார்கள் போலிருக்கிறது என்று மூர்ச்சையானேன்.

"குமுதம் உங்கள் கதையை நிறுத்தி விட்டதற்காக நீங்கள் வருத்தப்பட வேண்டியதில்லை. இவ்வாறே எழுத்தாளர்கள் பலருக்கும் நேர்ந்திருக்கிறது" என்று ஜெயலலிதாவிடம் சொன்னேன்.

"டால்ஸ்டாய் என்கிற மாபெரும் ரஷ்ய எழுத்தாளர், 'ரஷ்யன் க்ரானிக்கல்' என்கிற பத்திரிகையிலேதான் தமது உலகப்புகழ்பெற்ற 'சண்டையும் சமாதானமும்' என்ற தொடரை எழுதி வந்தார். டால்ஸ்டாயின்தொடர் தொடர்ந்து வருவதால், எங்கள் பத்திரிகையின் விற்பனை பாதிக்கப்படுகிறது என்று அறிவித்துவிட்டு, பத்திரிகைக்காரர்களே டால்ஸ்டாயின் தொடரை நிறுத்தி விட்டார்கள். ஆனால், இன்று டால்ஸ்டாயின் 'சண்டையும் சமாதானமும்' மொழிபெயர்க்கப்படாத மொழிகளே இல்லை" என்று சொன்னேன். ஜெயலலிதா, நான் சொன்னதைக் குறித்துக்கொண்டார்.

இதற்கிடையில் ஜெயலலிதாவின் கதையை நிறுத்தச் சொல்லி

எம்.ஜி.ஆர்.தான் குமுதத்திற்கு சொல்லிவிட்டார் என்கிற செய்திகளுக்கு சிறகுகள் முளைத்தன. வேறொரு பக்கம் 'குமுதம் பதிப்பாளர் பார்த்தசாரதிக்கும், ஜெயலலிதாவிற்கும் மோதல்' என்றும் சொன்னார்கள். வேறொரு தரப்பார், குறிப்பிட்ட கால அளவிற்குள் ஜெயலலிதா எழுதி முடிக்கவில்லை. சிந்துபாத் கதை மாதிரி நீட்டிக்கொண்டே போவதைக் குமுதம் விரும்பவில்லை' என்றார்கள்.

ஜெயலலிதா பொதுவாக சட்டதிட்டங்களுக்கு உட்பட மாட்டார். 5 மணிக்கு வரவேண்டும் என்றால், 4.45-க்கே வந்தாவது சட்டத்தை மீறிவிடவேண்டுமென்று நினைப்பார். ஆகவே, குமுதம் குறிப்பிட்ட கால அளவிற்குள் ஜெயலலிதா முடிக்காமல் போயிருக்கக்கூடும்.

ஆனால் இந்தக் கதை எதைப் பற்றியது. யாரைப் பற்றியது என்று நீங்கள் அறிந்துகொண்டால் எம்.ஜி.ஆர். ஒருவேளை இதை வெளிவர வேண்டாமென்று தடுத்திருக்கக் கூடுமோ என்று சந்தேகிக்கக் கூடும். சரி, குமுதத்தில் வரவேண்டாமென்று இந்தக் கதையை எம்.ஜி.ஆர். தடுத்திருந்தால், 'தாய்' வார இதழில் அதே கதை வெளிவருவதில் ஏன் ஆர்வம் காட்டினார்? இதற்கு நான் பிறகு வருகிறேன்.

தாயில் ஜெயலலிதாவின் தொடரை வெளியிட வேண்டும் என்று முடிவெடுத்தேன். அதற்காக, ஏற்கனவே தாய் இரண்டாவது ஆண்டு மலர் தொடங்கி, ஜெயலலிதா எழுதி வந்த 'எனக்குப் பிடித்த...' என்கிற தொடரை நிறுத்தினேன்.

எனக்குப் பிடித்த இடம், மொழி, ஞானி, பறவை என்று எழுதும்படி நான்தான் ஜெயலலிதாவிற்குச் சொன்னேன். 1974 வாக்கில் குமுதத்தில் 'எனக்குப் பிடித்த' என்கிற தலைப்பில் வாராவாரம் எழுதினேன். தொடர்ந்து எழுத இயலவில்லை. இந்தத் தலைப்பையே ஜெயலலிதாவிற்குத் தந்து எழுத வைத்தேன்.

'எனக்குப் பிடித்த பாடல்' என்று பட்டுக்கோட்டையின் 'சின்னப்பயலே சின்னப்பயலே சேதி கேளடா' என்கிற பாடலைப் பற்றி ஜெயலலிதா கட்டுரை எழுதினார்.

"தான் சொல்லுவதை அந்தச் சிறுவன் கண்மூடித்தனமாக பின்பற்ற வேண்டும் என்று அவர் எதிர்பார்க்கவில்லை. தான் சொல்லப் போகும் வார்த்தையை நன்றாக எண்ணிப் பார்க்கத்தான் சொல்லுகிறார். எண்ணிப் பார்த்து சிந்தித்த பிறகு, அது சரியென்று அந்தச் சிறுவனுக்குப் பட்டால், அதன்பின் அவன் அதை ஏற்றுக்கொள்ளலாம்' என்று பட்டுக்கோட்டையார் பாடலுக்கு ஜெயலலிதாகோனார் நோட்ஸ் போட்டிருந்தார்.

எண்ணிப் பார்த்து செயல்பட வேண்டும் என்று அப்போதைக்கு எழுதுவது ஜெயலலிதாவிற்கு எளிதாக இருந்தது. இப்போது தன்னை சூழ இருப்பவர்கள் சொல்லுவது உண்மையா, இல்லையா என்று சிந்திப்பதை அவர் நிறுத்தி நான்கு வருடங்கள் ஆகின்றன.

"ஆள் மட்டும் வளர்ந்தால் போதாது. கருணை, இரக்கம், பரிவு எல்லாம் ஒருசேர வளர வேண்டும்" என்று அந்தக் கட்டுரையில் ஜெயலலிதா எழுதினார். இன்று அதே ஜெயலலிதாவிடத்தில் கருணை, இரக்கம், பரிவு போன்ற குணங்களைத் தேடி கமிஷன் போட்டாலும்கூட கண்டுபிடிக்க இயலாது. சொல்லுவதற்கு எல்லாமே சுகமாக இருக்கிறது. கடைபிடிக்கிறபோதுதான் கசக்கிறது.

'எனக்குப் பிடித்த மொழி' என்ற தலைப்பில் தான் மைசூரில் பிறந்திருந்தாலும், தானும் தனது மூதாதையர்களும் தமிழ்நாட்டிலிருந்து குடிபோன தமிழர்களே என்கிற வாதத்தை வளர்ப்பதற்கு, ஜெயலலிதா படாதபாடு பட்டிருந்தார். இதில் நான் எதுவும் குறைத்துவிடக்கூடாது என்று குறிப்பிட்டார்.

'எனக்குப் பிடித்த இடம்' என்கிற கட்டுரையில் ஜெய்ப்பூர்தான் எனக்குப் பிடித்த இடம் என்று ஜெயலலிதா எழுதினார்.

எனக்குப் பிடித்த மொழி என்பதில் 'தமிழ்' என்று எழுதிவிட்டு, பிடித்த புத்தகம் என்பதில் சார்லஸ் டிகேன்ஸின் 'டேவிட் காப்பர் ஃபீல்ட்' என்றும், பிடித்த இடம் என்பதில் 'ஜெய்ப்பூர்' என்றும் எழுதிவிட்டார். தமிழ்மொழிதான் பிடித்த மொழி என்றால், அந்த மொழியில் இவருக்குப் பிடித்த புத்தகமே இல்லையா, அந்தத் தமிழ்நாட்டில் பிடித்த இடமே இல்லையா என்று பலரும் கேட்கத் தலைப்பட்டார்கள்.

தனது கட்டுரைத் தொடர் பற்றி வாசகர்கள் எழுதுகிற கடிதங்களைச் சேகரித்து, ஒவ்வொரு வாரமும் ஜெயலலிதாவிற்கு அனுப்பிவிடுவேன். நிரம்பக் கடிதங்கள் வருவதில்லை என்றெல்லாம் அப்போது குறைபட்டுக்கொள்வார். ஒவ்வொரு வாரமும் தவறாமல் 'பிரிக்கப்பட்ட உறைகள்' பகுதியில், ஜெயலலிதாவின் கட்டுரைத் தொடரை பாராட்டி வந்த கடிதங்களை மட்டுமே வெளியிட்டு வந்தோம்.

ஒருமுறை, 'எனக்குப் பிடித்த திருமணமுறை' என்கிற தலைப்பில் எழுதும்படியாகக் கேட்டேன். ஜெயலலிதா இந்தத் தலைப்பை மாற்றி 'எனக்குப் பிடித்த திருமண வாழ்த்துமுறை' என்று எழுதினார். 'எனக்குப் பிடித்த திருமண முறை' என்று ஜெயலலிதாவை எழுதக்கேட்டது எவ்வளவு அறிவுகெட்டத்தனம் என்று பிறகுதான்

உணர்ந்தேன்.

நல்லவேளை... ஜெயலலிதா என்னைத் தவறுதலாக நினைக்கவில்லை. இந்தக் கட்டுரையில் அவசியம் பிரசுரிக்க வேண்டும் என்று, தந்தை பெரியாரோடு ஜெயலலிதா எடுத்துக்கொண்ட ஒரு படத்தை அவரே என்னிடம் தந்தார். இந்தப் படம் 1973-ல் ஜெயலலிதா கதாநாயகியாக நடித்த 'சூரியகாந்தி' திரைப்படத்தின் 100-வது நாள் விழா ராஜேஸ்வரி கல்யாண மண்டபத்தில் நடந்தபோது எடுக்கப்பட்ட படம். இந்தப் படத்தில் தந்தை பெரியார், ஜெயலலிதா, மறைந்த நடிகர் முத்துராமன், முக்தா சீனிவாசன் எல்லோரும் நிற்கிறார்கள்.

பெரியாரோடு தான் இருக்கும் படத்தை அவசியம் பிரசுரிக்க வேண்டுமென்று ஜெயலலிதா என்னிடம் பலமுறை கேட்டார். அப்படியே பிரசுரித்தேன்.

இதுமாதிரியே வேறொரு தடவை, அறிஞர் அண்ணாவோடு தான் எடுத்துக்கொண்ட புகைப்படத்தை வெளியிட வேண்டும் என்று கேட்டுக் கொண்டார். முன்னொரு காலத்தில் நாட்டியமாடி அறிஞர் அண்ணாவிடம் கழக வளர்ச்சி நிதிக்கு ரூ.10,000 தந்ததாகச் செய்தி வெளியிடுமாறு ஜெயலலிதா என்னை வற்புறுத்திக் கேட்டார். இந்த நிகழ்ச்சி உண்மையாகத்தான் இருக்கும் என்று நம்பி, இந்தப் படத்தையும் செய்தியையும் வெளியிட்டேன்.

பத்தாண்டுகளுக்கு முன்னர் நடைபெற்ற பல்வேறு சம்பவங்களை ஒட்டிவைத்துப் பார்க்கிறபோது, ஜெயலலிதாவின் 'திட்டம்' தெளிவாகிப் போகிறது. திட்டம் போட்டால் தமிழ்நாட்டையே திருடிவிடலாம் என்பது இப்போது புரிகிறது.

எனக்குப் பிடித்த இடம் என்பதில் 'ஜெய்ப்பூர்' என்று எழுதியது. எனக்குப் பிடித்த மொழி என்பதில் 'தமிழே' என்றது. நாங்கள் மைசூருக்கு குடிபோன அந்த நாள் தமிழர்களே என்றது, பெரியார், அண்ணாவுடன் தானும் இடம்பெற்றுள்ள படங்களை வெளியிட வைத்தது... இப்படி நூற்றுக்கணக்கான நிகழ்ச்சிகளை ஒட்டவைத்துப் பார்க்கிறபோது, தமிழ்நாட்டைக் கைப்பற்றுகிற ஜெயலலிதாவின் திட்டத்திற்கு, குறைந்தது பதினைந்து வயதிருக்கும் என்று எனக்குப் படுகிறது.

எனக்குப் பிடித்த இடம் என்ற தலைப்பில் ஜெயலலிதா 'ஜெய்ப்பூர்' என்று எழுதினார். இதற்குக் காரணம் ஜெய்ப்பூர் அவருக்குப் பிடித்தது என்பதில்லை. இந்த ஊரைப்பற்றி எழுதுகிறபோதுதான் தேவைக்கு மாத்திரம் இப்போது தான்

பயன்படுத்திக்கொள்கிற எம்.ஜி.ஆரைப் பற்றி எழுத இயலும்.

படப்பிடிப்பிற்காக எம்.ஜி.ஆர்.-ஜெயலலிதா ஜெய்ப்பூர் சென்றார்கள். ஜெயலலிதாவிற்கு அடிமைப்பெண் வேடம். படப்பிடிப்பு முழுவதும் கால்களில் செருப்பு இல்லாமல் நடிக்கவேண்டும். அடிமைப்பெண் அல்லவா? ராஜஸ்தான் மணல்வெளி. சூரியன் ஏறிவிட்டால் சூடு சொல்லவே வேண்டாம். ஆகவே, காலில் செருப்புகளில்லாமல் வெகுதூரம் வந்து மணல் வெளியில் மாட்டிக்கொண்டார் ஜெயலலிதா. சுடுமணலில் துடியாய் துடித்தார். செருப்புகளைக் கொண்டுவரவோ ஆளில்லை. அந்த நேரம் எம்.ஜி.ஆர். ஒரு குழந்தையைத் தூக்குவதுபோல ஜெயலலிதாவை தூக்கிக்கொண்டு போனார் என்று ஜெயலலிதா எழுதியிருந்தார்.

அப்போது ஜெய்ப்பூர் தனக்குப் பிடித்த இடம் என்பதற்காக அல்லாமல், எம்.ஜி.ஆர். தன்னைக் குழந்தையைப் போல தூக்கிய இடம் என்பதற்காகவே, ஜெயலலிதா இந்த இடத்தை நெஞ்சில் நிறைந்த இடம், நேசிப்பதற்கு உரிய இடம் என்றெல்லாம் எழுதினார்.

இப்போது அந்த எம்.ஜி.ஆரின் படம் விளம்பரங்களில் இடம் பெறுவதைக்கூட ஜெயலலிதா விரும்புவதில்லை. வரலாறு ஒவ்வொரு நிகழ்ச்சியாக குறிப்பெடுத்துக் கொண்டிருக்கிறது. குறிப்பேடு முடிந்தது அது இயற்கையிடம் உரிய நடவடிக்கைக்காக ஒப்படைத்து விடுகிறது. இதுவே உலக தர்மம் என்று உயர்ந்தவர்களால் போற்றப்பட்டு வருகிறது.

'எனக்குப் பிடித்த திருமண வாழ்த்துமுறை' என்கிற கட்டுரையில் ஜெயலலிதா, 'தமிழ் இனத்தில் சாதி பேதங்கள் தலைப்பட்ட காலத்தில் எண்வகை திருமண முறைகள் தமிழர்களின் வாழ்வோடு கலந்தன. பிரமம், பிரசாபத்தியம் முதல் இராக்கதம், பைசாசம் வரை தமிழ் இனத்தில் கலந்த திருமண உறவுகளைப் பற்றி விலாவாரியாக எழுதியிருந்தார்.

இந்தக் கட்டுரை வெளியான இரண்டொரு நாளில், மாநிலக் கல்லூரி தமிழ்ப் பேராசிரியரான டாக்டர் எம்.சுந்தரம் 'தமிழர் வாழ்வில் ஆரியத் திருமண முறைகள் கலக்கவில்லை. ஜெயலலிதாவின் கட்டுரை தமிழ் இனத்தையே அவமானப்படுத்துகிறது' என்று குதியாய் குதித்தார். நான்தான் இந்தக் கட்டுரைகளை எழுதுகிறேன் என்கிற பாமரத்தனமான, பல்லில்லாத நம்பிக்கைக்குத் தமிழ் அறிஞரான அவரும் பலியாகி இருந்தார். இந்தக் கட்டுரையை யார் எழுதுகிறார்கள் என்று விடாப்பிடியாக அவர் கேட்டார். ஜெயலலிதாதான் இந்தக் கட்டுரையை எழுதுகிறார் என்று அடித்துச் சொல்லிப்பார்த்தேன்.

அவரால் நம்ப இயலவில்லை. அவர் மாத்திரம் அல்ல பலரும் நம்பவில்லை. ஒரு சினிமா நடிகையால் இவ்வாறான கட்டுரைகளை எழுத இயலாது என்கிற மூடநம்பிக்கையிலிருந்து தங்களை விடுவித்துக்கொள்ள அவர்களால் முடியவில்லை.

இந்தக் கட்டுரையில் ஆரிய சூழ்ச்சி தென்படுகிறது என்றார். எம்.ஜி.ஆர். பார்வைக்கு இதைக் கொண்டுவரப்போகிறேன் என்றார். அவர் எழுதி எம்.ஜி.ஆரிடம் கொடுத்த கடிதத்தைப் பிரசுரிக்கும்படி எம்.ஜி.ஆர். என்னைக் கேட்டுக்கொண்டார். அந்தக் கடிதத்தை கடைசிவரைக்கும் நான் பிரசுரிக்கவில்லை. எம்.ஜி.ஆரம் ஏன் பிரசுரிக்கவில்லை என்று கேட்கவில்லை. அதுதான் எம்.ஜி.ஆர்.

'எனக்குப் பிடித்த பிடிவாதக்காரி' என்று ஜெயலலிதா ஒரு கட்டுரை எழுதினார். ஃபிரான்ஸ் நாட்டைச் சேர்ந்த சேவியர் என்கிற அரசு வக்கீலின் மனைவி மேடம் ரேனியர் 1842-ல் ஒருநாள் தனது கணவர் எரிச்சலில் 'வாயை மூடு' என்று சொல்லிவிட்டதால், சாகிறவரை சுமார் 30 ஆண்டுகள் பேசாமலே இருந்தார். அவர்களது ஒரே புதல்விக்குத் திருமணம் நடந்தது. அப்போது "உங்கள் மகளை இவருக்குத் திருமணம் செய்துதர சம்மதிக்கிறீர்களா?'' என்று கேட்டார்கள். அப்போதாவது மேடம் ரேனியர் பேசுவார் என்று எதிர்பார்த்தார்கள். ஆனால், அவர் அப்போதும் தலையை அசைத்ததோடு நிறுத்திக்கொண்டு பேசாமல் இருந்துவிட்டார். இந்தப் பிடிவாதம் தனக்குப் பிடித்திருக்கிறது என்று ஜெயலலிதா எழுதினார்.

இந்தக் கட்டுரை வெளிவந்த இரண்டு வாரங்களுக்குப் பிறகு எம்.ஜி.ஆர். என்னிடம் 'பிடிவாதக்காரி பற்றிய கட்டுரையை படித்தீர்களா?' என்று கேட்டு, பலமாகச் சிரித்தார். இந்தக் கட்டுரை ஜெயலலிதாவை அப்படியே உரித்து வைப்பதுபோல இருந்தது என்று அவர் கருதினார்.

45 வாரங்க்ள் தொடர்ந்து வந்த இந்தக் கட்டுரையை நிறுத்திவிட்டு, 'நெஞ்சிலே ஒரு கனல்' இனி "தாய்" வார இதழில் வெளிவரும் என்று அறிவிப்பு வெளியிட்டோம். அப்போது ஒருநாள் மாலையில் ஜெயலலிதா எம்.ஜி.ஆருக்கு எழுதிய இரண்டு பக்கக் கடிதத்தை எம்.ஜி.ஆர். எனக்கு அனுப்பி வைத்திருந்தார். இந்த இரண்டு பக்கக் கடிதத்தில் முதல் பக்கம் கால் பகுதி கிழிக்கப்பட்டிருந்தது. மற்றப் பகுதிகள் என்னிடம் வந்தன ''நெஞ்சிலே ஒரு கனல்'' வெளியிடப்படுவதற்கு இன்னின்ன விளம்பர ஏற்பாடுகளைச் செய்ய வேண்டும் என்று ஜெயலலிதா விலாவாரியாக எம்.ஜி.ஆருக்கு எழுதியிருந்தார்.

ஜானகி அம்மாளின் வளர்ப்பு மகனான அப்புதான் தாய்க்குப் பதிப்பாளர். ஆகவே, ஜெயலலிதாவின் கதைக்குத் தகுந்த விளம்பரம் பண்ணவேண்டும். அதற்கு இன்னின்ன செலவாகும் என்று சொன்னபோது, அவர் கையை விரித்துவிட்டார். இந்தத் தொடர்கதையைப் பிரசுரிப்பதால் பத்திரிகைக்கு என்ன லாபம் என்று அவர் கருதியிருக்கக்கூடும். ஆனாலும் ஜெயலலிதாவிற்கு எம்.ஜி.ஆரிடம் இருந்த உச்சபட்சமான செல்வாக்கை அப்பு ஒழுங்காக மதிப்பிடவில்லை. இரண்டொரு நாள் சென்றது.

விளம்பரம் ஏன் வரவில்லை என்று ஜெயலலிதா அடிக்கடி என்னிடம் கேட்டுக்கொண்டே வந்தார். நான் உள்ளது உள்ளபடியே சொல்லி வந்தேன். ஒருநாள் காலை வழக்கமாக காலை 10 மணிக்கு வருகிற நான் 11 மணிக்கு அலுவலகம் வந்தேன். நெல்சன் மாணிக்கம் சாலை அலுவலகத்திற்கு முன்பாக மக்கள் கூட்டம். என்னவோ, ஏதோ என்று உள்ளே போனால் எம்.ஜி.ஆர். கார் நின்றது.

எம்.ஜி.ஆர். மாடிக்கு ஏறிப்போய் அப்பு என்கிற ரவீந்திரனைப் பிடி பிடி என்று பிடித்துவிட்டார். விளம்பரம் வர பிந்தியதை வைத்து அப்புவை பின்னி விட்டார். மாடிப்படிகளில் இறங்கி வருகிறபோது என்னைப் பார்த்தார். "இங்கேதான் இருந்தீர்களா" என்று கேட்டார். பதில்கூட சொல்லாமல் அவர் வண்டியில் ஏறினேன். அவர் முகம் கோபத்தில் மாலைச் சூரியனுக்கு உதட்டுச் சாயம் பூசிய மாதிரி இருந்தது. மாம்பலம் அலுவலகம் வந்து சேருகிறவரை பேசவே இல்லை.

"பலரையும் வைத்துக்கொண்டு அப்பு சாரை இப்படிப் பேசினால், மற்றவர்கள் எப்படி அவருக்குக் கீழ்ப்படிவார்கள்?" என்று மாத்திரம் சொன்னேன். அதற்கும் அவர் பதில் சொல்லவில்லை. தலையை அசைத்தார்.

ஜெயலலிதாவின் கண்டம் விட்டு கண்டம் பாய்கிற ஏவுகணையால், தாய் நிர்வாகம் ஆடிப்போனது. விளம்பரங்கள் வெளிவந்தன.

குமுதத்தில் வெளிவந்த ஜெயலலிதாவின் தொடரை எம்.ஜி.ஆர்.தான் நிறுத்தினார். அப்படி நிறுத்தப்படுகிற அளவிற்கு அந்தத் தொடரில் ஜெயலலிதா என்னதான் எழுதினார்?

தயாநிதியும் ஜெயலலிதாவும்!

முல்லா நஸ்ருதீன் ஒருநாள் தெருவில் தொலைந்துபோன பொருள் ஒன்றைத் தேடிக்கொண்டிருந்தார். அவரைச் சந்தித்த நண்பர் ஒருவர், 'என்ன தேடுகிறீர்கள்?' என்று கேட்டார். முல்லா நஸ்ருதீன் 'தொலைந்துபோன எனது சாவியை தேடிக் கொண்டிருக்கிறேன்' என்றார். நண்பரோ 'சாவிகளை எங்கே தொலைத்தீர்கள்?' என்று கேட்டார். முல்லா நஸ்ருதீன் 'வீட்டில் தொலைத்தேன்' என்றார். 'வீட்டில் தொலைத்த சாவியை வீதியில் வந்து தேடுகிறீர்களே' என்றார் நண்பர். அதற்கு முல்லா நஸ்ருதீன் "வீதியில்தானே வெளிச்சம் இருக்கிறது" என்றார்.

இப்படித்தான் தமிழர்களும் தங்கள் மாநிலத்தின் மரியாதையை திரைப்பட கொட்டகைகளில் தொலைத்துவிட்டு தெருக்களில் இப்போது தேடிக்கொண்டிருக்கிறார்கள்.

தொடர்ந்து நடிக்க முடிகிற எல்லோருக்கும் அரசியல் வெற்றி அபாரமாக கிடைத்துவிடுகிறது என்பதற்கு ஜெயலலிதாவைவிட சிறந்த உதாரணம் உண்மையாகவே கிடைப்பது அரிதுதான்.

தலைமைத் தேர்தல் அதிகாரி சேஷன், அறிஞர் அண்ணாவைப் பற்றி எழுத வைத்தது மூர்க்கத்தனமானது; முட்டாள்தனமானது; மூடத்தனமானது. ஆனால் அறிஞர் அண்ணாவை அன்றாடம் இழிவுபடுத்துகிறவர்கள் சேஷன் மீது விஷம் கக்குவது என்று நினைக்கிறபோது கவலை கட்டிய கண்ணீர்க்கூடுகளால் இமைச் சிறகுகள் இடிந்துப் போகின்றன.

'அறிஞர் அண்ணா எளிமைக்கு உதாரணமாக இருந்தவர். அவருக்காக இப்போது பரிந்து பேசுகிற ஜெயலலிதாவை எளிமையாக வைத்திருப்பதற்கே ஏராளமாக செலவு செய்ய வேண்டிய அவசியத்தில்

நாடு இருக்கிறது.

அறிஞர் அண்ணா உள்கட்சி ஜனநாயகத்தை நிலைநாட்டியவர்களில் உலகப் புகழுக்கு உரித்தானவர். இன்றைக்கு அவருக்காக இரக்கப்படுகிற ஜெயலலிதாவிற்கும் உள்கட்சி ஜனநாயகத்திற்கும் ஒரு சம்பந்தமும் இல்லை.

அறிஞர் அண்ணா நீக்குப்போக்கும், நெளிவு சுளிவும் உள்ளவர். அவருக்காகக் குரல் கொடுக்கிற ஜெயலலிதாவின் அரசியல் அகராதியில் இல்லவே இல்லாத பல வார்த்தைகளில் நன்கு நெளிவு, சுளிவு, நீக்குப்போக்கு.

அறிஞர் அண்ணா ஊழலுக்கு ஒருநாளும் துணை போகாதவர். அவருக்காக இப்போது கொட்டடிக்கிற ஜெயலலிதாவோ ஊழலின் ஊற்றுக்கண்ணாக விளங்குகிறார். அறிஞர் அண்ணாவிற்காகப் பரிந்து பேசுகிறவர்கள் பத்து சதவிகிதமாவது அவரைப் பின்பற்றுகிறவர்களாக இருக்கவேண்டும் என்பது தமிழ் மக்களின் குறைந்தபட்ச எதிர்பார்ப்பாகவே இருக்க இயலும்.

இன்று அறிஞர் அண்ணாவிற்காக குரல் கொடுக்கிற ஜெயலலிதாவை நினைத்தால் எனக்கு அறிஞர் அண்ணா ஒருமுறை சொன்ன உதாரணம்தான் நினைவுக்கு வருகிறது.

திருவாங்கூர் கொச்சின் சமஸ்தானம் தனித்து இயங்கினால் தப்பில்லை என்று பேசிய சர்.சி.பி.இராமசாமி அய்யர் பின்நாளில் தேசிய ஒருமைப்பாட்டுக் குழுவில் உறுப்பினர் ஆக்கப்பட்டார். இதை அறிஞர் அண்ணா விமர்சித்தார். அப்போது சொன்னார். “இது எப்படி இருக்கிறது என்றால் பாஞ்சாலியின் சேலையை உரிந்த துச்சாதனனை பாஞ்சாலியே பட்டுச்சேலை வாங்கித்தா என்று கடைக்கு அழைப்பதுபோல இருக்கிறது” என்றார். இன்றைய ஜெயலலிதாவிற்கு அண்ணா சொன்ன உதாரணம் அப்படியே பொருந்தும்.

எம்.ஜி.ஆரைப் பற்றி சேஷன் தவறாகச் சொல்லியிருந்தால் அது தவறுதான். ஆனால் எம்.ஜி.ஆருக்காக பரிந்து பேசுகிற ஜெயலலிதா, எம்.ஜி.ஆர். விசுவாசிகளை ஒடுக்கி வைப்பதில் புராணகாலத்துப் போக்கிரிகளைப்போல நடந்துகொள்கிறார். ஜெயலலிதாவிற்கு எம்.ஜி.ஆர். புகழ் காப்பாற்றப்படவேண்டும் என்பதைவிட சேஷனைப் பழிவாங்க வேண்டும் என்பதே முக்கியம்.

கடந்த வாரம் குமுதத்தில் ஜெயலலிதாவின் கதையை எம்.ஜி.ஆர் ஏன் நிறுத்தினார் என்று கேட்டிருந்தேன்.

குமுதத்தில் ஜெயலலிதா எழுதிய கதையின் சுருக்கத்தை இங்கே சுட்டிக்காட்டுவது அவசியமாகிறது.

ஏழை குமாஸ்தா ரங்கசாமியின் மகள் தேவகி. தேவகி சேலத்தில் தனது அத்தை வீட்டில் வளருகின்றாள். நாள் முழுவதும் வேலைகளைச் செய்துவிட்டு பள்ளிக்குப் போகிறாள். பாசத்தை அறிய முடியாமல் வளருகிற அவளை அவளது தந்தை பெங்களூருக்கு கூட்டிக்கொண்டு போகிறார்.

மைசூர் டாக்டர் சுரேஷிற்கு இரண்டாம் தாரமாக வாழ்க்கைப்படுகிறாள் தேவகி. அவன் குடிவெறியன்; சூத்திக்கள்ளன். தேவகி கருவுற்றும் சிதைவுக்கு ஆளாகிறாள். பிறகு அவள் இரண்டு குழந்தைகளுக்குத் தாயாகிறாள்.

சுரேஷ் தேவகியின் நடத்தையில் சந்தேகப்படுகிறான். தேவகி பிறந்த வீட்டுக்கு வருகிறாள். சுரேஷ் அங்கு வந்து நாடகமாடி அவளைத் திரும்ப அழைத்துக்கொள்கிறான்.

பிறகு சுரேஷ் வேறொரு பெண்ணோடு தொடர்புவைத்து அவளுக்காக நிறைய செலவழிக்கிறான். கணவனைத் திருத்த எவ்வளவோ முயன்றும் தேவகியால் முடியாமல் போகிறது.

வந்த வேறொரு பெண் சுரேஷின் சொத்துக்களைச் சூறையாடுகிறாள். மனம் வருந்தி தேவகியிடம் சுரேஷ் மன்னிப்பு கேட்கிறான். அவனோ தற்கொலை செய்துகொள்ளுகிறான். குழந்தைகளையும் குடும்பத்தையும் காப்பாற்ற வேண்டிய பொறுப்பில் தேவகி நிற்கிறாள். இதுதான் அந்தக் கதைச் சுருக்கம்.

குமுதத்திலும் பிறகு தாயிலும் தமது சொந்த வாழ்க்கையைத்தான் ஜெயலலிதா வடித்துக் காட்டினார். ஆகவே தொடர்ந்து அவரை எழுதவிட்டால எதற்கும் கட்டுப்படாமல் ஜெயலலிதா எதையாவது எழுதிவிடக்கூடும் என்று எம்.ஜி.ஆரிடம் சிலர் சொன்னதை அவர் நம்பினார். ஆகவேதான் குமுதத்தில் ஜெயலலிதாவின் தொடரை அவராகவே நிறுத்திவிட்டார்.

ஆனாலும் இந்தத் தொடர் இந்தக் காரணம் பற்றித்தான் நிறுத்தப்பட்டது என்பதை அடுத்தவர்கள் அறிந்துகொள்ளாமல் இருக்க தாயில் 'நெஞ்சிலே ஒரு கனல்' இரண்டாவது பாகம் என்று வெளியிட வேண்டும் என்று ஜெயலலிதா என்னைக் கேட்டுக்கொண்டார். அவ்வாறே வெளியிட்டோம்.

ஜெயலலிதா எழுதி வந்த 'நெஞ்சிலே ஒரு கனல்' அவரது வாழ்க்கையாகத்தான் இருக்க வேண்டும் என்பதில் எனக்கு எள்ளளவும் சந்தேகம் இல்லை. இந்த எனது முடிவிற்கு கதைப்போக்கு மாத்திரம் காரணமல்ல. வாராவாரம் கதைக்கு நடுவில் அச்சிடப்பட்ட படங்களும் காரணம்.

கதையில் வருகிற தேவகி என்கிற கதாநாயகியின் உருவம் தனது உருவத்தை ஒத்திருக்க வேண்டும் என்று ஜெயலலிதா விரும்பினார். ஓவியர் ஜெயராஜ்தான் படம் வரைந்தார். தாயில் வாரந்தோறும் ஜெயராஜ் வரைந்த ஜெயலலிதா படமே வந்தது. தேவகி என்பது ஜெயலலிதாவின் அம்மா. நந்து என்பது ஜெயலலிதா.

தேவகி மைசூரிலிருந்து வந்தவள். அவளுக்கு ஆணும் பெண்ணுமாக இரண்டு குழந்தைகள். போயஸ் தோட்டத்திற்குப் போகிற கார், தேவகியின் திரைப்பட பிரவேசம், தேவகியின் கணவரைப் பற்றிய செய்திகள் எல்லாவற்றையும் ஒட்டுமொத்தமாகப் பார்க்கிறபோது குழல்புட்டின் தேங்காய்த் துருவலைப்போல ஆங்காங்கே கொஞ்சம் கற்பனை கலந்திருக்கலாமே தவிர, மற்றபடி இந்தக் கதை ஜெயலலிதாவின் சொந்தக்கதை என்பதற்குத்தான் அதிகமான ஆதாரங்கள் உண்டு. 'மலை இன்னமும் இளமையாய் இருக்கிறது' 'பறவைகள் இல்லாத கோடைகாலம்' 'காலை வெள்ளம்' போன்ற உலகப் புகழ்பெற்ற புத்தகங்களை எழுதிய சீன எழுத்தாளர் ஹான் சுயின், தாம் எழுதிய நாவல்களில் தமது வாழ்க்கையைத்தான் வடித்தார். இந்தச் சீனப்பெண் எழுத்தாளரை ஜெயலலிதா என்னிடத்தில் பெரிதும் பாராட்டிப் பேசுவார். அவரைப் பின்பற்றியே தனது சொந்தக் கதையை ஜெயலலிதா எழுதியிருக்க வேண்டும்.

இந்தக் கதையில் தயாநிதி என்று ஒரு கதாபாத்திரம் வருகிறது. இவர் அரசியல் பெரும்புள்ளி. தீமைகளை மாத்திரமே திரும்பத் திரும்பச் செய்கிறவர். இவருக்குக் கனத்த குரல் என்றெல்லாம் ஜெயலலிதா எழுதினார். ஜெயலலிதாவின் தயாநிதி வருணனையைப் படிக்கிறவர்கள் அப்போதே அது கருணாநிதி என்று கண்டுகொண்டார்கள். தயாநிதி தேவகியை அடைந்துவிட வேண்டும் என்று ஆசைப்படுகிறார். இயலவில்லை. இறுதியில் நந்து என்கிற தேவகியின் மகளை தயாநிதி கற்பழிக்க முயற்சிக்கிறார். அதை நேரிலே பார்க்கிற தேவகி கத்தியால் குத்தி தயாநிதியை இரத்தச் சேற்றில் புதைத்துவிடுகிறாள்.

இந்த இடத்தில் என்ன நேர்ந்தது என்று தேவகி தன் மகள் நந்துவைக் கேட்கிறாள். எனக்கு ஒன்றும் ஆகவில்லை என்பது போலத்தான் நந்து பேசுகிறாள். இருந்தும் தேவகி பளபளக்கிற பட்டா கத்தியைத் தயாநிதியின் உடம்பில் சொருகி விடுகிறாள். திரும்பத் திரும்பக் குத்துகிறாள். கொலை வெறி பிடித்த இந்த தேவகியின் கதாபாத்திரம் கட்டப்பட்டிருக்கிற விதம் ஜெயலலிதாவின் இதயத்தில் கருணைக்கே இடம் இல்லை என்பதற்கே கட்டியம் கூறுகிறது.

இந்தக் கதையில் 'நந்து' என்கிற கதாபாத்திரத்திற்கு நேர்ந்ததை, சட்டமன்றத்தில் கருணாநிதி ஆட்சியில் ஜெயலலிதாவிற்கு நேர்ந்ததோடு நான் அடிக்கடி ஒப்பிட்டுப் பார்ப்பதுண்டு.

ஜெயலலிதாவைப் பயன்படுத்தி எம்.ஜி.ஆரைப் பழிவாங்க கருணாநிதி முயற்சித்தார் என்று எம்.ஜி.ஆரை சிலபேர் நம்பவைத்தார்கள் என்று ஏற்கனவே எழுதியிருக்கிறேன். ஆகவே அந்தக் கருணாநிதிக்கும் தனக்கும் ஒட்டும் இல்லை உறவும் இல்லை என்று காட்டியே ஆகவேண்டிய அவசியத்திற்குத் தள்ளப்பட்ட ஜெயலலிதா தயாநிதி என்கிற கதாபாத்திரத்தை உருவாக்கி அதைச் சூரபத்மன், கம்ஷாகரன் போன்ற புராணகாலத்து அடாவடிகளைவிட மோசமாகச் சித்தரித்தார். தயாநிதிதேவகியால் கொலை செய்யப்படுவது போல எழுதினார். கதை நன்றாகவே இருந்தது. ஆனாலும் ஜெயலலிதா வாசகர்களிடம் பிடிபட்டுப் போனார் என்பதுதான் உண்மை. தயாநிதி என்கிற கதாபாத்திரம் ஜெயலலி தாவால் அமைக்கப்பட்டிருந்த விதத்தை இப்போது படித்துப் பார்த்தாலும், இன்னமும் அவிழ்க்கப்படாத பல முடிச்சுகள் ஜெயலலி தாவின் வாழ்க்கையில் உண்டு என்பது உறுதியாகும்.

இந்தக் கதை வெளிவந்துகொண்டிருந்தபோது, எம்.ஜி.ஆர். ஒருநாள் என்னை அழைத்தார். "தாயில் வருகிற கதையில் அம்மு என்னைப் பற்றி எழுதுவதாக சொல்கிறார்களே உண்மையா?" என்று கேட்டார். எனக்குத் தூக்கிவாரிப்போட்டது. ஜெயலலிதாவின் கதையை மாம்பலம் அலுவலகத்தில் சில வாரங்கள் அச்சிடுவதற்காக என்னிடம் வருவதற்கு முன்னார் எம்.ஜி.ஆர். படித்துப் பார்த்திருக்கிறார் என்பதை நான் அறிவேன். இருந்தும் இப்படிக் கேட்கிறாரே என்று நினைத்தேன்.

ஆசிரியராக இருக்கிற நான் உண்மையாகவே இந்தக் கதையை படிக்கிறேனா என்று அறிந்துகொள்வதற்காக அவர் அப்படிக் கேட்டிருக்கலாம். அல்லது தயாநிதி வருணனையைப் பற்றி நான் என்ன கருதுகிறேன் என்று அறிந்த கொள்ளவுமாக இருக்கலாம். பிறகு அவராக அவரை விட்டு வெளியே வந்தார். தயாநிதி பற்றி அம்மு எழுதியதைக் குறைத்துவிட்டீர்களாமே என்றார். எனக்குப் புரிந்தது. நிழலுக்குப் பின்னால் நின்று தனது ஆள்காட்டி விரல் நகத்தைக் கூராக்கி, எனது கண்ணில் குத்துவது யார் என்பது எனக்குப் புரிந்தது. 'குமார சம்பவம்' குறிக்க வந்த காளிதாசனுக்குக் குடும்பக் கட்டுப்பாடு அலுவலகத்தில் குப்பை கொட்டுகிற வேலை கிடைத்தால் இப்படித்தான்.

இந்தக் கதை தாயில் தொடர்ந்து வந்துகொண்டிருந்தபோது ஜெயலலிதா ஒருநாள் என்னை அழைத்தார். தனது கட்டுரைகளை, கதைகளைப் புத்தகங்களாகக் கொண்டு வருவதற்காக சிலர் முயற்சிக்கிறார்கள் என்று சொன்னார். அப்போது தனது எழுது கோலைவிட உயரமான ஒரு எழுத்தாளருடைய பெயரைச் சொல்லி , அவருக்கு மாத்திரம் கொடுத்துவிடக்கூடாது என்று எம்.ஜி.ஆர். சொன்னார் என்றார். நானே எனது கவிதாபானு பதிப்பகத்தின் மூலமாக உங்கள் புத்தகங்களை வெளியிடுகிறேன் என்று சொன்னேன். அவ்வண்ணமே ஒரு ஒப்பந்தம் உருவானது. பத்திரத்தில் நானும் அவரும் கையெழுத்திட்டோம். இதில் ஜெயலலிதாவின் புத்தகங்களை விற்று வருகிற லாபப்பணத்தில் 60 சதவீதம் அவருக்கும் 40 சதவீதம் எனக்கும் என்று கண்டிருந்தது. 60 சதவீதம் தனக்கு வேண்டும் என்று அவர்தான் வற்புறுத்திக் கேட்டார்.

ஜெயலலிதா தனது புத்தகங்களை விற்பதால் எனக்கு லாபம் வரும் என்று நினைத்திருந்தால், தனது எழுத்துப் பற்றி உயர்வாக எண்ணியிருக்கிறார் என்றுதான் கொள்ளவேண்டும். தமிழ்ப் பதிப்புத்துறையைப் பற்றி அவர் அதிகமாக அறிந்துகொள்ளவில்லை என்பதும தெரிகிறது. 'நீ இன்றி நான் இல்லை', 'எண்ணங்கள் சில', 'மனதைத் தொட்ட மலர்கள்' ஆகிய மூன்று புத்தகங்களுக்கும் பின் அட்டையில் அணிந்துரை எல்லாம் எழுதி, நான்தான் இவற்றைப் பதிப்பித்தேன். புத்தகங்கள் விற்று முடிய மூன்று ஆண்டுகள் ஆனது. இதற்காக நான்பட்ட கடனை இன்றுவரை தீர்க்க இயலவில்லை.

'எண்ணங்கள் சில' என்கிற புத்தகம் ஜெயலலிதா 'துக்ளக்'கில் எழுதிய கட்டுரைகளின் தொகுப்பு ஆகும். மூலத்தை என்னிடத்தில் தந்து ஜெயலலிதா படிக்கச் சொன்னார். அதில் எம்.ஜி.ஆரை விமர்சித்தும் எழுதப்பட்டிருந்தது. ஜெயலலிதா எம்.ஜி.ஆரோடு சேர்ந்த பிறகு இந்தப் பகுதிகளை நீக்காமல் அப்படியே புத்தகம் ஆக்கினால், அது ஜெயலலிதாவைப் பாதித்தாலும் பாதிக்கலாம் என்று எடுத்துச் சொன்னேன். அதன்படியே எம்.ஜி.ஆருக்கு எதிரான பகுதிகளை நீக்குவதற்கு கவிஞர் பெ.நா.சிவம் என்பவர் உதவினார். ஜெயலலிதாவிற்கு எதிரான பகுதிகளை பக்குவமாக நீக்கிய பிறகு இதைப் பதிப்பித்தேன். அந்தப் புத்தகத்திற்கான அணிந்துரையில், 'வலம்புரிஜான் எடிட்டர் (ஆசிரியர்) என்பதால், கட்டுரையில் பலவற்றைக் கத்தரித்து எடுத்துவிட்டார் என்றும், ஒருகாலத்தில் தனக்குச் சரி என்று தோன்றியதால் எழுதியவைகளை பிறிதொரு காலத்தில் சூழ்நிலை மாறிவிடுவதால் மறைத்துவிட வேண்டியதில்லை' என்றும் ஜெயலலி

தா எழுதியிருந்தார்.

எடிட்டர், ஆகவே கத்தரிக்கோல் உள்ளவர், கத்தரித்து விட்டார் என்றும் ஜெயலலிதா எழுதினார். ஒரு காலத்தில சரி என்று பட்டு எழுதியவைகளைப் பிறிதொரு காலத்தில் மறைக்க வேண்டியதில்லை என்றும் எழுதினார். இடைஞ்சலான பகுதிகளை எடுத்து விடவும் சம்மதித்தார். ஒரே நேரத்தில் வேட்டைக்காரன், வேட்டை நாய், முயல் எல்லோரோடும் ஓடுவதற்கு ஜெயலலிதாவிற்கே இயலும். இதுதான் ஜெயலலிதா.

'எண்ணங்கள் சில' தாயில் வந்த 'எனக்குப் பிடித்த' கட்டுரைகளின் தொகுப்பு. இதற்காக சிலம்புச் செல்வரிடமே அணிந்துரை வாங்கலாம் என்று தெரிவித்தேன். அவரோ காலம் தாழ்த்தினார். அவரது அணிந்துரை இல்லாமலே புத்தகம் வெளிவரலாம் என்று ஜெயலலிதா உத்தரவிட்டார். பிறகு நான்தான் ம.பொ.சி. அவர்களிடம் நிலைமையை விளக்கி, அதன் சாதக பாதகங்களை எடுத்துக்காட்டி உடனே அவரை எழுத வைத்தேன்.

இந்தப் புத்தகத்திற்கான முன்னுரையில் ஜெயலலிதா, 'வலம்புரிஜான் சீரிய சிந்தனையாளர், சிறந்த எழுத்தாளர், பேச்சாளர், எழுத்தாளர் என்கிற அந்தஸ்தை எனக்கு அளித்தவர், கலீல் கிப்ரானின் கவிதையை மொழி பெயர்த்தபோது பாராட்டி என்னை உற்சாகப்படுத்தியவர்...' என்றெல்லாம் எழுதியிருக்கிறார். அப்படியெல்லாம் எழுதப்பட்ட என்னுடைய வாராந்தரியைத்தான் பிறகு வதக்கி எடுத்தார். இந்த காலகட்டத்தில் சோவியத் நாட்டின் செய்தி நிறுவனமான 'நோவஸ்தே' அவர்கள் நாட்டிற்கு என்னை அழைத்திருந்தது.

எம்.ஜி.ஆரிடம் சொல்லப்போனேன். அவர், 'பாருங்கள் உங்களை சோவியத் நாடே அழைக்கிறது' என்றார். 'நீங்கள் எல்லோருக்கும் தெரிகிற மாதிரி என்னை உயர்த்தியதால் அவர்கள் என்னை அழைத்தார்கள்' என்றேன். ஜெயலலிதாவிடம் விடைபெற்றுக் கொண்டு தாஷ்கண்டிற்குப் பறந்தேன். ஜெயலலிதாவிடம் விடைபெற சென்றபோது, அதற்கு முந்திய வருடம் ஐரோப்பா சென்றபோது தன்னிடத்தில் சொல்லிக்கொள்ளவில்லை என்று குறிப்பிட்டார். பாரதி நூற்றாண்டு விழாவிற்காக அப்போது தலைமைச் செயலாளராக இருந்த 'திரவியம்' ஐரோப்பா போகவேண்டும் என்பதில் குறியாக இருந்தார். இருந்தும் எம்.ஜி.ஆர். என்னை அனுப்பினார். ஜானகி அம்மாள் அப்புவிற்காக வைத்திருந்த துணிகளில் ஒரே நாளில் எனக்கு கோட், சூட் எல்லாம் தைத்துத் தந்தார்கள். லண்டனில் உள்ள இந்தியன்

ஹைகமிஷனில் பாரதியைப் பற்றி ஆங்கிலத்தில் உரை செய்தேன். ஜேசுதாஸ் பாட வந்தார். பத்மா சுப்ரமணியம் ஆட வந்தார். அங்கே அப்போது தூதுவராக இருந்தவர் 74-ல் ராஜ்யசபாவில் என்னோடு உறுப்பினராக இருந்தவர். விருந்து நடந்தபோது கையில் கண்ணாடி தம்ளரோடு தூதுவரோடு பேசிக்கொண்டிருந்தேன். கண்ணாடி கிளாசிற்குள் பழரசம்தான் இருந்தது. இருந்தும் பத்மாசுப்ரமணியம் குழுவிலே ஒருவர், எனது கையிலிருக்கிற கண்ணாடி கிளாஸோடு பலமுறை என்னை படமெடுக்க முயற்சித்தார். நான் ஒவ்வொரு முறையும் அவரது காமிராவிடமிருந்து தப்பித்தேன். யார் ஏற்பாட்டில் இவர் இவ்வளவு சிரமப்பட்டு படம் எடுக்கிறார் என்பதை நான் அறிவேன். இந்தப் பயணத்தின்போது நான் சொல்லிவிட்டுப் போகவில்லை என்று குத்தலாகக் குறிப்பிட்டார் ஜெயலலிதா.

சோவியத் நாடு சென்று வந்ததும், எம்.ஜி.ஆரைப் பார்க்கப் போனேன். அவர் என் கைகளிலிருந்த மாலையைப் பிடுங்கி எனக்கே போட்டு புகைப்படம் எடுத்துக்கொண்டார்.

ஜெயலலிதாவை சந்தித்து சில ஓவியங்கள், ஒரு அருமையான ஆங்கிலப் புத்தகம், விமானப் பணிப்பெண்ணிடமிருந்து வாங்கிய சென்ட் பாட்டில் ஆகியவற்றைக் கொடுத்தேன்.

எம்.ஜி.ஆருடைய உத்தரவில்லாமல் ஜெயலலிதாவிற்கு யாரும் பரிசுப் பொருட்களை கொடுக்கக்கூடாது என்று சிலர் பரிசுகளைக் கொடுத்த பிறகு என்னை எச்சரித்தார்கள்.

அன்று மாலை எம்.ஜி.ஆரிடமிருந்து ஃபோன் வந்தது. நேற்றுத்தானே பார்த்தோம் என்று நினைத்தேன். பரிசுப் பொருள் விவகாரமா என்று பயந்தேன்.

நடிகை பானுப்ரியா!

எதிர்பார்த்ததற்கு மாறாக எம்.ஜி.ஆர். நடந்துகொண்டார். 'அம்முவிற்குப் பரிசுப் பொருட்களை வாங்கி வந்தீர்காளமே... எனக்கு ஏன் இல்லை' என்று சிரித்துக்கொண்டே கேட்டார். உங்களுக்கும் வாங்கி வந்திருக்கிறேன் என்று சொன்னேன். எங்கே பரிசுப்பொருட்கள் என்று பிறகு அவர் ஒரு போதும் கேட்கவில்லை.

'பத்திரிகைகளில் பேட்டியைப் படித்தீர்களா?' என்று எம்.ஜி.ஆர். கேட்டார். நான் சோவியத் நாட்டில் பயணப்பட்டிருந்தபோது இங்கே வெளிவந்த பேட்டி ஒன்றில் என்னைப் பற்றிய கேள்விக்கு எம்.ஜி.ஆர். பதில் சொல்லியிருந்தார்.

'வலம்புரிஜான் எப்போது அமைச்சர் ஆவார்?' என்பது கேள்வி.

'பத்திரிகை ஆசிரியராய் இருப்பதைவிட அமைச்சராய் இருப்பது ஒன்றும் மேலானது அல்ல என்று வலம்புரிஜான் என்னிடம் குறிப்பிட்டிருக்கிறார்' என்று எம்.ஜி.ஆர். தமது பதிலில் குறிப்பிட்டிருந்தார்.

'உங்களைப் பற்றி நான் சொன்னது சரிதானே' என்று கேட்டார். 'என்னைப் பற்றி நீங்கள் எது சொன்னாலும் சரிதான்' என்று சொன்னேன். எம்.ஜி.ஆரிடத்தில் நான் அமைச்சராக வேண்டும் என்று எப்போதும் கேட்டதில்லை. பொதுவாக அவரிடத்தில் அப்படி ஒருவரும் கேட்பதில்லை. **அமைச்சராக வேண்டும் என்கிற ஆசையே மற்றவர்களுக்கு அற்றுப் போகும்படியாக பண்ணியவர் எம்.ஜி.ஆர்.** இன்னார்தான் அமைச்சராகலாம் என்றிருந்த நிலையை எம்.ஜி.ஆர். தகர்த்து நொறுக்கினார். எவர் வேண்டுமானாலும் அமைச்சராகலாம் என்கிற சூழ்நிலையை உருவாக்கினார்.

ஜெயலலிதா எதில் எம்.ஜி.ஆரை பின்பற்றாவிட்டாலும் ஒன்றே

ஒன்றில் எம்.ஜி.ஆரை உறுதியாகப் பின்பற்றினார். எம்.ஜி.ஆரின் மந்திரிகளில் மோசமானவர்களும் இருந்தார்கள். ஜெயலலிதா மோசமானவர்களை மாத்திரமே மந்திரிகளாக்கினார். மதுசூதனனைம மந்திரியாக்கிய பிறகு தப்பித் தவறிக்கூட ஒருவருக்கு மந்திரியாக வேண்டும் என்கிற ஆசை வருமா? வாடகை மனிதர்களை வைத்துக்கொண்டு வன்முறைக் களங்களை உருவாக்குகிறவர்கள் பலரை ஜெயலலிதா அமைச்சர்கள் என்று அலைய விட்டிருக்கிறார்.

தமிழ்நாட்டில் கடந்த மூன்று ஆண்டுகளில் நடைபெற்ற பல வன்முறைச் சம்பவங்களுக்கும் ஆட்சியாளர்களுக்கும் நேரடித் தொடர்பு இருக்கிறது. மக்களைப் பற்றி கவலைப்படாத சர்வாதிகாரிகள் தங்களது சயன மண்டபங்களில் கவிழ்ந்து படுத்துக்கொண்டிருக்கிறார்கள். கடந்த காலத்திலிருந்து கற்றுக்கொள்வதில்லை என்பதில் உறுதியாக இருக்கிற ஜெயலலிதாவைப் பார்த்து வாய் முளைத்த வரலாறு இன்று சிரித்துக் கொண்டிருக்கிறது.

ஏதாவது பொறுப்பு எனக்குத்தரவேண்டும் என்பதற்காக எம்.ஜி.ஆரிடத்தில் கேட்டுக்கொண்டிருந்த ஜெயலலிதா ஒருகட்டத்தில் நான் அமைச்சராகாமல் பார்த்துக்கொண்டார். அப்போது ஒருநாள் அவர் எனக்கு எழுதிய ஆங்கிலக் கடிதத்தில் 'உங்கள் மாதிரி நான் வானத்தைத் தொடவேண்டாம், கூரையைத் தொட்டால் போதும்' என்று எழுதியிருந்தார். ' I Thank you for your thoughtful present' என்ற இந்தக் கடிதம் ஒரு நீளத்தாளில் தொடங்கிற்று. பின்நாளில் இம்மாதிரி ஜெயலலிதா அவ்வப்போது எனக்கு எழுதிய கடிதங்களைக் கேட்டு 'சண்டே' பத்திரிகை ஆசிரியர் வந்தார். தனிப்பட்ட முறையில் ஜெயலலிதா எழுதிய கடிதங்களை ஒரு பத்திரிகை ஆசிரியரிடம் ஒப்படைப்பது அநாகரிகமானது என்று அவருக்குச் சொன்னேன். அவர் தந்திரமாக ஜெயலலிதாவின் எழுத்து எப்படி இருக்கும் என்று நான் அறிந்துகொள்ள வேண்டும். ஆகவே தூரத்தில் வைத்துக் காண்பித்தால் போதும் என்று சொன்னார். நான் அவ்வாறே ஜெயலலிதாவின் ஒரே ஒரு கடிதத்தை தொலைவில் வைத்து அவருக்குக் காட்டினேன். ஆனால் அவரது கழுகுக் கண்கள் அந்தக் கடிதத்தை கலர்ப் படம் எடுத்துவிட்டன. மறுவாரமே ஜெயலலிதா எழுதிய கடிதத்தின் முதல்வரி அந்தப் பத்திரிகையில் வெளிவந்தது.

எனக்குக் கடிதம் எழுதுகிற அளவிற்கும், பரிசுப் பொருட்கள் அனுப்புகிற அளவிற்கும், பாராட்டுகிற அளவிற்கும், பாசம் காட்டுகிற அளவிற்கும் இருந்த ஜெயலலிதா நான் தப்பித்தவறி

அமைச்சராகக்கூடா்து என்பதில் தனிக்கவனம் செலுத்தினார். அறிவை அவர் நேசிக்கலாம். ஆனால் அறிவாளிகளை அவர் சகித்ததில்லை.

பஞ்சாபி அஸோசியேஷனிலிருந்து பேசவேண்டுமென்று ஜெயலலிதாவைக் கேட்டார்கள். பொது நிர்வாகம் பற்றிய பேச்சிற்கு குறிப்புகளைத் தருவதற்குப் பதிலாக புத்தகங்களைத் தேடி ஜெயலலிதாவிற்கு தந்தேன். அவருக்கோ கோபம் வந்துவிட்டது. நான் அவரை அலட்சியப்படுத்துவதாக நினைத்தார். ஆகவே எனக்கு எதிராக சொல்லப்படுகிறவைகளுக்கு தனது காதுகளை விரித்தார்.

நான் நிகழ்ச்சி ஒன்றிற்காக திருநெல்வேலிக்குச் சென்றிருந்தபோது எம்.ஜி.ஆர். தொலைபேசியில் என்னைக் கூப்பிட்டார்.

'இந்த வாரம் தாய் அட்டையில் வந்திருக்கிற நடிகையின் பெயர் என்ன?' என்று கேட்டார். 'பானுப்ரியா' என்று சொன்னேன். 'பானுப்ரியா என்றால் யார்?' என்று கேட்டார். 'ஒரு நடிகை' என்று சொன்னேன். இந்தப் பெண்ணுக்கும் உங்களுக்கும் என்ன சம்பந்தம் என்று எம்.ஜி.ஆர். கேட்டார். 'ஒன்றும் இல்லை' என்று சொன்னேன்.

எம்.ஜி.ஆரின் காதுகளை இவ்விதமாக கடித்தது எந்தப் பாம்பு என்பதை நான் எழுதிக்காட்ட வேண்டிய அவசியமில்லை. இரண்டொரு நாட்களுக்கு முன்னர் 'உள்ளதைச் சொல்கிறேன்' என்கிற எனது புத்தகத்தை நான் எம்.ஜி.ஆரிடத்தில் கொடுத்தேன். அதில் முதல் பக்கத்தில் எனது மனைவிக்கு அர்ப்பணம் என்று போட்டு அவள் படம் மாத்திரமே இடம் பெற்றிருந்தது. ஆகவே தனியாகப் பிரசுரிக்கப்பட்ட எனது மனைவியின் படத்தைத் தவறாகப் புரிந்துகொண்டு அவளைக் கொன்று எனக்கும் நான் இதுவரை பார்த்திராத பானுப்ரியா என்கிற நடிகைக்கும் ஒரு முடிச்சைப் போட்டுவிட்டார்கள். எம்.ஜி.ஆர். கவலையோடு கேட்டார். எனக்கு ஏராளமான மனைவிகள் என்று எடுத்துச் சொல்லி அவரைக் கலைத்தார்கள். அவரோ என்னிடம் பேச்சுக் கொடுத்த பிறகு என்னைப் பற்றிய தவறான தகவல்களை எரித்துப் போட்டார். என்னென்னவோ சொல்லி அப்போது நான் அமைச்சர் ஆகாமல் ஜெயலலிதா பாாத்துக்கொண்டார். இன்று ஜெயலலிதா முதல்அமைச்சராக இருப்பதால் தமிழ்நாட்டின் வரலாற்றில் அழியாத இடம் தனக்கு உண்டு என்று அவராக நம்பிக் கொண்டிருக்கிறார். அம்புலிமாமாவில் வருகிற அதே பாத்திரங்களைப் பள்ளிச் சிறுவர்கள் மாத்திரமே நினைவில் வைத்திருக்கிறார்கள்.

காங்கிரஸ் ஆட்சிக்காலத்தில் கடையநல்லூர் மஜீத் என்கிறவர் மந்தியாக இருந்தார். அவருடைய இலாகா இப்போது எவருக்கும்

ஞாபகம் இல்லை. ராஜாஜி மந்திரிசபையில் அறநிலையத்துறை அமைச்சர் இருந்தாரா என்பது இன்று எவர் கவனத்திலும் இல்லை. அமைச்சர்கள் தங்களை அமரர்கள் என்று நினைத்தால் அவர்கள் விகட கவிகளே தவிர வேறு அல்லர்.

எதிர்காலத்தில் ஜெயலலிதா நினைக்கப்பட்டாலும் தமிழகத்தில் இருண்ட காலத்தோடுதான் அவரை மக்கள் சம்பந்தப்படுத்துவார்கள். எத்தியோப்பிய நாட்டு மன்னன் ஹெயில் சலாசியினுடைய பெண் வடிவமாக ஜெயலலிதா இன்று பரிபாலனம் பண்ணுகிறார்.

எப்படியாவது நான் அமைச்சராகிவிடுவேன் என்கிற எண்ணம் வந்ததும் ஜெயலலிதா எம்.ஜி.ஆரின் காதுகளை என்னைப் பற்றிய குற்றச்சாட்டுகளால் நிரப்பினார்.

ஒருநாள் எம்.ஜி.ஆர். தொலைபேசியில் அழைத்தார். நான் 'தாய்' அலுவலகத்தில் இருந்தேன். அன்று வியாழக்கிழமை.

'ரமேஷ்' வந்தானா' என்று கேட்டார். 'வரவில்லை' என்றேன். 'ரமேஷ் எங்கே இருக்கிறான்?' என்று கேட்டார். 'அடியாரிடத்தில் இருக்கிறான்' என்றேன். எம்.ஜி.ஆர். ஆச்சரியமாக 'நான் தினமலர் ஸ்தாபகர் ராமசுப்பையரின் பேரனைச் சொல்லுகிறேன்' என்றார். நான் அவரை இதுவரை பார்த்ததில்லை என்றேன். தினமலர் நிறுவனர் ராமசுப்பையர்தான் முதன்முதலில் திருச்சி தினமலரில் எனக்கு வேலை போட்டுக் கொடுத்தார். அவரது பெயரை நான் அறியமாட்டேன். 'அம்முவிற்கு நீங்கள்தான் எழுதிக் கொடுப்பதாக ரமேஷிடம் சொன்னீர்களாமே? என்று எம்.ஜி.ஆர். கேட்டார். என்னை அறியாமல் 'அடப்பாவி' என்று வாயில் வந்துவிட்டது. எம்.ஜி.ஆர். நுட்பமானவர். எம்.ஜி.ஆரிடத்தில் பேசுகிற ஒருவன் யாரிடத்தில் பேசுகிறோம் என்பதை மறந்து பேசுகிறான் என்றால் அவன் கடுமையாகப் பாதிக்கப்பட்டிருக்க வேண்டும் என்பதை எம்.ஜி.ஆர். ஒரு நொடியில் உணர்ந்திருக்க வேண்டும்.

'அடப்பாவி' என்று நான் எம்.ஜி.ஆரைச் சொல்லவில்லை. என்னைச் சொன்னதாக எம்.ஜி.ஆர். குறிப்பிட்ட ரமேஷைத்தான் குறிப்பிட்டேன். அதற்குள் எம்.ஜி.ஆர். 'ஸாரி' என்று சொல்லிவிட்டார். அவருக்கு உண்மை நிலை விளங்கிற்று. எனது தலை தப்பிப் பிழைத்தது.

நான் இன்றுவரை ஜெயலலிதாவிற்கு எழுதிக் கொடுக்கிறேன் என்று எங்கும் எப்போதும் சொன்னதில்லை. ஆனாலும் எனக்கும் ஜெயலலிதாவிற்கும் மோதலை உண்டுபண்ண வேண்டும் என்று முனைந்து செயலாற்றியவர்கள் இப்படி ஈரமான விறகைப் பற்றவைத்துவிடுகிற சாமர்த்தியசாலியாக இருந்தார்கள்.

ஜெயலலிதா ஒருவர் சொல்வதை உண்மையா இல்லையா என்று அறியவேமாட்டார். கோவலனைக் கொன்ற பாண்டியன் நெடுஞ்செழியன் ஜெயலலிதாவிடத்தில் பிச்சை எடுக்கவேண்டும். நேரம் நிரம்ப இருந்த அந்த நாளிலேயே ஒருவர் சொல்வது உண்மையா, இல்லையா என்று ஆராயாத ஜெயலலிதா, நேரமே இல்லாத இந்தநாளில் ஆராயப்போகிறாரா என்ன? ஆகவேதான் சசிகலாவின் சர்வாதிகாரம் இங்கே கொடிகட்டிப் பறக்கிறது. சசிகலா சொல்வதை ஜெயலலிதா அப்படியே ஏற்றுக்கொள்கிறார். வலம்புரிஜானை இன்று மாலைக் காலத்திற்குள் சிலுவையில் அறையவேண்டும் என்று சசிகலா சொல்லிவிட்டால் ஜெயலலிதாவிற்கு மாற்றுச் சிந்தனைக்கே வழி இருக்காது. இதுதான் தமிழ்நாட்டின் நிலை.

ஜெயலலிதா அப்போது எம்.ஜி.ஆர். காதுகளைக் குற்றச்சாட்டுகளால் நிரப்பினார். இப்போது தனது காதுகளை சசிகலாவின் கோள்களால் நிரப்பிக்கொள்கிறார். இவ்வளவுதான் வேறுபாடு.

சூளைமேட்டிற்கு நான் குடிவந்த இரண்டொரு நாட்களில் அடுத்த நாய் என்னை கடித்துக் அவமானப்படுத்திவிடக்கூடாது என்பதற்காக நான் வளர்த்த நாயே என்னைக் கடித்தது. ஆங்கிலப் படத்தில் வருவதைப்போல உக்கிரமாக அந்த நாய் என்னை எதிர்த்தது. கடி கடி என்று வலது கை முழுவதும் கடித்துவிட்டது. படுக்கையில் கிடந்தேன். ஜெயலலிதா அழைத்தார். தலை சுற்றுகிறது என்றேன். இல்லை வாருங்கள், கீழே விழுந்தால் நாங்கள் பார்த்துக்கொள்கிறோம் என்றார். சென்றேன். அ.தி.மு.க. அலுவலகத்தில் உரத்த குரல் எழுப்பும் ஒரு விசிறிக்கு அடியில் ஜெயலலிதா வெந்துகொண்டிருந்தார். பரிவோடு கேட்டார். நாயைச் சோதித்தீர்களா? என்கிற விபரம் எல்லாம் கேட்டார்.

அன்றைக்கு முன்தினம் முசிறிப்புத்தன் என்னை அடிப்பேன், உதைப்பேன் என்று அவரது பத்திரிகையில் எழுதியிருந்தார். நான் தாய் வார இதழில் முசிறிப்புத்தன் என்னை அடிக்கலாம், உதைப்பது எப்படி என்று எழுதியிருந்தேன். இந்த மோதலைப் பற்றி ஜெயலலிதா கேட்டார். முசிறிப்புத்தனை விடக்கூடாது என்றார். வீட்டுக்கு வந்தேன். அதற்குள் எம்.ஜி.ஆர். ஃபோன்பண்ணி விசாரித்தார். 'நாய் எப்படி இருக்கிறது?' என்று கேட்டார். அப்போது முசிறிப்புத்தனின் விவகாரம் வந்தது. அப்போது எம்.ஜி.ஆர். 'உங்களை இரண்டு நாய்கள் கடித்துள்ளன' என்றார். ஜெயலலிதாதான் நான் கடிபட்ட விவகாரத்தை எம்.ஜி.ஆரிடம் சொல்லியிருக்கவேண்டும்.

நான் ஜெயலலிதாவின் காதுகளைப் பறித்து கைகளில் வைத்திருக்கிறேன் என்று முசிறிப்புத்தன் என்னை தாக்கித் தகர்த்தார். எனக்கோ ஜெயலலிதா என்கிற கட்டுவீரியன் பாம்பின் கடியாலே அமாவாசைக்கு அமாவாசை கால் வீக்கம் கண்டது.

ஜெயலலிதாவின் நெஞ்சிலே ஒரு கனல் தாயில் தொடர்ந்து வருவதால் பத்திரிகையின் விற்பனை கூடியிருக்கிறதா என்று ஒரு பத்திரிகையாளர் என்னைக் கேட்டார். நான் சுஜாதா, 'செப்டம்பர் பலி' எழுதியே கூடவில்லையே என்றேன். அதை அவர் அப்படியே ஜெயலலிதாவிடம் சொல்லிவிட்டார். ஜெயலலிதா எழுதுவதால் தான் தாய் விற்கிறது என்று எவரோ ஜெயலலிதாவை நம்ப வைத்துவிட்டார்கள். அம்மா அதைப் பிடித்துக் கொண்டார்கள். இந்த வேதாளத்தை முருங்கை மரத்திலிருந்து இறக்குவதற்குள் வேறு இடுப்பையே நான் விலைக்கு வாங்குகிறபடியாக ஆயிற்று. இந்த எனது ஆசிரியத்தனத்தால் ஜெயலலிதாவின் பகையை வருந்தி வரவழைத்துக்கொண்டேன்.

இப்படி கோள் சொல்லி என்னைக் காயப்படுத்திய அந்தப் பத்திரிகையாளர் ஒருநாள் ஜெயலலிதாவின் அடங்காத கோபத்திற்கு ஆளாக பேப்பர் வெயிட் ஒன்று அவருக்கு மூளை இருக்கிறதா என்று அறிவதற்காக அவரது தலையை மோதிப் பார்த்தது என்று அறிந்துகொண்டேன்.

தர்மபுரிக்கு ஜெயலலிதா பேசப்போனார். பேச்சை எழுதிக் கொடுத்தார் ஒருவர். ஜெயலலிதா அந்தப் பேச்சைத் தவறாக புரிந்துகொண்டார். விளைவு- "இதுவரை நீங்கள் கம்புக் கஞ்சிதான் குடித்து வந்தீர்கள். எம்.ஜி.ஆர். ஆட்சி வந்தபிறகுதான் அரிசிச் சோற்றை பார்க்கிறீர்கள்" என்கிற பொருளில் ஜெயலலிதா பேசிவிட்டார். ஏகக் குழப்பம் வந்தது.

அப்போது ஒருநாள் ஆர்.எம்.வீரப்பன் தொலைபேசினார். "நீங்கள் ஜெயலலிதாவிற்கு ஏதாவது சொல்லிக்கொடுத்தால் ஃபோனில் சொல்கிறீர்களா? நேரில் சொல்கிறீர்களா?" என்று கேட்டார்.

"நான் ஃபோனில் சொல்வேன். நேரிலும் சொல்வேன்" என்றேன்.

"ஏன் எதற்காக இதைக் கேட்கிறீர்கள்" என்றேன்.

'ஜெ.' எழுதிய கடிதம்!

அதற்கு ஆர்.எம்.வீரப்பன்... இல்லை... இல்லை... நேரில் ஜெயலலிதாவைச் சந்திப்பதை நீங்கள் விட்டு விட்டால் நல்லது என்றார்.

'ஏன்' என்றேன்.

அதற்கு அவர்... 'நான் எம்.ஜி.ஆரிடம் பல வருடங்கள் பழகியவன்' என்று சொன்னார்.

அவர் சொன்னதன் உட்பொருள் உடனே எனக்கு அர்த்தமாகவில்லை. ஆனால் நான் ஜெயலலிதாவிடம் நெருங்கிப் பழகுவதை ஆர்.எம்.வீரப்பன் விரும்பவில்லை என்பதை அறிந்து கொண்டேன். பின் நாளில் பத்திரிகையாளர்கள் பலரை வைத்துக் கொண்டு ஆர்.எம்.வீரப்பன் என்னைச் சுட்டிக்காட்டி 'இவர்தான்.. அந்த அம்மாவிற்கு அரசியல் எண்ணங்களை அதிகமாக்கியவர்' என்று பலமுறை சொல்லியிருக்கிறார்.

ஜெயலலிதாவிடம் உண்டான அரசியல் எண்ணங்களுக்கு அவர் படித்த புத்தகங்களும், எம்.ஜி.ஆருமே காரணம்.

புத்தகங்கள் சிலரைப் புரட்டி எடுத்துவிடும். மாசே துங்கைப் பற்றி ஒரு புத்தகம் படித்து விட்டால் உடனே மாசேதுங் மாதிரி ஆகிவிட வேண்டும் என்று ஜெயலலிதா ஆசைப்படுவார். 'ஆசைகள் குதிரைகள் ஆனால் அற்பர்களே சவாரி செய்வார்கள்' என்கிற பழமொழி கூட ஜெயலலிதாவைப் பொறுத்தமட்டில் உண்மையாய்த்தான் ஆகிவிட்டது. ஜெயலலிதாவிடம் எப்போது சென்றாலும் 'மார்க்கரெட் தாட்சர்' பற்றிய புத்தகம் இருக்கும். எப்போதும் மார்க்கரெட் தாட்சர் ஆகிவிட வேண்டும் என்று நினைப்பார். தேவதைக் கதைகளில் நடைபெறுகிற சம்பவங்கள் மாதிரி இவைகள் நடந்தேறும் என்று ஜெயலலிதா நம்பினார். இறுதியில்

ஓர்நாள் ஜெயலலிதா ஆசைப்பட்டபடியே சொர்க்கத்திலிருந்து ஒரு கிரீடம் அவர் தலையைக் குறி வைத்து குதித்தே விட்டது. மார்க்கரெட் தாட்சருக்கும் ஒரு வீழ்ச்சி வந்தது என்பதைத்தான் ஜெயலலிதா ஏற்க மறுக்கிறார். தனக்கு வசதியானவைகளை மாத்திரமே நம்புவது; இடைஞ்சலாக இருப்பவைகளை அறவே மறந்து விடுவது என்கிற மனப்பான்மைக்கு இந்த நூற்றாண்டில் தலைசிறந்த தமிழ்நாட்டு உதாரணம் ஜெயலலிதாதான்.

ஜெயலலிதாவின் அரசியல் எண்ணங்களை வளர்த்ததில் புத்தகங்களுக்கு எவ்வளவு பங்கு உண்டோ அவ்வளவு பங்கு எம்.ஜி.ஆருக்கு உண்டு. எம்.ஜி.ஆர். கூடவே இருக்க ஆரம்பித்தார் ஜெயலலிதா. மாலை 4 மணி ஆகிவிட்டால் மாம்பலம் அலுவலகத்தில் எம்.ஜி.ஆரோடு ஜெயலலிதா இருப்பார். ஆகவே தனது மதிப்பீட்டில் பெருத்த அளவில் அப்போதே வீழ்ச்சி அடைந்திருந்த எம்.ஜி.ஆர். தமிழ்நாட்டைப் பக்குவமாகப் பரிபாலனம் செய்கிறபோது நான் ஏன் நிர்வகிக்க முடியாது என்கிற எண்ணம் ஜெயலலிதாவிற்கு வந்தது. இந்த எண்ணமே அவரது அரசியல் பிரவேசத்திற்கு உந்து சக்தியாக இருந்தது.

நான் ஜெயலலிதாவைச் சந்தித்த பலவேளைகளில் இந்திரா காந்தி, ராஜீவ் காந்தியைத் தனது அரசியல் வாரிசு ஆக்குகிற மாதிரி எம்.ஜி.ஆர். என்னை ஆக்குகிறார். இதை மற்றவர்கள் குறை சொல்ல மாட்டார்களா என்று ஜெயலலிதா கேட்டிருக்கிறார்.

ஜெயலலிதாவின் மன மைதானத்தில் அரசியல் விதைகளை அதிகமாக ஊன்றி வருகிறேன் என்கிற சந்தேகம் வந்ததால் ஆர்.எம்.வீரப்பன் ஜெயலலிதாவை நான் நேரில் சந்திக்க வேண்டாம் என்று தடுத்தார். இந்தச் சூழ்ச்சியை நான் முதலில் அறிந்து கொள்ளவில்லை.

எம்.ஜி.ஆர். சொல்லித்தான் ஆர்.எம்.வீரப்பன் ஜெயலலிதாவைச் சந்திக்க விடாமல் என்னைத் தடுக்கிறார் என்று முதலில் நினைத்தேன். ஆனால் இரண்டொரு நாளில் ஆர்.எம்.வீரப்பன் எழுப்புகிற செயற்கையான இந்த சுவருக்கும் எம்.ஜி.ஆருக்கும் அறவே சம்பந்தமில்லை என்று அறிந்து கொண்டேன். அப்போது ஜெயலலிதா எனக்கொரு கடிதம் எழுதியிருந்தார். அதில் ஆர்.எம்.வீரப்பனின் பெயரை எழுதிக் காட்டாமல் அவர் ஜெயலலிதாவைச் சந்திக்க விடாமல் என்னைத் தடுப்பதைத்தான் அறிவேன் என்று மறைமுகமாக எழுதியிருந்தார். கடிதத்தின் இறுதியில் 'இந்தக் கடிதத்தைப் படித்ததும் எரித்து விடவும்' என்று கண்டிருந்தது. நான் இந்தக் கடிதத்தை எரிக்கவில்லை.

இரண்டொரு நாளில் எம்.ஜி.ஆர். என்னைக் கூப்பிட்டார். அப்போது அம்மு கூப்பிடும்போது நீங்கள் ஏன் போகவில்லை; அம்முவிற்கு ஏன் உதவி செய்யவில்லை என்று கேட்டார். அதற்கு நான் ஆர்.எம்.வீரப்பன் என்னை நேரில் அந்த அம்மாவைச் சந்திக்க வேண்டாம் என்று சொன்னார் என்று குறிப்பிட்டேன். எம்.ஜி.ஆரின் மூக்கு முகத்துவாரத்தில் கோபம் கொடி ஏற்றி விட்டது.

நான் எப்போதும் ஆர்.எம்.வீரப்பனைப் பற்றிய பேச்சு வந்தால் ஆர்.எம்.வீ. என்று மரியாதையாகத்தான் குறிப்பிடுவேன். ஆனால் பலமுறை எம்.ஜி.ஆர். 'வீரப்பாவா' என்று கேட்டிருக்கிறார். தனது நிர்வாகி ஒருவரை அமைச்சராக்கிவிட்டு மீண்டும் அவரை நிர்வாகியாகவே எம்.ஜி.ஆர். நினைக்கிற அளவிற்கு வீரப்பன் என்ன வில்லங்கம் செய்தார் என்று அப்போதெல்லாம் எண்ணிக் கொள்வேன்.

எம்.ஜி.ஆர். எதிர்பாராத விதமாக வீரப்பனின் சாதியைப் பற்றி என்னைக் கேட்டார். அவர் செட்டியாரா சேனைத் தலைவரா என்று கேட்டார். எம்.ஜி.ஆருக்கு வீரப்பனைப் பற்றி என்னிடமிருந்து தெரிந்து கொள்வதற்கு எந்தத் தகவலும் இல்லை. இருந்தும் எந்த அளவிற்கு நான் ஆர்.எம்.வீரப்பனை அறிந்து வைத்திருக்கிறேன் என்று தெரிந்து கொள்வதற்காக அவர் அவ்வாறு கேட்டிருக்கக் கூடும். பிறகு ஆர்.எம்.வீரப்பன் சேனைத் தலைவர் சாதி தனது சாதி என்று, நிலைநாட்டுவதற்கு ஏன் படாதபாடு படுகிறார் என்று என்னிடத்தில் விசாரித்தார்.

ஜெயலலிதாவின் வளர்ச்சியால் ஆர்.எம்.வீரப்பன் ஒரு பாதுகாப்பற்ற வளையத்திற்குள் தள்ளப்பட்டிருக்கிறார். அதன் வெளிப்பாடுதான் பெரியார் தொண்டராக இருந்த வீரப்பனுக்குத் தன்னைச் சேனைத் தலைவர் என்று காட்டியாக வேண்டிய அவசியம் வந்துவிட்டது என்று விளக்கினேன். எம்.ஜி.ஆர். என் முதுகிலே தட்டி என்னைப் பாராட்டினார். 'வாளை எடுக்கிறவன் வாளாலே மடிகிறான்' என்கிற பைபிள் வசனத்தை எடுத்துச் சொல்லி, சாதியைப் படித்துக் கொள்கிறவர்களுக்கு ஆபத்து சாதியாலேதான் வரும் என்றார். எம்.ஜி.ஆரின் பைபிள் அறிவைப் பார்த்து வியந்து போனேன்.

எம்.ஜி.ஆரின் அரசியல் வாரிசு என்று உயர்நீதிமன்றத்தில் வாக்குமூலம் தருகிற ஜெயலலிதா இன்றைக்கு எம்.ஜி.ஆரின் அரசியல் தீர்க்கதரிசனத்தை தனது பாதவளையங்களுக்கு கீழேதான் பத்திரமாக வைத்திருக்கிறார்.

ஜெயலலிதாவின் அரசியல் அறியாமையால், ஆணவத்தால் சாதிய அரசியல் தமிழகத்தில் அரைக்கம்பத்தைத் தாண்டி முழுவீச்சில் ஏறிக்

வலம்புரிஜான் 97

கொண்டிருக்கிறது.

வன்னியர் தொகுதியில் வன்னியர், நாடார் தொகுதியில் நாடார்... இந்த தேர்தல் அரசியல் தமிழகத்தில் எப்போதும் உண்டுதான். சாதிக்கு ஒரு மந்திரி என்பதும், திராவிடக் கட்சிகளும் கூட கைவிட முடியாத அரசியல் அவசியமாகவே இருந்து வந்துள்ளது. ஆனால் ஜெயலலிதாவின் அரசியல் ஆணவம் எந்தச் சாதியைச் சார்ந்தவர் அடுத்த முதல் அமைச்சர் ஆவது என்கிற போட்டா போட்டியில் தமிழகத்தைக் கொஞ்சம் கொஞ்சமாக இறக்கி வருகிறது.

ஏற்கனவே ஜெயலலிதா தங்களது சாதியைச் சார்ந்தவர் என்கிற ஒரே காரணத்திற்காகவே பல பார்ப்பன பத்திரிகைகள் ஜெயலலிதாவை விமர்சிப்பதில்லை; விமர்சித்தாலும் வீழ்ச்சி வந்து விடுகிற மாதிரி விமர்சிப்பதில்லை.

இந்த நிலையில் தமிழ்நாட்டில் தனிப்பெரும்பான்மையாக இருக்கிற வன்னியர்கள் தங்களில் ஒருவர் முதல்வராக வர வேண்டும் என்று வெளிப்படையாகவே எழுதிப் பேசி வருகிறார்கள். வெவ்வேறு கட்சிகளிலே உள்ள வன்னியர்கள் தங்களது கட்சி வளையங்களுக்கு அப்பால் வெவ்வேறு அரசியல், இயக்கங்களிலே உள்ள சாதித் தலைவர்களோடு சல்லாபித்து வருகிறார்கள்.

சாதி அடிப்படையில் அமைச்சர்கள் வருகிறபோது முதல் அமைச்சர் அதே அடிப்படையில் வரக்கூடாதா என்கிற கேள்வி நியாயமான கேள்வியைப் போலத் தோன்றலாம். ஆனால் உண்மை நிலையை நாம் அறிந்து கொள்ள வேண்டும்.

இதுவரை தமிழக முதல்வர்களாக வந்தவர்கள் பெருந்தலைவர் காமராஜரை தவிர சிறுபான்மை வகுப்பை சார்ந்தவர்களே. நாடார்களும் கூட தமிழ்நாட்டில் பெரும்பான்மை இனத்தவர் என்று சொல்லிவிட முடியாது.

(1). வெற்றி பெற வேண்டிய ஓர் இயக்கத்தின் தலைவரை தமிழர்கள் சாதிக்கு அப்பாற்பட்டவராகப் பார்த்திருக்கிறார்கள்.

(2). குறிப்பிட்ட ஒரு பெரும்பான்மை வகுப்பினைச் சாராதவரைத்தான், அதாவது சிறுபான்மை வகுப்பினரைத்தான் அடுத்த, பெரும்பான்மை வகுப்பினைச் சார்ந்தவர்கள் ஆதரிக்கிறார்கள்.

ஆகவே அமைச்சர்கள் சாதி அடிப்படையில் நியமிக்கப்படுகிற நிலையிலிருந்து முதல் அமைச்சர் அவ்வாறான நிலைக்குத் தள்ளப்படுகிறபோது தமிழ்நாடு என்னவாகும் என்று சிந்தித்துப் பார்க்க வேண்டும்.

இப்போது பசும்பொன் தேவர் காற்று மண்டலமெல்லாம்

வியாபித்து வருகிறார். தேச பக்தரான தேவருக்கு அஞ்சலி செய்வது ஆறுதலாகத்தான் இருக்கிறது. ஆனால் தேவர் மகனுக்குச் செய்யப்படுகிற அஞ்சலி அந்த சாதியாரை உசுப்பி விடுவதாக இருக்கக் கூடாது.

பசும்பொன் தேவருக்கு பால் கொடுத்து வளர்த்த பெருமாட்டி ஒரு இஸ்லாமியப் பெண். படிப்புச் சொல்லி கொடுத்தவர்கள் கிறிஸ்தவ பாதிரிமார்கள். அவரது அரசியல் குரு சீனிவாச அய்யங்கார். அவரது பிரதம அரசியல் சீடர் ஆதிதிராவிடரான விருதுநகர் வேலு. தேவரின் நம்பிக்கைக்குப் பாத்திரமான நண்பர் கமுதி சுப்பன் செட்டியார். அவரது வாழ்க்கை வரலாற்றை 'பசும்பொன் மறத்தமிழன்' என்று முதன் முதலாக எழுதியவர் எட்வர்ட் மோகன் என்ற கிறிஸ்தவர். அவரது பேச்சுக்களை முதன் முதலாகத் தொகுத்து 'தேவரின் இதய நாதம்' என்று வெளியிட்ட சக்திமோகன் நாயக்கர் வகுப்பைச் சார்ந்தவர். அவர் படத்தை முதலிலே திறந்து பாராட்டி மகிழ்ந்தவர். 'மக்கள் நீதிபதி' கிருஷ்ணசாமி ரெட்டியார். அவரது புகழை நாடகங்கள் மூலமாக தமிழ்நாட்டின் மூலை முடுக்கெல்லாம் பரப்பியவர் முரசொலி அடியார்.

பசும்பொன் தேவர் சாதி அடிப்படையில் செயல்பட்டவரும் அல்ல; அவரைப் போற்றியவர்களும் அவர் தங்கள் சாதிக்காரர் என்பதற்காக அவரைப் போற்றவில்லை.

எரிமலையின் வாயிலில் வசதியாக உட்கார்ந்து கொண்டு ஜெயலலிதா புல்லாங்குழல் வாசிக்கிறார் என்று நான் எடுத்துச் சொல்வதற்குக் காரணம் அபாயகரமான சாதிய அரசியலை ஜெயலலிதா படுவேகமாக வளர்த்து வருகிறார்.

பசும்பொன் தேவருக்குச் சிலை திறந்தார்கள். போற்றப்பட வேண்டிய நிகழ்ச்சி. ஆனால் முதல் அமைச்சர் கலந்து கொண்ட அந்த நிகழ்ச்சியில் தேவர் வகுப்பைச் சார்ந்தவர்களே பெரும்பாலும் கலந்து பேசுகிற மாதிரி முதல்வர் பார்த்துக் கொண்டார். இந்தக் குறைபாடு, கூட்டத்தை ஏற்பாடு செய்தவர்களின் குறைபாடா அல்லது முதல் அமைச்சரின் முட்டாள்தனமா என்றால், முதல் அமைச்சரே இதற்கு முற்ற முழுக்க காரணமானவர் என்று அறிகிறேன்.

மதுரையில் பசும்பொன் தேவருக்குச் சிலை திறந்தபோது குடியரசுத் தலைவராக இருந்த வி.வி.கிரியை வைத்து அன்றைய முதல்வர் சிலையைத் திறந்தார். தீவாகித் தீய்ந்து போன தமிழ்நாட்டில் ஜெயலலிதாதான் ஒரே அகில இந்தியத் தலைவர். மாபெரும் தேச பக்தரான முத்துராமலிங்கத் தேவருக்குச் சிலை திறக்கிறவர்கள் தேச

விடுதலைப் போராட்டத்தில் அமராவதி சிறையில் அடைப்பட்டிருக்க வேண்டும் என்று நான் சொல்லவில்லை.

ஆனால் சில குறைந்தபட்ச தகுதிகளாவது இருக்க வேண்டாமா? ஒரு தேசியத் தலைவரைச் சாதியத் தலைவராக்க முதல் அமைச்சரே முயற்சிப்பதா? இது காலக்கடிகாரத்தின் கைகாட்டி முட்களைப் பின்னுக்கு இழுப்பதாக ஆகாதா?

முதல் அமைச்சர் ஒரு சாதியாரை உசுப்பி விடுவது... வேறு ஒரு அமைச்சர் வேறொரு சாதியாரை உசுப்பி விடுவது... இதெல்லாம் தமிழ்நாடை எங்கே கொண்டு சென்று நிறுத்தும்? தமிழ்நாட்டின் எதிர்காலம் இந்த முதல் அமைச்சரிடத்திலே பத்திரமாக இருக்கிறது என்று எந்தப் பைத்தியக்காரன் நம்புவான்? எம்.ஜி.ஆர். அன்றைக்குச் சொன்னவைகளை இன்றைக்கு நினைத்து பார்க்கிறேன்.

அன்று நான் எம்.ஜி.ஆரிடத்தில் இருந்து திரும்புகிறபோது எதைச் சொல்வதாக இருந்தாலும் நேரிடையாகத் தன்னிடத்திலே சொல்ல வேண்டும் என்று எம்.ஜி.ஆர். குறிப்பிட்டார்.

எம்.ஜி.ஆருடைய பேச்சின்போது முரசொலி அடியார், பத்திரிகையாளர் சோலை போன்றவர்களைப் பற்றிய பேச்சு வந்தது. இவர்கள் ஒழுங்காக ஜெயலலிதாவிற்கு எழுதிக் கொடுத்தும் ஜெயலலிதா தவறாகப் புரிந்து கொண்டு பேசுகிறார் என்று எம்.ஜி.ஆர். வருத்தப்பட்டார். முரசொலி அடியார் ஒருமுறை இந்தி எதிர்ப்புப் போராட்டம் பற்றி எழுதியபோது சின்னச்சாமி என்று எழுதிக் கொடுத்ததை ஜெயலலிதா ஈரோடு சின்னச்சாமி என்று தவறாக அர்த்தப்படுத்திக் கொண்டார். அவ்வாறே பேசி விட்டார்.

எம்.ஜி.ஆர். பேசிக் கொண்டிருந்தபோது அவருக்கு முன் போடப்பட்டிருந்த பலகை நாற்காலி ஒன்றில் நகல் எடுக்கப்பட்ட ஒரு கட்டுரைத் தொகுப்பு இருந்ததைப் பார்த்தேன். இந்தக் கட்டுரைத் தொகுப்பின் மூன்று பிரதிகள் 7, 8, 9 என்று ஊதா வண்ணத்தில் எண் போடப்பட்டு இருந்தது.

இந்த நகல்களில் ஜெயலலிதா மாடியிலிருந்து சோபன்பாபு என்கிற தெலுங்கு நடிகருக்குக் கை அசைப்பது போன்றதான படம் இருந்தது. அடுத்தடுத்த பக்கங்களில் குமுதத்தில் எப்போதோ வெளியான ஜெயலலிதாவின் பேட்டி, கட்டுரை போன்றவை இடம் பெற்றிருந்தன.

இந்தத் தகவல்களைக் குமுதம் அலுவலகத்திலிருந்தும், பிற இடங்களிலிருந்தும், எவரோ ஒருவர் கேட்டுக் கொண்டதற்கு இணங்க சேகரித்திருக்கிறார்கள்.

இம்மாதிரியான ஜெயலலிதாவின் புகைப்படம், பேட்டி, கட்டுரை போன்றவற்றை நூற்றுக்கணக்கில் பிரதிகள் எடுத்து குறிப்பிட்ட நபர் ஒருவர் பலருக்கும் வினியோகித்திருக்கிறார். இது எப்படியோ எம்.ஜி.ஆரிடத்தில் வந்திருக்கிறது. வெகு காலத்திற்குப் பிறகு இந்த விகாரமான விவகாரங்களைத் தோண்டி எடுத்து நகல் எடுத்து நூற்றுக்கணக்கில் அனுப்புகிற வேலையை எதற்காக, யார் செய்கிறார்கள் என்று அறிந்து சொல்ல வேண்டும் என்று எம்.ஜி.ஆர். என்னைக் கேட்டுக் கொண்டார்.

நான் ஏதோ சொல்ல வாயெடுத்தேன். நீங்கள் நினைக்கிற இரண்டு பேரும் இல்லை. அடுத்த வாரம் வாருங்கள். அதற்குள் கண்டுபிடித்துச் சொல்லுங்கள் என்றார் எம்.ஜி.ஆர்.

நீங்கள் நினைக்கிற இரண்டு பேர்களும் இல்லை என்று எம்.ஜி.ஆர். யார் யாரைச் சொல்கிறார் என்று அசைபோட்டுக் கொண்டே வீடு வந்து சேர்ந்தேன்.

வெள்ளி, சனி, ஞாயிறு மூன்று நாட்களிலும் நான் முகாமிடாத இடங்கள் கிடையாது. முதன் முதலாக ஜெயலலிதாவின் ஆவி எழுத்தாளராக சில காலம் செயல்பட்ட முரசொலி அடியாரிடம் போனேன். பேச்சுக் கொடுத்தபோது அவர் சிலருடைய பெயர்களைச் சொல்லி இவர்கள்தான் ஜெயலலிதாவிற்கு எதிராக இம்மாதிரி நகல்களை எடுத்தவர்கள் என்று சொன்னார். அவரிடமிருந்து பத்திரிகையாளர் சோலையிடம் சென்றேன். அவர் பத்திரிகையாளர் ஒருவருடைய பெயரைச் சொன்னார். ஆனாலும் அவர் அம்புதான்; எய்தவர்கள் கேள்வி கேட்க முடியாத இடத்தில் இருக்கிறார்கள் என்றார்.

தாய் அலுவலகத்தில் அப்போது வேலையாக இருந்த கஸ்தூரி ரெங்கனிடம் இந்த நகல்களில் ஒன்று இருந்ததாக அறிந்து அவரையும் விசாரித்தேன். அவர் இந்த நகல் தமக்குத் தபாலில் வந்தது என்று சொன்னார். நாம் சொல்கிற மாதிரியான பதில்களை நம் கூடச் சேர்ந்தவர்கள் சில வாரங்களிலேயே சொல்வதற்குப் பழகிக் கொள்கிறார்கள் என்று புரிந்து கொண்டேன்.

அடுத்த திங்கட்கிழமை அதிகாலையிலேயே தோட்டத்திலிருந்து ஓலை வந்து விட்டது.

ஏமாந்தார் ஜெயலலிதா!

காலை 7 மணி இருக்கும். எம்.ஜி.ஆர். என்னைப் பார்த்ததும் சாப்பிடச் சொன்னார். நான் சாப்பிட்டு விட்டு வந்து விட்டேன் என்றேன். ஒப்புக்காகச் சொன்னதை எம்.ஜி.ஆர். உடனே தெரிந்து கொண்டார். "அதெப்படி சாப்பிட்டிருக்க முடியும்? நீங்கள் பிராட்வேயிலிருந்து வருகிறீர்கள். இங்கே வருவதற்கு ஒருமணி நேரம் ஆகும். அப்படி என்றால் 6 மணிக்கே சாப்பாடு போட்டு விடுவார்களா? அது எப்படி சாத்தியம்?" என்று கேட்டார் எம்.ஜி.ஆர்.

நான் அங்கிருந்து வருவதற்கு இரண்டு மணி நேரம் ஆகும் என்றேன். எப்படி என்றார். ஆட்டோவில் வர இரண்டு மணிநேரம் ஆகும் என்றேன். எங்கள் ஆசிரியர் ஆட்டோவில் வருவதா என்றார். மறுநாள் ஒரு வெள்ளை அம்பாசிடர் கார் என் இல்லத்தின் முன்னால் நின்றது. என் பெயரில் அவர் வாங்கச் சொன்ன காரை பெருந்தன்மையாக மக்கள் திலகம் மூவீஸ் என்று வாங்குவதற்கு அப்புவிற்கு அனுமதி தந்தேன்.

எம்.ஜி.ஆர். மறைந்த சில மாதங்களுக்குப் பிறகு அந்தக் காரை, உதட்டளவில் மாத்திரமே அவரை நேசிக்கிற நாசக்காரர்கள் சிலர் எடுத்துச் சென்று விட்டார்கள். அவர் எனக்கென்று தந்த ஜப்பான் ஸ்டீரியோ செட் மட்டும் நீண்ட நாள் என்னிடம்தான் இருந்தது. இப்போது அதுவும் எங்கோ ஒளிந்து கொண்டிருக்கிறது.

(ஜெயலலிதா-சோபன்பாபு படம், பேட்டி போன்றவற்றை பிரதிகள் எடுத்து முக்கியமானவர்களுக்கு அனுப்பியவரைக் கண்டுபிடித்து விட்டீர்களா? என்று எம்.ஜி.ஆர். எப்போது கேட்கப் போகிறார் என்று என் இதயம் நின்று நின்று என்னிடம் கேட்டது. வெகுநேரம் வரை எம்.ஜி.ஆர். ஒன்றுமே கேட்கவில்லை. அன்று

அவரைப் பார்ப்பதற்காக தமிழ் அறிஞர் டாக்டர் ந.சஞ்சீவி வந்திருந்தார். நான் சாப்பிட்டு முடித்ததும் எம்.ஜி.ஆர். உள்ளே என்னை அழைத்தார்.

''நானே கண்டுபிடித்து விட்டேன்'' என்றார். ''எல்லாம் இங்கிருந்துதான் நடந்திருக்கிறது. இங்கிருக்கிற அம்மா செய்ததற்கு உங்கள் தாய் அலுவலகம் பயன்பட்டிருக்கிறது'' என்றார் எம்.ஜி.ஆர்.

இனி இவ்வாறு எங்கள் அலுவலகம் பயன்படாதபடி பார்த்துக் கொள்வேன் என்றேன்."அம்முவிற்கு எதிராக இப்படியெல்லாம் சிலர் செய்யச் செய்யத்தான் அவளைப் பாதுகாத்தே தீரவேண்டும் என்கிற எண்ணம் எனக்குள்ளே ஓங்கி வளருகிறது'' என்று எம்.ஜி.ஆர். சொன்னார். அவர் எவ்வளவு குழந்தைத்தனமாக நடந்து கொண்டார். இன்றும் அவரது குரல்வளைக்குக் குறி வைக்கிறவர்கள்- இரண்டாவது முறையாக அவரை சாகடிக்கிறவர்கள்- எந்த அளவிற்கு இதயமே இல்லாதவர்கள் என்று நினைத்து நினைத்து வேதனைப்படுகிறேன்.

தோட்டத்து அம்மாள் ஏற்பாட்டின் பேரில்தான், குமுதம் அலுவலகத்தைச் சார்ந்த யாரோ ஒருவர், ஜெயலலிதாவிற்கு எதிரான செய்திகளைத் திரட்டியிருக்கிறார் என்று எம்.ஜி.ஆர். நம்பினார். இம்மாதிரி நேரங்களில் எம்.ஜி.ஆரின் கோபத்தை வெகு சிலரே பார்த்திருக்கக் கூடும். 'உங்கள் கோபத்தில் சூரியன் அஸ்தமிக்காதிருக்கட்டும்' என்கிற பைபிள் வரிகளைத்தான் அப்போதெல்லாம் நினைத்துக் கொள்வேன்.

நான் உள்ளே எம்.ஜி.ஆரிடம் பேசிக் கொண்டிருந்தபோது, தமிழறிஞர் ந.சஞ்சீவி வெளியில் இருந்தார். அன்று எம்.ஜி.ஆரைப் பார்க்கிறவர்களின் பட்டியலில் ஔவை நடராசன் பெயரும் இடம் பெற்றிருந்தது. சஞ்சீவி, பாலசுப்பிரமணியம், ஔவை நடராசன், சிலம்பொலி செல்லப்பன் எல்லோரைப் பற்றியும் பேச்சு வந்தது. தமிழறிஞர்கள் கூட்டத்தில் சிலம்பொலி செல்லப்பன் மீது எம்.ஜி.ஆருக்கு மிகுந்த மரியாதை இருந்ததை உணர்ந்தேன். இதில் எனக்கு வியப்பு என்னவென்றால், சிலம்பொலியார் அப்போதெல்லாம் கலைஞருக்கு வேண்டியவர் என்று கருதப்பட்டவர். இருந்தும் அவரது செழுமையான தமிழ்ப் புலமையிலும், அறிவார்ந்த தமிழ்ப் பண்பிலும் எம்.ஜி.ஆர். தன்னை இழந்து நின்றார்.

அப்போது ராஜராஜ சோழன் பரிசு, சுத்தானந்த பாரதியாரின் 'பாரத சக்தி' என்கிற புத்தகத்திற்குத் தரப்பட்டிருந்தது. தாயில் இதுபற்றி இருவேறு கருத்துக்கள் இடம் பெற்றிருந்தன. எம்.ஜி.ஆர். இவற்றைப் பற்றிக் குறிப்பிட்டு, 'சுத்தானந்த பாரதியார் காங்கிரஸ்காரர். அவருக்குப்

பரிசு எப்படி தரப்படலாம்?' என்று சிலர் தன்னைக் கேள்வி கேட்டதாகக் குறிப்பிட்டார். ராஜராஜசோழன் பரிசு பெறுகிற அளவிற்கு சுத்தானந்த பாரதியார் உயர்ந்தவர்தான். ஆனால் அவரது 'பாரத சக்தி' சிறந்த காவியம் அல்ல என்பது எனது கருத்து.

ஆனால் எம்.ஜி.ஆர். ஒரு தமிழ் அறிஞர் எதிர்கட்சிக்காரர் என்பதற்காக விடுபட்டு விடக் கூடாது என்பதில்தான் உறுதியாக இருந்தார். இல்லாவிட்டால் சுத்தானந்த பாரதியாருக்கு இந்த விருது கிடைத்தே இருக்காது. இந்த விருது பாரதியாருக்குத் தரப்பட வேண்டும் என்பதில் தீவிரமாக இருந்தவர். அப்போது தலைமைச் செயலாளராக இருந்த திரவியம். அவரும் காங்கிரஸ்காரர். ஆகவேதான் அவர் சுத்தானந்த பாரதியாருக்குச் சிபாரிசு செய்கிறார் என்றும் கூட எம்.ஜி.ஆரிடத்தில் சிலர் சொல்லிப் பார்த்தார்கள். ஆனால் எம்.ஜி.ஆர். சுதந்திரப் போராட்ட வீரர்களில் காங்கிரஸாரும், காங்கிரஸ் அல்லாதவரும் இலலை என்றே அடித்துச் சொன்னார்.இன்று அவர் நினைவைப் போற்றுவதாக ஒப்புக்குப் பேசும் ஊர் தின்னிகள். தமிழ் மாநாடு நடத்துகின்றன. இது தமிழ் மாநாடா?

1966-ல் ஒரு தனிநாயக அடிகளார் தொடங்கிய தமிழ் மாநாட்டிற்கு இவ்வளவு தலைகுனிவா? அன்று தமிழக அரசு முயன்றும், முடியாது என்று கைவிட்ட முதல் மாநாட்டை, தனிநாயக அடிகளார் கோலாலம்பூரில் நடத்திக் காட்டினார். அப்போதெல்லாம் இம்மாநாடு கட்சி அரசியல் கால்கொள்ளாத ஆராய்ச்சி மாநாடாகவே அமைந்தது.

1968-ல் இரண்டாவது உலகத் தமிழ் மாநாடு சென்னையில் நடைபெற்றபோது அறிஞர் அண்ணா இருந்தார். அப்போது எதிர்க் கட்சித் தலைவராக இருந்த கருத்திருமனை அவர் அரசியல்வாதி என்பதைச் சுட்டிக்காட்டி அழைக்கக் கூடாது என்று அவரது தம்பிமார்களிலே சிலர் சொன்னபோது, 'அவர் அரசியல்வாதி என்றால் நீங்கள் எல்லாம் அரசியல்வாதிகள் இல்லையா?' என்று கேட்டார் அறிஞர் அண்ணா.

கம்பன் மேல் காதல் கொண்டவர்கள் காங்கிரஸில் இருந்தாலும், கம்பனுக்கும் நமக்கும் வம்பு உண்டென்றாலும், தமிழ் அறிஞர் கருத்திருமனை அழைக்காதிருந்தால் வரலாறு நம்மை வசைபாடும் என்றார் அறிஞர் அண்ணா. அந்த மாநாட்டிற்கு கருத்திருமன் அழைக்கப்பட்டார். அதுபோலவே பல எதிர்க்கட்சிக்காரர்கள் அவர்கள் தலைவர்கள் என்பதற்காகவும், தமிழ் அறிஞர்கள் என்பதற்காகவும் அழைக்கப்பட்டார்கள். எதிர்க்கட்சிக்காரர்களாக

இருந்தாலும், தமிழறிஞர்களே என்று 'முள் மரத்தில் இருந்தாலும், குயில் குயிலே என்று கருதிய அறிஞர் அண்ணா எங்கே? புரட்சித் தலைவர் எம்.ஜி.ஆர். எங்கே?' தமிழ், தமிழர், தமிழ் இலக்கியம், தமிழ் இலக்கணம், தமிழ் வரலாறு எதையுமே அறியாமல் தமிழர்களைச் சுரண்டுவது ஒன்றை மாத்திரமே உறுதியாக அறிந்து வைத்திருக்கிற ஜெயலலிதா எங்கே?...

எம்.ஜி.ஆர். அன்றைக்கு அவரது பச்சை வண்டியில் என்னை அழைத்துக் கொண்டு மாம்பலம் அலுவலகம் வந்தார். வண்டி சைதாப்பேட்டை கலைஞர் கருணாநிதி பொன்விழா வளைவு என்கிற இடத்தருகே வந்ததும், வண்டியை எம்.ஜி.ஆர். நிறுத்தச் சொன்னார். மக்கள் சாலையைக் கடந்து போவதற்காக இந்த ஏற்பாடு என்பதை அறிந்து கொண்டேன். எம்.ஜி.ஆர். இடதுபக்கம் இருந்தார். நான் வலது பக்கம் இருந்தேன். அப்போது சாலையைக் கடந்து சென்றவர்கள் பலரும், காருக்குள்ளே எம்.ஜி.ஆர். தான் இருக்கிறார் என்பதைக் கண்டு கொண்டார்கள். பலரும் எம்.ஜி.ஆரைக் கும்பிட்டார்கள். பதிலுக்கு நீண்ட நேரமாக கும்பிட்டுக் கொண்டிருந்த எம்.ஜி.ஆரை நான் உற்று நோக்கிக் கொண்டிருந்தேன்.

வெளியில் போகிறவர்கள், வருகிறவர்கள் கும்பிடுவதை எம்.ஜி.ஆர். பார்க்கலாம். எம்.ஜி.ஆர். கும்பிடுவதை வெளியில் உள்ளவர்கள் பார்க்க இயலாது. இதுதானே கார் கண்ணாடியின் அமைப்பு. ஆகவே தொடர்ந்து எம்.ஜி.ஆர். அவர்களைக் கும்பிடுவானேன் என்று நான் எம்.ஜி.ஆரிடம் கேட்டேன். அப்போது எம்.ஜி.ஆர்., "அவர்கள் பார்க்கிறார்களோ, இல்லையோ, நான் அவர்களைக் கும்பிடத்தானே வேண்டும். சினிமாக்காரனாக இருந்த என்னை இவர்கள்தானே முதலமைச்சராக கோட்டையில் உட்கார வைத்தார்கள்" என்று அப்போது குறிப்பிட்டார். அவர் குரல் இப்போதும் எனது இடது செவிக்குள் ஒலித்துக் கொண்டிருக்கிறது. உண்மையாகவே எம்.ஜி.ஆர். மக்களிடத்தில் எவ்வளவு மதிப்பு உள்ளவர் என்பதற்கு, எனக்குத் தெரிந்த எத்தனையோ சம்பவங்களில் இதுவும் ஒன்று. இதை எழுதுகிறபோது எனது உடல் புல்லரிக்கிறது. காரணம், இந்தச் சம்பவத்தை ஒருநாள் நான் எழுதி காட்டுவேன் என்று எம்.ஜி.ஆர். குறிப்பிட்டார். வண்டி மாம்பலம் அலுவலகத்தில் நின்றது. எம்.ஜி.ஆரிட மிருந்து விடைபெற்றுத் திரும்பி வந்தபோது ஜெயலலிதா அங்கு வந்து சேர்ந்தார்.

'We the people' என்கிற நானி பல்கிவாலாவின் புத்தகம் என் கையிலிருந்தது. ஜெயலலிதா இங்கே இந்தப் புத்தகம் கிடைக்கிறதா?

எங்கே வாங்கினீர்கள்? என்று கேட்டார். அதற்கு நான் இந்தப் புத்தகத்தை விலைக்கு வாங்கவில்லை. இதைப் பல்கிவாலாவே எனக்கு அனுப்பியிருந்தார் என்று சொன்னேன். பிறகுதான் இதேமாதிரி ஒரு புத்தகப் பிரதியை பல்கிவாலா ஜெயலலிதாவிற்கும் அனுப்பியிருக்கிறார் என்பதை அறிந்தேன்.

ஜெயலலிதா தனக்கு அனுப்பப்பட்ட அதே புத்தகம் எனக்கும் அனுப்பப்பட்டு விட்டதால், என்னை, புத்தகத்தை, நானி பல்கிவாலாவை எல்லோரையும் வெறுக்க ஆரம்பித்து விடுவார் என்பதை அறிவேன். இருந்தும் உண்மையைச் சொல்லி ஜெயலலிதாவை சீண்டி விட்டேன்.

1984-ல் பிப்ரவரி வாக்கில் ராஜ்யசபா தேர்தல் வந்தது. 'இங்கே எம்.எல்.சி. பதவி முடிகிறது. என்னை ராஜ்யசபாவிற்கு எம்.பி.யாக அனுப்ப வேண்டும். அங்குதான் நான் முழுக்க பயன்பட இயலும்' என்று ஒரு கடிதம் எழுதி, ஜெயந்தன் என்ற தம்பியிடம் எம்.ஜி.ஆருக்கு அனுப்பினேன்.

கடிதம் சேர்வதற்கும், நான் எனது போர்ச்சுகீசியர் தெரு வீட்டிற்குள் நுழைவதற்கும் சரியாக இருந்தது. அன்று வேறு தொலைபேசி மணி சரியாக ஒலிக்கவில்லை. முனகிக் கொண்டே இருந்தது. தொலைபேசியின் முனகல் சப்தம் கேட்டு அதை எடுத்தேன். மறுமுனையில் எம்.ஜி.ஆர். பேசினார். "நான்தான் முடிவு செய்து விட்டேனே... யாரிடமும் சொல்ல வேண்டாம். நாமினேஷன் போட்டு விடுங்கள்" என்றார். கும்பிடுகிறேன் என்று சொன்னேன். வலம்புரிஜான் ஒருவரையும் கும்பிடக் கூடாது என்று சொன்னார் எம்.ஜி.ஆர். எம்.எல்.சி.க்கா, எம்.பி.க்கா எதற்கு நாமினேஷன் போடுவது என்றும் கூட அவரிடம் கேட்கவில்லை. எம்.பி.யாக வேண்டும் என்று நான் கடிதத்தில் எழுதியதை அவர் படித்திருப்பார் என்று நினைத்துக் கொண்டேன்.

இதற்கிடையில், நான் எம்.பி.யாக வேண்டும் என்று எம்.ஜி.ஆரை அணுகிய சமாச்சாரம் ஜெயலலிதாவிற்குத் தெரிந்துவிட்டது. எம்.எல்.சி. ஆனபோது எனக்கு வெகுவாக ஆதரவாக இருந்த ஜெயலலிதா, எம்.பி.யான போது நேர் எதிராக இருந்தார்.

அப்போது ஜெயலலிதாவிற்கு நெருக்கமாக இருந்த ஒரு பத்திரிகையாளர் என்னைச் சந்தித்தார். நீங்கள் ஆசிரியராக இருப்பதால்தான் தாய் பத்திரிகை 2 லட்சத்து 60 ஆயிரம் பிரதிகள் விற்கின்றன. 'அண்ணா' தினசரிக்கும் நீங்களே ஆசிரியர் ஆகிவிட்டால் அதுவும் நன்றாக விற்கும் என்று அம்மா சொன்னார்கள் என்றார்.

அம்மாவின் சதித் திட்டம் எனக்குப் புரிந்தது. 'அண்ணா' தினசரிப் பத்திரிகை. அதைக் கவனிக்க வேண்டிய பொறுப்பில் நான் இருந்தால், எப்படி டெல்லிக்குச் செல்ல இயலும்?

தலைவர் என்னைக் கேட்டால் நான் பேசிக் கொள்கிறேன் என்றேன். அந்தப் பத்திரிகையாளரோ, நீங்களே தலைவரிடம் 'அண்ணா'வைப் பார்த்துக் கொள்கிறேன் என்று சொல்லி விடுங்கள் என்றார். சரி, சொன்னால் ஆயிற்று என்று சொன்னேன். பக்ரீத் ஆட்டிற்கு மாலை போட்டு, மஞ்சள் நீர் தெளித்து, நெற்றியில் குங்குமப் பொட்டும் வைத்து விட்டார்கள். இப்போது நான்தான் பக்ரீத் ஆடு; என்னை வெட்டாமல் விட்டால் எப்படி என்று கேட்க வேண்டும் என்கிறார்கள். அதற்குள் ராஜ்யசபா எம்பி. தேர்தலுக்கு நாமினேஷன் தாக்கல் பண்ணினேன். எம்.எல்.ஏ. என்கிற முறையில் எம்.ஜி.ஆர். என்னை முன்மொழிந்தார். தன்னை முன்மொழிவார் என்று ஜெயலலிதா எதிர்பார்த்தார். ஆனால், எம்.ஜி.ஆர். என்னைத்தானே முன்மொழிந்தார். எவரை என் கட்சிக்குள் விடவே மாட்டேன் என்று ஜெயலலிதா கொக்கரிக்கிறாரோ, அந்த பண்ருட்டி ராமச்சந்திரன்தான் ஜெயலலிதாவை முன்மொழிந்தார்.

வேட்பு மனு தாக்கல் செய்த மறுநாள் ஜெயலலிதா என்னை அழைத்தார். நான் இல்லை என்று சொல்லச் சொல்லி விட்டு மங்களூர் எக்ஸ்பிரஸ்ஸில் ஏறி, கொல்லூர் மூகாம்பிகை கோயிலுக்குப் போனேன். எப்படியாவது எனது வேட்பு மனுவைத் திரும்பப் பெற வேண்டும் என்கிற கடைசிநேர முயற்சிகளில் ஜெயலலிதா ஈடுபட்டார். என்னைத் தேடு தேடு என்று தேடினார் ஜெயலலிதா. இறுதியாக நான் இருக்கும் இடம் அவருக்குத் தெரிந்தது.

அரேபிய இரவுகள்!

வேட்பு மனு திரும்பப் பெறப்படுகிற நாள் வரை கொல்லூரிலேயே இருந்துவிட்டு மறுநாள் சென்னைக்கு வந்தேன். எனது வேட்பு மனுவை எம்.ஜி.ஆரிடம் சொல்லி எப்படியாவது திரும்பப் பெற்றுவிட வேண்டும் என்று ஜெயலலிதா செய்த முயற்சிகள் அனைத்தும் தோல்விப் பள்ளத்தாக்கில் துவண்டன.

சென்னை வந்ததும், எனது அரசியல் எதிர்காலத்தை அழிப்பதற்கு ஆனதெல்லாம் செய்தவர் ஜெயலலிதா என்றாலும், எனது வேட்பு மனுவை நான் திரும்பப் பெறுவதற்காக அவர் மேற்கொண்ட முயற்சிகளை அறவே அறியாதவன் போல ஆள் உயர மாலையோடு ஜெயலலிதாவைச் சந்தித்தேன். ஜெயலலிதாவும் ஒன்றுமே நடக்காதது போல் இருந்து கொண்டார். ஒரு நடிகையின் வாழ்க்கையில் இது ஒன்றும் மகத்தான சாதனை இல்லை.

நடிப்பில் எப்போதுமே தோற்றுப் போகிற நான்தான் 'என்னைத் தேடினீர்களாமே' என்றேன். இல்லை... இல்லை... கொல்லூர் மூகாம்பிகா கோயிலுக்கு நீங்கள் போவீர்களே... அங்கே அர்ச்சனை செய்வதற்கு உங்களை அனுப்பலாம் என்றுதான் தேடினேன். நீங்கள் திரும்பி வந்த பிறகுதான் நீங்களே அங்கு சென்று விட்டீர்கள் என்று தெரிகிறது என்று ஜெயலலிதா சொன்னார்.

உங்களைத் தலைவரும் தேடினார் என்றார் ஜெயலலிதா. எதற்கு என்று கேட்டேன். தெரியாது என்று சொன்னார். நடந்தது இதுதான். வேட்பு மனுவைத் தாக்கல் செய்வதற்கு முன்னர் ஒருவருக்கும் சொல்ல வேண்டாம் என்று எம்.ஜி.ஆர். சொல்லியிருந்தார். ஆனால் இப்போது ஜெயலலிதா அமைச்சரவையில் அமைச்சராக இருக்கும் முத்துசாமி, 'டெல்லிக்குப் போகிறீர்களாமே' என்று கேட்டார். நான் இல்லவே

இல்லை என்று சொல்லிப் பார்த்தேன். ஆனால் அவர் தலைவர் சாப்பிட்டுக் கொண்டிருக்கிறார். அங்கே எல்லோருக்கும் நீங்களும், ஜெயலலிதாவும் டெல்லிக்குப் போவதாகச் சொல்லிக் கொண்டிருக்கிறார் என்று சொன்னார். கொஞ்ச நேரத்தில் ஜேப்பியார் வந்தார். அவரும் நீங்கள் டெல்லிக்குப் போகிறீர்களாமே என்று சொன்னார்.

இதெல்லாம் சட்டமன்ற மேலவையில் நடைபெற்றது. நான் சபை நடந்து கொண்டிருந்ததால் அதிகப் பேச்சு கொடுக்கவில்லை. எல்லோரிடமும் நான் இல்லை என்று சொல்லிக் கொண்டிருந்தபோது, அமைச்சராக இருந்த ராகவானந்தம் எழுந்து எழுந்து பதில் சொல்லிக் கொண்டிருந்தார். எல்லாக் கேள்விகளுக்கும் சகட்டு மேனிக்கு பரிசீலனையில் இருக்கிறது என்று சொல்லிக் கொண்டே வந்தார்.

காரணம், அப்போது அவர் இந்திரகுமாரியோடு தமக்கு ஏற்பட்ட உறவுகளைப் பற்றி பக்கத்தில் இருப்பவர்களிடத்தில் விவரித்துக் கொண்டிருந்தார்.

இந்திரகுமாரியைப் பற்றிய அவரது வருணனை கம்பன், காளிதாசன், கண்ணதாசன் போன்றோரை இவரிடம் கைகட்டி நிற்க வைக்கிறபடியாக இருந்தது. அவர் சொன்னவைகளை என்னால் எழுதிக் காட்ட இயலாது. ஆனால் வயோதிகர்களைக் கூட வாலிபர்களாக்குகிற வருணனை அது. இந்த அரேபிய இரவுகளிலிருந்து அவர் தம்மை விடுவித்துக் கொண்டு டெல்லிக்குப் போகிறீர்களாமே என்றார். எவருக்கும் சொல்ல வேண்டாம் என்று என்னிடம் சொன்னதை மறந்துவிட்டு எம்.ஜி.ஆர். போகிறவர்கள் வருகிறவர்கள் ஒருவர் விடாமல் வலம்புரிஜான் டெல்லிக்குப் போகிறார் என்று சொல்ல ஆரம்பித்து விட்டார்.

இப்போது சொல்ல வேண்டாம் என்று எம்.ஜி.ஆர். சொன்னதை மீறி நான் இந்த அலிபாபா குகையை அடித்துத் திறந்து விட்டதாக ஜெயலலிதா எம்.ஜி.ஆரிடம் குற்றம் சாட்டினார். எம்.ஜி.ஆர். வலது காதிலே வாங்கி அதை இடது காது வழியாக இடப்பெயர்ச்சி செய்து விட்டார்.

ராகவானந்தம் போன்றவர்கள் ஜெயலலிதா டெல்லி போவதை நினைத்துப் புலம்பிக் கொண்டிருந்தார்கள். ஆர்.எம்.வீரப்பன் அவர் பங்கிற்கு என்னவெல்லாமோ செய்து பார்த்தார். எம்.ஜி.ஆர். தராசின் முள் போல அங்கும் இங்குமாக ஆடி இறுதியாக ஜெயலலிதாவை அனுப்புவது என்கிற முடிவிற்கு வந்து விட்டார்.

ராஜ்ய சபா தேர்தல் முடிந்த அன்றைக்கு ஆளுநர் மாளிகையில்

எங்களுக்கு விருந்து நடந்தது. எம்.ஜி.ஆர். என்னைக் கட்டி அணைத்துக் கொண்டார். அப்போது கழுத்தில் நான் அணிந்திருந்த உத்திராட்சம் ஒன்று அவரை அழுத்தியது. அதை எடுத்துக் காட்டி எல்லோரிடமும் எம்.ஜி.ஆர். கண்ணைச் சிமிட்டினார். விருந்தில் அப்போது சட்டப் பேரவைத் தலைவராக இருந்த ராஜாராமும் கலந்து கொண்டார். பண்புப் பெட்டகமான இந்த ராஜாராம்தான் ஜெயலலிதாவை ராஜ்யசபாவிற்கு அனுப்ப வேண்டாம் என்கிற முடிவில் இருந்த எம்.ஜி.ஆரை தமது முடிவை மாற்றிக் கொள்ளப் பண்ணி, ராஜ்ய சபாவில் இடம் பெற வைத்தவர். அந்த நன்றிக்காகத்தான் பெரியாராலும், பேரறிஞர் அண்ணாவாலும் மதிக்கப்பட்ட ராஜாராமைத் தமது அமைச்சரவையிலிருந்து ஜெயலலிதா தூக்கி எறிந்தார். மற்றவர்கள் நன்றி மறந்து விட்டார்கள் என்று அடிக்கடி ஜெயலலிதா கடந்த காலத்தில் புலம்பியிருக்கிறார். ஆனால் ஜெயலலிதாவைப் போல நன்றி கொன்ற நயவஞ்சகர்களை நாட்டில் கமிஷன் போட்டுப் பார்த்தாலும் கண்டுபிடிக்க இயலாது.

ராஜ்ய சபா தேர்தல் முடிவுகள் வெளியான அன்று மாலை கலைவாணர் அரங்கத்தில் எம்.ஜி.ஆர். படமான 'ஆயிரத்தில் ஒருவன்' போட்டுக் காட்டப்பட்டது. நான் கடைசியாக நுழைந்தேன். விளக்குகள் கொஞ்சம் கொஞ்சமாக அணைந்து கொண்டிருந்தன. தப்பித் தவறி எம்.ஜி.ஆர். உட்கார்ந்திருக்கிற பக்கத்தில் உட்கார்ந்து மாட்டிக் கொள்ளப் போகிறோம் என்று விலகி விலகிப் போய் கடைசியில் எம்.ஜி.ஆர். பக்கத்திலேயே போய் நின்றிருக்கிறேன். தப்பிக்கப் பார்க்கிறீர்களா என்றும் எம்.ஜி.ஆர். கேட்டார்.

எம்.ஜி.ஆர். என்னை தனது இடது கை பக்கத்தில் உட்கார வைத்துக் கொண்டார். இரண்டு மூன்று இருக்கைகள் தள்ளி ஜெயலலிதாவும் திருமதி.சுலோச்சனா சம்பத்தும் உட்கார்ந்திருந்தார்கள். கொஞ்ச நேரத்தில் எம்.ஜி.ஆர். ஜெயலலிதாவைத் தனது பக்கத்தில் அழைத்தார். படம் தொடங்கி விட்டது. இடது பக்கம் நான்; வலது பக்கம் ஜெயலலிதா. படம் முழுவதையும் உட்கார்ந்து பார்த்து விட்டுத்தான் போக வேண்டும் என்று ஜெயலலிதா எம்.ஜி.ஆரிடம் சொன்னார். இந்தப் படத்தை எத்தனை தடவை நான் பார்ப்பது என்று எம்.ஜி.ஆர். கேட்டார். இல்லை கண்டிப்பாக நீங்கள் கடைசி வரை உட்கார வேண்டும் என்று ஜெயலலிதா ஒரு உத்தரவே எம்.ஜி.ஆருக்குப் போட்டு விட்டார். கடந்த கால உறவை அடிக்கடி நினைவுபடுத்த வேண்டும் என்கிற கருத்திலேதான் தலைமைக் கழகம் துரையிடம் சொல்லி இந்தக் குறிப்பிட்ட படம் போடுவதற்கு ஜெயலலிதா ஏற்பாடு செய்தார்.

எம்.ஜி.ஆர். என்னிடம் பேச்சுக் கொடுத்தார். என் படமே நீங்கள் பார்ப்பதில்லை என்று சொன்னீர்களாமே என்றார் எம்.ஜி.ஆர். மூன்று படங்கள் பார்த்திருக்கிறேன் என்று சொன்னேன். எம்.ஜி.ஆர். என்னென்ன படங்கள் என்று கேட்டார். 'நாடோடி மன்னன்', 'எங்க வீட்டுப் பிள்ளை', 'மாட்டுக்கார வேலன்' என்று சொன்னேன். அதற்கு எம்.ஜி.ஆர். மாட்டுக்கார வேலனில் உங்களுக்கு எந்தக் காட்சிப் பிடிக்கும் என்று கேட்டார். நான் சொன்னது உண்மையா என்று அறிந்து கொள்ள என்னைச் சோதிக்கிறார் எம்.ஜி.ஆர். என்று அறிந்து கொண்டேன்.

'ஒரு பக்கம் பார்க்கிறா... ஒரு கண்ணைச் சாய்க்கிறா' என்கிற பாடலில் தரையில் விரலால் நீங்கள் அரை வட்டம் போடுவது போல ஒரு காட்சி வருகிறது. அது எனக்கு வெகுவாகப் பிடிக்கும் என்றேன். எம்.ஜி.ஆர். மௌனமாகி விட்டார். தமது சட்டைப் பையிலிருந்து சாக்லெட்டுகளை எடுத்து எம்.ஜி.ஆர். என்னிடம் தந்தார். ஜெயலலிதாவிற்கும் சாக்லெட்டுகளை தந்தார். தனக்குத் தந்த சாக்லெட்டுகளையே எனக்கும் எம்.ஜி.ஆர். தந்தது ஜெயலலிதாவிற்குப் பிடிக்கவில்லை. திரும்பக் கொடுத்து விட்டார். சின்னத்தனத்தின் சிகரம் ஜெயலலிதா என்பதற்கு உலகம் முடிகிற வரைக்கும் இதுவே உயர்ந்த உதாரணமாக விளங்கும்.

இப்போது படத்தில் கடல் ஒன்று தெரிந்தது. இதுதான் கோவா கடல் என்றார் என்னிடம் எம்.ஜி.ஆர். ஜெயலலிதாவுக்குச் சகிக்கவில்லை. பேசாமல் படத்தைப் பாருங்கள் என்றார் ஜெயலலிதா. எம்.ஜி.ஆருக்கு சுயமரியாதை சூடுபிடித்து விட்டது. ஜெயலலிதாவை அலட்சியப் படுத்திவிட்டு என்னிடம் பேச ஆரம்பித்தார். இது கோவா கடல். இந்தக் கடலின் ஓரம் ஆழமாக இருக்குமா? மேடாக இருக்குமா? என்று கேட்டார். கடலின் ஓரம் ஆழமாக இருக்கும் என்றேன். அதெப்படி என்றார் எம்.ஜி.ஆர். அப்படி இல்லா விட்டால் நீங்கள் இந்தக் கேள்வியையே கேட்டிருக்க மாட்டீர்கள் என்றேன். 'சபாஷ்' என்றார் எம்.ஜி.ஆர். அவ்வளவுதான் ஜெயலலிதாவின் கோபத்திற்குக் கோரைப் பற்கள் முளைத்து விட்டன. நான் புறப்படுகிறேன் என்றார்.

கடைசி வரைக்கும் படத்தை இருந்து பார்க்க வேண்டும் என்று எம்.ஜி.ஆருக்குக் கட்டளையிட்ட அரைமணி நேரத்திற்குள் புறப்படுகிறேன் என்று போர்ப்பரணி பாடி விட்டார் ஜெயலலிதா. எம்.ஜி.ஆர். மௌனமானார். நீண்ட நேரம் அவர் பேசவே இல்லை. இறுதியாக குனிந்து எனது காதில் ராஜ்ய சபாவில் நீங்கள்தான் பேச

வேண்டும்; மற்றவர்களைப் பேச அனுமதித்து விட்டு நீங்கள் ஏமாந்துவிட வேண்டாம் என்று எம்.ஜி.ஆர். குறிப்பிட்டார். ஜெயலலிதா எம்.ஜி.ஆரிடம் என்ன சொன்னீர்கள் என்று கேட்டார். அதற்கு எம்.ஜி.ஆர். என்னிடம் சொன்னதை அப்படியே திரும்பச் சொன்னார். அதற்கு ஜெயலலிதா வலம்புரிஜானுக்கு இங்கிலீஷ் பேச வருமா என்று கேட்டார். ஓங்கி ஒரு அடிவிட்டு என் தலையை நானே உடைத்துவிட வேண்டும் என்று எனக்குத் தோன்றியது. தன்னைத் தவிர உலகத்தில் ஒருவருக்கும் ஒன்றும் தெரியாது என்கிற ஆணவம் ஜெயலலிதாவின் கண்களை இடப்பெயர்ச்சி செய்துவிட்டு அந்த இடத்தில் கொழுப்புக் குன்றுகளை இறுத்தி வைத்திருக்கிறது.

எனக்கு இங்கிலீஷ் வராது என்று இங்கிலீஷ்காரனே சொல்ல மாட்டான். ஒன்பதாம் வகுப்பு வரை கூட ஒழுங்காகப் படிக்காத ஜெயலலிதா எனக்கு இங்கிலீஷ் வராது என்று நினைத்துக் கொண்டிருக்கிறார். என்ன பண்ணுவது? எல்லாம் காலத்தின் கோலம்?

எம்.ஜி.ஆர். மறைந்த பிறகு டெல்லி தொலைக்காட்சியில் 'எம்.ஜி.ஆருக்குப் பிறகு தமிழ்நாடு' என்ற ஒரு ஆங்கில நிகழ்ச்சி ஒளிபரப்பப்பட்டது. இதில் நான், ஜெயலலிதா, ப.சிதம்பரம் எல்லோரும் பேசினோம். அப்போது தமிழ்நாடே பார்த்தது. ஜெயலலிதாவின் ஆங்கிலம் எப்படிப்பட்டது... எனது ஆங்கிலம் எப்படிப்பட்டது என்று. இந்த நாட்டில் ஒருவன் எப்படி வேண்டுமானாலும் இருக்கலாம்; கறுப்பாக இருந்துவிடக் கூடாது. ஜெயலலிதா தனக்கு மாத்திரமே உலக மொழிகளில் பயிற்சி உண்டு என்பதாக நினைப்பதில் மகிழ்ச்சி அடைகிறார். ராஜ்ய சபாவிற்குப் போனோம். அப்போது அறிஞர் அண்ணா உட்கார்ந்திருந்த இடத்தில்தான் நான் உட்காருவேன் என்று ஜெயலலிதா அடம் பிடித்தார். அப்படியே நடந்து கொள்ளுங்கள் என்று எம்.ஜி.ஆரிடம் இருந்து உத்தரவு வந்து விட்டது. அப்போது ராஜ்யசபா அ.தி.மு.க. குழுத் தலைவராக இருந்த மோகனரங்கம் இதற்காக பழைய ஆவணங்களைப் புரட்டிப் பார்த்து அறிஞர் அண்ணா உட்கார்ந்திருந்த இடத்தைக் கண்டுபிடித்தார். அண்ணா உட்கார்ந்திருந்த இடம் இரண்டாவது வரிசையில் இருந்தது.

ஜெயலலிதாவிற்கு முதல் வரிசையிலும் உட்கார வேண்டும், அது அண்ணா உட்கார்ந்த இடமாகவும் இருக்க வேண்டும்.

பிரசவம் ஆகக்கூடாது; பிள்ளையைத் தொட்டிலில் போடவும் வேண்டும் என்கிற வினோதமான ஆசைகள் ஜெயலலிதாவிற்கு மாத்திரமே வரும்.

இறுதியாக அறிஞர் அண்ணா அமர்ந்த இடத்தில் ஜெயலலிதா அமர்ந்தார். வளர்ச்சி அடைந்துவிட்ட வரலாற்று மனிதர்களின் பலவீனங்களைப் பயன்படுத்தி உச்சத்தில் ஏறிவிடுகிற உல்லாச ராணிகளை உலகம் இதுவரை பார்க்காமல் இல்லை. ஆனால் ஜெயலலிதாவைப் போல இந்தியாவின் வரலாற்றிலேயே தமிழ் மக்களின் அரசியல் வாழ்க்கையைக் காயடித்த ஒரு காட்டேரி இருந்திருக்கவே இயலாது. அண்ணா உட்கார்ந்த இடத்தில் கூச்சநாச்சமின்றி ஜெயலலிதா உட்கார்ந்தார். 'ஆரியமாயை' எழுதிய அறிஞர் அண்ணா தமது கல்லறையில் அப்போது களைத்து படுத்திருக்க வேண்டும்.

பிரபல பத்திரிகையாளரான குஷ்வந்த் சிங்கிற்கு ஜெயலலிதா என்கிற மெழுகுப் பொம்மையைப் பார்த்ததும் குதூகலம் பிறந்து விட்டது. அவராகவே வந்து ஜெயலலிதாவிடம் பேசினார். ஜெயலலிதா அவரிடம் பேசியவாறே மேலே நாலாபுறமும் உள்ள பார்வையாளர்கள் வரிசையைப் பார்த்தார்.

விஷ அம்பு

ஜெயலலிதா எங்கே, எப்போது எவரிடம் பேசுகிறார் என்பதைக் கண்காணிப்பதற்காக ராஜ்யசபாவின் பார்வையாளர்கள் வரிசையில் ஒற்றர்கள் இருப்பார்கள். இம்மாதிரியான ஏற்பாட்டால் ஜெயலலிதா வேதனைப்பட்டார். ஆனால், இந்த வேதனையை ஜெயலலிதா தனக்கு சாதனையாக மாற்றிக் கொண்டார்.

ஜெயலலிதா இவ்வளவு முக்கியம் என்று கருதித்தானே இவ்வளவு ஒற்றர்கள். அப்படி என்றால் அவ்வளவு முக்கியமான இந்த ஜெயலலிதா சொன்னபடி எம்.ஜி.ஆர். கேட்க வேண்டுமா இல்லையா? அறிவுக்கு சற்றும் பொருத்தமில்லாத வேண்டு கோள்களால் எம்.ஜி.ஆரைத் திணறடித்தார் ஜெயலலிதா. ஜெயலலிதாவின் மீது எம்.ஜி.ஆர். வைத்த ஆசை கொஞ்சம் கொஞ்சமாக அவரை ஜெயலலிதாவின் அடிமையாக்கியது. அவ்வப்போது சங்கிலிகளை அறுத்துக் கொள்ள வேண்டுமென்று எம்.ஜி.ஆர் விரும்பினார். ஆனால் சங்கிலிகளை அறுத்துக் கொள்ளப் போன ஒவ்வொரு சந்தர்ப்பத்திலும் தமது சதையைத்தான் எம்.ஜி.ஆர். இழந்தார் சங்கிலி இறுகிற்று.

ராஜ்யசபாவிற்கு வந்த புதிதில் அறிஞர் அண்ணாவின் இருக்கையில் ஜெயலலிதா அமர்ந்தார் என்பதைப் பத்திரிகைகள் வெளியிட வேண்டும் என்பதில் ஜெயலலிதா அளவுக்கு மீறிய அக்கறை காட்டினார். அன்று அறிஞர் அண்ணாவின் இருக்கையில் அமர்ந்த ஜெயலலிதாவிற்கு பின் நாளில் அதே அண்ணா அமர்ந்த முதல் அமைச்சர் நாற்காலியும் முண்டியடித்துக் கொண்டு முன்னே வந்துவிட்டது. நீங்கள் உட்காராவிட்டால் ஆகாது என்று ஆட்சிக் கட்டில் அடம்பிடித்து ஜெயலலிதாவை வாரி வைத்துக் கொண்டது போல ஆயிற்று. இன்று ஜெயலலிதா இழைக்கிற ஜெயலலிதாவின்

பெயரால் இழைக்கப்படுகிற எல்லாத் தவறுகளுக்கும் அரங்கேறிவிட்ட இந்த அம்புலிமாமா கதைதான் காரணம். ஜெயலலிதாவைப் பொறுத்த மட்டில் எல்லாமே எளிதாக நடந்துவிட்டது. அம்புலிமாமா கதைகளில் இளவரசன் விரும்பிய இரத்தினக் கம்பளம் போல ஜெயலலிதாவிற்கு முதல் அமைச்சர் பதவி கிடைத்துவிட்டது. ஏதோ வியர்வையால் விதியை எழுதியவரைப் போல ஜெயலலிதா பேசலாம்; எழுதலாம்; ஆனால் உண்மையில் கடினமான எந்த உழைப்பும் இல்லாமல் எல்லாம் இயல்பாகவும், எளிதாகவும் ஜெயலலிதாவிற்கு நிகழ்ந்து விட்டது. ஆகவேதான் இந்திய அளவில் எந்த அரசியல் தலைவரும் செய்யத் துணியாத தவறுகளை ஜெயலலிதா தொடர்ந்து செய்துவருகிறார்.

அறிஞர் அண்ணாவின் இருக்கையில் உட்கார்ந்ததைத்தான் ஜெயலலிதா அப்போதெல்லாம் பெருமையாகப் பேசித்திரிந்தார். ஒரு அண்ணாவாக வேண்டும் என்கிற எண்ணம் ஜெயலலிதாவிற்கு உதிக்கவில்லை. அதற்குப் பதிலாக அவர் இருந்த இடத்தில் அமருவதே ஜெயலலிதாவின் அரசியல் வளர்ச்சிக்குப் போதுமானதாக இருந்தது. அப்படி என்றால் ஜெயலலிதாவின் அரசியல் பிரவேசம் தமிழகம் எவ்வளவு தாழ்ந்திருந்த போது நிகழ்ந்திருக்கிறது என்பதை ஒவ்வொருவரும் உணர்ந்து பார்க்க வேண்டும்.

இன்று ஒரு கட்சித் தலைவி என்கிற முறையில் அண்ணாவைப் பற்றி சேஷன் எழுதியதற்காக ஜெயலலிதா வேதனைப்படுவதாகக் கதைக்கப்படுகிறது. அண்ணாவை சேஷன் புண்படுத்தியதால் கலைஞர் கருணாநிதி காயப்பட்டதற்கும், வை.கோபால்சாமி காயப்பட்டதற்கும் ஜெயலலிதா கண்ணீர் வடிப்பதற்கும் பெருத்த வேறுபாடு உள்ளது என்பதைத் தமிழ் மக்கள் அறிவார்கள்.

அண்ணாவின் நினைவைக் களங்கப்படுத்திய சேஷனைக் கண்டிப்பதற்கும் அண்ணாவின் வழியைத்தானே ஜெயலலிதா பின்பற்றி இருக்க வேண்டும்.

அறிஞர் அண்ணாவை காஞ்சிபுரத்தில் நடேச முதலியார் தேர்தலில் எதிர்த்து நின்றார். அப்போது அண்ணாவின் பிறப்பைக் குறித்து படுமோசமாக தட்டி எழுதி வைக்கப்பட்டது. எல்லோரும் அண்ணாவிடம் கொதித்து வந்து இந்த நிகழ்ச்சியை குறிப்பிட்ட போது, இருட்டு நேரம், வெளிச்சம் இல்லாமல் மக்கள் இதை வாசிக்க முடியாதே என்று அண்ணா பெட்ரோமாக்ஸ் விளக்கு வைக்கச் சொன்னதும் அவ்வாறே வைக்கப்பட்டதும் அனைவரும் அறிந்த நிகழ்ச்சி.

சட்டமன்றத்தில் அறிஞர் அண்ணாவை விநாயகம் 'உங்கள் நாட்கள் எண்ணப்படுகின்றன' என்று சொன்ன போதும் அண்ணா 'எனது அடிகளை நான் அளந்தே வைக்கிறேன்' என்றுதான் உரைத்தார். அண்ணாவின் தேர்தல் பேச்சுக்களை நான் சிறுவனாக இருந்தபோது கேட்டிருக்கிறேன். வன்முறை, வெறித்தனம் இவற்றுக்கு இடமே இல்லாத அருமையான பேச்சு அவரது பேச்சாக இருந்தது. இன்று அந்த அண்ணாவிற்காக வக்காலத்து வாங்குகிற ஜெயலலிதா சேஷனைக் கண்டிப்பதில் அண்ணாவின் வழிமுறை அறவே அகற்றி வைக்கப்பட்டிருக்கிறது.

சேஷன் விமான நிலையத்திலிருந்து வருகிற அதே வழியில்தான் நானும் அன்று வந்தேன். கர்நாடக மாநிலத்தில் தேர்தல் பிரச்சாரத்தை முடித்துக் கொண்டு பெங்களூர் விமானம் ஒன்றில் சென்னை வந்தேன். விமான தளத்தைச் சுற்றி அ.தி.மு.க.வினர் திரண்டிருந்தார்கள். ஆனால் கறுப்புக் கொடிகள் என்ற பெயரால் அவர்களில் அநேகர் கொம்புகளை வைத்திருந்தார்கள். சிலரது கைகளில் பைப்புகள் இருந்தன. ஏழு மணிநேரம் அசோகவனத்திற்குள் அடைபட்டு விட்டேன் என்று சேஷன் புலம்ப அவசியம் இல்லை. அன்று சேஷன் வெளியில் வந்திருந்தால் அவரது உயிருக்கு ஆபத்து ஏற்பட்டிருக்கும். காவலர்களும், கட்சிக்காரர்களைப் போலவே காணப்பட்டார்கள். எல்லாம் கொடிமயமாக இருப்பதற்கு- பதிலாக தடிமயமாக இருந்தது.

நினைத்தால் இவர்கள் சேஷனைக் கொன்று போடலாம்; சேஷன் தங்க இடம் கேட்ட காரணத்திற்காகவே- தங்கிய காரணத்திற்காகவே தாஜ்கோரமண்டலின் ஒரு பகுதி ஆளுங்கட்சி அடாவடிகளால் தரைமட்டமாக்கப்பட்டிருக்கிறது.

மத்திய அரசே! தமிழகம் வன்முறையை வாழ்க்கையாக்கி விட்டது. பஞ்சாபிலும், காஷ்மீரிலும் இல்லாத அரசபயங்கரம் இங்கே அட்டகாசம் புரிகிறது. நடவடிக்கை எடுக்காதே. மத்திய அரசு மரணித்து மாதங்களாகி விட்டன என்று மக்களே பேசத் தொடங்கி விட்டார்கள். பொறுத்துப் பார். ஊமைகளாக இருக்கிற இந்த மக்களின் உதடுகளில் நெருப்பு அலைகள் நிமிர்ந்துப் பார்க்கப் போகிறது. இப்படிப்பட்ட வன்முறையாளர்களுக்கும் இவர்களைக் கண்டும் காணாதது போல இருப்பவர்களுக்கும், இவர்கள் மீது நடவடிக்கை எடுக்கிற பொறுப்பு இருந்தும் அதை தட்டிக் கழிக்கிறவர்களுக்கும் இயற்கையிடத்தில் தண்டனைப் பட்டியல் தயாராகி வருகிறது. இறைவன் இருப்பதை நான் உறுதியாக நம்புகிறேன். ஆனால் அவன் நிச்சயமாக நீண்ட விடுப்பில் இருப்பான்

என்றும் நம்புகிறேன். இல்லாவிட்டால் இவ்வளவு அக்கிரமங்கள் இங்கே நிகழாது.

காவல் தெய்வமான அய்யனாரையே திருடர்கள் களவு செய்வது போல தமிழ்நாடே நீ காயடிக்கப்பட்டாய்; காயப்படுத்தப் பட்டாய்; இப்போது கல்லறையை நோக்கி அல்லவா போகிறாய்.

ஆட்சியாளர்களே! நீங்கள் செய்கிற கொலைகளிலே இருந்தும், வன்முறைகளிலிருந்தும் தற்காலிகமாக தப்பிவிடலாம். ஆனால் எல்லாவற்றையும் அறிந்தவன் ஒருவன் உங்களைப் பார்த்துக் கொண்டே இருக்கிறான். அவனுடைய தீர்ப்பிலே இருந்து அநியாயம் செய்கின்ற அமீபா கூட தப்பிக்க இயலாது.

ஜெயலலிதா ராஜ்யசபாவில் பதவிப்பிரமாணம் எடுத்துக் கொண்ட அன்றோ மறுநாளோ பத்திரிகையாளர் கூட்டம் ஒன்றை நடத்தினார். புதுடெல்லி தமிழ்நாடு இல்லத்தில் அந்த பத்திரிகையாளர் சந்திப்பு நிகழ்ந்தது. எல்லாப் பத்திரிகையாளர்களுக்கும் ஜெயலலிதா செலவில் சூட்கேஸ்கள் வழங்கப்பட்டன. தனது பிற் காலப் பேரரசின் அரச முத்திரையை முன்னரே பத்திரிகையாளர்களுக்கு தந்ததற்காக ஜெயலலிதாவைப் பாராட்டத்தான் வேண்டும். பெட்டிகளை எல்லாப் பத்திரிகையாளர்களும் வாங்கிக் கொள்ளவில்லை. சிலர் திரும்பத் தந்துவிட்டார்கள். சிலர் எறிந்தே விட்டார்கள். எல்லோருக்கும் ஒரு விலை உண்டு என்று ஜெயலலிதா நம்பினார். ஆனால் விலைக்கு வாங்க முடியாத அபூர்வங்களும் உண்டு என்பது அப்போது அவருக்குத் தெரியாது.

பத்திரிகையாளர்கள் சிலர் சூட்கேஸ்களை எறிந்துவிட்டுச் சென்றதால் ஜெயலலிதா அப்செட் ஆனார். இதில் ரசாபாசம் என்னவென்றால் அம்மாவின் ராஜ்யசபா தொடக்க நாள் பத்திரிகையாளர்கள் சந்திப்பின் நினைவாக மாலைச் சிற்றுண்டி ஒன்று தமிழ்நாடு இல்லத்தின் எல்லா அறைகளிலும் விரும்புகிறார்களோ இல்லையோ திணிக்கப்பட்டு இருந்தது. மற்றவர்களின் விருப்பு வெறுப்புகளுக்கு ஒரு சதவிகிதம் கூட மரியாதை தராதவர் ஜெயலலி தா. பெட்டிகள் பறந்தன என்கிற செய்தி அப்போது பத்திரிகைகளில் எல்லாம் தலைகாட்டின.

ராஜ்யசபா அ.தி.மு.க. குழுவின் துணைத் தலைவராக நியமனம் பெற்றார் ஜெயலலிதா. ஜெயலலிதாவை ராஜ்யசபாவிற்கு அனுப்புகிறபோது தன்னைக் கேட்டவர்களிடத்தில் எல்லாம் காலையில் டெல்லி சென்றால் மாலையில் சென்னை வந்துவிடுகிறார் ஜெயலலிதா என்றுதான் எம்.ஜி.ஆர். சொல்லி வந்தார். ஆனால் டெல்லி

போனமுதல் வாரமே இந்தத் திட்டத்தை அடித்து நொறுக்கினார் ஜெயலலிதா. வெள்ளி இரவுதான் சென்னை வருவது என்று மாற்றிக் கொண்டார்.

ஜெயலலிதா தனது கன்னிப் பேச்சிலேயே தமக்குப் பல மொழிகள் தெரியும் என்று பேசினார். தான் ஒரு பன்மொழிப் பண்டிதை என்று பக்குவமாக சொல்கிற பண்பாடு ஜெயலலிதாவிற்கு அப்போதும் இல்லை; இப்போதும் இல்லை. தமது பெருமைகளை பட்டியலிடுவது போல பேசினார்.

குஷ்வந்த் சிங்கிடம் சென்று ஜெயலலிதா பேசிக் கொண்டிருப்பார். குஷ்வந்த்சிங் ஒரே பொருளைப் பற்றி அதிகமாக எழுதியிருக்கிறார் என்றால் அது பெண்களின் பின்புறம் பற்றித்தான். குஷ்வந்த் சிங் எழுத்துக்களை நான் அநேகமாக படித்திருக்கிறேன். ஆகவேதான் இவ்வளவு உறுதியாக சொல்கிறேன். குஷ்வந்த்சிங்கிடம் ஜெயலலிதா பேசுவதையே ஒரு குற்றச்சாட்டாகச் சிலர் எம்.ஜி.ஆரிடம் சொன்னார்கள். எம்.ஜி.ஆருக்கும் ஜெயலலிதாவிற்கும் இதனால் உரசல் ஒன்று உருவாயிற்று. கொஞ்சநாள் டெல்லிப்பக்கமே ஜெயலலிதா வரமுடியாமல் ஆனது.

பாராளுமன்ற குழுக்களுக்கு உறுப்பினர்களைப் போடவேண்டிய நாள் வந்தது. ஜெயலலிதா சாதாரண இந்த விவகாரத்தை எம்.ஜி.ஆரிடம் பெரிதுபடுத்தி வைத்தார். 74-ல் முதல்முறையாக நான் ராஜ்யசபா போனபோது டிக் மார்க் போட்டுக் கொடுத்ததால் கிடைத்த குழு உறுப்பினர் பொறுப்பிற்கு பெரும் மந்திராலோசனைகள் நடைபெற்றன. இறுதியாக எனக்கு திட்டக் குழு உறுப்பினர் பொறுப்பு கிடைத்தது எந்த அதிகாரமும், எந்த விதமான பலனும் இல்லாத திட்டக்குழுவில் ஜெயலலிதா என்னைப் போட்டார். இதிலே கூட எனக்கு வருத்தமில்லை. திட்டக்குழுவின் சிறப்புகள் பற்றி என்னிடம் ஜெயலலிதா சொற்பொழிவே நிகழ்த்தி விட்டார்.

ஆங்கிலக் கவிதை படிக்க வேண்டுமென்று கேட்டவனுக்கு நீயெல்லாம் அம்புலிமாமா படித்தால் போதும் என்று சொன்னதோடல்லாமல், அதில்தான் வேதாளம் சொன்ன கதை வசனத்தோடு வருகிறது என்றும் சொன்னால் எப்படி இருக்கும்? அறிவாளிகள் தங்களைப் போலவே அறிவாளிகள் இருப்பார்கள் என்று நினைப்பார்கள். ஆனால் முட்டாள்கள் தங்களைத் தவிர மற்ற எல்லாருமே முட்டாள்கள் என்று நினைப்பார்கள். ஜெயலலிதா இரண்டாம் வகையைச் சார்ந்தவர். ஜெயலலிதாவைச் சுற்றி இருக்கிறவர்கள் அவசியமாக முட்டாள்களாக இருக்க வேண்டும்

அல்லது முட்டாள்களைப் போல காட்டிக் கொள்ள வேண்டும். இல்லாவிட்டால் ஜெயலலிதாவால் நிம்மதியாக இருக்க இயலாது.

யார் யார் என்ன பேச வேண்டும் என்று தீர்மானிக்கிற அதிகாரம் ஜெயலலிதாவிடம் விடப்பட்டது. என்னைப் பழிவாங்குவதற்கு ஜெயலலிதாவிற்கு இதைவிட சந்தர்ப்பம் வேண்டுமா? இந்திய அரசு ஒரு கப்பல் கம்பெனியை விலைக்கு வாங்கிக் கொள்கிறது. இதுபற்றி பேச வேண்டும் என்று ஜெயலலிதா எனக்கு உத்தரவிட்டார். அதில் பேசுவதற்கு ஒன்றுமில்லை என்று நிராகரித்தேன். உடனே ஜெயலலிதா எம்.ஜி.ஆரிடம் இதைத் தெரிவித்து விட்டார்.

எம்.ஜி.ஆர். நான் சென்னைக்கு வந்ததும் நீங்கள் ஏன் பேசவில்லை என்று கேட்டார். ஒரு கப்பல் கம்பெனியை அரசாங்கம் எடுத்துக் கொள்வதில் குறிப்புகள் இல்லாமல் பேச இயலாது. மேலும் பேசுகிற மாதிரியான விஷயம் அது இல்லை என்றேன். பேசுவதற்கு வலம்புரி ஜானுக்கு குறிப்புகள் வேண்டுமா? இது என்ன நம்புகிறபடியாகவா இருக்கிறது என்று கேட்டார் எம்.ஜி.ஆர். அவர் எந்த அளவிற்கு ஜெயலலிதாவின் விஷ அம்பால் வீழ்த்தப்பட்டிருக்கிறார் என்று புரிந்து கொண்டேன்.

பேசுவதற்கான நல்ல விஷயங்களை ஜெயலலிதா தமக்கு வைத்துக் கொண்டார். துண்டு துணுக்குகளை சூழ இருந்த சூத்ரர்களான எங்களுக்குப் போட்டார். நாங்கள் பேசியும் பேசாமலும் இருந்து வந்தோம்.

பொறுத்து பொறுத்து பார்த்துவிட்டு எம்.ஜி.ஆரைச் சந்தித்தேன். ஜெயலலிதா எனக்கு செய்கிற அநியாயங்களை பட்டியலிட்டேன். அவரோ நீங்கள் அந்த அம்மாவை பேசவே விடக் கூடாது. நீங்கள் தான் பேசவேண்டும் என்று என்னை உற்சாகப்படுத்தினார். அப்போது 'வலம்புரி ஜான் நீங்கள் பிராமணர்களையும் மலையாளிகளையும் நம்ப வேண்டாம்' என்று சொன்னார்.

பிராமணன்!

நம்பாதே; நம்பாதே; பிராமணர்களை நம்பாதே; மறந்தும் மலையாளிகளை நம்பாதே என்று குரல் கொண்ட மட்டும் கோஷம் கொடுத்தார் எம்.ஜி.ஆர்.

மலையாளியான எம்.ஜி.ஆர். மலையாளிகளை நம்பாதே என்றார். ஏன்? அவர் தன்னை மலையாளி என்று மறந்தும் நினைத்ததில்லை. அவர் நம்பாதே என்று சொன்ன மலையாளி யார் என்று, வாசகர்களுக்கு. நான் வரைந்து காட்டுவதற்கு அவசியம் இல்லை. கோடிட்ட இடத்தை நிரப்புவதில் நோபெல் பரிசுக்குத் தகுதியானவர்கள் தமிழர்கள். எம்.ஜி.ஆரின் வள்ளி, தெய்வானை இருவரும் பிராமணிகள். பிராமணர்களை நம்பாதே என்றார் எம்.ஜி.ஆர். பிறகு அவர் ஏன் இவர்களை நம்பினார்? நம்பினாரா? எந்த அளவுக்கு? இந்த சமாச்சாரங்கள் இந்தத் தொடரின் விளிம்பிற்கு விலகி நிற்பவை.

இரண்டு பிராமணிகள் தனக்கு நெருக்கமாக இருந்தும், பிராமணர்களை நம்பாதே என்கிற வரலாற்று வாசகத்தை ஓங்கி உதிர்த்தார் எம்.ஜி.ஆர். மலையாளியை நம்பாதே; பிராமணனை நம்பாதே என்ற எம்.ஜி.ஆர். வாசகத்தின் உட்பொருளை நான் உண்மையாகவே பின்னாளில் புரிந்து கொண்டேன். எம்.ஜி.ஆரின் மறைவுக்குப் பிறகு நடைபெற்ற பல்வேறு நிகழ்ச்சிகள் அவர் திரைப்பட நடிகர் அல்ல; தீர்க்கதரிசி என்பதைப் புலப்படுத்தின.

சீனிவாசமூர்த்தி என்பவர் தாய் அலுவலகத்தில் வேலையாக இருந்தார். இவர் பிராமணர். ஆழமாக எழுதுகிற ஆற்றல் படைத்தவர். புத்தக அறிவும் உண்டு. புழக்கடை ஞானமும் உண்டு. எழுதுகோல் முனையில் சொற்களை எடைபோடத் தெரிந்தவர்.

கே.ஏ.கிருஷ்ணசாமிக்கும், ஆர்.எம்.வீரப்பனுக்கும் வேண்டியவர். அப்போது சேலத்தில் நடைபெற்ற எம்.ஜி.ஆர். மாநாட்டிற்காக எம்.ஜி.ஆர். பற்றி சீனிவாசமூர்த்தி ஒரு புத்தகம் எழுதியிருந்தார். இதை மூகாம்பிகா ஆஃப்செட்டில் அச்சிட்டுத் தரவேண்டும் என்று கேட்டார். இந்த மூகாம்பிகா ஆஃப்செட்டில் நான் பாதி பங்குதாரர். ஆனால், அதர்மம் தற்காலிகமாக என்னை என் அச்சகத்திலிருந்து அப்புறப்படுத்தி வைத்திருந்தது. நானும், சீனிவாசமூர்த்தியுமாக எம்.ஜி.ஆரிடம் போனோம். அவரது புத்தகத்தை மூகாம்பிகா ஆஃப்செட்டில் அச்சிடலாமா என்று கேட்டோம். உங்கள் அச்சகத்தில் அச்சிட என்னை ஏன் கேட்கிறீர்கள்? என்று எம்.ஜி.ஆர். என்னைக் கேட்டார். நான் சுதாரித்துக் கொண்டேன். உள்ளே என்னைக் கூப்பிட்டு சீனிவாசமூர்த்தியை அளவுக்கு அதிகமாக நான் நம்புவதாக எம்.ஜி.ஆர். சுட்டிக் காட்டினார். இருந்தும் அவரது புத்தகத்தை அச்சிட்டுக் கொடுத்தேன். அது அற்புதமான புத்தகம் என்றும் எம்.ஜி.ஆருக்கும் எடுத்துச் சொன்னேன். இருந்தும் என்னைக் கவிழ்க்கிற வேலையில் சீனிவாசமூர்த்தி ஈடுபட்டார். தொடக்கத்தில் ஆட்டோவில் அசைவாடிக் கொண்டிருந்த என்னைக் காரில் சுற்ற வைத்து என்னை ஆசிரியராக வைத்திருந்தால் அதிகம் செலவழிக்க வேண்டிய அவசியம் வரும் என்பதை நிர்வாகத்திற்கு உணர்த்தினார் சீனிவாசமூர்த்தி.

இதுதான் பிராமண அணுகல். ஒருவனை அழிப்பதற்கு மற்ற சாதியார் கடைப்பிடிக்கிற வழிமுறைகளிலிருந்தும் பிராமணர்களின் நடைமுறைகள் முற்றாக வேறுபட்டவை.

கோள் சொல்லுதல், வத்தி வைத்தல், சிண்டு முடித்தல் இவைகளைச் செய்வதற்கு என்று எல்லாச் சாதிகளிலும் ஆட்கள் உண்டு. ஆனால் இன்னார் நிறையப் பணம் வைத்திருக்கிறார்; நீ கேட்டால் உடனே தந்து விடுவார்; நீ கேட்க மாட்டாயா என்று அவர் காத்திருக்கிறார் என்று பால்காரனுக்குப் பதில் சொல்ல முடியாமல் பதைத்துக் கொண்டிருக்கிற அப்பாவி ஒருவனிடம் வேறொருவனை ஆற்றுப்படுத்தி விடுவார்கள். வைத்துக் கொண்டு தர மறுக்கிறான் என்று இவரும், இல்லாததைக் கூட நம்ப மறுக்கிறானே இதயம் இல்லாதவன் என்று அவரும் அடித்துக்கொள்ளுவார்கள். இதுதான் இரண்டு நண்பர்களைப் பிரிப்பதற்கு கையாளப்படுகிற பிராமணத்தனம். எதிலும் பிராமணர்களின் வழிமுறைகளே தனி.

ஒரு நேரத்தில் பொருளாதார அடிப்படையில்தான் இடஒதுக்கீடு இருக்க வேண்டும் என்கிற எண்ணம் எம்.ஜி.ஆருக்கு வந்தது. இதற்காக

பிராண சங்கங்கள் அவரைப் பாராட்டின. காஞ்சிமடம் கூட அவருக்கு வாகைப் பூக்களால் வலை பின்னியது. ஆனால் எம்.ஜி.ஆர்., இதற்கு எழுந்த எதிர்ப்பைப் பார்த்து விட்டு, பொருளாதார அடிப்படையைப் புறப்பட்ட இடத்திலேயே போட்டு உடைத்து விட்டுப் போனார்.

இடஒதுக்கீட்டில் பொருளாதார அடிப்படை என்பது முற்போக்கு முலாம் பூசப்பட்ட முகமூடி. இதை விவரித்து எழுதுவதற்கு இப்போது அவகாசம் இல்லை. என்னை நீங்கள் நம்பலாம்.

எம்.ஜி.ஆருக்கு இடஒதுக்கீட்டில் பொருளாதார அடிப்படை வேண்டும் என்கிற எண்ணத்தை உண்டாக்கி விட்டவர் இன்றைய தமிழக முதல்வர் ஜெயலலிதா. இப்போது துதிபாடிகளால் தூபதீபம் காட்டப்பட்டு இடஒதுக்கீட்டு நாயகி, சமூகநீதி காத்த வீராங்கனை என்றெல்லாம் தவறுதலாக புகழப்படுகிற ஜெயலலிதாதான், பொருளாதார அடிப்படை வேண்டும் என்கிற எண்ணத்தை ஒரு காலத்தில் எம்.ஜி.ஆருக்கு ஏற்படுத்தினார். பொருளாதார அடிப்படை வேண்டும் என்று வாதிட்டபோது, ஜெயலலிதா ஆரிய ராணியாக இருந்து பிராமண தர்மத்தைக் காப்பாற்றுகிற அவதாரியாக இருந்தார். ஆட்சிக்கு வந்ததும் பிற்படுத்தப்பட்ட மக்களைக் கடைத்தேற்றவே கால்கொண்ட திராவிடத் தாயாகி விட்டார். ஒரே நேரத்தில் ஆரிய ராணியாகவும், அதே நேரத்தில் திராவிடத் தாயாகவும் வேடம் தாங்குவது ஜெயலலிதாவைப் போன்ற பழுத்த ஒரு நடிகைக்கு மாத்திரமே சாத்தியமானது.

ஜெயலலிதாவின் அதர்ம ஆட்சிக்கான பாதுகாப்பு, தலைநகரத்தில் உள்ள பிராமண அதிகாரிகளிடமிருந்தும், கண்களைக் கட்டிக் கொண்டிருக்கிற திருதராஷ்டிரர்களான சில பார்ப்பனப் பத்திரிகையாளர்களிடமிருந்தும், முன்னாள் குடியரசுத் தலைவர், மற்றும் ஜயேந்திர சரஸ்வதி போன்றோரிடமிருந்தும் கிடைக்கிறது.

ஜெயலலிதாவின் பரிபாலனம் தங்கு தடை இல்லாமல் நடைபெறுவதற்குக் காரணம், சில பிராமணர்களும், பல்லக்குத் தூக்குவதிலேயே பரம சுகம் காணுகிற சில திராவிடத் தலைவர்களுமே. தமிழ்நாட்டில் பல மாவட்டங்களில் ஆட்சித் தலைவர்கள் பிராமணர்களே. பிராமணர்கள் கிடைக்காவிட்டால் சசிகலாவைச் சார்ந்தவர்கள் நியமிக்கப்படுகிறார்கள். இல்லா விட்டால்தான் மற்ற சாதியர் அந்த இடங்களுக்காக நினைக்கப்படுகிறார்கள்.

கன்னியாகுமரி மாவட்டத்தில் ராஜகோபாலன் என்றொரு ஆட்சித் தலைவர். முன்னாள் குடியரசுத் தலைவர் வெங்கட்ராமனின் எஸ்டேட்டுகளைப் பராமரிப்பதற்காக, முதல்வர் இந்த

ராஜகோபாலனை ஆட்சித் தலைவராக இங்கே அமர்த்தியிருக்கிறார். இந்த மாவட்டத்தின் சிறுபான்மை மக்களை 'நான் வெங்கட்ராமனின் பேரன்' என்று சொல்லியே மிரட்டி வருகிறார். அந்தக் காலத்து வெள்ளைக்கார துரைகளை விட மோசமாக இவர் நடந்து கொள்கிறார். ஆர்.எஸ்.எஸ். போன்ற வகுப்புவாத இயக்கத்திற்கு இவர் வக்காலத்து வாங்கி வருகிறார்.

பிற்படுத்தப்பட்ட மக்களை மோத வைத்து வேடிக்கைப் பார்க்கிற பிராமணப் பொழுதுபோக்கு. இந்த ஆட்சித் தலைவரிடத்தில் அதிகமாகவே காணப்படுகிறது. இந்த அடாவடியின் ஆர்ப்பாட்டங்களை மாட்சிமைத் தங்கிய நமது விக்டோரியா மகாராணி கண்டுகொள்வதே இல்லை. காரணம் அவர் பிராமணர்.

சேஷன்- ஜெயலலிதா தகராறு, ஜெயலலிதாவைப் பிராமண சங்கம் ஆறு மாதத்திற்கு ஒரு தடவை எதிர்ப்பது. இவற்றைப் பல தமிழ் அறிவாளிகள் நம்ப மறுக்கிறார்கள். காரணம், இது ஒரு நீண்ட நாடகத்தின் கடைசிக் கட்டம் என்பதை அவர்கள் அறிவார்கள்.

ஒரு முலாயம் சிங் யாதவிற்கு எதிராக கட்சி வேலிகளைத் தாண்டி பிராமணர்கள் ஒன்று சேர்ந்து மத்திய அரசே நடவடிக்கை எடு என்கிறார்கள். ஆனால் நான்கு வருடங்களாக தமிழர்களின் எலும்புக் கூடுகளை இரும்பு உரலில் போட்டு இடித்து வருகிற ஒரு மாமிசப் பட்சிணியைக் கேட்பாரில்லை. இதற்கு அவர் யாதவர் என்பதும், ஜெயலலிதா பிராமணி என்பதும்தானே காரணம்.

காங்கிரஸ் தோல்விப் பள்ளத்தாக்கில் துவண்டு கொண்டிருக்கிறது. தென்னை இலை போல எனது இதயம் கிழிந்திருந்தாலும், இந்தத் தோல்வியிலும் எனது மகத்தான தலைவர்களுக்கு ஒரு பாடம் கிடைத்திருக்கிறது. மாநில ஆட்சியாளர்கள் என்ன செய்தாலும், மத்திய அரசே வேடிக்கைப் பார்க்கத்தான் வேண்டும் என்கிற இற்றுப் போன, இடுப்பொடிந்து போன தத்துவத்திற்கு மரண அடி கிடைத்திருக்கிறது. மத்திய அரசின் செயலின்மையை மக்கள் பகிரங்கமாகச் சுட்டிக் காட்டியிருக்கிறார்கள். மக்களுக்குத் தலைவணங்குகிற அதேநேரத்தில், சுவரில் கொட்டை எழுத்தில் எழுதப்பட்டுள்ள எச்சரிக்கையை நாம் படிக்க வேண்டாமா? மற்ற மாநிலங்களில் மத்திய அரசின் செயலின்மையை மக்கள் மன்னிக்காதது போலவே, தமிழகத்திலும் மத்திய அரசின் மயானச் செயலின்மையை மக்கள் மன்னிக்க மாட்டார்கள்.

பிரதமர் நரசிம்மராவ் ஒரு பிரம்மாண்டமான மனிதர் என்பதில் எனக்கொன்றும் சந்தேகம் இல்லை. ஒரு மோசமான காலகட்டத்தில்

அவர் நாட்டையும், காங்கிரஸ் கட்சியையும் திறம்பட வழிநடத்தினார். ஆனால், 'காலம் ஒரு மருத்துவர்' (Time is a healer) என்கிற அவரது நம்பிக்கைதான் காலாவதியான பத்திரமாகி விட்டது.

பிரதமரின் உறவுக்காரர் ஒருவர் தமிழக முதல்வரோடு கொண்டுள்ள உறவுதான் மத்திய அரசின் செயலின்மைக்கும், வேதனையில் ஒரு மாநிலம் வீழ்ந்து கிடக்கும்போது, மத்திய அரசு வேடிக்கைப் பார்ப்பதற்கும் காரணம் என்பதைக் கலைஞர் கருணாநிதி இப்போது சுட்டிக் காட்டியிருக்கிறார். இந்தக் குற்றச்சாட்டை, சாதி அடிப்படையில்தான் இந்த அதர்ம ஆட்சியை மத்திய அரசு பாதுகாத்து வருகிறது என்பதைக் காங்கிரஸ் மேடைகளில் காங்கிரஸ் பேச்சாளர்களே எடுத்துச் சொல்லி வருகிறார்கள். கட்சி ஊழியர்களும், பொதுமக்களும் இதை அமோகமாக ஆதரித்து வருகிறார்கள். இனி ஜெயலலிதாவின் மீது நடவடிக்கை எடுத்தாலும் தமிழ் மக்கள் மத்திய அரசை மன்னிக்க மாட்டார்கள். இந்த முறை பிராமணர்கள் வெற்றி பெற்றார்கள் என்றே இருக்கட்டும். கலவரங்களில் பிராமணர்கள் வெற்றி பெறட்டும்; போர்களிலாவது தமிழர்கள் வாகை சூடும் நாட்கள் வரட்டும்.

என்டிராமாராவின் தேர்தலைப் பணம் செலவழித்து நடத்திய ஜெயலலிதா, தனது ஆந்திரச் சொத்துக்களைப் பாதுகாக்கவும், புதிய சொத்துக்களை வாங்கவும், காங்கிரஸ் கட்சிக்கு அது உட்கார்ந்திருக்க வேண்டிய இடத்தைச் சுட்டிக் காட்டவும், பதவி ஏற்பு விழாவில் பங்கேற்கிறார்.

ஒரு அதர்ம ஆட்சியோடு தொடர்பு வேண்டாம் என்று பொது மக்கள் சமிக்ஞை செய்தபோது ஏற்காத தமிழ்நாடு காங்கிரசின் சில தலைவர்களுக்கு நல்ல பாடம் கிடைத்திருக்கிறது. இனி ஜெயலலிதா காங்கிரஸை தொட்டால் தீட்டு; பட்டால் திருநீலகண்டம் என்று நடத்துவார். அப்போதும் தமிழக அரசின் அழுக்கு உள்பாவாடைகளை அம்மணமாகவே நின்று அலசுவதற்கு இங்கே அடிபிடி நடக்கும் என்றே நினைக்கிறேன்.

பிராமணர்கள் இந்த அவலமான ஆட்சியைப் பாதுகாப்பதில் எவ்வளவு தெளிவாக இருக்கிறார்கள் என்பதற்கு சின்ன உதாரணம் ஒன்றைச் சொல்லுகிறேன்.

கருமாரியம்மன் தலையை வெட்டி எடுத்து விட்டு, அந்த இடத்தில் ஜெயலலிதா தலையை வைக்கிறார்கள். நெல்லை மாவட்டத்தில் ஒரு சட்டமன்ற உறுப்பினர்- மலைமகள், அலைமகள், கலைமகள் எல்லோரது தலைகளையும் ஏக காலத்தில் வெட்டி எறிந்து

விட்டு, ஜெயலலிதாவின் தலைகளை அந்த இடங்களில் பொருத்தி வைத்து விளம்பரம் பண்ணுகிறார். இந்து சமயத்தை இரட்சிக்க வந்தவர்களைப் போல, அவகாசம் கிடைத்தபோதெல்லாம் பேசுகிற இந்து மதத்தின் முல்லாக்களைக் கேட்கிறேன். ஏன் இந்த நிகழ்வு உங்களை உறுத்தவில்லை? இவர்கள் கடவுள் இல்லை என்று நினைக்கிறார்களா? ஜெயலலிதாவிற்காகத் தெய்வங்களின் கழுத்துக்களை தட்டி எறிந்தாலும் தப்பில்லை என்று நினைக்கிறீர்களா? ஏன் உங்களை இந்த நிகழ்வுகள் அதிர்ச்சிக்கு உள்ளாக்கவில்லை? இதைவிட அதிர்ச்சிகள் உங்களுக்காகக் காத்திருக்கின்றன. ஆனால் சில்லிட்டுப் போன உடம்பில் சிலிர்ப்பு எப்படி உருவாகும்?

இந்தியாவை மௌரியர்கள் ஆண்டார்கள்; குப்தர்கள் ஆண்டார்கள்; மொகலாயர்கள் ஆண்டார்கள்; ஆங்கிலேயர்கள் ஆண்டார்கள் என்பதெல்லாம் வெளியில் உலாவருகிற உண்மைகள். இருட்டில் புதைந்திருக்கிற ஒரே உண்மை. இந்தியாவைப் பிராமணர்களே எப்போதும் ஆண்டு வந்திருக்கிறார்கள் என்பதுதான்.

என்ன இந்தக் காலத்தில் பிராமணர், பிராமணர் அல்லாதோர், என்று சில கைத்தடிகள் முனங்குவது எனக்குக் கேட்கிறது. உனக்குக் கிடைத்த அங்கீகாரமே, உன்னைச் சேர்ந்த சமுதாயத்திற்கும் கிடைத்து விட்டது என்று எண்ணுவதை விட ஏமாளித்தனம் வேறு எதுவும் இருக்க இயலாது.

சாதி இல்லை என்று பிராமணர்களில் சிலர் கதைப்பது பிராமணர் அல்லாதவர்களுக்கு; பிராமணர்களுக்கு அல்ல. இந்த ஆட்சி அகற்றப்படாமலே போகட்டும். இந்த அடிமைத்தனம் ஒரு மோசசைப் பிறப்பிக்காமல் விடாது.

எத்தனையோ ஆண்டுகளுக்கு முன்னர் தந்தை பெரியார் தெற்கில் கொளுத்திய தீபம், இன்று பிராமணர், அல்லாதார் என்று வடக்கை எரிக்கத் தொடங்கியிருக்கிறது. இதை அரசியல் அவதானிகள் உணர்த்தி வருகிறார்கள்.

பிராமணனை நம்பாதே என்று எனக்குச் சொல்ல முடிந்த எம்.ஜி.ஆரால், அந்த வரலாற்று வாசகத்தைச் செயல்படுத்த இயலாமல் போனது விதியின் விளையாட்டே தவிர வேறு அல்ல. அதன் விளைவு தமிழகத்தின் உண்மையான முன்னேற்றம் ஆயிரம் ஆண்டுகளுக்குப் பின்தள்ளிப் போனது.

பொதுமக்களின் மீது மதிப்பே இல்லாத சர்வாதிகாரிகளை உலக வரலாறு சந்தித்திருக்கிறது. ஆனால், பொதுமக்களை வெட்டி

எறியப்படுகிற நகங்களாகக் கூட நம்ப மறுக்கிற ஜெயலலிதா வரலாற்றிற்கு ஒரு புதிய வரவுதான்.

ஒருநாள் ஜெயலலிதாவிடம் பேசிக் கொண்டிருந்தபோது, நீங்கள் கடவுள் நம்பிக்கை உள்ளவர் என்பதைத் தமிழ் மக்களுக்குப் பிரகடனப்படுத்த வேண்டும். அதற்காகப் பத்திரிகைகளில் வருகிற மாதிரி திருப்பதிக்குப் போங்கள் என்று சொன்னேன். அதற்கு ஜெயலலிதா சொன்ன பதில் எனது குருதி ஓட்டத்தையே குளிர வைத்தது.

ஜெயா 'மாயா' ஆன கதை!

ஜெயலலிதா எடுத்தேன்; கவிழ்த்தேன் என்று பேசத் தொடங்கினார். 'நான் கடவுளை நம்புவதில்லை; மனிதனை நம்புகிறேன்' என்றார். பெரியாருக்கே பகுத்தறிவில் பாலபாடம் நடத்துகிற தகுதி உள்ளவர் மாதிரி தாவித்தாவிப் பேசினார். எது கடவுள்? எங்கே இருக்கிறான் கடவுள்? எப்படி இருப்பான் என்றெல்லாம் கேட்டு தத்துவ விசாரணையில் தன்னைத் தள்ளினார். கடவுள் புவி ஈர்ப்பு சக்தி போல, ஆயிரம் குழந்தைகள் பிறப்பதற்காக ஆண்டவன் ஆனந்தப்படுவதும் இல்லை. ஆயிரம் குழந்தைகள் அழிந்து போவதற்காக இறைவன் இரங்கல் தீர்மானம் நிறைவேற்றுவதும் இல்லை. ஆண்டவனுக்கான உருவம்; குணம்; நாமம் எல்லாம் மனிதர்களாகக் கற்பிப்பது என்று எடுத்துச் சொல்லி 'கடவுளே இல்லாவிட்டாலும் நான் அவனைக் கண்டு பிடித்தே தீருவேன்' என்கிற ரூசோவின் மேற்கோளோடு எனது பேச்சை முடித்துக் கொண்டேன். பிறகு ஜெயலலிதாவின் பேச்சிலிருந்து ஜெயலலிதா கடவுளை நம்புகிறவர்தான். ஆனால் அரசியல் காரணங்களுக்காக திருப்பதி போன்ற திருத்தலங்களுக்கு போவதை அவர் அப்போதைக்கு விரும்பவில்லை என்று அறிந்து கொண்டேன். அதற்கு ஜெயலலிதா சொன்ன காரணம்தான் எனக்கு அதிர்ச்சியாக அமைந்தது. முஸ்லீம்களும் கிறிஸ்தவர்களும் வலிமையான சிறுபான்மைகளாக இருக்கிற ஒரு மாநிலத்தில், அரசியல் தலைவர்கள் பெரும்பான்மையாக இருந்தாலும் ஒரு குறிப்பிட்ட மதத்தோடு தங்களை ஒட்டவைத்துக் கொள்ளுவது ஆபத்தை விளைவிக்கும் என்றார் ஜெயலலிதா. இப்போதும்கூட ஜெயலலிதா மஹாமகம் விழாவிற்குப் பிறகு ஒரு அம்மன் கோயிலுக்கோ, அர்த்தநாரீஸ்வரர் கோயிலுக்கோ

செல்லுவதில்லை. சென்றாலும் அந்த நிகழ்ச்சியைச் செய்தியாக்குவதில்லை. ஆனால் தர்காவில் துவா பண்ணுவதும், வேளாங்கண்ணி ஆலயத்திற்கு இந்த வேத வித்து வந்ததும் பெரிது பண்ணப்படுகின்றன.

இல்லத்தில் இறைவனுக்கு என்று ஒரு சாமி அறையை வைத்து அதில் வழிபாடு நடத்துவது; ஆனால் அந்த இறைவனைப் பகிரங்கமாக ஒத்துக் கொள்ளுவதற்கு அரசியல் காரணங்களுக்காகத் தயங்குவது என்கிற இரட்டை வாழ்க்கையைத்தான் ஜெயலலிதா அப்போதும் வாழ்ந்தார்.

ஜெயலலிதாவிடம் பேசிக் கொண்டிருந்த போது அவரது பிறந்த நேரம், இடம், மணி போன்றவற்றைக் கேட்டேன். 'அவரோ நாள், நட்சத்திரம் பார்ப்பதில் உங்களுக்கு இருக்கிற அதிகப்படி யான நம்பிக்கையை நான் அறிவேன் என்றார். ஒரு குறிப்பிட்ட ஜோசியரைக் குறிப்பிட்டு இவர் எப்படி என்று ஜெயலலிதா கேட்டார். நான் அவரை நெடுங்காலமாக அறிந்தவன் என்பதால் அவர் ஒரு 'மங்கள ஜோசியர்' நல்லதை மட்டுமே சொல்லுகிற நாயகர் என்று சொன்னேன். வேறொரு ஜோசியரைப் பற்றிக் கேட்டார். இவர் செய்கிற விளம்பரங்களைப் பார்த்தே மக்கள் வியந்து போகிறார்கள்; ஆழம் அதிகம் இல்லை என்று அறிவித்தேன். இத்தனை ஜோசியர்களைப் பற்றி விலாவாரியாக ஜெயலலிதா அறிந்து வைத்திருக்கிறாரே என்று ஆச்சரியப்பட்டேன். ஜெயலலிதா தனது ஜாதகத்தை என்னிடம் தந்து இந்தியாவில் தலைசிறந்த இருவரிடம் பலன் கேட்டுச் சொல்லவேண்டும் என்று கேட்டுக் கொண்டார். அப்போதுதான் ஜெயலலிதா பிறந்தது 24-2-1948 பிற்பகல் 2.14, பிறந்த இடம் மைசூர் என்று அறிந்து கொண்டேன். சுக்கிரன், சனி இருவரும் உட்கார்ந்த கட்டங்கள் கண்ணில் பட்டதும் இது உறுதியாக ஜெயலலிதாவின் ஜாதகம்தான் என்று தெரிந்து கொண்டேன். ஜெயலலிதா தனது ஜாதகத்தை எழுதிக் கொள்ளுமாறு என்னிடம் கேட்டுக் கொண்டார். ஆனால் ஜெயலலிதா என்கிற பெயரைத் தவிர்த்து 'மாயா' என்று அதில் எழுதும் படியாகக் கேட்டுக் கொண்டார். இப்படிதான் என் வழியாக ஜாதகம் பார்ப்பது எம்.ஜி.ஆருக்குத் தெரியவே கூடாது என்றார். சரி என்றேன். ஜெயலலி தாவின் ஜாதகத்தோடு தலைநகருக்குப் பறக்க இருந்தேன். ஜெயலலி தா மீண்டும் அழைத்தார். பிறந்த தேதி, நேரம் இவற்றை மாற்றி வேறொரு ஜாதகத்தையும் தந்தார். அந்த ஜாதகத்திற்கும் பலன் கேட்க வேண்டும் என்று கேட்டுக் கொண்டார். அது எப்படி ஒரே நபருக்கு இரண்டு ஜாதகங்களுக்கு பலன் சொல்லுவார்கள் என்று கேட்டேன்.

ஜெயலலிதா சிரித்தார். அதிபுத்திசாலி என்று நினைத்துச் சிரித்தாரா? முட்டாள் என்று முடிவு கட்டிக் கொண்டு சிரித்தாரா? தெரியாது. அவரிடம் பேச்சுக் கொடுத்ததிலிருந்து ஒன்று தெரிந்தது. 24.2.1948 தேதிய உண்மையான ஜாதகத்திற்குப் பலன்கள் திருப்திகரமாக இல்லாவிட்டால், அதற்குப் பிந்தியதான ஜாதகமே தனது ஜாதகம் என்று சொல்ல வேண்டியவர்களிடம் சொல்லி விடவேண்டும் என்பதில் ஜெயலலிதா உறுதியாக இருந்தார்.

தனக்கு தாயார் எழுதிய ஒரு ஜாதகம் இருக்கிறபோது, துணிந்து வேறொரு ஜாதகத்தை எழுதி, இதுதான் தனது ஜாதகம் என்று அறிவிக்கிற துணிச்சல், அவ்வளவு எளிதானது அல்ல. ஜெயலலிதாவிடம் இம்மாதிரியான துணிச்சல் சர்வசாதாரணமாக காணப்பட்டது. ஒருவரின் உண்மையான ஜாதகம் தெரிந்தால், பஞ்ச பட்சி சாஸ்திரத்தை வைத்து ஒருவரை அழித்தே விடலாம் என்று ஜெயலலிதா குறிப்பிட்டார்.

ஜெயலலிதாவின் நுட்பம் எனக்கு வியப்பாக இருந்தது. அதே நேரத்தில் தனக்குத் தீங்கு வந்துவிடக் கூடாது என்பதற்காகவே ஒன்றுக்கு மேற்பட்ட ஜாதகங்களை ஜெயலலிதா புழக்கத்தில் விடுகிறார் என்பதையும் என்னால் நம்ப முடியவில்லை.

நாடாளுமன்ற கூட்டத் தொடருக்கு இரண்டு நாட்களுக்கு முன்னர் டெல்லிக்குப் போனேன். அங்கே பாபாஜி பத்திரிகை ஆசிரியர் லட்சுமண்தாஸ் மதன் என்பவரைச் சந்தித்தேன். இவர் 'இல்லஸ்ட்ரேட்டட் வீக்லி' 'டைம்ஸ் ஆஃப் இந்தியா' போன்ற பத்திரிகைகளில் எழுதி வந்த வருகிற பிரபலம். முன்னாள் பிரதமர் சந்திரசேகர், மத்திய அமைச்சர் அர்ஜுன்சிங் இவர்களெல்லாம் சாதாரணமாக இவரைப் பார்க்க வருவார்கள். தமிழ்நாடு காங்கிரஸ் தலைவர் வாழப்பாடியாருக்கும் இவர் வேண்டியவர். பெரும்பாலும் இவர் சொன்னவைகள் நடந்தேறியிருக்கின்றன.

இப்போது நடைபெற்ற சட்டமன்ற தேர்தலில் என்.டி.ராமராவ் இந்த தேதி இந்த மணியில் பதவி ஏற்பார் என்று தேர்தல் முடிவுகள் வெளிவருவதற்கு 43 நாட்களுக்கும் முன்னால் தமது 'பாபாஜி' இந்தி, ஆங்கில மாதப் பத்திரிகைகளில் லட்சுமண்தாஸ் மதன் எழுதியிருந்தார். எனக்கு அவரை 20 வருடங்களாகப் பழக்கம். நான் அவரைச் சந்தித்து ஜெயலலிதாவின் உண்மையான ஜாதகத்தைக் காண்பித்தேன். அவர் ஜாதகத்தைப் புரட்டிப் பார்த்து, கணக்கெல்லாம் போட்டுவிட்டு இந்த அம்மாவின் பெயரைக் கூட அறிந்து கொள்ளாமல் இந்த அம்மாளின் கலை உலக வாழ்க்கை, அரசியல் வாழ்க்கை இவற்றைப் பற்றி துல்லி

யமாகக் குறிப்பிட்டார்.

அப்போது ஜெயலலிதா எம்.பி.யாக இருந்தார். அவர் ஜெயலலிதாவின் ஜாதகம் பற்றி திருப்திகரமாகச் சொன்ன பிறகுதான் ஜாதகி ஒரு எம்.பி. என்கிற விபரத்தை நான் அவருக்கு எடுத்துச் சொன்னேன்.

பிறகு அவர் சொன்னதைச் சுருக்கமாகக் குறிப்பிட விரும்புகிறேன்.

1. ஜெயலலிதா எம்.பி. பதவியை விடவும் பெரிய பதவிக்கு வருவார்.

2. ஜெயலலிதாவிற்கு ஒரு பெண்ணால் ஆபத்து உண்டு.

3. எந்த அளவிற்குப் புகழோடு ஜெயலலிதா விளங்குவாரோ அதற்கு நேர்மாறாக மக்களால் அவர் தூற்றப்படுகிற சூழ்நிலைக்கு ஆளாவார்.

4. சனீஸ்வரன் சிம்மத்திற்கு எட்டாம் இடமான மீனத்திற்கு வருகிறபோது ஜெயலலிதாவிற்குப் பெரும் பாதிப்புகள் ஏற்படும்.

நான் டெல்லி தமிழ்நாடு அரசு இல்லத்தில் ஜெயலலிதாவைச் சந்தித்து லட்சுமண்தாஸ் மதன் சொன்னதை வார்த்தை மாறாமல், வரிமாறாமல் சொன்னேன். அப்போது ஒரு பெண்ணால் ஆபத்து வரும் என்று சொன்னதை ஜெயலலிதா ஜானகியிடமிருந்து வருகிற ஆபத்து என்று எடுத்துக் கொண்டு கை கால்களை உதைத்துக் கொண்டிருந்தார். ஜானகி அம்மாளால் ஜெயலலிதாவிற்கு எந்தவிதமான ஆபத்தும் வரவில்லை. ஆனால் ஜெயலலிதாவிற்கு கூடவே இருக்கிற ஒரு பெண்ணால் ஆபத்து உறுதியாக உண்டு. அது எந்தப் பெண் என்பதைத் தமிழ்நாட்டில் ஆறாம் வகுப்புச் சிறுவர்களும் அறிவார்கள்.

அன்று லட்சுமண்தாஸ் மதன் குறிப்பிட்ட சனீஸ்வரனின் எட்டாவது இடத்து சஞ்சாரம் இப்போதுதான் ஜெயலலிதாவிற்கு ஆரம்பமாகிறது. ஜோதிடர்கள் பொய்த்துப் போகலாம்; ஜோதிடம் ஒரு நாளும் பொய்யாகாது. ராஜீவ்காந்தியின் மரணத்தை 30 நாட்களுக்கு முன்னே எழுதிக் காட்டிய ஒருவர் லட்சுமண்தாஸ்மதன்; மற்றொருவர் பி.வி.ராமனின் மகள் காயத்ரி வாசுதேவ்.லட்சுமண்தாஸ் மதன் ஜெயலலிதா பற்றிச் சொன்ன துல்லியமான பல குறிப்புகளை நான் நெஞ்சிலேதான் இன்னமும் சுமந்து திரிகிறேன். அவற்றை வெளியிடுவது நாகரீகமான மனிதனின் செயல்களாக இருக்க இயலாது. இதிலே சாதாரணமான ஒன்று. ஜெயலலிதாவிற்குப் பில்லி சூன்யங்களால் பாதிப்பு உண்டாகும் என்பது.

அந்த நாளில் ஆர்.எம்.வீரப்பன் ஜெயலலிதாவை அடியோடு வெறுத்தார். இப்போது நான் வீரப்பன்; நீங்கள் வீரப்பெண் என்று மானமில்லாமல் பேசி வருகிற வீரப்பனை ஜெயலலிதாவிற்கு எதிராக

பில்லி சூனியம் பண்ணுவதற்குப் பலர் வற்புறுத்தி வந்தார்கள். இதற்காக ஒரு மலையாள மாந்திரீகளிடம் அவர் போனார். இதற்கான பணத்தை அந்த மாந்திரீகனுக்குப் பெட்டியிலிருந்து எடுத்துத் தந்தவர் ஒரு மலைக் கோயில் அறங்காவலர் இருந்தும் அந்த மலையாள மாந்திரீகன் வீரப்பனை ஏமாற்றினான்.

இன்று ஜெயலலிதா தன்னைப் பற்றி மக்கள் என்ன கருதுவார்கள் என்கிற நினைப்புக் கூட இல்லாமல், தன்னைச் சுற்றி நடப்பவைகளைக் கூட அறிந்து கொள்ளாமல், கண் கட்டப்பட்டுக் கிடப்பதற்குக் காரணம் ஜெயலலிதாவிற்கு ஆதரவாக இருப்பதைப் போல இன்று நடிக்கிற சிலரது பில்லி சூன்யங்கள் தான். இதெல்லாம் ஏமாற்று என்று சொல்லுகிறவர்கள் வேலிக்குப் பிறந்த வெற்றிலைக் காம்புகள்; இவர்களைத் திருத்த இயலாது. ஜெயலலிதாவின் ஜாதகத்தில் லட்சுமண்தாஸ் மதன் சுட்டிக் காட்டிய மாபெரும் உண்மையை மக்கள் நலன் கருதி வெளியிட வேண்டியது எனது கடமை. மனதை மயக்குகிற போதைப் பொருட்களைப் பொறுத்தமட்டில் ஜெயலலிதா எச்சரிக்கையாக இருக்க வேண்டும் என்று அப்போதே மதன் கேட்டுக் கொண்டார்.

ஜெயலலிதாவிடத்திலே இவ்வளவும் எடுத்துச் சொன்ன பிறகும், இரண்டாவது ஜாதகத்திற்குப் பலன் கேட்கவில்லையா என்று தான் ஜெயலலிதா கேட்டார். ஒரு சனிக்கிழமை அதற்கென்று இருந்து மீண்டும் மதனைச் சந்தித்து இரண்டாவது ஜாதகத்திற்கும் பலன் கேட்டேன். முதல் ஜாதகத்தில் தனது அரசியல் வளர்ச்சி பற்றி சொல்லப்பட்டதிலேயே மகிழ்ந்து போன ஜெயலலிதா இரண்டாவது பற்றி அக்கறை காட்டவில்லை. தன்னைப் பற்றி சொல்லப்பட்ட ஜாதகப் பலன் உண்மையா என்று அறிந்து கொள்ளுவதற்காக ஜோசியத்தையே படித்து விடுவது என்கிற முடிவிற்கு வந்தார் ஜெயலலிதா. இதற்காக ஒரு அய்யங்கார் மூலமாக அவர் முயற்சி செய்தார். அதற்குள்ளாகப் பலன் மழை பலமாகப் பெய்யத் தொடங்கிவிட்டது. ஆகவே அந்த முயற்சியைக் கைகழுவி விட்டார்.

எம்.ஜி.ஆருக்குக் கைரேகை பார்க்க வரும். வேடிக்கையாகப் பார்க்கத் தொடங்கி பலருக்கும் பலன் சொல்லுகிற அளவிற்கு அவர் அந்தக் கலையிலே முன்னேறி இருந்தார். தனது கைரேகைகளைப் பலதடவை பார்த்த எம்.ஜி.ஆர். தனது அரசியல் முன்னேற்றம் பற்றி லட்சுமண்தாஸ் மதன் சொன்ன ஒன்றைக் கூடச் சொல்லவில்லையே என்று ஜெயலலிதா கேட்டார். கைரேகை நம்புகிற மாதிரியான கலை இல்லை என்று சொல்லி தப்புவதைத் தவிர அப்போது எனக்கு

வழியில்லாதிருந்தது.

அப்போது எம்.ஜி.ஆரிடத்தில் மதுரை சோழவந்தானிலிருந்து நாடார் ஒருவர் வந்து கொண்டிருப்பார். இந்த மந்திரவாதி அப்போது சட்ட அமைச்சராக இருந்த பொன்னையன் வழியாக எம்.ஜி.ஆரிடம் வந்து சேர்ந்தார். வீரப்பன் இவரை ஒருவரும் அறியாமல் தன் வீட்டிற்கு அழைத்தார்; பேசினார். இவற்றை அறிந்து கொண்ட ஜெயலலிதா இந்த சோழவந்தான் பெரியவரைப் பார்க்க வேண்டும் என்று ஆசைப்பட்டார்; ஆனால் அதை எம்.ஜி.ஆர். தெரிந்து கொள்ளக் கூடாது என்பதிலும் ஜெயலலிதா உறுதியாக இருந்தார்.

அதற்குள் எல்லாம் அறிந்த எம்.ஜி.ஆர். சோழவந்தான்காரரை ஊருக்கு அனுப்பிவிட்டார். ஒருநாள் ஜெயலலிதாவோடு உட்கார்ந்து பேசிக் கொண்டிருந்தபோது அவரது வலது கையில் நிறைய காயக் கோடுகள் இருப்பதைப் பார்த்தேன். இந்தக் கோடுகளுக்கான காரணத்தைக் கேட்டேன். அவர் சொன்ன பதில் அவரது வாழ்க்கையின் இருட்டுப் பகுதிகளில் வெளிச்சம் அடிப்பதாக அமைந்தது.

கொலை மிரட்டல்! இயேசுவே இரக்கமே இல்லையா?

நக்கீரனில் 'வணக்கம்' தொடங்கிய நாளிலிருந்து நேர்மையாளர்களைப் போலவும் நெறி தவறாதவர்களைப் போலவும் நாடகமாடி வந்த ஆட்சியாளர்கள வேடம் நேற்றோடு கலைந்தது.

காலையில் தொலைபேசியில் கிறிஸ்துமஸ் வாழ்த்துக்கள் வரத் தொடங்கின. பத்து மணிக்கெல்லாம் மிரட்டல்கள்- அதிலும் கொலை மிரட்டல்கள்- ஊத்தைச் சொற்கள்- என் மனைவி மக்களைப் பற்றிய பிச்சிப்பூ அர்ச்சனைகள்.

அம்மா சாந்தோம் பேராலயத்தில் கிறிஸ்துமஸ் விழாவில் கலந்துகொள்கிறார்கள். முன்னாள் குடியரசுத் தலைவரின் வாழ்க்கை முடிந்துவிட்டது என்பதை அறிந்த பிறகும் கிறிஸ்துமஸ் திருவிழாவில் கலந்துகொள்கிற ஆர்வத்தை அம்மா கட்டுப்படுத்திக்கொள்ளவில்லை. அவர் மறைந்தது காலை 7.40. அம்மா கிறிஸ்துமஸ் திருவிழாவில் கலந்துகொண்டது 11.20.

தேவாலயத்தில் நடைபெற்றது பிரார்த்தனைதான் என்றாலும், கிறிஸ்து பிறப்பு என்பது மகிழ்ச்சிக்குரிய திருவிழா என்பதை மறந்துவிடக்கூடாது. ஆலய வழிபாட்டில் அதிலும் 'கிராதி' என்று அழைக்கப்படுகிற வேலியைத்தாண்டி பலிபீடத்திற்கு அருகில் அம்மா அமர்த்தப்பட்டிருக்கிறார்கள். பேராயர் அருள்தாஸ் ஜேம்ஸ் தவறான முன்னுதாரணத்திற்கு பிள்ளையார் சுழி போட்டிருக்கிறார் என்று பலரும் என்னிடத்திலே சொன்னார்கள்.

நான் அப்படி நினைக்கவில்லை. ஒரு முதலமைச்சர் தேவாலயத்திற்கு வரக்கூடாது என்று தடுக்கிற உரிமை ஒருவருக்கும் இல்லை. கடந்த ஆண்டு தலைமை அமைச்சர் நரசிம்மராவ் நாகபுரியில் உள்ள தேவாலயத்தில் கிறிஸ்துமஸ் விழாவிலே கலந்து கொண்டார்.

அதிலும் பிரசங்கத் தொட்டி (Pulpit) நின்று கிறிஸ்துமஸ் செய்தி சொன்னார். ஆகவே அவருக்குப் பொருந்துவது அம்மாவிற்குப் பொருந்தும். அம்மா ஆலயத்திற்கு வந்ததாலே ஏகப்பட்ட கிறிஸ்தவர்களுக்கு இடைஞ்சல் ஆலயத்திற்குள்ளே இப்படி நடைபெறுவதற்கு அனுமதித்து விட்டார்களே என்று சிலர் அங்கலாய்க்கிறார்கள் முதல் அமைச்சரின் பாதுகாப்பு கருதி இந்தப் படாடோபங்கள் நடைபெறுகின்றன. இது வேட்டியை இறுக்கிக் கட்டுவது மாதிரி வயிறு. இதை வன்முறை என்று வழக்குத் தொடுக்க இயலாது. எத்தனையோ சாலைகளில் முதல் அமைச்சரின் பாதுகாப்பிற்காக எத்தனையோ மணி நேரங்கள் மாநிலத்து மக்கள் அநாதைகளைப் போல நிறுத்தப்படுகிறார்கள். கோபத்தில் இவர்கள் எல்லோரும் விசா இல்லாமல் வெளிநாட்டிற்கா சென்று விட்டார்கள்? பழகி விட்டார்கள். கிறிஸ்தவர்கள் மாத்திரம் என்ன- இஸ்ரேலிலிருந்து இறக்குமதியானவர்களா? இது எகிப்து நாட்டு பார்வோனின் அடிமைத்தனம். மோசஸ் வருவான். முடிந்தவரைக்கும் மூச்சைப் பிடித்துக் கொண்டு உட்காருங்கள்.

அம்மா பேசும்போது, இது கிறிஸ்துமஸ் திருநாள்.மக்களின் மனங்களில் மன அமைதியையும், இல்லங்களில் நிறைந்த மகிழ்ச்சியையும் கொடுக்கும் என்பதில் அய்யமில்லை என்று உரையாற்றியிருக்கிறார்கள். ஆலயத்தில் அம்மா இந்தத் திருவாசகங்களை உதிர்க்கிற போது, என் மீது விஷம் தோய்ந்த சொற்களை அவர்களது கட்சிக்காரர்கள் எறிந்தார்கள். ஜெயலலிதா தூண்டிவிட்டுத்தான் அவரது கட்சிக்காரர்கள் என்னை என் மனைவி, மக்களைப் பழிக்கிறார்கள், கொலை செய்வோம் என்று மிரட்டுகிறார்கள் என்று சொல்லவில்லை. ஆனால் குறைந்தபட்சம் சின்னம்மாவின் ஆசிர்வாதம் இல்லாமல்- இவ்வளவு துணிகரமாக என்னைத் தொட மாட்டார்கள்.

ஆலயத்தில் கிறிஸ்தவர்களை வாழ்த்துவது; அதே நேரத்தில் ஒரு கிறிஸ்தவனை வாய்க்கு வந்தபடி பேசவைப்பது; இதுதான் இன்றைய ஆட்சியாளர்களின் இரட்டை வேடம்.நேற்றும் கூட தாழ்த்தப்பட்ட ஒரு தோழர் வந்தார். ஒரு பேராசிரியரின் மைத்துனர். இவர் அரசாங்கத்தில் வேலையாயிருப்பவர். வள்ளுவப் பாறை என்கிற வகுப்பைச் சேர்ந்தவர். மாநில அளவில் உள்ள முறையீட்டு மன்றம். இவரது சான்றிதழ் சரியானதே என்று பல ஆண்டுகளுக்குப் பிறகு தீர்ப்பு வெளியிட்டது. இந்தத் தோழர் நிம்மதிப் பெருமூச்சு விட்டார். அதே நேரத்தில் தமிழக அரசில் அவர் பணியாற்றுகிற துறையைச்

சார்ந்த மேல்சாதி மனிதர்கள் உச்சநீதிமன்றத்தில் முறையிடு செய்யவேண்டும் என்று இடுப்புக் கச்சையை இறுக்கிக் கட்டினார்கள். தமிழக அரசின் சட்டத்துறை இவ்வாறு மேல் முறையீடு வேண்டவே வேண்டாம் என்று எடுத்துச் சொன்னபிறகும் மேல் சாதி மனிதர்களுக்கு ஒரு ஒடுக்கப்பட்டவனின் மீதிருந்த கோபம் குறையக் கூட இல்லை.

இந்த ஆதி திராவிடத் தோழர் என்னிடம் வந்து அழுதார். "நீங்கள் ஏன் அழுகிறீர்கள். மேயர் சிவராஜிக்கு அம்மா சிலை திறந்து விட்டார்களே. நீங்கள் அழலாமா?" என்றேன்.

என்னைப் பொறுத்த மட்டிலும் இதுதான் நடந்திருக்கிறது. அம்மா, கிறிஸ்தவர்களே ஏசுநாதர் பிறந்துவிட்டார்; மகிழ்ச்சியோடிருங்கள்' என்று வாழ்த்தி விட்டார்கள்; அவர்களது வாடகை மனிதர்களோ அதே நேரத்தில் என்னை வாய்க்கு வந்தபடி வறுத்து எடுத்துவிட்டார்கள்.

பேராயர் அருள்தாஸ் ஜேம்ஸ் என்பவர் தாம் பேராயர் ஆன நாளிலிருந்து நேற்று வரை அம்மாவைச் சந்திப்பதற்காக முயற்சித்து முடியாமல் போனது. எதிர்பாராமல் அவர்களாகவே ஆலயத்துக்கு வரப்போகிறார்கள் என்றதும் தம்மையே தவற விட்டிருக்கிறார்.

இல்லாவிட்டால் ஜெயலலிதா கிறிஸ்தவ மதத்தின் மீது உண்மையான விசுவாசம் உள்ளவர்; கிறிஸ்தவ மக்களின் நல்வாழ்வின் மீது நம்பிக்கை வைத்திருக்கிறவர் என்று ஆலயத்தின் புனித மண்டபத்திலிருந்து அவர் புலம்பியிருக்க மாட்டார்.

இந்த மரியாதைக்குரிய மத குருவானவர் பத்திரிகைகளையாவது படிக்கிறாரா என்கிற சந்தேகம் எனக்கு வருகிறது. பட்டியலிட முடியாத குற்றங்களைப் புரிந்த, புரிந்து வருகிற ஜெயலலிதா மதர் தெரேசா என்கிற புனிதப் போர்வையை தாமாக இழுத்துப் போர்த்துக் கொண்டார். இங்கே ஒரு பேராயர் வலிந்து விருந்தினர், மரியாதை என்கிற போர்வையில் ஜெயலலிதாவின் தவறுகளுக்குத் தாளம் தட்டியிருக்கிறார். பேராயரே பரவாயில்லை. அடுத்து பேராயராகப் போகிற(!) காணிக்கைராஜ் என்கிற பாதிரியார் முதலமைச்சருக்காகப் பிரார்த்தனை செய்கிறார்.

என்ன சொல்கிறார்? ''இறைவா, தமிழகத்திற்கு நீ தந்த தன்னிகரில்லாத முதல்வருக்காக இன்று சிறப்பாக நன்றி கூறுகிறோம்" - என்கிறார் காணிக்கைராஜ்.

வழிபாட்டில் ஆள்வோருக்காக வேண்டுவது திருச்சபையின் மரபு. ஒத்துக் கொள்கிறேன். ஆனால் 'தன்னிகரில்லாத முதல்வர்' என்று

ஜெயலலிதாவைச் சொல்லுவது சாந்தோம் பேராலயத்தை அ.தி.மு.க. மேடையாக ஆக்குமா? ஆக்காதா? வேண்டுதலில் 'தன்னிகரில்லாத முதல்வர்' என்று காணிக்கைராஜ் என்பவர் கண்டுபிடித்துப் போற்றுவானேன்?

கிறிஸ்தவர்கள் எந்தக் கட்சியில் வேண்டுமானாலும் இருக்கலாம். கிறிஸ்தவ மதகுருமார்கள் ஆளுங்கட்சிக்கு- அதிலும் இந்த ஆளுங்கட்சிக்கு ஆதரவாளர்களாகத் தங்களைப் பிரகடனப் படுத்துகிறார்கள் என்றால் பாதிரிமார்களே உங்களில் சிலர் படித்த படிப்பெல்லாம் பாழ். இலத்தீன் அமெரிக்காவிலும், ஆப்ரிக்க நாடுகளிலும், மூன்றாவது அகிலத்திலும் ஒடுக்கப்பட்டவர்களுக்காக உழைக்கிற, நியாயத்திற்காக நிற்கிற இயேசுவின் உண்மையான தொண்டர்களை பாதிரிமார்களின் கால்தூசி பெறாதவர்கள் நீங்கள், உங்களை இனி திட்டி எழுதினால் கூட எனது எழுதுகோல் தீட்டுப்பட்டு விடும். எனது எழுதுகோலுக்கு எத்தனை முறைதான் ஞானஸ்தானம் பண்ணுவது?

ஒரு மதகுருவானவருக்கும், வட்டச் செயலாளருக்கும் வேறுபாடு இல்லாமல் போனதே? "பிதாவே இவர்கள் அறியாமல் செய்கிறார்கள்; இவர்கள் பாவங்களை மன்னியும்" என்று அழுத இயேசு பெருமானே, எங்கள் இருட்டு உலகத்தில் அறியாமல் எவனும் எதுவும் செய்வதில்லை. 'இவர்கள் அறிந்தே செய்கிறார்கள்; இவர்களின் பாவங்களை மன்னியாதிருங்கள். இல்லாவிட்டால் உங்கள் சிலுவைப் பாடுகளையே தற்கொலை என்று இவர்கள் பிராது கொடுத்து விடுவார்கள்'

கொலை செய்வோம் என்று என்னை மிரட்டுகிறார்கள். முட்டாள்களே என்னை எப்படி கொலை செய்வீர்கள்?

நான் ஏற்கனவே இறந்து போனவன்; அல்லது இதுவரை பிறக்காதவன். என்னை எப்படிக் கொல்லுவீர்கள்?

மரணத்தின் சலுகைதான் வாழ்க்கை என்று நீங்கள் நம்பலாம். வாழ்க்கையின் தள்ளுபடிதான் மரணம் என்று நம்புகிறவன் நான்.இன்று நாளை என்று எனக்கு நாள் குறிக்கிறீர்கள்? நீங்கள் இதுவரை கொன்று குவித்தவர்களில் நானும் ஒருவன் என்று மாத்திரம் எண்ணிவிடாதீர்கள். என்னை நீங்கள் புதைத்துவிட்டால் என் மகள் தொடருவாள். இதுதான் உண்மை.

பைபிளில் ஒரு வரி வரும். "கர்த்தர் நகரத்தைக் காக்காவிட்டால், அதை விழித்திருந்து காக்கிறவன் வீண் வேலை செய்கிறான்". இதை நான் நம்புகிறேன்.

முடிகள் உதிரும் என்பதற்காக நான் தலைவாராமல் இருக்க முடியாது.

எனது மதகுருக்கள், இஸ்லாமியப் பெரியவர்கள், அரசு அதிகாரிகள், மத்திய அமைச்சர்கள், உண்மையான உறவினர்கள் என்னைத் தடுத்த பிறகும் நான் சத்தியத்திற்குச் சாட்சியம் சொல்லுவது என்று புறப்பட்டேன். இந்த வேள்வியிலிருந்து ஒருபொழுதும் பின்வாங்கமாட்டேன். மரணம் எனக்கு இடைவேளை; முற்றுப்புள்ளி அல்ல. இந்த அநியாய ஆட்சியில் புதைக்கப்படுகிறவர்கள் எல்லோரும் விதைக்கப்படுகிறவர்களே.

அரசியல் தலைவர்கள் ஆளுனரிடம் போங்கள் என்றார்கள். பாவம், ஆளுனரே பாதுகாப்பில்லாமல் இருக்கிறார். காவல் நிலையம் போங்கள் என்றார்கள். காவல் நிலையங்கள் சென்னையில் இருந்தால் போகலாம்...

ஜெயலலிதாவின் காயக் கோடுகளுக்கான காரணத்தைக் கேட்டபோது 'அவரைக் கேளுங்கள்' என்றார். இதுமாதிரிப்பட்டவைகளை எம்.ஜி.ஆரைக் கேட்டுத் தெரிந்து கொள்ளுகிற அளவிற்கு நான் வளர்ந்து விடவில்லை.

வெளியில் விசாரிக்க ஆரம்பித்தேன். பாதரசப் பளபளப்போடு தெரிகிற ஜெயலலிதாவின் வாழ்வில் சோகம் எப்போதும் இழையோடியிருக்கிறது. மிகுந்த துன்பத்திற்கு அவர் ஆட்படுத்தப்பட்ட நேரங்களிலெல்லாம் தமது கையினைத் தாமே கிழித்துக் கொண்டிருக்கிறார் என்றார்கள் ஒரு தரப்பார்.

மறுதரப்பாரோ இல்லை... இல்லை... எம்.ஜி.ஆருக்கு ரத்தத்தைப் பார்த்தால் மயக்கம் வந்துவிடும். அவரைப் பணிய வைப்பதற்காக இந்த அம்மையார் கண்டுபிடித்த வழி என்கிறார்கள். எது உண்மை என்று எனக்கு இதுவரை புலப்படவில்லை.

அன்று பேச்சுவாக்கில் கருணாநிதி பற்றி ஜெயலலிதா சொல்லிக் கொண்டிருந்தார். கருணாநிதி சிறந்த நிர்வாகி; அறிவாற்றல், திறமை படைத்தவர் என்றாலும் பிரச்சினைகளைப் பாராமல், தனி மனிதர்களைப் பார்த்து முடிவெடுக்கிறார் என்று குறிப்பிட்டேன். ஜெயலலிதா இதை வரி மாறாமல் ஒத்துக் கொண்டார்.

பண்ருட்டி ராமச்சந்திரன், எஸ்.திருநாவுக்கரசு இவர்கள் மோசமானவர்கள் என்றார் ஜெயலலிதா. இவர்கள் எம்.ஜி.ஆருக்கு மிக நெருக்கமாக இருந்த முதல் வரிசை மனிதர்கள் என்பதுதான் ஜெயலலி தாவின் கோபக் குறிப்பிற்குக் காரணம்.

கருணாநிதி செய்கிற அதே தவறை ஜெயலலிதாவும் செய்கிறார்

என்பதை மறைமுகமாக உணர்த்தினேன். அரசியலில் எல்லோரும் செய்கிற தவறுகளை ஆரம்பத்திலேயே ஜெயலலிதா செய்யத் தொடங்கினார். Issueவா Individualஆ என்றால் ஜெயலலிதாவிற்கு Individual தான்.

இன்றும் காங்கிரசில் இதுதானே நடக்கிறது. அர்ஜுன்சிங் பிரதமர் நரசிம்மராவின் நடவடிக்கைகளைப் பத்திரிகையாளர்களிடம் பழித்துச் சொன்னது பாதகம்தான்; இமாலயத் தவறுதான்.

என் மனைவி எனக்குக் கடிதம் எழுதி அவசரத்தில் தபால் தலை ஒட்டாமல் விட்டு விட்டாள் என்றால், தபால்காரரிடம் ஒரு ரூபாய் தந்து நான் தபாலைப் பெறுகிறேன். முறையாகக் கடிதம் எழுதவில்லை; ஆகவே மனைவியின் கடிதம் என்றாலும் உடைக்கமாட்டேன்; உள்ளிருப்பதைப் படிக்கமாட்டேன்' என்றால் எப்படி? அர்ஜுன்சிங் பத்திரிகையாளர்களிடம் சொன்ன முறை மன்னிக்க முடியாத தவறாக இருக்கலாம்; ஆனால் அதற்காக அவர் எழுப்பி உள்ள பிரச்சினைகளைப் பரிசீலிக்கவே மாட்டோம் என்று சொல்லலாமா?

பிரதமர் நரசிம்மராவா, அர்ஜுன் சிங்கா என்றுதான் பார்க்கிறார்கள். Issueஐ விட்டு விடுகிறார்கள். இதே பாணியின் மோசமான இறுதி வடிவமாக வந்து சேர்ந்தவர்தான் ஜெயலலிதா.

அன்று நான் ஜெயலலிதாவைச் சந்திக்கப் போனதற்கு ஒரே காரணம் வீரப்பன் விவகாரம்தான். வீரப்பன் ஜெயலலிதாவை 'வசந்தசேனை' என்று சொல்லிவிட்டார். வட்டமிடும் கழுகு; வளைக்கும் மலைப்பாம்பு; வாரிசு என்று வார்த்தை வளர்க்கும் விஷப்பூச்சி என்றெல்லாம் வீரப்பன் கூட்டத்தில் கொட்டி முழக்கினார். குமுதம் இதை மாநிலம் முழுவதுமாக அம்பலப்படுத்தியது. எம்.ஜி.ஆர். கொதித்தார். ஜெயலலிதாவைச் சமாதானப்படுத்துவதற்காக வீரப்பனின் தூதுவராக நான் போனேன். முதலில் கோபமாக இருந்த ஜெயலலிதா பிறகு குணவதியாக ஆனார்.

'எனக்கு வீரப்பன் மீது ஒன்றும் கோபம் இல்லை; படப்பிடிப்பிற்கு வருகிற போது கூட என் அம்மாவிடம்தான் பேசுவார்; என்னிடம் பேசமாட்டார்' என்றார். இதே வார்த்தைகளை இப்படியேதான் ஜெயலலிதா சொன்னார். ஆனால் உள்ளத்தில் வீரப்பனை ஒழித்துக் கட்டவேண்டும் என்கிற முடிவில் அவர் உறுதியாக இருந்தார். குமுதத்திற்கு அவசரம் அவசரமாக வீரப்பன் பெயரால் ஒரு பொருத்தமான பதிலை எழுதி அனுப்பினேன். அந்தப் பதில் பிரசுரமானதும், எழுதியவன் நான்தான் என்று எம்.ஜி.ஆருக்குத் தெரிந்துவிட்டது. அவர் தொலைபேசியில் என்னைக் கண்டித்தார்.

சமாதானம் பண்ணப் போன எனக்குச் சரியான சாட்டை கிடைத்தது.

மறுவாரம் ஜெயலலிதா 'இல்லஸ்ட்ரேட்டட் வீக்லி'க்கு ஒரு பேட்டி கொடுத்தார். அதில் "வலம்புரிஜான் வீரப்பனின் ஆள். இதை இதுவரை நான் அறிந்து கொள்ளவில்லை. வலம்புரிஜான் இப்போது எம்.பி.யாக இருப்பதால்தான் அவரை மற்றவர்களுக்குத் தெரிகிறது. அவர் எம்.பி.யாக இல்லாவிட்டால், அவரை ஒருவருக்குமே தெரியாது" என்று சொல்லியிருந்தார்.

இதைப் போய் ஜெயலலிதாவிடம் கேட்கப் போனேன். நான் சொல்லாததை எழுதியிருக்கிறார்கள் என்று ஜெயலலிதா தப்பித்துக் கொண்டார்.

மறுநாள் வீரப்பன் வீட்டில் ஜெயலலிதாவை எப்படி அரசியலி லிருந்து அப்புறப்படுத்துவது என்று மந்திராலோசனை நடந்தது. சைதை துரைசாமி முதல் பெங்களூர் கந்தசாமி வரை பலரும் கலந்து கொண்டார்கள். ஆளுக்கு ஒன்றைச் சொன்னார்கள். எல்லோரிடமும் எம்.ஜி.ஆருடைய கோபத்திற்கு ஆளாக வேண்டியது வருமோ என்கிற அச்சம் மாத்திரம் இருந்தது.

வீரப்பன் எல்லோருக்கும் கலக்கம் உண்டாகிற மாதிரி சில விவரங்களைச் சொன்னார். அப்போது எம்.ஜி.ஆரிடமிருந்து தொலைபேசி வந்தது. அவ்வளவுதான் வேங்கையைக் கண்ட வெள்ளாடுகளைப் போல ஆளுக்கொருவராகச் சிதற ஆரம்பித்தார்கள்.வீரப்பனுக்குப் பிறந்தநாள் வந்தது. பல பிரமுகர்களின் கட்டுரைகளைத் தொகுத்து 'ஆர்.எம்.வீ. ஓர் ஆலயம்' என்று தலைப்பிட்டு வெளியிட்டேன். ஜெயலலிதா, அறிவாளிதான். இவர் ஆலயமா' என்று தொலைபேசியில் கேட்டார்.

வத்தி வைத்தார் இந்திராவிடம்!

ஆர்.எம்.வீ. ஒரு ஆலயம் என்கிற கட்டுரைத் தொகுதியில் யார் யார் எழுதியிருக்கிறார்கள் என்று ஜெயலலிதா கேட்டார். கிருபானந்த வாரியாரிலிருந்து பட்டியலைப் படித்தேன். 'உங்கள் நேரத்தை நல்லவழியில் பயன்படுத்தியிருக்கலாம்' என்றார் ஜெயலலிதா. வீரப்பனைப் பொறுத்தவரை ஜெயலலிதா சொன்னது உண்மையாய்த்தான் ஆகிவிட்டது.

மண்புழுவிற்கு இருக்கிற மான உணர்ச்சிகூட இல்லாத வீரப்பனுக்காகக் காசைக் கரியாக்கினேன். வீரப்பனுக்கு விழாக் கொண்டாடப் போய் எம்.ஜி.ஆர். ஜெயலலிதா இருவருக்குமே நான் அவ்வப்போது எதிரியானேன். அப்போது ஆர்.எம்.வீரப்பனுக்குப் பிறந்தநாள் வந்தது. கலைவாணர் அரங்கத்தில் விழாவிற்கு ஏற்பாடு செய்தேன். எம்.ஜி.ஆர். என்னைக் கூப்பிட்டனுப்பி வீரப்பனே தனக்கு இந்த விழாவை ஏற்பாடு செய்து கொள்ளுகிறாரா அல்லது நீங்கள் செய்கிறீர்களா என்று கேட்டார். நான் தான் செய்கிறேன் என்றேன். எம்.ஜி.ஆர். நான் சொன்னதை நம்பவில்லை.

விழா கோலாகலமாக நடந்தது. ஜெயலலிதாவிற்கு உச்சமான கோபம் வந்தது. ஒரு வாரம் என்னிடத்தில் பேசவே இல்லை. இதில் வேடிக்கை என்னவென்றால் எதற்கு இந்த விழா என்று என்னைக் கேட்ட ஜெயலலிதா அன்று காலை வீரப்பன் வீட்டுக்கு வந்தார். இதுதான் ஜெயலலிதா.

திருமலைப் பிள்ளை வீதியில் உள்ள வீரப்பன் இல்லம் முழுவதும் அன்று மனிர்கள் இறைந்து கிடந்தார்கள். ஜெயலலிதா வரமாட்டார்; வரவே மாட்டார் என்றார்கள். ஆனால் ஜெயலலிதா எல்லோருக்கும் அதிர்ச்சி தருகிற வகையில் வந்தார். வீரப்பனை

வாழ்த்தினார். வீரப்பனின் மனைவியோடு ஜெயலலிதா சிரித்துப் பேசினார்.

எல்லோரும் ஜெயலலிதாவின் பெருந்தன்மையை சிலாகித்துப் பேசினார்கள். நானும் அப்போதைக்கு அவர்களோடு சேர்ந்து பேசினேன். வேறு வழியில்லை. ஆனால், கௌடில்யரின் கடைசிப் பேத்தியான ஜெயலலிதா மிகப்பெரும் தீங்கை வீரப்பனுக்குச் செய்யப் போகிறார் என்பதை உள்ளுக்குள் உணர்ந்தேன். வீரப்பன் அவ்வளவு எளிதாக ஏமாறுகிறவர் அல்லர். 'என்ன, வந்து விட்டார்கள் அம்மா' என்று வீரப்பன் கிண்டலாகக் கேட்டார்.

தலைநகரில் உள்ள நாடாளுமன்றக் கட்டிடத்தில் அ.தி.மு.க. நாடாளுமன்றக் கட்சிக்கென்று ஒரு அலுவலகம் உண்டு. இது போதாதென்று வித்தல்பாய் பட்டேல் இல்லம் என்கிற சட்டமன்ற உறுப்பினர் விடுதி போன்ற இடத்திலும் ஒரு அறை அ.தி.மு.க. நாடாளுமன்றக் கட்சிக்கு ஒதுக்கப்பட்டிருந்தது. அப்போது அ.தி.மு.க. நாடாளுமன்றக் கட்சிக்குத் தலைவராக இருந்தவர் சத்தியவாணிமுத்து அம்மையார்.

வித்தல்பாய் பட்டேல் பவனத்தில் இருந்த அறையைக் காலி செய்யுமாறு நாடாளுமன்ற வீட்டு வசதிக்குழு உத்தரவிட்டது. காலி செய்யாததால் பூட்டுப் போட்டுவிட்டார்கள். வாடகை ஏறிக் கொண்டே வந்து ஒரு ஏழாயிரத்தில் நின்றது.

இந்த விவகாரத்தை அ.தி.மு.க. நாடாளுமன்றக் கூட்டத்தில் ஜெயலலிதா பூதாகரமாக்கினார். திருமதி. சத்தியவாணிமுத்துவைச் சாடு சாடென்று சாடினார். தன்னைத் தற்காத்துக் கொள்ளுவதற்கு சத்தியவாணிமுத்து அங்கே இல்லை என்பதை அறிந்த பிறகும் சத்தியவாணிமுத்துவிற்கு எதிராக அதிகமாகப் பேசினார். தேவைக்கதிகமாக சத்தியவாணிமுத்துவின் திறமைகளைக் கூட காலி ல் போட்டு கசக்குவதைப் போல ஜெயலலிதா பேசினார். ஒரே காரணம் சத்தியவாணி முத்து 'உயர்ந்த' குடியில் பிறக்கவில்லை என்பதுதான். அன்றைய ஜெயலலிதாவின் கடுகடுப்பில் அந்த நந்தனை எரித்த நெருப்பின் மிச்சம் அப்படியே இருந்தது. எம்.ஜி.ஆரிடத்தில் சொல்லி விடுவேன் என்றெல்லாம் மிரட்டினார். சத்தியவாணி அதிர்ஷ்டம் வந்தால் கரப்பான் பூச்சியே ஆட்சிக்கு வந்து விடுகிறது. தரையில் நீந்துகிற இந்தச் சுறாமீனுக்கு அ.தி.மு.க. எம்.பி.க்களே அச்சப்படுகிறார்கள்.

டெல்லித் தமிழ்ச் சங்கத்திலிருந்து ஜெயலலிதாவிற்குச் சொற்பொழிவாற்ற வேண்டுமென்று ஒரு அழைப்பு வந்தது. டெல்லி

த் தமிழ்ச் சங்கம் பிராமணர்களுக்காக பிராமணர்களால், பிராமணத்தனமாக நடத்தப்படுகிற மடப்பள்ளி. இதில் அப்பாவித் தமிழர்களுக்கும் அவசியம் இடம் உண்டு.

தமிழ்நாடு இல்லத்தில் ஜெயலலிதாவைச் சந்தித்தபோது பிராமணர் ஒருவர் முந்தியநாள் வந்து ஜெயலலிதாவிற்கு மூளைச் சலவை செய்திருக்கிறார் என்பது தெரிந்தது. தமிழில் 'க' என்று ஒரே எழுத்துத்தான் உள்ளது. அதை நான்கு மாதிரி உச்சரிக்க வேண்டியுள்ளது. ஆனால் 'வடமொழியில் நான்கு 'க'வை நான்கு மாதிரி உச்சரிப்பதற்கு நான்கு எழுத்துக்கள் உள்ளன; ஆகவே தமிழ், வடமொழிக்கும் தாழ்ந்தது என்று எந்தத் தர்ப்பைப் புல்லோ இந்த உலகத்தின் ஒரே தமிழச்சிக்கு ஓதியிருக்கிறது. ஏதோ முடிவிற்கு வந்துவிட்டவரைப் போல ஜெயலலிதா பேசினார். அவருக்கு விளக்கிச் சொல்லுவதற்குள் போதும் போதும் என்றாகி விட்டது.

ஆங்கிலத்தில் 'ஏ' என்கிற ஒரே எழுத்தை எழுதி God (காட்) என்றும் உச்சரிக்கலாம்; அதே எழுத்தை Geography (ஜியோகிராஃபி) என்றும் உச்சரிக்கலாம். ஒரே எழுத்தை எழுதி இரண்டு மாதிரி உச்சரிக்க முடிவதை ஆக்ஸ்ஃபோர்டு பல்கலைக்கழகத்தின் மொழியியல் பேரறிவாளன் பேராசிரியர் கிரிக் ஒரு மொழியின் முன்னேற்றம், வளர்ச்சி என்று குறிப்பிடுகிறான். அப்படி என்றால் ஒரே 'க'வை மாத்திரமே எழுதி நான்கு மாதிரி உச்சரிக்க முடியும் என்றால் அது தமிழ்மொழி வளர்ச்சியடைந்த மொழி என்பதற்கான வரலாற்று அடையாளம்தானே. இன்று இந்தத் தமிழன்னைக்கு அன்று உணர்த்தினேன். இன்று அதே 'தமிழன்னை' தமிழ் மொழியின் ஆழத்தை உணர்ந்தும், உணராமலும் தமிழின் அழகு எங்கெல்லாம் ததும்பி நிற்கிறது என்று அறிந்து கொள்ளாமலும் ஒரு தமிழ் மாநாடே நடத்துகிறது.

ஆயிரம் இருந்தாலும், கலைஞர் கருணாநிதிக்கு முறைப்படி அழைப்பு அனுப்பாமல் நடத்தப்படுகிற ஒரு தமிழ் மாநாடு, ஈரலை அறுத்து எங்கோ எறிந்துவிட்டு காற்று வாங்குவதற்கு கடற் கரைக்குப் போவதைப் போல இருக்கிறது. தமிழ்ப் புலவர்களின், எதிர்க்கட்சித் தலைவர்களின், பெரும்பாலான தமிழ் மக்களின் நியாய குரலை நெரித்துவிட்டு இரத்தம் வழிகிற சூரத்தோடு ஜெயலலிதா ஒரு தமிழ் மாநாட்டை நடத்துகிறார். களப்பிரர் ஆட்சிக்காலம்தான் தமிழகத்தின் இருண்ட காலம் என்கிறார்கள். ஜெயலலிதாவின் ஆட்சிக் காலம் அந்தக இரவு; அமுக்கு இரவு. நீறு பூத்த நெருப்பாக இருக்கிற தமிழ் உணர்வைச் சிறுநீர் பெய்து அழித்துவிடலாம் என்று எவரேனும்

நினைத்தால் காலம் அவர்களைக் கருக்கிப் போடும். தூய தமிழ் உணர்வை சிவகாசி மத்தாப்பின் சிதறல் என்று நினைக்கிறவர்கள் எரியாமலே கரிக்கட்டியானது மறைமலை அடிகள் காலத்திலேயே நிகழ்ந்தது...

ஜெயலலிதாவைத் தான் சந்தித்தது பற்றி சேலம் கண்ணன் எம்.பி. நாடாளுமன்றத்தின் மைய மண்டபத்தில் மற்ற உறுப்பினர்களுக்கு விலாவாரியாக விளக்கிக் கொண்டிருந்தார். எல்லோரும் அவருடைய உதடுகளிலேயே ஒட்டிக் கொண்டும் தொங்கிக் கொண்டுமிருந்தார்கள். அவ்வளவு ஈரம். அன்று மாலையே அவர் எம்.ஜி.ஆரால் அழைக்கப்பட்டார். இரவுக்குள்ளாக அவருக்குத் தோட்டத்தில் தோல் உரிப்பு நிகழ்ந்து முடிந்தது. அவருடைய அரசியல் தற்காலிகமாக ஒத்திவைக்கப்பட்டது. "ஆறு அங்குலம் கூட இல்லாத நாக்கு ஆறடி மனிதனை அடித்து விடுகிறது"- "எலும்பே இல்லாத நாக்கு எலும்பு உள்ள மனிதனை எழவிடாமல் பண்ணி விடுகிறது" "எருது தன் கொம்பால் பிடிபடுகிறது; மனிதன் தன் நாவால் பிடிபடுகிறான்" என்கிற எல்லாப் பழமொழிகளும் சேலம் கண்ணனைப் பொறுத்தவரையில் ஏக காலத்தில் அர்த்தத்தோடு நிறைவேறிவிட்டன.

எம்.ஜி.ஆரின் சர்வாதிகாரத்திலிருந்து ஜெயலலிதாவைக் காப்பாற்றியே தீருவேன் என்று புறப்பட்ட சேலம் கண்ணன் என்கிற திறமையாளனை தீர்ந்து போன பொடி டப்பாவைத் தூக்கி எறிவதுபோல, ஜெயலலிதாவும் போயஸ் கார்டனுக்கு அப்பாலே எறிந்தார். சிலவாரங்கள் வரை சேலம் கண்ணன் ஜெயலலிதாவோடு பேசும்போது வேறு பெயர்களில் கூட பேசிப் பார்த்தார். எல்லாம் வல்ல எம்.ஜி.ஆர். இந்தத் தோலுரிந்து போன தந்திரத்தைத் தொலைவிலிருந்தே முறியடித்துவிட்டார்.

எம்.ஜி.ஆர். பண்புப் பெட்டகம்; கருணைப் பறவை. இதிலெல்லாம் சந்தேகம் இல்லை. ஆனால் ஜெயலலிதாவின் மீது எம்.ஜி.ஆருக்கு உண்டான பைத்தியம் அவரை மாத்திரம் அல்ல; தமிழ்நாட்டையே பல ஆண்டுகளுக்குப் பாதித்துவிட்டது. குடிசை குலைந்து போனால் ஆமணக்குச் செடிகள் சில அடிபட்டுப் போகலாம். உயர்ந்த கோபுரங்கள் உருக்குலைந்து போனால் பக்கத்திலுள்ள பல வீடுகள் பாழாகி விடுவதில்லையா? அதுதான் எம்.ஜி.ஆர். விவகாரத்திலும் நிகழ்ந்தது.

ஜெயலலிதாவை டெல்லிக்கு அனுப்பிவிட்டு எம்.ஜி.ஆர். தவியாய்த் தவித்தார். ஜெயலலிதாவோ இலங்கைப் பிரச்சினையில் இந்திரா காந்திக்கும், சில காலம் ராஜீவ்காந்திக்கும் ஆலோசகராக

இருந்த பார்த்தசாரதியைப் போய்ப் பார்த்தார். பார்த்தசாரதிக்கும்; ஏதோ ஒரு வழியில் பண்டித நேரு குடும்பத்திற்கும் ஜெயலலிதா உறவினர் என்று சிலர் கிசுகிசுக்க ஆரம்பித்தார்கள். அவ்வளவுதான் அய்யங்கார் அம்மாவிற்கு எது தலை எது வால் என்றே புலப்படவில்லை. தொடக்கமும் முடிவும் இல்லாத இடியாப்பமாகக் குழம்பித் தவித்துவிட்டார். இந்தச் சிக்கலான இடியாப்பத்தைக் குழல் புட்டாக்குவதற்கு படாதபாடு பட்டேன்.

இருந்து இருந்து ஒருநாள் ஜெயலலிதா இந்திராகாந்தியைப் பார்ப்பதற்கு முயன்றார். இந்த முயற்சியை முறியடிக்க எம்.ஜி.ஆர். ஆனவரை முயன்றார். இறுதியில் ஜெயலலிதாவே வென்றார். பார்த்தசாரதி அய்யங்கார் உதவியால் இது சாத்தியமானது. ஜெயலலிதா இந்திராகாந்தியிடம் என்ன பேசினார் என்பதை அறிந்துகொள்ளுவதற்கு எம்.ஜி.ஆர். படாதபாடு பட்டார். ஜெயலலிதாவை வரச்சொல்லி எம்.ஜி.ஆர். கேட்டுப் பார்த்தார். அவரிடம் நேர் மாறாக சொல்லிவிட்டார் ஜெயலலிதா. கடைசியாக இந்த வேலை எனக்கு வந்தது. எவ்வளவோ முயன்றும் ஜெயலலிதா இந்திரா காந்தியிடம் பேசியதை அனுமானிக்க முடிந்ததே தவிர முழுக்கவே அறிந்து கொள்ள முடியவில்லை. இந்தச் சூழ்நிலையில் கேரள நண்பர் ஒருவர் மூலமாக சிலவற்றைக் கிரகித்து எம்.ஜி.ஆரிடம் சொன்னேன். தனது வளர்ச்சியைப் பார்த்து எம்.ஜி.ஆர். பொறாமைப்படுகிறார் என்றும், தனது அரசியல் வளர்ச்சிக்கு இந்திராகாந்தி உதவவேண்டும் என்றும், ஐ.நா.வுக்குப் போகிற இந்திய நாடாளுமன்றக் குழுவில் தான் இடம் பெற வேண்டும் என்றும் ஜெயலலிதா இந்திராகாந்தியிடம் கேட்டிருக்கிறார்.

அந்த அம்மையார் என்ன வாக்குறுதி தந்தார்கள், அல்லது வாக்குறுதி தந்தார்களா என்பதெல்லாம் விளங்கவில்லை. இறுதியாக எம்.ஜி.ஆர். ஜெயலலிதாவை டெல்லிக்கு அனுப்பியதால் உண்டான தீங்கை முழுவதுமாக உணரத் தொடங்கினார்.

இந்திரா காந்தி மறைந்தார்; ராஜீவ்காந்தி பிரதமர் ஆனார். இந்திய அரசியலில் பல மாற்றங்கள் நிகழ்ந்தன. இந்திரா காந்தியிடம் நெருக்கமாக வர முயற்சித்த ஜெயலலிதா ராஜீவ் காந்தியை நெருங்க ஆரம்பித்தார்.

எம்.ஜி.ஆரின் முதல் தோல்வி!

உலகத் தமிழ் மாநாடு முடிந்துவிட்டது. உள்ளூரில் இருக்கிற உண்மைத் தமிழர்களை அழைக்காமலே உலகத் தமிழ் மாநாடு முடிந்து விட்டது. வரமாட்டார் பிரதமர் என்றார்கள். வந்தேவிட்டார். தமிழக முதல்வருக்குத் தனிப்பட்ட வெற்றிதான். தமிழக அரசைப் புகழ்ந்தோ, பாராட்டியோ நரசிம்மராவ் ஒன்றும் சொல்லி விடவில்லை. எனினும் அவர் வந்ததே ஜெயலலிதாவிற்கு வெற்றிதான். தனது வருகை தமிழ்நாடு காங்கிரஸைப் பிளந்து விடலாம் என்று பிரதமர் அறியாமல் இருந்திருக்க மாட்டார். தனது சொந்தக் கட்சி பிளவுண்டாலும் பாதகமில்லை; ஜெயலலிதாவின் கோரிக்கையை நிறைவேற்ற வேண்டும் என்று பிரதமர் நினைத்திருக்கிறார். இந்த உலகத் தமிழ் உற்சவம் ஒரு சர்வதேச கலாச்சார நிகழ்ச்சி என்கிற காரணத்தை அவர் கண்டுபிடித்துச் சொல்லியிருக்கிறார். சர்வதேச கலாச்சார நிகழ்ச்சியில் உள்ளூர் தமிழ் தலைவர்களை அழைக்க வேண்டும் என்கிற அடிப்படை நாகரிகம் இல்லாமல் போனதை, அவரது பார்வைக்குப் படைக்கிறோம். இந்த சர்வதேச கலாச்சார நிகழ்ச்சியில் தமிழின் உரிமைகளுக்காகக் குரல் கொடுக்கிற புலவர்களைச் சமாதானப் படுத்துவதற்குப் பதிலாக, எதிர்க் கட்சித் தலைவர்களைப் போல, சமுதாய விரோதிகளைப் போல இவர்கள் சிறைபிடிக்கப்பட்டார்கள்.

பிரதமர் இந்த மாநாட்டில் கலந்து கொண்டது அவரது பார்வையில் அவருக்குச் சரியாகப் பட்டிருக்கலாம். ஆனால், நீண்டநாள் அவரது பங்கேற்பு விவாதத்திற்குரியதாகவே இருக்கும்.

தனது சொந்தக் கட்சியின் இரண்டு முனைகளும் ஜெயலலிதா நடத்திய விளம்பர விழாவைக் குற்றம் சாட்டின. இருந்தும் பிரதமரை இழுத்துக் கொண்டு வந்து மேடையில் உட்கார வைத்து விடுகிற

ஆற்றல் ஜெயலலிதாவிற்கு இருந்திருக்கிறது.

தி.மு.க.வைப் பிளந்த ஜெயலலிதா, காங்கிரஸைப் பிளப்பதிலும் ஏறத்தாழ வெற்றி பெற்று விட்டார். தீமை வெற்றிக்கு மேல் வெற்றி பெறுகிறது என்பதால், தீமை தனது அக்கிரம ஆட்டத்தைத் தொடர்ந்து நடத்துகிறது என்பதால், தீமை நன்மையாகி விட முடியாது. தீமை வெற்றிபெறுகிறது என்பதற்காக தீமைக்கு எவரும் தலைவணங்கி விட முடியாது. தொடர்ந்து வெற்றி பெற்றே வந்தாலும், தீமை தீமைதான். இது நீண்ட இரவு என்பதில் சந்தேகமில்லை. பைபிளிலே ஒரு வரி வரும். "கொழுக்க வைத்து சிதறடிக்கிறேன்" என்பதுதான் அது.

இரணியனை வீழ்த்துவது எளிதாக இருக்கவில்லை; ஆனால் அவன் வீழாமல் இருக்கவில்லை. இதுதான் உண்மை...

தலைநகரத்தில் ஒருநாள் நாடாளுமன்ற உறுப்பினர்களுக் கெல்லாம், அப்போது பிரதமராக இருந்த ராஜீவ்காந்தி விருந்து வைத்தார். விருந்து நடக்கிறபோது ராஜீவ்காந்தி சுற்றிச் சுற்றி வந்து பல்வேறு கட்சிகளைச் சார்ந்த நாடாளுமன்ற உறுப்பினர்களோடு கலந்து பேசுவார். இது அப்போது நடைமுறையாக இருந்தது.

இப்படி நடைபெற்ற ஒரு விருந்தில் எல்லோரும் நின்று கொண்டே சாப்பிட்டுக் கொண்டிருந்தபோது, ராஜீவ்காந்தி எங்கள் அருகில் வந்தார். என்னைப் பார்த்து ஆங்கிலத்தில், "நீங்கள் சைவம் சாப்பிடுவது தான் நல்லது" என்று அக்கறையோடு குறிப்பிட்டார். அவரோ ஒரே ஒரு சப்பாத்தியைத் "தயிரிலே குழைத்துக் கொண்டிருந்தார். "என்ன இப்படிச் சாப்பிடுகிறீர்கள்?" என்று கேட்டேன். அதற்கு அவர், "அதிகமாகச் சாப்பிட்டால் நாடாளுமன்றத்திலேயே தூங்க வேண்டியது வந்துவிடும். அப்படித் தூங்க வேண்டியது வந்துவிட்டால் பிரதமர் தூங்குகிறார் என்று ஊரைக் கூட்டிவிட மாட்டீர்களா?" என்று கேட்டார். நாங்கள் இவ்வாறு ராஜீவ்காந்தியிடத்திலே பேசிக் கொண்டிருப்பதை எதிர்முனையில் நின்று கொண்டிருந்த ஜெயலலிதா கவனித்துக் கொண்டேயிருந்தார். அவர் கவனிக்க, கவனிக்க, ராஜீவ் காந்தியிடம் நான் அதிகம் அதிகமாகப் பேசினேன். இரண்டொரு நிமிடங்களில் தன்னைப் பற்றித்தான் பேசுகிறார்கள் என்கிற தப்பான முடிவிற்கு ஜெயலலிதாவைக் கொண்டு வந்து விட்டேன். அவரது முகத்தில் எள்ளும், கொள்ளும் எக்கச்சக்கமாக வெடித்தன.

பாமரர்களான நாங்கள் பாரதப் பிரதமரிடத்தில் வாயாடுவதைச் சகித்துக் கொள்ள முடியாத ஜெயலலிதா, நாங்கள் நின்று

கொண்டிருந்த இடம் நோக்கி வந்தார். இடது பக்கத்தில் அவர் முன்னேறி வருவதைப் பார்த்த ராஜீவ்காந்தி ஜெயலலிதாவை நடுவழியில் சந்தித்தார். நலம் விசாரித்தார். பிறகு என்ன பேசினார்கள் என்பது காதில் விழவில்லை. ஆனால் ராஜீவ்காந்தியை தனியாக சந்திப்பதற்கு ஜெயலலிதா முயற்சிக்கிறார் என்பது மாத்திரம் தெள்ளத் தெளிவாகப் புரிந்தது.

தனது அரசியல் வளர்ச்சியைப் பார்த்து எம்.ஜி.ஆர். ஆத்திரப்படுகிறார். தன்னை மட்டம் தட்டப் பார்க்கிறார் என்கிற குற்றச்சாட்டை இந்திரா காந்தியிடத்திலே ஆரம்பித்த ஜெயலலிதா, ராஜீவ் காந்தியிடத்திலே தொடர்ந்தார். சர்வ வல்லமை படைத்திருந்த எம்.ஜி.ஆரின் முதல் தோல்வி இதிலே தொடங்கிற்று.

நாடாளுமன்றத்தில் அ.தி.மு.க. உறுப்பினர்கள் பெரும்பாலும் ஆங்கிலத்தில் பேசுவார்கள். தமிழில் பேசினால் மொழி பெயர்ப்பாளர்கள் உண்டு. தமிழ்மொழி நாடாளுமன்றத்தில் ஒலிக்க வேண்டும் என்பதற்காகவும், தமிழ் மொழிபெயர்ப்பாளர்களுக்கு வேலை காலியாகி விடக்கூடாது என்பதற்காகவும் ஒரு நாளாவது தமிழில் பேச வேண்டும் என்று ஜெயலலிதாவிடம் வற்புறுத்தினேன். நீங்கள் வேண்டுமானால் பேசிக் கொள்ளுங்கள் என்று சொன்னாரே தவிர, அவர் பேசுவதற்கோ மற்றவர்கள் இப்படித்தான் பேச வேண்டும் என்று வற்புறுத்தவோ ஜெயலலிதா தயாராக இருக்கவில்லை.

எதிர்பாராத விதமாக எம்.ஜி.ஆர். நோய்வாய்ப்பட்டார். அவர் மருத்துவமனையில் உயிருக்குப் போராடிக் கொண்டிருந்தபோதே ஜெயலலிதா அரசியல் காய்களை நகர்த்த ஆரம்பித்தார். மாவட்டச் செயலாளர்களின் கூட்டத்தைக் கூட்டினார். தனது ஆதரவு தேடினார். அப்போது நெல்லை மாவட்டச் செயலாளராக இருந்த கருப்பசாமி பாண்டியன்தான் ஜெயலலிதாவிற்காக கொடி பிடித்துக்கொண்டு முன்னே போனார். இன்று அவரது குரல் அநியாயமாக ஒடுக்கப்பட்டிருக்கிறது.

எம்.ஜி.ஆர். அமெரிக்க மருத்துவமனையில் சிகிச்சை பெற்ற நேரம் தமிழ்நாட்டில் தேர்தல் வந்து விட்டது. எம்.ஜி.ஆர். இல்லாத தேர்தலை, ஆர்.எம்.வீரப்பன் ஒரு வீடியோ படத்தை வைத்துச் சமாளித்தார்.

அமெரிக்காவில் ப்ரூக்ளின் மருத்துவமனையில் எம்.ஜி.ஆர். சிகிச்சை பெற்று தேறிவிட்டார் என்பதை நிலைநாட்டி விட வேண்டும் என்று ஆர்.எம்.வீரப்பன் படாதபாடு பட்டார். எதிர்க் கட்சிக்காரர்கள் எம்.ஜி.ஆர். இறந்து விட்டார் என்று, செய்திகளுக்குச் சிறகுகளை ஒட்டினர். அவ்வப்போது தமிழர்கள் அழுவதும், ஆறுதலடைவதுமாக

வலம்புரிஜான் 147

இருந்து வந்தார்கள்.

ஆர்.எம்.வீரப்பனின் ஏற்பாட்டில், அமெரிக்காவில் இருந்து கொண்டு வரப்பட்ட எம்.ஜி.ஆர். பற்றிய திரைப்படத்தை வேக வேகமாகத் தயாரித்ததில் ஏ.வி.எம்.சரவணனுக்குப் பெரும் பங்கு இருந்தது.

எதையும் எழுதி வைத்துக் கொள்கிற அவகாசம் கூட இல்லாமல், நான்தான் இந்தப் படத்திற்குப் பின்னணி பேசினேன். 'முன்னாடி உலர்ந்து போய்விட்டது என்று சொல்லப்பட்ட கரத்தால் நமது தலைவர் கண்ணாடியினைச் சரி செய்கிறார்' என்றெல்லாம் பேசினேன். ஆர்.எம்.வீரப்பனின் இந்த அற்புதமான அரசியல் ஏற்பாடுதான் எம்.ஜி.ஆருக்கு மீண்டும் அரியணையை நிலைக்க வைத்தது என்பதுதான் உண்மை.

ஜெயலலிதா தேர்தல் பிரச்சாரத்திற்குச் செல்ல வேண்டும் என்று முயற்சித்தார். ஆர்.எம்.வீரப்பன், அவரால் முடிந்தவரைக்கும் ஜெயலலிதாவின் முயற்சிகளை முறியடித்தார். இந்த நேரத்தில் ஜெயலலிதா ஒருநாள் என்னை அழைத்து நான் பேசிய எம்.ஜி.ஆர். படத்தில் என்னென்ன இருக்கிறது என்று கேட்டார். நான் ஒன்றும் விடாமல் சொன்னேன். அந்தப் படத்தில் எம்.ஜி.ஆரோடு ஜானகி அம்மாள் பல இடங்களில், பின்னணியில் தெரிந்தார். இதை எப்படியாவது நீக்கிவிட முடியுமா என்று ஜெயலலிதா என்னைக் கேட்டார். இது என் கையில் இல்லை. ஜெயலலிதா இதற்கான முயற்சிகளில் ஈடுபட்டார். ஆனால் ஜானகி அம்மாள் பின்னணியில் இருப்பது போலவே அந்தப் படத்தின் பெரும் பகுதி அமைந்திருந்தது. ஆகவே, ஜானகி அம்மாளை நீக்கினால் கண்டிப்பாக முக்கால்வாசி படம் அடிபட்டுப் போகும் என்பது நிலைமை. ஆகவே, ஜெயலலிதா எவ்வளவோ முயன்றும் ஜானகி அம்மாளை நீக்குகிற முயற்சியில் ஜெயலலிதா வெற்றிபெறக் கூடவில்லை.

அடுத்து, ஜானகி அம்மாளை நீக்க முடியாதபட்சத்தில் தனது படத்தையாவது, தான் பேசுகிற மாதிரியான காட்சிகளையாவது சேர்க்க முடியுமா என்று ஜெயலலிதா கேட்டார். இந்தக் கோரிக்கையை வீரப்பனிடம் கொண்டு செல்லவே முடியாது. இதுதான் நிலைமை. அப்போது ஜெயலலிதாவை அரசியலில் இருந்தே அப்புறப்படுத்தி விட வேண்டும் என்பதில் வீரப்பன் உறுதியாக இருந்தார்.

(இந்த வாரம் வீரப்பனுக்காக ஒரு தமிழ்ப் பேராசிரியர் வந்தார். வீரப்பனுக்கு நான் நன்றியோடு நடந்து கொள்ளவில்லை என்று சொன்னார். உண்மையாக நடந்து கொள்வது, நன்றியோடு

நடந்துகொள்வதை விட முக்கியம் என்று சொன்னேன். சீசரை நான் குறைவாக நேசிக்கவில்லை. ஆனால் உரோமாபுரியை அதிகமாக நேசிக்கிறேன் என்பதை அவர் புரிந்து கொள்ள வேண்டும்).

எம்.ஜி.ஆர். பற்றிய படத்தில் எந்தவிதமான மாற்றத்தையும் செய்ய இயலாது என்பதை உறுதியாக அறிந்த ஜெயலலிதா, வேறொரு முடிவிற்கு வந்தார். தானும், எம்.ஜி.ஆரும் நடித்த திரைப்படங்களைத் தொகுத்து தனது எம்.ஜி.ஆர். நெருக்கத்தைக் காட்டலாம் என்கிற முடிவிற்கு வந்தார்.

இதற்கான முயற்சிகளில் தமிழரசி நடராசன் ஈடுபட்டார். ஜெயலலிதா என்னைக் கேட்டபோது ஒரு கருத்தை மாத்திரம் தெரிவித்தேன்.

இப்போதுதான் நீங்கள் ஒரு சினிமா நடிகை என்கிற வளையத்திலிருந்து மீண்டு அரசியல் தலைவர் என்று ஆகி வருகிறீர்கள். மீண்டும் உங்கள் சினிமா வாழ்க்கையை மக்களுக்கு நினைவுபடுத்திய மாதிரி ஆகிவிடுமே என்றேன்.

இது வீரப்பனின் குரல் என்கிற திட்டவட்டமான முடிவிற்கு வந்தார். ஜெயலலிதா, சினிமாவின் மூலமாகத்தான் பெரும் பகுதியான மக்களைச் சென்று சேர இயலும். ஆகவே, தன்னைப் பற்றிய இந்தப் படத்தொகுப்பு அவசியம் என்று முடிவாகச் சொன்னார் ஜெயலலிதா.

இவ்வளவு தூரம் என்னிடத்திலே வாதிட்டு விட்டு, நேர்மாறான முடிவை எடுத்தார் ஜெயலலிதா. அந்தத் திட்டத்தையே கைவிட்டு விட்டார். நடராசனுக்கு என் மேல் தீராத ஆத்திரம் பிறந்தது.

நடராசன் தனது பதில்கள் ஒன்றில் 'கிறிஸ்தவத் திருச்சபைக்கே களங்கத்தை உண்டாக்கியவர்' என்று சென்னை உயர்நீதிமன்றம் வலம்புரிஜானுக்கு எதிராகத் தீர்ப்பு எழுதியது என்று குறிப்பிட்டிருக்கிறார்.

இதில் எள் முனை அளவு கூட உண்மை இல்லை. நடராசன் சகலகலா வல்லவர். தீர்ப்புகளையே திருத்தி எழுதுகிறவர். இதுவரை நானே அறியாத தீர்ப்பை என் மீது எழுதியிருக்கிறார். இந்த அப்பட்டமான பொய்க்கும் நடராசன் காரணம் இல்லை. ஆத்திரத்தில் சிந்துபாத் கிழவன் ஒருவன் சிந்தியிருக்கிற பொய்.

நடராசன் என்னைப் பழிவாங்குவதற்கு தக்க சந்தர்ப்பம் பார்த்திருந்தார்.

முறைத்தார் எம்.ஜி.ஆர்.!

நடராசன் எனக்கு எதிராக ஒரு பிரச்சாரப் போரையே தொடங்கினார். ஒரு வாரம் பத்து நாள் எங்கே சென்றாலும் அ.தி.மு.க.வின் குட்டித் தலைவர்கள் என்னைச் சாய்த்துச் சரித்துப் பார்க்க ஆரம்பித்தார்கள். புத்திசாலிகளுக்குள் ஒரு போட்டி வைத்தால் எந்தச் சூழ்நிலையிலும் முதல் பரிசுக்குத் தகுதியான நடராசன், நான் எம்.ஜி.ஆருக்கு விசுவாசமாக இல்லை என்கிற கொள்ளிவாய்ப் பொய்யை ஊர் முழுக்க பற்ற வைத்தார்.

எம்.ஜி.ஆர். என்கிற அதிசய ராகத்திற்கு எதிராக நான் துக்கடா பாடுகிறேன் என்பது சீசரின் மனைவியை சந்தேகப்படுவது மாதிரி. இருந்தும் நடராசன் இந்தப் பிரச்சாரப் போரில் ஏறத்தாழ வெற்றி பெற்றார்.

கிருஷ்ணா சீனிவாஸ் என்கிறவர் ஆங்கிலக் கவிதைகள் எழுதுகிறவர். அவரது ஆங்கிலம் பிழை இல்லாதது அவரது எழுத்தும் கவிதை வகையைச் சார்ந்தது இருந்தும் தமிழ்நாட்டின் பிரபலமான, ஆனால் பிரகடனப்படுத்தப்பட்ட முட்டாள்கள் சிலரைப் போல, தனக்கு நோபல் பரிசு வரும் என்று அடிக்கடி சொல்லிக் கொண்டிருப்பார். இந்த எதிர்பார்ப்பைக் கூட நான் குற்றம் என்று குறிப்பிட விரும்பவில்லை. ஆனால், இவரது பகிரங்கப்படுத்தப்பட்ட பலவீனம் ஒன்றால், இவர் அப்போதே படித்தவர்களுக்கு மத்தியில் பரிகசிக்கப்படும் பொருள் ஆனார். எதிர்ப்படுகிறவர்களுக்கெல்லாம் ரூ.2000-த்தில் டாக்டர் பட்டத்தைத் தந்து விடுவது இவரது மனநோய்களில் ஒன்று. இவரது சீடகோடிகள் இவரை மிஞ்சி விட்டார்கள். 'செவாலியர்' பட்டம் (சிவாஜி கணேசன் பெற்றது அல்ல) கத்தோலிக்கக் கிறிஸ்தவர்களின் தலைவரான போப்பாண்டவர்,

உலகத்தில் சிலருக்கு மாத்திரமே அவர்களது சேவையைப் பாராட்டித் தருவது. வத்திக்கான் போப்பாண்டவர் செய்கிற வேலையை வளசரவாக்கத்தில் ஒருவர் செய்ய ஆரம்பித்தார். எல்லாம் கிருஷ்ணா சீனிவாஸின் உபயம்.

இந்த கிருஷ்ணா சீனிவாஸ் உலகம் முழுவதிலுமிருந்து எம்.ஜி.ஆர். பற்றிய கவிஞர்களின் ஆங்கிலப் பாடல்களைச் சேகரித்து ஆர்.எம்.வீரப்பனிடம் கொடுத்திருக்கார். அவரோ, இவைகளைச் சரிபார்க்கும்படி என்னிடம் கொடுத்தார். சீனமொழி முதல் அரேபிய மொழி வரை ஆங்கிலத்தில் பெயர்க்கப்பட்ட கவிதைகள் இந்த வரைவில் இருந்தன. உண்மையற்ற கவிதைகள். அர்த்தமில்லாத புகழுரைகள். எழுதியவர்களும் அந்தந்த நாட்டில் அங்கீகரிக்கப்பட்ட கவிஞர்கள் அல்ல. இந்தக் காரணங்களால் இதைப் புத்தகமாக்குவதற்கு எனக்கு மனதில்லாமல் இருந்தது.

எம்.ஜி.ஆரிடம் இந்தக் கவிதைகளின் உண்மையான நிலைமைகளைப் பற்றி முன்னரே எடுத்துச் சொன்னேன். அப்போதே அவர் இவைகள் புத்தகமாக வேண்டும் என்பதில் ஆர்வம் காட்டவில்லை. ஜெயலலிதாவிடம் இவைகளைக் காட்டியபோது, இந்தக் கவிஞர்கள் அந்தந்த நாடுகளின் பிரபலமானவர்களாக இல்லையே என்று அடித்துச் சொன்னார்.

இந்த நிலைமையில்தான் கிருஷ்ணா சீனிவாஸனின் கவிதைப் புத்தகத்தை அச்சுக்கு விடாமல் அடக்கி வைத்திருந்தேன். ‘உலகத்திலேயே கிடைக்காத எம்.ஜி.ஆர். பற்றியே கவிதைகளை, வலம்புரிஜான் எம்.ஜி.ஆர். விசுவாசி அல்லாத காரணத்தால் வெளிச்சத்தைப் பார்க்க விடவில்லை’ என்று நடராசன் தூற்ற ஆரம்பித்தார்.

அப்போது நடிகர் திலகம் சிவாஜி கணேசன் ‘தாய்’ வார இதழில் ‘அந்த நாள் முதல் இந்த நாள் வரை’ என்ற தொடர் எழுதி வந்தார். இந்தத் தொடரின் 16-வது அத்தியாயத்தில், பராசக்தி, உயர்ந்த மனிதன் படங்களில் சிவாஜி கணேசன் நடித்ததைப் பற்றி எழுதியிருந்தார். இந்தக் கட்டுரையை எம்.ஜி.ஆரே பலமுறை என்னிடம் பாராட்டிச் சொல்லியிருக்கிறார். இருந்தும் எம்.ஜி.ஆர். பத்திரிகையில் சிவாஜி எப்படி எழுதலாம் என்று தமது பிரச்சாரப் போருக்கு துருப்பிடித்த ஆயுதங்களைத் தூக்கி வந்தார் நடராசன்.

எம்.ஜி.ஆர். சுகவீனப்படுவதற்கும் முன்னர் ‘தாய்’ அட்டையில் எம்.ஜி.ஆர்., பாரதிராஜா உட்கார்ந்திருப்பது போல ஒரு படம் வந்தது. இதில் பாரதிராஜா கையில் ஒரு பேனாவை வைத்திருப்பது போலவும்,

அந்தப் பேனா எம்.ஜி.ஆரைச் சுட்டிக் காட்டுவது போலவும் இயற்கையாக அமைந்திருந்தது. எம்.ஜி.ஆருக்கு நேர்ந்த அவமானம் என்று சத்யா ஸ்டுடியோ பத்மனாபன் கொதித்து எழுந்தார். அவர் கோபித்ததிலாவது குறிக்கோள் இருந்தது. நடராசன் அந்த அட்டைப் படத்திற்கும் இல்லாத அர்த்தங்களை அவராகக் கற்பித்துக் கொண்டார்.

எம்.ஜி.ஆர். அமெரிக்காவில் சிகிச்சை பெற்றபோது ஒரு தீபாவளி வந்தது.

தாய் தீபாவளி மலரின் முதல் பக்கத்தில் "இறைவா உனது தேவாலயத்தில் கனகமணி விளக்குகள் கண்விழித்துக் கொண்டிருக்கின்றன. காற்றிலாடும் தீபங்களுக்காகவே கண்ணீர் வடிக்கிற ஒரு உத்தமத் தலைவனுக்காக எங்களைப் பிரார்த்திக்க வைத்திருக்கிறாய்.

எத்தனையோ தீபங்கள் எரிவதற்கு நெய்யாய் நிற்கிறவன் எங்களது நேசத் தலைவன்.

கண்ணீரோடு உனது கால்களை வருடிக் கேட்கிறோம்.

இறைவா.

உனது அருள் அவரது கண்களுக்கு ஒளிதரட்டும்; கால்களுக்கு பலம் தரட்டும்; இறைவா அவர் பல்லாண்டு வாழட்டும்"

என்று எழுதியிருந்தேன்.

அரைகுறையாகத் தமிழ்ப் படித்த அ.தி.மு.க.வின் அறிவுலக மேதைகள் சிலர், இதைவிட நான் நன்றாக எழுதியிருக்கலாம் என்று என்னிடம் குறைபட்டுக் கொண்டார்கள். இந்தப் பின்னணியிலும் நடராசனே இருந்தார்.

எதை விடவும் எதையும் யாரும் நன்றாக எழுதலாம். ஆனால், சிலையில் மூக்கு ஒழுங்காக வடித்த பிறகு, அதில் மேற்கொண்டும் உளி ஆடுவது மூக்கிற்கு நல்லது அல்ல. இந்த உண்மையை இருட்டிலே இருக்கிற நடராசனுக்கு யார் உணர்த்துவது?

அந்தத் தேர்தலில் கருணாநிதியின் பிரச்சாரம் கடுமையாக இருந்தது. 'காலுக்கு செருப்பாக நானிருப்பேன்' என்று கலைஞர் இறங்கி வந்து பேசிய தேர்தல் அது. 'பாதங்களைப் பத்திரமாகப் பார்த்துக் கொள்ளுங்கள்' என்றும், 'ஏழாண்டு காலம் என்னைத் தண்டித்தீர்களே போதாதா?' என்கிற கலைஞரின் பேச்சுக்கும், 'ஆயுள் நீடிக்கட்டும்; எம்.ஜி.ஆர். ஆட்சி நீடிக்கக் கூடாது என்கிற கலைஞரின் நிலைப்பாட்டிற்கும் எதிராகப் பக்கம் பக்கமாக எழுதி ஜெயலலிதாவிடம் தந்தேன். அவரது தேர்தல் பிரச்சாரத்திற்கு எனது

எழுத்துக்கள் பெரிதும் உதவின. இருந்தும், "அனுதாபத்தை அரசியல் ஆக்கலாமா என்று கேட்கிறார் கருணாநிதி. ஏழு ஆண்டுகள் என்னைத் தண்டித்தீர்களே, அதுபோதாதா? என்று அவர் மாத்திரம் அனுதாபத்தை அரசியல் ஆக்கலாமா?" என்று ஜெயலலிதாவிற்கு எழுதித் தந்தேன். இருந்தும் அனுதாபம் பற்றிய முக்கியமான விவகாரத்தை ஜெயலலிதா விட்டு விட்டார். காரணம், சசிகலாவும், நடராசனும்தான். நான் எழுதுவதை நடராசன் திருத்துவது என்றால், அதைவிட அவமானம் எனக்கு வேறு இருக்க இயலாது என்று, அன்றிலிருந்து ஜெயலலிதாவிற்கு எழுதித் தருவதை நிறுத்தினேன்.

ஜெயலலிதா தேர்தல் பிரச்சாரத்திற்குப் புறப்படுவதற்கு முன்னர், அவரைப் போயஸ் தோட்டத்தில் சந்தித்தேன். 35 வயது நிரம்பியவர்கள் நேரடியாக எம்.ஏ. எழுதுகிற முறை மைசூர் பல்கலைக் கழகத்தில் அப்போதே அறிமுகம் ஆகியிருந்தது. 'அந்தத் தேர்வை தான் எழுதி வெற்றிபெற முடியுமா?' என்று ஜெயலலிதா கேட்டார். அரசியல் விஞ்ஞானம் எம்.ஏ. எடுத்தால் நானே சொல்லித் தருகிறேன். எளிதாக நீங்கள் எம்.ஏ. பட்டம் பெறலாம்' என்று சொன்னேன். பிறகு அவர் எம்.ஏ. எழுதுவதை மறந்து விட்டார். அவருக்குத்தான் கௌரவ டாக்டர் பட்டங்கள் தருவதற்குப் பல்கலைக் கழகங்கள் கடுமையாகப் போட்டி போடுகின்ற காலம் வந்துவிட்டது.

இந்தத் தேர்தலில் தன்னால்தான் அ.தி.மு.க.விற்கு வெற்றி வந்தது என்பதை நிறுவிக் காட்டுவதில் ஜெயலலிதா உறுதியாக இருந்தார். அநேக இடங்களில் அவர் பேசுவதையே ஆர்.எம்.வீரப்பன் தடுத்து விட்டார். ஜெயலலிதா சினந்தார்; சீறினார். ஆனால், அப்போதைக்கு அவரால் ஒன்றும் செய்துவிட முடியவில்லை.

எனக்குள்ள துயரம் என்னவென்றால், வீடியோ படத்தில் எம்.ஜி.ஆர். பற்றிய எனது பேச்சைக் கூட பல இடங்களில் போடக் கூடாது என்று ஜெயலலிதா தடுத்திருக்கிறார். இதற்கும் காரணம், சண்டிராணி சசிகலாதான்.

எம்.ஜி.ஆர். சுகவீனப்படுவதற்கும் முன்னரே, திருப்பூரில் பேசினேன்; திருநெல்வேலியில் பேசினேன் என்ற ஆர்வத்தோடு ஜெயலலிதாவிடம் சொல்லுவேன். அப்படியா என்று கேட்டுக் கொண்டு, மீண்டும் அந்த ஊர்களுக்கு நான் போய் கூட்டம் பேசாமல் பார்த்துக் கொண்டார் ஜெயலலிதா. அரசியலில் என்னை அங்கீகரிப்பது ஆபத்தாக முடியும் என்று ஜெயலலிதாவிற்கு எடுத்துச் சொல்லி, இறுதியாக என்னைப் பார்த்தால் அச்சப்படுகிற அளவிற்கு ஜெயலலிதாவை கொண்டு வந்தார்கள் சசிகலா, நடராசன்.

இறுதியாக, எம்.ஜி.ஆர். மறுபிறவி எடுத்து சென்னைக்கு வந்தார். ஓரிரு நாளில் 'பூவுக்குள் பூகம்பம்' என்கிற, நடிகர் தியாகராஜனின் திரைப்படத்திற்கான ஒலிநாடாவைக் கலைவாணர் அரங்கத்தில் அவர் வெளியிட்டார். அந்தக் கேசட்டில் நான்தான் பேசியிருந்தேன். எனது பாட்டும் இடம் பெற்றிருந்தது.

கலைவாணர் அரங்க விழாவிற்கு வந்ததிலிருந்து எம்.ஜி.ஆர். என்னை முறைத்துக் கொண்டே இருந்தார்.

உயிருக்கு போராடிய எம்.ஜி.ஆர். மகிழ்ச்சியில் ஜெயலலிதா!

கலைவாணர் அரங்கத்தில் கட்டுக்கடங்காத கூட்டம் புலவர் புலமைப்பித்தன் பேசினார்.

நான் எம்.ஜி.ஆருக்குப் பின்னால் ஒளிந்து கொண்டு உட்கார்ந்திருந்தேன். அவரோ மூன்று முறை என்னைத் திரும்பிப் பார்த்தார். எட்ட நின்றவர்கள் அவர் என்னை அழைக்கிறார். பக்கத்தில் போங்கள் என்றார்கள். அவர் என்னைத் தொடர்ந்து கோபத்தோடு முறைக்கிறார் என்பதை அவர்கள் எங்கே அறியப் போகிறார்கள்?

என் மீது கோபமாக இருக்கிற எம்.ஜி.ஆரை நான் ஒரு பேச்சாளன் என்பதால் உருக்கி வழிக்குக் கொண்டு வந்து விடுவது என்று முடிவெடுத்துக் கொண்டு பேச ஆரம்பித்தேன்.

“உன் உப்பைத் தின்று உயிர் வாழ்கிறவர்கள் நாங்கள். உன் உப்பை நாங்கள் தின்றிருக்க உன் உதிரத்தில் உப்பு உயர்ந்தது எப்படி?”

“பேசிப் பேசியே ஆட்சிக்கு வந்தவர்களைத்தான் உலகம் பார்த்தது. பேசாமலேயே ஆட்சி நடத்துகிறவரை உலகம் இப்போதுதான் பார்க்கிறது”

“தாய் வார இதழில் எத்தனையோ கேள்விகளுக்குப் பதில் எழுதி இருக்கிறேன். ஒருவர் ஒருமுறை உங்கள் அம்மாவிற்கு சம்பாதித்து அனுப்பினீர்களா என்று கேட்டிருந்தார். அதற்கு நான் அவளை அனுப்பிவிட்டு அல்லவா சம்பாதிக்க ஆரம்பித்தேன் என்று எழுதியிருந்தேன். நான் எழுதிய ஆயிரக்கணக்கான பதில்களில் இதுவே எனக்குப் பிடித்த பதில். உங்களையே அமமாவாக நினைக்கிறேன். என்னை நீங்கள் சந்தேகிக்கலாமா?” என்று பேசினேன்.

அன்றைக்கிருந்த உணர்ச்சி கொந்தளிப்பில் சொற்கள் அவைகளாகவே வந்து சொருகிக் கொண்டன. நான் பேசி முடிந்து

உட்கார்ந்ததும், தன் பக்கத்திலிருந்த சில்க் ஸ்மிதாவைப் பின்புறமாக உட்காரச் சொன்ன எம்.ஜி.ஆர். அந்த சதைக்கவிதை இருந்த இடம் எனக்கு உரியது என்று சைகைகளால் சொல்லி என்னை அவர் பக்கத்தில் இருத்திக் கொண்டார்.

அன்று எம்.ஜி.ஆர். பேசினார். புரிந்து கொள்வதற்கு சிரமமாக இருந்தும், மலைத்தேன் எடுக்கிறவர்களைப் போல மக்கள் மகிழ்ந்திருந்தார்கள். அவர் பேசுவதற்குச் சிரமப்பட்டபோது, 'நீ பேசியது போதும்' என்று தாய்மார்கள் எழுந்து நின்று கையமர்த்தியதைப் பார்த்தேன். கண்கள் கடலானது. கூட்டம் முடிந்து போகிறபோது என்னை கட்டிப் பிடித்துக் கொண்டார். 'ஏன் வரவில்லை' என்று கேட்டது எனக்கு அர்த்தமாயிற்று. காத்திருந்த காளிமுத்துவும் அப்போது எம்.ஜி.ஆரை நெருங்கினார். வீரப்பன் அணியைச் சேர்ந்தவன் என்று கருதப்பட்ட எனக்குச் சீட்டு விழுந்து விட்டதால், காளிமுத்துவிற்கு, கோபம் தணிந்த எம்.ஜி.ஆரிடம் பேசுவது எளிதாயிற்று.

எம்.ஜி.ஆர். என்னை வண்டியிலேற்றிக் கொண்டார். 'நான் போன பிறகு என்ன நடந்தது?' என்று எம்.ஜி.ஆர். கேட்டார். எனக்குத் தெரிந்தவைகளை அவரிடம் சொன்னேன். 'நான் போன பிறகு என்ன நடந்தது?' என்று எம்.ஜி.ஆர். என்னை மாத்திரம் கேட்கவில்லை. பழுத்த பத்திரிகையாளரான சோலையைத்தான் என்ன நடந்தது என்று எம்.ஜி.ஆர். முதலில் கேட்டார். அவரோ ஒன்றும் உங்களுக்கு எதிராக நடந்து விடவில்லை. நீங்கள் உடம்பைப் பாருங்கள்; ஓய்வெடுங்கள். பிறகு பேசுவோம் என்று சொல்லி விட்டார். இருந்தும் எம்.ஜி.ஆர். தான் இல்லாதபோது என்ன நடந்தது என்று அறிந்து கொள்வதிலேயே ஆர்வம் காட்டினார். மருத்துவர்களின் கண்டிப்பு காரணமாக சோலையால் எம்.ஜி.ஆரின் கேள்விகளுக்கு முழுமையான பதிலை உடனே சொல்ல முடியவில்லை.

என் கட்சியில் இவரைச் சேர்க்கவே மாட்டேன் என்று ஜெயலலிதாவால் வேலி கட்டப்பட்டு வெளியில் நிறுத்தப்பட்டிருக்கிற பண்ருட்டி ராமச்சந்திரனிடம்தான் 'நான் இல்லாத போது என்ன நடந்தது?' என்று எம்.ஜி.ஆர். பலமுறை கேட்டார்.

நீங்கள் இல்லாத குறையைத் தேர்தலில் அம்மா பெருமளவிற்குப் போக்கியிருக்கிறார்கள் என்று ஜெயலலிதாவிற்கு ஆதரவாகத்தான் பண்ருட்டி ராமச்சந்திரன் பேசினார். அடுத்து எம்.ஜி.ஆர். அரங்கநாயகத்திடம் இதே கேள்வியைக் கேட்டார். அதற்கு அரங்கநாயகம் அந்த அம்மா உங்களோடு தானே இருக்கிறார்கள்.

அப்படி என்றால் அவர்களுக்குப் பாதுகாப்பாக இருப்பதுதானே சரி. அப்படியே பாதுகாப்பாக இருந்தோம் என்றார். எம்.ஜி.ஆருக்கு இந்தப் பதில் வெகுவாக பிடித்திருந்தது.

எம்.ஜி.ஆர். புருக்ளின் மருத்துவமனையில் இருந்து நினைவு தெளிந்த அன்று முதல் தமிழ்நாட்டில் நடப்பதெல்லாம் எம்.ஜி.ஆருக்கு உடனுக்குடன் அறிவிக்கப்பட்டு வந்தன. இந்த வேலையைச் செய்தவர் காவல்துறை அதிகாரி மோகன்தாஸ்.

இன்னொருவர் ஆர்.எம்.வீரப்பன். வீரப்பன் அனுப்பிய தகவல்களும், மோகன்தாஸ் அனுப்பிய தகவல்களும் ஒன்றுக் கொன்று முரண்பட்டவையாய் அமைந்தன. அதைப் போலவே அமெரிக்காவிலிருந்து மோகன்தாஸிற்கும், வீரப்பனுக்கும் வந்த தகவல்களும் நேருக்கு மாறாகவே இருந்தன.

வீரப்பனும் அவரது ஆட்களும் எம்.ஜி.ஆர். குணமாகி விட்டாலும் அவரால் முன்பு போல செயல்பட முடியாது என்று நம்பினர். அதன் விளைவுதான் அவருடைய கைகளைத் தாங்குகிற மாதிரியும், உடம்பில் அதிக அசைவைத் தடுப்பது போலவும் அவர்கள் செய்த 'கூண்டு வண்டி', எம்.ஜி.ஆர். அந்தக் கூண்டு வண்டியைத் தொட்டுக் கூட பாராமல் எங்கே எனது 4777 என்று கேட்டு விட்டார். வீரப்பன் எம்.ஜி.ஆர். முன்பு போல செயல்பட முடியாது என்று நம்பினாலும் எம்.ஜி.ஆர். தான் முதலமைச்சர் என்று அறிவித்தார். அவருக்கு எம்.ஜி.ஆர். முதலமைச்சர் ஆவதில்தான் ஜெயலலிதாவின் முதலமைச்சர் ஆசைக்கு முளை அடிக்க முடியும் என்கிற நம்பிக்கை இருந்தது.

ஜெயலலிதாவோ எம்.ஜி.ஆர். திரும்பி வர மாட்டார் என்று முதலில் நினைத்தார். வந்தாலும் செயல்படுகிற அளவிற்கு இருக்கவே மாட்டார் என்று நினைத்தார். ஜெயலலிதாவிற்கும் வீரப்பனுக்கும் அமெரிக்காவின் பலமுனைகளிலிருந்து செய்தி சேகரித்தவர்களை எம்.ஜி.ஆரே அப்படி நம்ப வைத்தார் என்பதுதான் உண்மை. புலி இல்லாத நேரத்தில் எலிகள் எவ்வாறு நடந்து கொள்கின்றன என்று அறிவதற்கு அலகிலா விளையாட்டுடைய தலைவருக்கு அமெரிக்காவில் ஆசை வந்து விட்டது.

அமெரிக்காவில் எம்.ஜி.ஆர். சிகிச்சை பெற்றபோது நடிகர் திலகம் சிவாஜி கணேசன் அவரைப் பார்க்கப் போனார். அப்போது எம்.ஜி.ஆர். மிகவும் பாதிக்கப்பட்ட நிலையில், தான் இருப்பதைப் போல காட்டிக் கொண்டார். அதைப் போலவே சென்னையைச் சார்ந்த கப்பல் கம்பெனி அதிபர் சையத் யூசுப் எம்.ஜி.ஆரைப் பார்க்கப் போனார்.

கண்ணே விழிக்க முடியாமல் மயக்க நிலையில் இருப்பதைப் போல எம்.ஜி.ஆர். படுத்துக் கொண்டார். அவர் ஆடிய அன்பான நாடகத்தில் அனைவருமே ஏமாந்தனர்.

நடிகர் திலகம் சிவாஜி கணேசன் தான் பார்த்ததை உண்மையென்று நம்பி பல பேரிடத்திலும் சொல்லியிருக்கிறார். எம்.ஜி.ஆருக்கு குணமாகக் கூடாது என்பதல்ல அவரது குறிக்கோள். எம்.ஜி.ஆருக்கு குணமாகவில்லை என்று அவர் நம்பி விட்டார்.

எம்.ஜி.ஆர். திரும்பி வர மாட்டார் என்று ஜெயலலிதாவை நம்ப வைத்ததில் பெரும்பங்கு சசிகலா நடராசனுக்கு இருந்தது. காரணம் ஜெயலலிதாவை இந்தச் செய்தி அளவிற்கு மகிழ்ச்சியில் ஆழ்த்தியிருக்க முடியாது.

இறைவன் இருப்பதற்கு ஞானிகள் எவ்வளவோ காரணங்களைச் சொல்லியிருக்கிறார்கள். சசிகலா, நடராசன் தண்டிக்கப்பட்டால்தான் இறைவன் இருப்பதே இறுதியாக உறுதியாகும்.

ஐதராபாத்திற்கு ஓடி ஒளிந்து கொள்வது என்கிற நிலையில் இருந்த ஜெயலலிதா என்கிற பைசாச பூதத்திற்கு பல் விளக்கி விட்டு தமிழர்களைக் கடித்துச் சாப்பிட வைத்த சர்வ சண்டாளர்கள் சசிகலா, நடராசன்.

அன்று ஐதராபாத்தில் அடைக்கலமாகிற நிலையில் இருந்த ஜெயலலிதாவோடு அதுவரை நெருக்கமாக இருந்த பலர் பேசக்கூட இல்லை. அப்போதும் தைரியம் சொன்னவர்கள் வெள்ளைப்புறா ராசாராமும், பண்ருட்டி ராமச்சந்திரனும்தான். இவர்கள் இப்போது எங்கே?

எம்.ஜி.ஆரை அப்பல்லோ மருத்துவமனைக்குப் பார்க்க வந்த ஜெயலலிதாவிற்கு பக்கத் துணையாக வந்த திருநாவுக்கரசும், கே.கே.எஸ்.எஸ்.ஆரும் இன்று எங்கே?

எம்.ஜி.ஆரை எதிர்த்தாலும் பாதகமில்லை என்று திரும்பி வந்தபோது விமான நிலையத்திற்குத் தனித்து ஜெயலலிதாவோடு தைரியமாகப் போன சேலம் கண்ணன் இன்று எங்கே?

வீரப்பன்சத்திரத்தில் ஜெயலலிதா பேரவை என்கிற பலகையைக் கழற்றச் சொல்லி எம்.ஜி.ஆர். உத்தரவிட்ட பிறகும், பலகையைப் பெரிதாகத் தொங்க விட்ட முத்து இன்று எங்கே?

ஜெயலலிதா எம்.ஜி.ஆர். விசுவாசிகளைப் பழி வாங்கினார்; சசிகலாவோ ஜெயலலிதா விசுவாசிகளையே பழிவாங்கினார்.

ஏன்? தமிழர்கள் வெட்கத்தை விட்டு ஒத்துக் கொள்ள வேண்டிய உண்மைகளை உடைக்காமல் விடமாட்டேன்.

தாங்கள் தமிழ்நாட்டையே கொள்ளையடிப்பதற்கு இடைஞ்சலாக இருந்தவர்களைச் சசிகலாவும், நடராசனும் ஜெயலலிதாவின் பார்வை படாமல் துரத்தினார்கள்.

சேடப்பட்டி முத்தையாவின் சிபாரிசின் பேரில் ஜெயலலிதாவிடம் வேலைக்குச் சேர்ந்த ஜெயமணி என்கிற டிரைவர் ஜெயலலிதாவின் அன்பைப் பெற்றார் என்கிற ஒரே காரணத்திற்காக அவரது சீட்டையே கிழித்தவர்கள் சசிகலாவும், நடராசனும்தானே.ஜெயலலிதாவைத் தூக்கி வளர்த்த மாதவன் நாயரை அவர் 35 வருடம் உழைத்த பிறகு ரூ.36,000 வங்கியில் தன் கணக்கில் வைத்துள்ளார் என்கிற காரணம் காட்டி ஓரம் கட்டியவர்கள் சசிகலாவும், நடராசனும் தானே. எதற்காக?

ஒரு காலத்தில் கோடி கோடியாக கொள்ளையடிக்கலாம் என்பதற்காகவும், தனது சொந்த பந்தங்களை மாத்திரமே வாழவைக்கலாம், என்கிற சசிகலா நடராசனின் கூட்டுத் திட்டம்தானே காரணம்.

இல்லாவிட்டால் தமிழ்நாடு அரசாங்கத்தின் ஏ.பி.ஆர்.ஓ.க்களின் 16 பேர்களில் 12 பேர் சசிகலாவின் உறவுக்காரர்களாக இருக்க இயலுமா? இந்த மாதம் நியமிக்கப்படப் போகிற 4 ஏ.பி.ஆர்.ஓ.க்களும் சசிகலாவின் சொந்தக்காரர்களே.

அ.தி.மு.க. நமது கழகமாகி நாளாகிறது. கொள்ளைப் பணத்தை வைத்துக் கொண்டு அடுத்த தேர்தலில் ஆட்சியைப் பிடித்து விடலாம் என்று அரசாட்சி நடத்தும் 'அன்றிற் பறவைகளை' நினைத்தால் தூவல் தூவலாக உண்மைத் தமிழர்கள் உரிப்பார்கள். இது நிச்சயம்.

எம்.ஜி.ஆர். அமெரிக்காவில் சுகமாகிக் கொண்டிருந்தபோதே மாம்பலம் மடச்ஜோதிடன் ஒருவனது பேச்சைக்கேட்டுக் கொண்டு அடுத்த முதலமைச்சராவதற்காக ஜெயலலிதா திருப்பதியில் அங்கப்பிரதட்சணம் பண்ணினார். அதிகாலை 3.30 மணிக்கு அவர் உடன் சென்றவர் பத்திரிகையாளர் சோலை; தலைவராகி விடுகிறபோதே ஜெயலலிதாவை தமிழ்நாட்டு முதலமைச்சராக்கிவிட்ட பிரம்மா.

அடுத்து நாகிரெட்டியார் ஆடிட்டர் ஒருவர் மூலமாக ஜெயலலிதா ராஜமுந்திரி சாமியாரிடம் முதலமைச்சர் வரம் வாங்கப் போனார்.

முதல் அமைச்சர் பதவி திருடப்பட்டு விட்டது; பாராட்டுகிறவர்கள் பலே கைகாரர்கள் மாத்திரமே.

எம்.ஜி.ஆர். இப்போது ஐ.ஜி.யாக இருக்கிற அலெக்ஸாண்டரை அழைத்தார். இந்த ஐ.ஜி. அலெக்ஸாண்டர் உண்மையாகவே உயர்ந்த மனிதர். அப்பழுக்கில்லாத அபூர்வமான அதிகாரி. இவர்தான்

எம்.ஜி.ஆருக்காகப் பிரார்த்தனை செய்வதற்காக கொல்லூர் மூகாம்பிகாவிற்குப் போகிறேன் என்று சொல்லி விட்டு ஜெயலலிதா எங்கெங்கே போனார் என்பதை எம்.ஜி.ஆருக்குச் சொன்னவர். சொன்னவர் தொலைபேசியில் சொல்லி விட்டார். இதில் அதிர்ச்சி தரத்தக்க சம்பவம் என்னவென்றால், அலெக்ஸாண்டர் எம்.ஜி.ஆர். பேசியதை வேறு சில காக்கிச் சட்டைக் கனபாடிகள் 'டேப்' பண்ணி ஜெயலலிதாவிற்கே தந்து விட்டார்கள்.

அக்கினிப் பிரவேசத்தை அரங்கேற்றி விட்ட ஜெயலலிதா, அலெக்ஸாண்டரை உடனேயே பழி வாங்கினார். மதுவிலக்குப் பிரிவில் மனிதர் படாதபாடு பட்டார். உலகப் பிரசாரமாக வலம்புரிஜான் வெற்றி பெறவில்லை என்று தவறுதலாக என்னை எடை போட்டு வைத்திருக்கிற அலெக்ஸாண்டர். இப்போது அம்மாவுக்கு ராசியாகி விட்டார். நாளை நடப்பதை யாரும் அறிய மாட்டார்கள் என்பதை அலெக்ஸாண்டர் மாத்திரம் அறிய மாட்டாரா என்ன?

ராஜீவ் காந்தி பதவிக்கு வருவதற்கும் இரண்டு நாட்களுக்கும் முன்னர் ஜெயலலிதா ராஜீவ் காந்தியைச் சந்திக்க விரும்பினார். அவர்கள் என்ன பேசினார்கள் என்பதை அறியத்தான் எம்.ஜி.ஆர். என்னைத் துழாவினார். கற்பனையாகக் கதை கட்டலாமே தவிர, நான் எப்படி இதில் எம்.ஜி.ஆருக்கு உதவ முடியும்?

ஜெயலலிதா டெல்லிக்குச் சென்றார். அந்த நேரத்திலே தான் வீரப்பன் விஸ்வரூபம் எடுத்தார். தமிழ்நாடு அரசு இல்லத்தில் ஜெயலலிதாவிற்கு இடமில்லாமல் பண்ணினார். ஊழியர்கள் கூட ஜெயலலிதாவைச் சந்திக்கப் பயந்து ஓடி ஒளிந்து கொண்டார்கள்.

பத்திரிகையாளர் சோலைதான் அந்த அநியாயமான இரவில் ஜி.பார்த்தசாரதி அய்யங்காரைத் தொடர்பு கொண்டார். மறுநிமிடமே அசோகா ஹோட்டலில் குயின்ஸ் கோர்ட் அம்மாவிற்கு ஏற்பாடாகி விட்டது. ராஜீவ் காந்தியை நினைத்தபடி சந்தித்து விட முடியுமா என்று தயங்கிக் கொண்டிருந்த ஜெயலலிதாவிற்கு அன்று வலக்கரமாகச் செயல்பட்டவர் சோலை.

வினோபா பாவேயின் பூதான இயக்கத்தில் சோலை ஒன்பது ஆண்டுகள் இருந்தவர். அதே இயக்கத்தில் வினோபா பாவேக்கு நெருக்கமாக இருந்த நிர்மலா தேஷ் பாண்டேயைப் பிடித்து இந்தச் சந்திப்பிற்கு ஒரு சில மணி நேரங்களில் ஜெயலலிதாவிற்கு ஏற்பாடு செய்தவர் சோலை.

வீரப்பன், கே.ஏ.கே. போன்றவர்கள் ராஜீவின் தரிசனத்திற்காகக் காத்திருந்தபோது, ஜெயலலிதா விசுக்கென்று ராஜீவைச் சந்திக்க

உள்ளே நுழைந்து விட்டார். இவர்கள் அப்போது அரசியல் அநாதைகளைப் போல வெளியில் நின்றார்கள்.

ராஜீவ் காந்தி சொன்ன ஒரு செய்தி ஜெயலலிதாவிற்கு அதிர்ச்சியாக இருந்தது. எம்.ஜி.ஆர். நலமுடன் இருக்கிறார். பத்து நாளில் திரும்பி வந்து விடுவார் என்பதுதான் அந்தச் செய்தி.

எஸ்.திருநாவுக்கரசு, 'இளையோர் உலகம் தலைமைத் தாங்கும் புதிய பூமி'க்குச் சொந்தக்காரர். ஒரு காலத்தில் ஜெயலலிதாவிற்கு நிழற்குடையாக நின்றவர்.

இவரை ஒருநாள் சசிகலா சந்தித்தார். அடுத்த முதலமைச்சர் நீங்கள்தான் என்றார். ஓரிடத்திற்கு அவரை அழைத்துச் சென்றார்கள். அவருக்கு ஆசை காட்டினார்கள்.

இளைய வயதில் கேளிக்கைகளில் ஈடுபட்டிருந்தாலும் தரும வளையத்தைத் தாண்டாத இந்தப் பேராளன் எம்.ஜி.ஆருக்கு ஒரு நாளும் துரோகம் இழைக்க மாட்டேன் என்று சொல்லி விட்டார்.

செத்துப் போன எம்.ஜி.ஆர். (உயிரோடிருக்கிற போதே) திரும்பி வந்து விடுவார் என்று நினைக்கிறீர்களா என்று திருநாவுக்கரசை ஒருவர் கேட்டார்.

முகம் சிவந்தார் எம்.ஜி.ஆர்.!

'**செத்**துப் போன எம்.ஜி.ஆர். திரும்பி வந்து விடுவார் என்று நினைக்கிறீர்களா?' என்று கேட்ட பிரம்மதத்தையின் பெயரை வெளியிட்டு விட்டால் என்னைத் தூக்கில் போட்டு விடுவார்கள் என்கிற துயரம் எல்லாம் எனக்கில்லை.

இது மாதிரி விவகாரங்களில் பெயரை வெளியிடுவது பெண்ணுக்குப் பெருமை சேர்ப்பதாக இருக்காது. கோடிட்ட இடத்தை நிரப்புவதில் வாசகர்கள்தான் கொடி கட்டிப் பறப்பவர்களாயிற்றே.

தமிழ்நாடு எப்படிப்பட்ட ஆதிவாசிகளின் கையில் அகப்பட்டு தத்தளிக்கிறது என்பதற்கு இதைவிட இதிகாச உதாரணம் இருக்கவே இயலாது.

அன்றைக்கு உடன்பட மறுத்த திருநாவுக்கரசின் மீதுதான் இன்றைக்கு அடக்குமுறை கட்டவிழ்த்து விடப்படுகிறது. ஆனால் தங்களுக்கு ஒரு காலம் வந்தது போலவே, திருநாவுக்கரசுக்கும் கண்டிப்பாக ஒரு காலம் வரும் என்பதை ஆள்வோர் கருத மறுக்கிறார்கள்.

அமெரிக்காவில் இருந்து திரும்பி வந்த எம்.ஜி.ஆரின் உடல்நிலை, உற்சாகம், 'அவர் தேறமாட்டார்' என்று நினைத்தவர்களின் வயிறுகளில் நெருப்பைக் கொட்டியது. ஜெயலலிதாதான் இதிலே அதிகம் பாதிக்கப்பட்டார். ராஜீவ் காந்தி சொன்னது போலவே நடந்து விட்டதே என்பதில் அவருக்கு தலைசுற்றல்.

அந்த நாளில் எம்.ஜி.ஆருக்கு மாற்று சிறுநீரகம் தந்த அவரது அண்ணன் மகள் லீலாவதிக்கு எம்.ஜி. சக்கரபாணி வீட்டில் ஒரு பாராட்டு விழா நடந்தது. நான் தான் தலைமை தாங்கினேன்.

அப்போது எம்.ஜி. சக்கரபாணி எம்.ஜி.ஆர். எப்படி சுகவீனப்படுத்தப்பட்டார். அவருக்கு எப்படி கை, கால் விழுந்தது. அதற்கு முன்னர் என்ன நடந்தது என்பதை விலாவாரியாக விளக்கினார்.

எம்.ஜி.சக்கரபாணி அன்றைக்குக் குறிப்பிட்ட பெயரை நான் எழுதிக் காட்டினால் கண்டிப்பாக என்னைக் கொன்று விடுவார்கள். அதர்மத்தின் ஆட்டத்தைப் பார்க்கிற எனக்கு, அதன் அழிவையும் பார்த்து விட வேண்டும் என்கிற ஆசை மாத்திரம்தான் எஞ்சியிருக்கிறது.

ஜெயலலிதா ராஜீவ் காந்திக்கு மிகவே நெருக்கமானார். பார்த்தசாரதி அய்யங்கார், நிர்மலா தேஷ்பாண்டே போன்றவர்கள் மூலமாக தூது விட்டார். எம்.ஜி.ஆர். முன்பு போல இல்லை. அவரால் நிர்வாகத் திறமையோடு செயல்பட முடியவில்லை. ஆகவே தன்னை முதலமைச்சராக்க வேண்டும் அல்லது குறைந்தபட்சம் துணை முதலமைச்சராக்க வேண்டும் என்று கோரிக்கை வைத்தார்.

ராஜீவ் காந்திக்கோ தர்மசங்கடமான நிலை. எம்.ஜி.ஆரின் மக்கள் செல்வாக்கை அவர் அறிந்தவர். அதேநேரத்தில் ஜெயலலிதா சொல்லுவதிலும் நியாயம் இருக்குமோ என்கிற சந்தேகம். எம்.ஜி.ஆரிடத்தில் இதை எப்படிச் சொல்லுவது என்று ராஜீவ் காந்தி படாதபாடு பட்டார்.

ஒருமுறை சென்னை வந்திருந்தபோது ராஜீவ் காந்தி எம்.ஜி.ஆரிடம், அதிகமான வேலை பளுவால் அவர் மீண்டும் சுகவீனமடைந்து விடக் கூடாது என்று மென்மையாக எச்சரித்தார். இதைக் கூட ராஜீவ் காந்தி நேரடியாகச் சொல்லாமல், மறைமுகமாக மிகுந்த கவனத்தோடு அப்போது ஆளுனராக இருந்த குரானா மூலமாகச் சொன்னார். எம்.ஜி.ஆர். தன்னைச் சுற்றி என்ன நடக்கிறது என்பதைப் புரிந்து கொண்டார்.

தனது முதலமைச்சர் பதவிக்கே வேட்டு வைக்கிற ஜெயலலிதாவை எம்.ஜி.ஆர். அறவே வெறுத்தார். ஆனால், வெறுப்பைச் செயல்படுத்த முடியாமல் ஜெயலலிதா எம்.ஜி.ஆரைக் கண்ணீரில் நனைத்தார். அவர் இல்லாதபோது தான் அநாதையாக்கப்பட்டு விட்டதாகவும், தலைநகரில் தமிழ்நாடு இல்லத்திலே கூட தனக்கு இடம் தரப்படவில்லை என்றும், எல்லாவற்றுக்கும் காரணம் வீரப்பன்தான் என்றும் அடிக்கடி எம்.ஜி.ஆருக்கு அவர் நினைவுபடுத்தி வந்தார். ராஜீவ்காந்தி வரை சென்று தனது பதவியைப் பறிக்கத் துடித்த, அதற்காக முயற்சி செய்த ஜெயலலிதாவைப் பழிவாங்க முயன்ற எம்.ஜி.ஆரை திசை திருப்பினார் ஜெயலலிதா.

எம்.ஜி.ஆரை நினைத்தபடி கையில் எடுத்துக் கொள்ள முடிந்த ஜெயலலிதாவிற்கு, எம்.ஜி.ஆரின் ரசிகர்களை வலதுகால் பெருவிரலால் உருட்டி விளையாட முடிந்ததில் ஒன்றும் வியப்பில்லை.

இந்தப் போர்முனையிலும் ஜெயலலிதாவே வெற்றி பெற்றார். தான் எம்.ஜி.ஆருடைய பதவியை அபகரிப்பதற்காக தலைநகர் வரை சதித் திட்டம் வகுத்து செயலாற்றியிருக்க, எம்.ஜி.ஆரை மீண்டும் முதலமைச்சராக்கியே தீருவது என்று முழங்கிய, பணியாற்றிய வீரப்பனை 'துரோகி' என்று முகத்திலும், முதுகிலும் முத்திரை குத்துவதில் ஜெயலலிதா மகத்தான வெற்றி பெற்றார். என்ன இருந்தாலும் ஜெயலலிதா எம்.ஜி.ஆரின் உள்வட்டத்தைச் சார்ந்தவர். வீரப்பன் கால் நூற்றாண்டிற்கு மேலாக எம்.ஜி.ஆருக்காக உண்மையாக உழைத்திருந்தும், 'நடிப்பு' வெற்றி பெற்ற அளவிற்கு வாய்மை வாகை சூடிக்கொள்ள முடியவில்லை.

வீரப்பனிடத்திலே குற்றம் குறைகள் இருக்கலாம். 'நெல்லிலே உமி; நீரிலே பாசி; நிலவிலே களங்கம் போல'. ஆனால் அவர் ஒரு எம்.ஜி.ஆர் விசுவாசி என்பதிலே இருவேறு கருத்துக்கள். இருக்க முடியாது. எம்.ஜி.ஆரின் திரைப்பட நிறுவனத்தில் அவர் பணியாற்றத் தொடங்கி, பிறகு எம்.ஜி.ஆரைப் பிடிக்காமல் பல காலம் பட நிறுவனத்திற்கு வராமலே இருந்தார். பிறகு அறிஞர் அண்ணாதான் அவரை மீண்டும் சமாதானப்படுத்தி எம்.ஜி.ஆரிடம் சேர்த்தார். அப்படிச் சேர்க்கிறபோதும், எம்.ஜி.ஆரை விட்டு விட்டு வந்து விடக் கூடாது என்று அறிஞர் அண்ணா வீரப்பனுக்கு அறிவுரை சொன்னார்.

அந்த நாளில் எம்.ஜி.ஆர். ஒரு நடிகராக மாத்திரமே இருந்தார். அறிஞர் அண்ணாவின் காலத்தில் வானத்து மேகமாக இருந்த திராவிட இயக்கத்தின் இலட்சியங்களை, முற்றங்களுக்கு முன்னால் முகாமிட்டு அமர்ந்திருந்த தாகம் தீர்க்கிற குடத்துத் தண்ணீராக மாற்றிய பெருமை எம்.ஜி.ஆருக்கு உண்டு. படித்தவர்களுக்கு மத்தியில் மையம் கொண்டிருந்த திராவிட இயக்கத்தின் கருத்துக்கள், பாட்டாளிகள், பொதுமக்கள் போன்றோரைப் பரவலாகச் சென்று அடைவதற்கு எம்.ஜி.ஆர். காரணமாக இருந்தார். இருந்தும் அப்போதெல்லாம் எம்.ஜி.ஆருக்கு அரசியல் ஆசைகள் இருந்ததில்லை.

கலைஞர் கருணாநிதியோடு மோதல் வரும்போதுதான் அரசியல் ஆசைகள் ஆவேசம் கொண்டன. ஆனால் அரசியல் எண்ணங்கள் அறவே இல்லாத ஒருவருக்கு அரசியல் ஆசை வந்திருக்க இயலாது.

எம்.ஜி.ஆர். கட்சி தொடங்கிய காலத்தில் அரசியல் எண்ணங்கள் அவரிடத்தில் மலர்ந்ததற்கு மதியழகன், கே.ஏ.கே. போன்றவர்கள்

பெரிதும் காரணம். ஆனால், நீறுபூத்த நெருப்பாக அரசியல் எண்ணங்கள் ஒரு கால் நூற்றாண்டு காலம் எம்.ஜி.ஆர். நெஞ்சில் அரும்பியதற்கு ஒரே ஒரு மனிதரைத்தான் காரணகர்த்தா என்று சுட்டிக் காட்ட இயலும். அவர்தான் வீரப்பன். இந்த உண்மையை அவரே பலமுறை என்னிடம் உடைத்திருக்கிறார். மற்றவர்களுக்கு எவ்வளவு கசந்தாலும் இதுதான் உண்மை. திரைப்படப் பாடல்களிலே கூட எதிர்காலத்தில் எம்.ஜி.ஆர். இப்படி இப்படி வருவார் என்று சூசகமாகச் சுட்டிக் காட்டுகிற பாடல் வரிகளையெல்லாம் பக்குவமாகச் சேர்ந்தவர் வீரப்பன். அதைப் போலவே தி.மு.க. காலத்தில் மதுரையில் நடைபெற்ற மாநாட்டிற்கு ஜெயலலிதாவோடு வருவேன் என்று ஒற்றைக் காலில் நின்றார் எம்.ஜி.ஆர். இந்த நிகழ்ச்சியால் எம்.ஜி.ஆர். மீது மக்கள் வைத்திருக்கிற உயர்ந்த மதிப்பீட்டிற்கு ஊனம் வந்து விடக் கூடாது என்பதற்காக எம்.ஜி.ஆரிடத்தில் நேரடியாகவே மோதிக் கொண்டு அப்போதே ஜெயலலிதாவையும் பகைத்துக் கொண்டவர் வீரப்பன். அமைச்சர் ஆன பிறகும், எம்.ஜி.ஆரின் பட நிறுவனத்திலிருந்து தான் பெற்று வந்த மாதச் சம்பளத்தை மரபு மரியாதை கருதி நிறுத்திவிடக் கூடாது என்று வேண்டி கடைசி வரை பெற்று வந்தவர் வீரப்பன். அப்படி இருந்தும் ஜெயலலிதாவின் செல்வாக்கால் எம்.ஜி.ஆர். மீண்டும் வீரப்பனை வீழ்த்தினார். அவர் அமைச்சர் பதவியை இழக்க வேண்டியதாயிற்று.

வீரப்பனை மாத்திரம் விரட்டுவது விகாரமாக இருக்குமென்று, பழுத்த அரசியல் தந்திரியாக வளர்ந்துவிட்ட எம்.ஜி.ஆர்., சில அமைச்சர்களைக் கட்சிப் பணிக்கு அனுப்புவது என்று, சில அமைச்சர்களைக் கழட்டி விட்டபோது அதில் வீரப்பனும் இருக்க நேர்ந்தது.

இந்த நாளில் இராயபுரத்தில் கட்சிக் கூட்டம் ஒன்று நடைபெற்றது. கொள்கை பரப்பியாக இருந்த ஜெயலலிதாவை பொதுச் செயலாளராக்கி விட வேண்டுமென்று பலத்த முயற்சிகள் மேற்கொள்ளப்பட்டன. ஜேப்பியார் ஒருவர்தான் இந்த முயற்சிகளை முறியடிக்கிறவர்களின் வரிசையில் முதலாவதாக நின்றார். இராயபுரத்தில் பிரம்மாண்டமான கூட்டம் ஒன்று நடைபெற்றது. இந்தக் கூட்டத்தில் காளிமுத்து ஒரு பேச்சாளர். இவர் ஒருமுறை, 'ஜானகி அம்மாவைப் பார்த்தால் கும்பிடத் தோன்றுகிறது. ஜெயலலிதாவைப் பார்த்தால் கூப்பிடத் தோன்றுகிறது' என்று பேசியவர், பேச்சில் மின்சாரம் எடுக்கலாம். அவர்தான் பேசிக் கொண்டிருந்தார். அவர் பேசிக் கொண்டிருக்கிறார் என்பதை அறிந்து, தனது

செல்வாக்கை நிலைநாட்ட வேண்டுமென்று அவர் உச்சமாகப் பேசுகிறபோது பார்த்து ஜெயலலிதா மேடைக்கு வந்தார். கூட்டத்தினர் காளிமுத்துவைக் கேட்பதை விட்டு விட்டு, ஜெயலலிதாவால் கவரப்பட்டார்கள். 'காளிமுத்துவின் பேச்சு தடைபட்டது. எம்.ஜி.ஆர். இந்த நிகழ்ச்சிக்கு சாட்சியாக மேடையிலேயே இருந்தார். அவரால் பகிரங்கமாக ஜெயலலிதாவையும் கண்டிக்க இயலவில்லை. காளிமுத்துவையும் அடக்கி வாசி என்று ஆணையிட முடியவில்லை. எம்.ஜி.ஆர். இருதலைக் கொள்ளி எறும்பாகத் தவித்தார். ஆனாலும் அவரது இதயம் ஜெயலலிதாவின்' பக்கம்தான் இருந்தது.

இந்தக் காலகட்டத்தில் ஒருமுறை எம்.ஜி.ஆர். ஜானகி அம்மாளோடு டெல்லிக்கு வந்தார். நாடாளுமன்ற கூட்டத் தொடர் அப்போது நடந்து கொண்டிருந்தது. தமிழ்நாடு இல்லத்திற்குச் சென்று எல்லோரும் எம்.ஜி.ஆரைப் பார்க்கப் போனோம். நான், ஏதாவது கேட்டு விடப் போகிறார் என்று மூன்றாவது வரிசையில் ஒளிந்து கொண்டு நின்றேன். என்னைச் சுட்டிக்காட்டி முன்வரிசைக்கு இழுத்தார். பிறகு எல்லோருமாக உட்கார்ந்தோம். அப்போது பண்ருட்டி ராமச்சந்திரனும் உடனிருந்தார்.

அப்போதெல்லாம் அவர் பேசுவதை உற்றுக் கவனித்தாலொழிய என்ன பேசுகிறார் என்பது அவ்வளவு எளிதாக புலப்படாது. பண்டித நேருவைப் பற்றி பேச்சு வந்தது. தி.மு.க. அரசில் அமைச்சராகவும், மாநிலங்கள் அவை உறுப்பினராகவும் இருந்த ராஜாங்கம் பேசினார். அவர், நேரு மிகுந்த சிரமப்பட்டு படித்ததாகவும், அவருடைய சகோதரி விஜயலெட்சுமி பண்டிட் தமது கை வளையல்களை அடகு வைத்து அவருக்குப் பணம் அனுப்பியதாகவும், நேரு மிகுந்த ஏழ்மை நிலையில் இருந்தாரென்றும் குறிப்பிட்டார்.

எம்.ஜி.ஆருக்கு முகம் சிவந்து விட்டது. என்னைச் சுட்டிக் காட்டி ராஜாங்கத்திற்குப் பதில் சொல்லும்படி உத்திரவிட்டார். நான் ராஜாங்கம் காயப்பட்டு விடக் கூடாதென்பதற்காக 'நேருவைப் பற்றி நான் நிறையவே வாசித்திருக்கிறேன். அப்படி ஒன்றும் நீங்கள் சொன்ன தகவல் இல்லையே' என்றேன்.

எம்.ஜி.ஆருக்கு எனது பதில் திருப்தியளிக்கவில்லை. நான் ராஜாங்கத்தைக் கடுமையாகத் திட்டி தீர்த்திருக்க வேண்டுமென்று அவர் எதிர்பார்த்திருக்கக் கூடும். எம்.ஜி.ஆர். ராஜாங்கத்தையே முறைத்துக் கொண்டிருந்தார்.

பிறகு பேச்சு பாகிஸ்தான் நிறுவனர் முகம்மது அலி ஜின்னா பக்கம் திரும்பியது. அவருக்கு பாகிஸ்தானைப் பிரித்துக் கொண்டு

போக வேண்டும் என்கிற எண்ணம் ஏன் வந்தது என்று எம்.ஜி.ஆர். என்னைக் கேட்டார்.

ஒவ்வொரு வரலாற்று நிகழ்ச்சிக்கும் பல்வேறு காரணங்கள் உண்டு. ஆனால், எப்போதுமே உடனடியான ஒரு காரணம் உண்டு என்று சொன்னேன். எம்.ஜி.ஆர். எப்படி என்று கேட்டார். பாகிஸ்தான் பிரிவினைக்கு நியாயமான பல காரணங்கள் உண்டு. ஆனால், உடனடியான காரணம், முகம்மது அலி ஜின்னா இந்தியாவில் மரியாதைக்குரிய ஒரு பதவியில் அமருகிற வாய்ப்பு அப்போதைக்கு இல்லாமலிருந்தது என்று சொன்னேன்.

உடனே எம்.ஜி.ஆர். வேறு எங்கே இப்படி நடந்திருக்கிறது என்று கேட்டார். நான், 'முதல் உலகப் போருக்கு எவ்வளவோ காரணங்கள் இருந்தன. உடனடி காரணம், ஆஸ்திரிய இளவரசன் விளையாட்டுப் போட்டியை பார்க்கப் போன இடத்தில் அடி வாங்கியதுதான்' என்றேன். 'அதைப் போலவே ஜார் மன்னர்களின் வீழ்ச்சிக்கு நிரம்ப காரணங்கள் இருந்தாலும், மாவீரன் லெனின் அண்ணன் அலெக்சாண்டர், ஜாரால் தூக்கிலிடப்பட்டது உடனடியான, உந்து சக்தியானது' என்றும் குறிப்பிட்டேன். எம்.ஜி.ஆர். என்னை வெகுவாகப் பாராட்டினார். மற்றவர்கள் என் அறிவை அம்பலப்படுத்தி விட்டேன் என்று அங்கலாய்த்தார்கள்.

தான் அரசியலில் பதவிக்கு வர உடனடி காரணம் என்ன என்று எம்.ஜி.ஆர். கேட்டார். உடனே நான், 'கருணாநிதி' என்றேன். எம்.ஜி.ஆர். சிரித்துக் கொண்டார்.

அன்று எம்.ஜி.ஆர். தனியாக என்னை அழைத்து ஒருமணி நேரத்திற்கும் மேலாகப் பேசினார். நான் அந்த நீண்ட அறையில் ஒருவரும் இல்லை என்று இருக்கையில் உட்காரப் போனேன். அப்போது கடம்பூர் ஜனார்த்தனம் எம்.பி. எம்.ஜி.ஆரின் காலில் விழுந்து அழுதார். ஆலடி அருணா சொன்னதன்பேரில் தான் எம்.ஜி.ஆரிடம் சொல்லிக் கொள்ளாமல் லண்டன் சென்றதை மன்னிக்க வேண்டும் என்று கேட்டார்.

பிறகு அந்த அறையில் ஒரு மணி நேரத்திற்கு மேலாக எம்.ஜி.ஆர். என்னிடம் பல ரகசியங்களைப் பங்கு வைக்க ஆரம்பித்தார்.

நகம் கழன்ற நரிகள்!

டெல்லி தமிழ்நாடு இல்லத்தில் என்னோடு பேசும்போதே எம்.ஜி.ஆரின் நாக்கு தடுமாறிற்று: கண்களில் கண்ணீர் முந்துக் கோர்த்தது.

"அம்முவை நான் அடையாளம் காட்டியபோது இப்படி யெல்லாம் நடக்கும் என்று நான் நினைத்ததே இல்லை. ஆனால், விதி எவரை விட்டது. முள்மரம் கைமீறி வளர்ந்துவிட்டது. இப்போது அகற்றுவதற்கே இயலாத சூழ்நிலை ஆகிவிட்டது. உயிருக்கு நான் போராடிக்கொண்டிருந்தபோது, முதலமைச்சர் ஆகிவிட வேண்டுமென்று அந்த அம்மா முயற்சி செய்திருக்கிறார்கள் என்பதை உறுதியாக அறிந்துகொண்டேன். உங்களை நாடாளுமன்றத்திற்கு அனுப்பியதற்கு மறுநாளே உங்களைக் கோபித்துக்கொள்ளும்படியாக ஆயிற்று. அதற்கு நான் காரணம் அல்ல.

அரங்கநாயகத்தை தேர்தலில் தோற்கடிப்பதற்காக நீங்கள் பணம் செலவழித்தீர்கள் என்கிற குற்றச்சாட்டை என்னிடம் சொன்னதே ஜெயலலிதாதான். அப்போதெல்லாம் நான் கோபித்துக் கொண்டிருந்தும், நீங்கள் என்னைச் சமாதானப்படுத்தக்கூட முயற்சிக்கவில்லை. உண்மை எனக்குத் தெரியாமல் போயிற்று. என்ன நடந்தாலும் எத்தனை எதிர்ப்புகள் வந்தாலும் நீங்கள் இந்த உண்மைகளை ஒருநாள் உலகத்திற்கு சொல்லித்தான் ஆகவேண்டும்.

பெங்களூர்க்காரர் ஒருவர் அம்முவை மோசமாக அட்டைப் படம் போட்டு ஒரு புத்தகம் போட்டிருக்கிறார். இதையும் நீங்கள்தான் எழுதினீர்கள் என்று அந்த அம்மா என்னிடம் சொன்னார்கள். 'வலம்புரிஜானுக்கு எதையும் நேரடியாக எதிர்க்கத் தெரியுமே தவிர,

மறைமுகமாக கோழைபோல ஒளிந்துகொண்டு வேறொருவர் பெயரில் எழுதத் தெரியாது' என்று நான்தான் சொன்னேன். நான் எப்போதுமே உங்களுக்குச் சாதகமாகவே பேசி வந்திருக்கிறேன். இருந்தும் இப்போதெல்லாம் உங்கள் மீது அந்த அம்மையார் குற்றப்பட்டியல்களை வாசித்து வருகிறார்கள்.

நான் எவ்வளவு காலம் உயிர்வாழ்வேன் என்று எனது எதிரிகள் மருத்துவர்களைக் கேட்டு அறிந்துகொண்டால் அதில் அர்த்தமிருக்கிறது. ஆனால் காலத்தின் கோலம், யார் யாரை உயிருக்கு உயிராக நேசித்தேனோ, யார் யாருக்கு ஊட்டம் கொடுத்து இருட்டிலி ருந்து அவர்களை வெளிச்சத்துக்குக் கொண்டு வந்தேனோ, அவர்களெல்லாம் எனது மருத்துவர்களை அணுகி எனது நாட்களின் கணக்கை தெரிந்துகொள்ளத் துடிக்கிறார்கள்.

சிறுநீரகம் மாற்று அறுவை சிகிச்சை நடந்தவர்கள் 15 வருடங்கள் கூட உயிர் வாழ்ந்திருக்கிறார்கள் என்று ஒரு மருத்துவர் சொன்ன கருத்தை ஒரு மாது சிரோன்மணி 'மன வருத்தத்தோடு' மறுத்திருக்கிறார்கள். என்ன செய்வது... எல்லாம் விதி.

அப்புவைப் பற்றி தவறாக நினைக்க வேண்டாம். அவன் சிறுபிள்ளை. சின்ன வயதிலிருந்தே அவனைக் கண்டிப்போடு வளர்த்து வந்திருக்கிறேன். உங்கள் தகுதி தெரியாமல் ஏதாவது பேசினால் பொறுத்துக் கொள்ளுங்கள். என்றைக்கும் வேறொரு பெண்ணை மாத்திரம் திருமணம் பண்ணிவிடாதீர்கள்'' இப்படி அவர் சொன்னபோது நான் அழுதேன். இதை எழுதும்போது அந்த மீதக்கண்ணீர் என் விழி மதகுகளிலிருந்து வீழ்ந்துகொண்டிருக்கிறது. அடடா! என் அம்மா, அப்பாவைவிட என்னை நேசித்த ஒரு உயிர் இன்று இல்லாமல் போய்விட்டதே.

இருமும்போது ஒருமாத்திரையை முழுக்கவே சாப்பிட்டுவிடக்கூடாது என்று, ஒரு மாத்திரையை இரண்டாக உடைத்துத் தந்த உத்தமத் தலைவனே, அப்பல்லோவில் ஏறி எமன் வந்தபோதும் தப்பல்லவா என்று எமனையே எட்ட நிற்கச் சொன்ன எங்கள் வசந்த வரலாறே! நீ இருந்த இடத்தில் நகம் கழன்ற நரிகள் மேய்கின்றன.

தலைவா! இந்த ஆண்டின் சிறந்த பெண்மணிக்கான விருது சிவபார்வதிக்காம். சிவபார்வதியின் கணவன், மனைவியைப் பறிகொடுத்து இன்னமும் அழுதுகொண்டிருக்கிறான். அந்த சிவபார்வதிக்கு இந்தஆண்டின் சிறந்த பெண்மணி என்கிற விருதை, ஜெயலலிதா என்கிற மாதர்குல மாணிக்கம் தந்திருக்கிறது. இதைவிட

ஈனத்தனமான கொடுமை இந்த நாட்டிலே உண்டா? உன்மீது இப்படி ஒரு குற்றச்சாட்டை உன் எதிரிகள் சுமத்தினார்கள். ஆனால் உன் சூழ்நிலை வேறு. என்.டி.ராமராவின் சூழ்நிலை முற்றிலும் வேறு. நீ தீபம்! இவர்கள் தீப்பந்தங்கள்.

எம்.ஜி.ஆர். தொடர்ந்து பேசிக்கொண்டே போனார். 'நான் மன்றாடியார் வகுப்பைச் சார்ந்தவன் என்று புத்தகம் போட்டுத்தான் தமிழன் என்று என்னை நிலைநாட்ட வேண்டிய அவசியம் இல்லை. மலையை ஆண்ட தமிழன் மலையாளி. நான் உண்மையிலேயே தமிழன். 'சரி, நீங்கள் நடத்திய அந்தப் புத்தக விழாவிற்கு வாரியார் சுவாமிகள் ஏன் வரவில்லை.' என்று கேட்டார். "வந்தார். மழைநேரம்; வருகைப் பிந்திவிட்டது. அதற்குள் விழா முடிந்துவிட்டது" என்று சொன்னேன்.

மூகாம்பிகை கோயிலில் எனக்கும் ஜெயலலிதாவிற்கும் திருமணம் நடைபெற்றது என்று மூர்த்தி கணேஷ்பட் உங்களிடம் சொல்லி யிருக்கிறார். அது உண்மை அல்ல.

"என்னை பதவியிலிருந்து அகற்றும்படி ராஜீவ்காந்திக்கு அறிவுரை சொல்கிறவர்களை ஆண்டவன் தண்டிக்காமல் விடமாட்டான். எப்போதும் கொல்லூர் போங்கள். கிறிஸ்துவப் பெரியார் ஒருவரைப் பற்றி 'தாயில்' தொடர் எழுதச் சொன்னேன். எழுதினீர்களா?" என்று கேட்டார்.

"சகோதரி அல்போன்சா பற்றி எழுதினேனே…" என்றேன். அப்போது ஆங்கிலத்திலும் தமிழிலுமாக அதிகமாக விற்காத ஒரு பத்திரிகையாளரின் பெயரைச் சொல்லி, அவரை நம்பவே வேண்டாம் என்று சொன்னார்.

இன்னமும் அவர் சொன்னவைகளை எழுதினால் எனது இதயத்தை இறுக்கமாக்கிக் கொள்ளவேண்டும். நாளை வாருங்கள் என்றார். இடையிடையே எம்.ஜி.ஆர். சொன்னது எனக்குப் புரிகிறதா என்று சரிபார்த்துக் கொண்டார். சிலவற்றை எழுதிக் காட்டினார்.

மறுநாள் நாடாளுமன்றத்துக்குப் போனேன். ஜெயலலிதாவிற்கு பின்னால் இருக்கை. குளித்து முடிந்த அடர்ந்த கூந்தல். ஆறு ஏழு பேர்களை மறைத்தது. ராக்பெத்தில் ஷேக்ஸ்பியர் சொல்லுகிற அரபு நாட்டு வாசனைத்திரவியங்கள் காற்றுக்கு தலைவாரின.

ஒரு இடைவெளிக்குப் பின் ஜெயலலிதா என்னிடம் பேசினார். திரும்பி என்னைப் பார்த்து 'என்ன ஆலடி அருணா எங்கே?' என்று கேட்டார். 'சென்னையில் இருக்கிறார்' என்றேன். 'எப்போது வருவார்?' என்றார். 'நாளை' என்றேன். 'எதற்காகப் போயிருக்கிறார்' என்றார். 'அவர் மகளுக்கு நிச்சயதார்த்தம்' என்றேன்.

ஆலடி அருணா எங்கே போயிருக்கிறார். எதற்குப் போயிருக்கிறார் எல்லாம் அந்த அம்மாவிற்குத் தெரியும். இருந்தும் என்னிடம் பேசவேண்டும் என்பதற்காகப் பேசினார். எல்லோரும் வேடிக்கைப் பார்த்தார்கள்.

அன்று 'தாய்' ஆறு இதழ்கள் வழக்கம்போல் டெல்லிக்கு வந்தன. ஆறுமுகம் என்கிற தம்பியிடம் ஜெயலலிதாவுக்கு 2 புத்தகங்கள் அனுப்பினேன். மத்தியானம் மீண்டும் ஜெயலலிதா அவைக்கு வந்தார். வந்ததும் என்னை முறைத்தார்.

நடிகையே தூங்கு!

முறைத்தார் என்றால் அப்படி ஒரு முறைப்பு. 'உங்கள் கோபத்தில் சூரியன் அஸ்தமிக்காதிருக்கட்டும்' என்று பைபிளிலே ஒரு வரி வரும். அதுதான் அந்த நேரத்தில் என் நினைவில் நிழலாடியது.

நான் அந்த அம்மாவைப் பார்த்ததாகவே காட்டிக்கொள்ள வில்லை. காரணம் பார்த்தால் ஒருவேளை மோதல் வந்துவிடலாம். பணக்கார வீட்டு பசுமாட்டோடு, ஏழை வீட்டு எள்ளுருண்டைக்கு என்னமோதல் வேண்டிக்கிடக்கிறது. எங்கோ பார்ப்பதுபோல இருந்துவிட்டேன். எனது நண்பர்கள் எல்லோருக்கும் இதயம் மகிழ்ச்சியில் வலதுபுறத்திற்கே வந்து வாயாட ஆரம்பித்துவிட்டது.

எவ்வளவோ நாட்களுக்குப் பிறகு துளிர்த்த நட்பு அன்றைக்கே கருகிச் சாம்பலானது.

பட்ட மரம் துளிர்க்கும்
பாலைவனம் செழிக்கும்
கெட்ட குடி சிறக்கும்
நட்ட நிசி விடியும்

என்று ஒருமுறை ஜெயலலிதா பேசுவதற்காக எழுதிக் கொடுத்தேன். விடியாத இரவாகிவிட்டதே என்று அன்று உண்மையாகவே வருந்தினேன்.

மாலையில்தான் காரணம் தெரிந்தது. அம்மாவிற்கு அனுப்பிய தாயில் அன்று ஒவ்வொரு ஆணின் வெற்றிக்குப் பிறகும் ஒரு பெண் இருக்கிறாள் என்பார்கள். சில பெண்கள் ஆண்களை அடி ஆழத்திலே தள்ளி அசைவற்ற பொருட்களாக்கிவிடுகிறார்கள் என்று எழுதியிருந்தேன்.

சிறு துணுக்குத் தோரணமொன்றில்.

'நடிகையே தூங்கு
உதட்டுச் சாயம் கலையாமல் உறங்கு
நீ ஹெல்மெட்டோடு
தூங்குகிற காலம் வரும்
அப்போது உன் தலையைக் கழற்றி
தலையணையிடம் கொடு'

என்று நானே எழுதி ஞானபாரதி என்று போட்டிருந்தேன்.

இந்தப் புத்தகங்களை கொண்டு அம்மாவிடம் கொடுத்த ஆறுமுகம், வரி வரியாக வாசித்து அம்மாவிற்கு இந்த எழுத்துக்கெல்லாம் விளக்கம் சொல்லியிருக்கிறார்.

வாய்ப்பாடு தெரியாதவன் கணக்கு வாத்தியார் ஆனது போல, ஆறுமுகம் ஆசிரியர் ஆனார். இந்த ஆறுமுகம் இப்போது சில கோடிகளுக்குச் சொந்தக்காரர் என்கிறார்கள். எல்லாம் சண்டிராணி சசிகலாவின் சர்வாதிகாரத்தில் கிடைத்த கடைக்கண் பார்வைதான். அன்று இறுக்கமான மௌனத்தோடு இருந்துவிட்டேன். ஜெயலலிதா என்னை முறைத்துக்கொண்டே இருந்தார். ஏன் என்றே கேட்கவில்லை. கேட்டால் அன்று வாழ்க்கை வழுக்கிவிடும் என்கிற அச்சம் கூடுகட்டியிருந்தது. இன்று என் தலையைக் கழற்றி நானே உள்ளங் கையில் உருட்டுவதென்றாலும் இயலும் என்கிற துணிச்சலோடு தோழமை வந்துவிட்டது.

மாலை 4 மணிக்கு சோர்வோடு நாடாளுமன்றத்தின் மைய மண்டபத்தில் அமர்ந்தேன். என் அருகில் மோகனரங்கம், இராமகிருஷ்ணன் ஆகிய நாடாளுமன்ற உறுப்பினர்களும் இருந்தார்கள். ஜெயலலிதா எங்களை நோக்கி வந்தார். மோகனரங்கத்தைப் பார்த்து நீங்கள்தான் கழகத்தின் தூண் என்றார். மோகனரங்கத்தின் முகத்தில் இரவே வந்துவிட்டது. இராமகிருஷ்ணன் ஒரு மஞ்சள் மன்மதம். அவரை மாத்திரம் அம்மா ஒன்றும் சொல்லவில்லை.

அப்போதெல்லாம் வை.கோபாலசாமி எரிமலையாய் நாடாளுமன்றத்தில் குமுறுவார். ஆங்கிலம் என்னளவிற்குப் பேசுவார். ஆனால் அவரது உணர்ச்சிக் கொந்தளிப்பில் உண்மையாகவே கால்பங்குதான் எனது பேச்சில் இருக்கும். காரணம் அவர் கருணாநிதியோடு இருந்தார். நானோ எம்.ஜி.ஆரிடம் இருந்தேன்.

ஒருநாள் ஈழத்தமிழர்களுக்காக உரையாற்றிய வைகோ, உண்மையாகவே மயங்கி விழுந்துவிட்டார். நான் ஓடிச்சென்று தாங்கினேன். வைகோ உண்மை வெளிச்சத்தின் உறுதியான விலாசம்.

நான் அவரை ஆதரித்துப் பேசியதாக ஜெயலலிதா அந்த இரண்டு எம்.பிக்களிடம் குறை சொன்னார்.

என்னை அவமானப்படுத்துவதற்காக காபி ஷாபிற்கு வாருங்கள் என்று என்னை மட்டும் விட்டுவிட்டு அவர்களை மாத்திரம் அழைத்தார்.

ஆண்டாளின் எதிர்ப்பதம் அம்மு!

"அவமானங்களை சகித்துக்கொள்வது ஓர் அரிய கலை" என்பதை நான் அறிவேன். இது அறுபத்தி ஐந்தாவது கலை. வாழ்க்கையில் ஏதாவது ஒரு சந்தர்ப்பத்தில் அவமானங்களை எதிர்கொள்ளாத மனிதர்களே இல்லை. என்னை அவமானத்திற்கு ஆளாக்கியவர்கள் அனைவரும் என்றோ ஒருநாள் என்னைத் தேடி வந்திருக்கிறார்கள். ஆனால் தமிழ்நாட்டின் விக்டோரியா பேரரசியான ஜெயலலிதா என்னைத்தேடி வரவேண்டும் என்று நான் எதிர்பார்க்கக்கூட இல்லை. காரணம் ஜெயலலிதா என்னை அளவுக்கு அதிகமாகவே கீறிவிட்டார். நானோ தென்னை இலை. மேற்கொண்டும் கிழிக்கப்படுவதற்கு என்னிடத்தில் அதிகமாக ஒன்றும் இல்லை.

இந்த இரண்டு எம்பிக்களுமாவது அம்மா நீங்கள் இப்படிச் செய்யலாமா என்று கேட்கவில்லை. அவர்களோ வனதேவதைக்கு வசியப்பட்ட மரவெட்டிகளைப்போல அம்மாவைத் தொடர்ந்து போனார்கள். நானோ நூலகத்திற்குள் நுழைந்து என் முகத்தைப் புத்தகங்களுக்குள் புதைத்துக்கொண்டேன்.

அப்போது ஒரு நாடாளுமன்ற உறுப்பினர் என்னிடம் வந்து, அம்மா உங்கள் மீது அளவில்லாத கோபத்தோடு இருக்கிறார்கள். குறைந்தபட்சம் உங்கள் பதவி பறிபோகாமலாவது பார்த்துக்கொள்ளுங்கள் என்றார். ஒருவேளை பதவி துறக்கிறேன் என்று இந்த அம்மாவின் தூண்டுதலில் எவராவது தந்தி கொடுத்துவிட்டால் தலைபோய்விடுமே என்று பதறினேன். இமைக்கதவுகளைச் சாத்திக்கொண்ட இரண்டொரு நிமிடங்களில் ஆயிரம் தந்திகள் அவசரம் காட்டின.

பிறகு நானே மாநிலங்களவையின் செயலாளரைச் சந்தித்தேன். விபரம் கேட்டேன். அதற்கு அவர் தந்தியை வைத்துக்கொண்டு

நடவடிக்கை எடுத்தால் ஒருவர்கூட இங்கே உறுப்பினராக இருக்க இயலாது என்றார். அவர் சொன்னது ஆறுதலாக இருந்தது. என்றாலும் அச்சம் விடவில்லை. உடனே குடியரசுத்தலைவர், பிரதமர், அவைத்தலைவர் மூவருக்கும் கடிதம் எழுதி நான் நேரிலே வந்து சொல்லாமல் நான் பதவி துறந்துவிட்டதாக எவரேனும் தந்தி தந்தால் அதை ஏற்கவேண்டாம் என்று எழுதினேன். பிறகுதான் நேரிலே உறுதிபடுத்துகிற நடைமுறை அமுலுக்கு வந்து அநேக வருடங்களாகிறது என்பதை அறிந்துகொண்டேன்.

அன்று நாடாளுமன்றத்தின் வெளிவட்டத்தில் ஜெயலலிதாவிற்கும் ஆலடி அருணாவிற்கும் வாய்ச்சண்டையே வந்து விட்டது. முன்னொரு காலத்தில் ஜெயலலிதாவை நேருக்கு நேர் திட்டிய முன்னாள் அமைச்சர் நல்லுசாமியைவிட அதிகமாகவே தனது ஆத்திரத்தைக் கொட்டித் தீர்த்துவிட்டார் ஆலடி அருணா. என்ன நிகழுமோ என்கிற அச்சத்தை மற்றவர்களுக்கு விட்டுவிட்டு ஆலடி அருணா அமைதியாக இருந்தார்.

அன்று என்ன காரணமோ ஜெயலலிதா பேசவில்லை. எழுதிக்கொண்டு வந்த தாள்களைப் பார்த்து படித்தார். அதில்சில தாள்கள் கீழே விழுந்தன. குனிந்து எடுத்த அவசரத்தில் தொடர்ச்சி மாறி முன்னுக்குப் பின்னாக அவர் படித்த பக்கங்களால் அவையே அமர்க்களப்பட்டது. என்ன காரணத்தால் இப்படிப்பட்ட அவசியமில்லாத அவஸ்தைக்கு ஆளானார் என்பதை ஆராயத் தொடங்கினேன். ஜெயலலிதாவிடம் ஆலடிஅருணாவிற்காக எம்.ஜி.ஆர். பரிந்து பேசியிருக்கிறார். அவ்வளவுதான் ஆடிப்போய்விட்டார் ஜெயலலிதா. ஆடிப்போனாலும் அவரால் எம்.ஜி.ஆரை வசியப்படுத்தி வைத்துக்கொள்ள முடிந்தது.

எம்.ஜி.ஆரின் பலவீனம் ஜெயலலிதா. ஜெயலலிதாவின் பலவீனம் சசிகலா. சசிகலாவின் பலவீனம் பணம், பணம், பணம். ஆகவே தமிழ்நாடு கொள்ளைப் போகலாமே தவிர வெள்ளையாகிவிடாது (விதவையாகிவிடாது). எம்.ஜி.ஆர். ஜெயலலிதாவை அரசியலுக்குள் அழைத்து வந்து தமிழ்நாட்டை தவிக்கவிட்டதைப்போல அல்லாமல் ஜெயலலிதா பணம் பண்ணிக்கொள்; பதவியில் கண் வைத்துவிடாதே என்கிற பாணியில் இப்போது சசிகலாவிடம் நடந்துகொள்கிறார். ஆனாலும் எம்.ஜி.ஆர். செய்ததை நான் செய்துவிட முடியாதா என்கிற ஜெயலலிதாவின் அதே துணிச்சல் ஜெயலலிதா செய்வதை நான் செய்துவிட முடியாதா என்று சசிகலாவிற்கும் வந்துவிட்டது. அதற்காகத்தான் அன்றாட அறுவடை நடக்கிறது.

ஒருநாள் நான் சென்னையிலிருந்தபோது எம்.ஜி.ஆர். என்னை அழைத்தார். அன்று அவர் கேரளத்திலிருந்து திரும்பியிருந்தார். கேரளாவில் என்மீது கோள் சொல்லுகிறவர்கள் நிச்சயமாக இருக்க முடியாது எனினும் அவர் என்னை அவசர அவசரமாக அழைத்தது ஆச்சரியமாக இருந்தது. தாய் வார இதழில் தவறிழைத்து விட்டோமோ அல்லது ஆண்டாளின் எதிர்ப்பதமான அம்முவின் அட்டுழியமோ, அரசியல் கூட்டத்தில் எங்கேனும் ஆவேசம் காட்டிவிட்டோமோ என்று கலங்கிக்கொண்டே போனேன்.

அப்போது எம்.ஜி.ஆரின் இராமாவரம் தோட்டத்து வீட்டில் லி ஃப்ட் வைக்கப்பட்ட நேரம். எம்.ஜி.ஆர். மாடியிலிருந்தார். நான் கீழே அவருக்காகக் காத்திருந்தபோது வில்லிவாக்கம் தொகுதி முன்னாள் எம்.எல்.ஏ. பிரபாகரன் ஏற்கனவே அங்கே இருந்தார். அவர் ஏதோ ஜெபம் பண்ணிக்கொண்டிருந்தார். என்னவென்று கேட்டபோது தலைவரிடம் ஏதோ கேட்க வந்திருப்பதாகவும், அந்த வெற்றிக்காக பிரார்த்திப்பதகாவும் சொன்னார். கொஞ்ச நேரத்தில் மஞ்சள் புடவையில் சசிகலா இறங்கினார். எதிர்பாராமல் சசிகலாவை எம்.ஜி.ஆர். தோட்டத்தில் பார்த்தது எனக்கு ஆச்சரியமாக இருந்தது.

மேலே போனேன். எம்.ஜி.ஆர். மஞ்சள் குளித்த மாப்பிள்ளை மாதிரி அழகுக்கு அழகு சேர்த்துக்கொண்டிருந்தார். கைலி கட்டியிருந்தார். வழக்கமான மஞ்சள் ஜிப்பா. கட்டிலில் உட்கார்ந்திருந்தார். டி.வி.யில் படம் ஓடிக்கொண்டிருந்தது. படத்தில் மனோரமா வந்தார். ஒரு யானையின் மீது ஒரு யானை வாடகைக்கு விடப்படும்என்று எழுதப்பட்டிருந்தது. எம்.ஜி.ஆர். வாய்விட்டுச் சிரித்தார். என்னைத் தட்டி கை தூண்டிக் காண்பித்தார். எனக்கோ சிரிப்பு வரவில்லை. எதற்காக அழைத்தார் என்பதை அறிந்துகொள்ளுவதற்கும் முன்னர் சிரிப்பு எங்கிருந்து வரும். கொஞ்சநேரத்தில் டி.வி.யை மாணிக்கத்திடம் சொல்லி நிறுத்திவிடச் சொன்னார். பிறகு தலையணைக்குள்ளே இருந்து ஒரு சீட்டை எடுத்து என்னிடம் நீட்டினார். அதில் பத்திரிகை சுதந்திரம் பறிக்கப்படுவதை கண்டித்து பாரதிய வித்யாபவனில் கூட்டம். சோ இராமசாமி, அருண்ஷோரி, வலம்புரிஜான் ஆகியோர் பேசுவார்கள் அனைவரும் வருக என்று கண்டிருந்தது. பார்த்ததும் ஜெயலலிதாவின் எழுத்து அது என்பதைக் கண்டுகொண்டேன். தினகரன் பத்திரிகையில் வந்திருந்த விளம்பரத்தை என்ன காரணத்தாலோ எம்.ஜி.ஆருக்கு தனது கைப்பட எழுதி தனது உயிர்த்தோழியின் மூலமாக ஜெயலலிதா அனுப்பியிருக்கிறார். எதற்காக இந்தக் கூட்டம் என்று எம்.ஜி.ஆர்.

கேட்டார். இந்தியன் எக்ஸ்பிரஸ் குருமூர்த்தி கைது செய்யப்பட்டதைக் கண்டித்து இந்தக் கூட்டம் என்றேன். போபர்ஸ் ஊழலைப் பற்றி எழுதிய பின்னணியில் குருமூர்த்தி கைது செய்யப்பட்டிருந்தார்.

'குருமூர்த்தி யார்' என்று எம்.ஜி.ஆர். கேட்டார். குருமூர்த்தியை எம்.ஜி.ஆருக்குத் தெரியாமல் இருந்திருக்க முடியாது. வேண்டுமென்றே கேட்கிறார் என்று முடிவு செய்துகொண்டேன். குருமூர்த்தி விடுதலைப்போராட்ட வீரர் அல்ல. ஆனால் நேர்மையான பத்திரிகையாளர் என்றேன்.

'உங்களை கூட்டத்திற்கு யார் அழைத்தது?' என்று கேட்டார். 'சோ' சார் அழைத்தார் என்றேன். 'நீங்கள் ஏன் போனீர்கள்?' என்றார். நான் அந்தக் கூட்டத்தில் கலந்துகொள்ளவில்லை என்றேன். 'இல்லையா' என்றார். இல்லவே இல்ல; நீங்கள் முதலமைச்சர். எந்த ஏஜென்ஸி வழியாகவும் நீங்கள் இந்த உண்மையைத் தெரிந்துகொள்ளலாம் என்றேன். சர்ப்பமாகப் படமெடுத்த எம்.ஜி.ஆர். சற்று நேரத்திற்கெல்லாம் தலையைக் கீழே போட்டுவிட்டார். ஏன் போகவில்லை? என்றார். 'சோ' சார் பேசுகிறார். அதில் நானும் பேசினால் அவரை மறுத்துப் பேசவேண்டிய அவசியம் வரும். கூட்டத்தில் நம்மால் குழப்பம் வேண்டாமென்றுதான் போகவில்லை என்றேன். எம்.ஜி.ஆர். மௌனமானார். தன்னை கருவியாக்கி ஒரு அப்பாவிப் புறாவை அல்லல்படுத்துகிற போயஸ் தோட்டத்து ராஜாளியை நினைத்து வேதனைப்பட்டார் என்று நினைக்கிறேன்.

நான் அந்த குறிப்பிட்ட கூட்டத்திற்குப் போகவே இல்லை என்பதை உறுதிபடுத்திக்கொண்ட எம்.ஜி.ஆர். 'ஸாரி' என்று சொன்னார். அதற்கென்ன என்று நான் அவரை ஆறுதல் படுத்தினேன். அவரோ விடவில்லை. உடனே அந்த அம்மாவிற்கு ஃபோன் பண்ணினார். ஜெயலலிதாவின் எந்தச் சமாதானத்தையும் அவர் அப்போதைக்கு ஏற்றுக்கொள்வதாக இல்லை. இறுதியாக நான் கையில் வைத்திருந்த ராகுலசாங்கிருத்யாயனின் 'வால்காவிலிருந்து கங்கை வரை' புத்தகத்தை வாங்கிப் புரட்டிவிட்டு தானும் அதைப் படித்திருப்பதாகவும் இந்த விவகாரத்தை மேற்கொண்டு, பெரிதாக்க வேண்டாமென்றும் சொன்னார்.

ஜெயலலிதா கைப்பட எழுதி, சசிகலா வழியாகக் கொடுத்த தாளை நான் கையில் வைத்திருந்தேன். அதற்குள் எனக்கொரு சோதனை நடத்திவிட்டார். நான் அந்தக் காகிதத்தை வைத்துக்கொண்டு பின்நாளில் அதை சாட்சியமாக்குவேன் என்று அவர் நினைத்திருக்கவேண்டும். கொஞ்சநேரம் அந்தத் தாளையே

பார்த்துக்கொண்டிருந்தார். நானும் அந்தத் தாளையே உற்றுப் பார்த்துக்கொண்டிருந்துவிட்டு பிறகு அவரிடத்திலேயே திருப்பிக் கொடுத்துவிட்டேன். அந்த மாயத்தாள் மீண்டும் தலையணைக்குள் இடம் தேடிக்கொண்டது.

குருமூர்த்தி போபர்ஸ் ஊழலைப் பற்றி எழுதுகிறார். அதனால் அப்போது பிரதமராக இருந்த ராஜீவ்காந்தி ஆத்திரப்படுவார். வலம்புரிஜான் அ.தி.மு.க. எம்.பி. எம்.ஜி.ஆரின் பத்திரிகைக்கு ஆசிரியன். இவனே குருமூர்த்தி கைது செய்யப்படுவதைக் கண்டிக்கிற கூட்டத்திற்குச் சென்று பேசுகிறான். இந்தச் செய்தி மேலே போனால் ராஜீவ் காந்தி உங்களைப் பற்றி என்ன நினைப்பார் என்றெல்லாம் தனது தோழியின் வழியாக தாயுள்ளம் கொண்ட ஜெயலலிதா எம்.ஜி.ஆரிடம் பற்றவைத்திருக்கிறார். பற்றவைத்து பற்ற வைத்தே எம்.ஜி.ஆர். என்கிற சந்தனக்கட்டையை சாம்பலாக்கிவிட்டார்கள்.

அப்போது என்னைத் தற்காலிகமாக அழிப்பதற்கு உதவியாக மாத்திரமே பயன்பட்ட சசிகலா இப்போது கர்த்தாவாகவே ஆகிவிட்டார். ஜெயலலிதாவோடு அந்த குறிப்பிட்ட காலம்வரைக்கும் சமாதானம் பண்ணிக்கொள்ள எவ்வளவோ முயற்சி செய்தேன். ஒருநாள் அதுவரைக்கும் சாதாரணமாக என்னிடம் தொலைபேசியில் பேசக்கூடிய ஜெயலலிதாவிடம் பேசவேண்டும் என்று சொல்லி ஏறத்தாழ ஆறு ஏழு தடவைகள் முயற்சித்தேன். ஒவ்வொரு காரணமாகச் சொல்லி சசிகலா தடுத்துவிட்டார். இவன்தான் ஜெயலலிதாவிற்கு மந்திராலோசனை சொல்லுகிறவன் என்று அவராக நினைத்துக்கொண்டு சசிகலா எனக்கும் ஜெயலலிதாவுக்கும் பெரிய தடுப்புச் சுவரை எழுப்பினார்.

ஜெயலலிதா புத்தகம் போட்ட வகையில் நான் ஏதோ இலட்சம் இலட்சமாக சம்பாதித்துவிட்டதாக சசிகலா, ஜெயலலிதாவிடம் கோள் மூட்டினார். விளைவு... அந்த அம்மாவே என்னிடம் கேட்டார்கள். தமிழில் அதுவும் அன்றைய ஜெயலலிதாவின் புத்தகத்தைப் போட்டு நான் சம்பாதித்திருக்க இயலுமா?

என் புத்தகங்களைப் பிரசுரித்தேன். விற்றன. பணம் திரும்பி வந்தது. ஆனால் சுமாராக எழுதத் தெரிந்த எனக்கு விற்கிற கலை சுத்தமாகத் தெரியாது. ரூ.10 லட்சத்தை புத்தகம் போட்ட வகையில் இழந்தேன். விளைவு எனது அன்புள்ள மனைவியார் இந்தக் காலகட்டத்திற்குப் பிறகு என் நலன் கருதி நான் துண்டு நோட்டீஸ் கூட அடிக்கக்கூடாது என்று சட்டம் போட்டுவிட்டார்கள்.

ஜெயலலிதாவிற்கு மூன்று புத்தகங்களைப் போடப்போய்

கைப்பொருளை இழந்தேன். முதலமைச்சர் ஜெயலலிதா பேச்சுக்களையே புத்தகமாக்கியபோது சும்மா கொடுத்தால்கூட வாங்குவதற்கு ஆளில்லை. அன்றைய ஜெயலலிதாவின் புத்தகங்களை யார் வாங்கியிருக்கப் போகிறார்கள். இந்த சந்தேகத்தை ஜெயலலிதாவின் மனதிலிருந்து கிள்ளி எறிவத்ற்கு நான்பட்ட பாடு பெரும்பாடு.

ஒருநாள் காலையில் சோமர்செட்மாமின் 'சம்மிங் அப்' என்கிற புத்தகத்தை உங்களிடம்தான் தந்தேன். உடனே கொண்டு வாருங்கள் என்று அந்த அம்மாவிடமிருந்த உத்தரவு வந்தது. பொருள்களை உரிய இடத்தில் வைக்காமல் பிறகு நாள் முழுக்கத் தேடுவதில் ஜெயலலிதாவிற்கு குறைந்தபட்சம் புலிட்ஸர் பரிசே தரலாம். இந்தப் புத்தகத்தை நான் சின்னதிலே படித்தது. ஜெயலலிதா உயிருக்கு உயிராக நேசித்த இந்தப் புத்தகத்தைத் தராத என்னிடம் தந்ததாக சசிகலா புழுதி கிளப்பினார். விளைவு ஒரு புதிய புத்தகத்தை வாங்கி அம்பிகைக்கு அர்ப்பணம் பண்ணவேண்டிய அவசியம் வந்துவிட்டது.

இந்த பற்றவைக்கப்படுகிற நெருப்பை அணைத்துவிட வேண்டும் என்று முடிவெடுத்தேன்.

கன்னிமேரிக்கு நேர்ந்த அவமானம்!

ஒரு வாரமாக தலையை உடைத்தும் சசிகலாவின் தாக்குதல்களைச் சமாளிப்பதற்கு எனக்கு வழி தென்படவில்லை. இறுதியாக, ஜெயலலிதாவோடு பள்ளியில் படித்த, ஒன்றிரண்டு படங்களில் மாத்திரமே தோன்றியிருக்கிற ஒரு அம்மணியிடம் எனது கண்ணீர்த்துளிகளால் ஜெயலலிதாவிற்கு எழுதப்பட்ட கடிதத்தைக் கொடுக்குமாறு ஏற்பாடு செய்தேன். அதற்கு உடனடியான பலன் கிடைத்தது. அவரே மீண்டும் என்னைக் கூப்பிட்டனுப்பி குசலம் விசாரித்தார். பிரச்சினை தற்காலிகமாக முடிவுக்கு வந்தது.

இருந்தும் எம்.ஜி.ஆரிடத்திலே சென்று சசிகலாவால் உங்களுக்கும் ஜெயலலிதாவுக்கும் சரிவு வரவே வரும் என்று எடுத்துச் சொன்னேன். அவரோ நான் பார்த்துக்கொள்கிறேன் என்றார். இது அவர் பொதுவாக சொல்லுவது என்றுதான் முதலில் நினைத்தேன். ஆனால் சசிகலாவிடமிருந்து தள்ளி இருக்க வேண்டும் என்று ஜெயலலிதாவுக்கு அவர் உத்தரவு போடுவார் என்று நான் நினைக்கவில்லை. எம்.ஜி.ஆரிடத்தில் சசிகலாவைப் பற்றிய குற்றப்பட்டியலை வாசித்தேன் என்பதை சின்னராணி தெரிந்துகொண்டதிலிருந்துதான் என்மீது வஞ்சம் வைத்து என்னை அழிக்க சசிகலா திட்டமிட்டார்.

ஜெயலலிதாவிடம் அடிக்கடி சென்றுவருவது ஒன்றுதான் தக்கது என்று முடிவெடுத்தேன். எம்.ஜி.ஆரோ ஒருநாள் போங்கள் என்கிறார். மறுநாள் போகாதீர்கள் என்கிறார். இருதலைக்கொள்ளி எறும்பாகத் தவித்தேன்.

ஒருநாள் புனிதவதியான அல்போன்சம்மாளைப் பற்றி தாய் வார இதழில் தொடராக நான் எழுதி வந்த 'கேரள நிசப்தம்' என்கிற தொடரை புத்தகமாக்கினேன்.

கேரளத்தில் பரணஞானம் என்கிற இடத்தில் அல்போன்ஸ் அம்மாள் வாழ்ந்த இடம் ஆதலால் கோயில் எழும்பியிருக்கிறது. இந்தப் புனிதமான இடத்தை தரிசிக்க வருகிற தமிழர்களே இங்கே நான் கொடுத்து வைத்திருந்த 3000 புத்தகங்களை ஒரே மாதத்தில் வாங்கியிருந்தார்கள். எனது பதிப்பாளர் ரூ. 10,000-க்கான காசோலையைப் புத்தகங்களுக்கென்று பார்த்த முதல்முறை. இந்த அருமையான புத்தகத்தை ஜெயலலிதாவிற்கு அர்ப்பணம் பண்ணவேண்டும் என்று இருந்தேன். எம்.ஜி.ஆர்.தான் தடுத்தார். அன்றைய ஜெயலலிதா இதற்கெல்லாம் தகுதி உடையவராகத்தான் இருந்தார்.

இன்றோ, நிலைமை தலைகீழாக மாறிவிட்டது. அப்போதெல்லாம் என்னிடம் கிறிஸ்துவ சமயத்தைப் பற்றி பெருமையாகப் பேசுவார். ராமானுஜரின் 'பிரபத்தி' என்கிற சரணாகதி தத்துவமும், கன்னிமேரியின் 'ஆண்டவனே நான் உனக்கு அடிமை. உன் விருப்பத்தின்படியே எனக்கு ஆகட்டும்' என்ற பைபிள் வாக்கியமும் ஒன்றுதான் என்று விளக்குவேன். இந்தப் புத்தகப் புழுவின் நடனத்தைத் தோற்கடிக்கும் நெளிவை கண்கொண்டமட்டும் அள்ளிக்கொண்டார்.

ஜெயலலிதா கொஞ்ச நாள் படித்த கான்வென்ட் கன்னியாஸ்திரிகள் பற்றியெல்லாம் ஜெயலலிதா பெருமையாகப் பேசுவார். இன்று கன்னிமேரியை அவரது கட்சிக்காரர்கள் சிரச்சேதம் செய்கிறார்கள்.

இம்மாதிரி கலாச்சாரச் சீரழியின் கடைசி அடையாளமான கட்-அவுட்டுகளை அகற்றிவிடுங்கள் என்று ஜெயலலிதா அறிக்கை கொடுத்திருக்கிறார். இருந்தும் அந்த அறிக்கையில் எந்த வருத்தமும் இருப்பதாகத் தென்படவில்லை. உலகம் முழுவதிலும் உள்ள கிறிஸ்துவர்களிடம் மன்னிப்புக் கேட்டிருக்க வேண்டிய ஜெயலலிதா, இத்தனைகோடி பேர்கள் இருக்கிற இயக்கத்தில் இதெல்லாம் சாதாரணமாக நிகழக்கூடியதுதான் என்கிறார்.

நான் மனிதனாக முயற்சிக்கிறேன். மதவாதி அல்ல. கருமாரி அம்மன் தலை வெட்டப்பட்டது. கலைமகள், அலைமகள், மலைமகள் தலைகள் வெட்டப்பட்டபோதே கண்டித்தேன். கன்னிமேரிக்காக மாத்திரமே நான் கச்சை வரிந்துகட்டுகிறவன் அல்ல.

கருமாரியம்மன் தலை வெட்டப்பட்டபோது ஆர்ச் பிஷப் பதறியிருக்கவேண்டும். கன்னிமேரி தலை வெட்டப்பட்டபோது பங்காரு அடிகள் பதறியிருக்க வேண்டும். இந்தநாள் வருகிற வரைக்கும்

இந்தியாவில் இந்துக்கள், கிறிஸ்துவர்கள், முஸ்லிம்கள் இருப்பார்கள். மனிதர்கள் இருக்கமாட்டார்கள்.

கன்னிமேரியின் கழுத்தை வெட்டிய ஜெயலலிதாவின் கட்சிக்காரர்களை, ஜெயலலிதாவை கன்னிமேரி மாதிரியே படம் வரைந்த அவரது அடிவருடி ஆனந்தகோடிகளை இறைவன் மன்னிக்கவே மாட்டான்.

"நான் ஆடுகளை கொழுக்க வைத்து சிதறடிக்கிறேன்" என்று பைபிளில் ஒரு வரி வரும். இதுதான் நடக்கப்போகிறது. கன்னிமேரியை ஒரு காலத்தில் மேற்கில் யூதர்கள் இவர் கன்னி அல்ல என்றார்கள். ஜெயலலிதாவே, வரலாற்றை வாசித்துப் பாருங்கள். அன்று கிறிஸ்துவர்கள்கூட சும்மா இருந்தார்கள். ஆனால் முஸ்லிம்கள் வெகுண்டெழுந்து யூதர்களைக் கொன்றார்கள். கொன்றது பாதகம்; ஆனால் அவ்வாறு நடக்கும் என்று தெரிந்தும் ஒரு சமயத்தைச் சார்ந்தவர்களைப் புண்படுத்தியது தவறில்லையா?

காரணம் கன்னிமேரியைப் பற்றி பைபிள் பேசுவதைவிட திருக்குர்ஆன் அதிகமாகவேப் பேசுகிறது. 'மரியம்' என்று ஒரு அதிகாரமே திருக்குர்ஆனில் வருகிறது. முஸ்லிம்களும் மரியாளைப் போற்றுகிறார்கள். அவளது மைந்தரான ஏசுநாதரை 'ஈசா' என்று அழைத்து இறைவனின் தீர்க்கதரிசிகளில் ஒருவர் என்று அழைக்கிறார்கள். ஈசாவை தீர்க்கதரிசி என்று நம்பாதவன் சத்தியமாக முஸ்லிமாக இருக்கவே இயலாது, இது வேத சட்டம்.

இப்போது கன்னிமேரியின் தலை வெட்டப்பட்டதற்காகவோ, ஜெயலலிதாவைக் கன்னிமேரியாக உருவகப்படுத்துவதற்காகக் கண்டனம் தெரிவித்த பேராயரை தமிழகமே பாராட்டுகிறது. ஆனால் இவர்தான் ஏசுநாதரை நேரடியாகப் பார்த்த புனிததாமஸ் உறங்குகிற சாந்தோம் தேவாலயத்திற்குள் ஜெயலலிதாவை அழைத்து வந்தார். ஜெயலலிதா வழக்கமாக தன்னை வரவேற்கிறவர்களுக்குச் செய்கிற மரியாதையை மதிப்பிற்குரிய ஆர்ச் பிஷப்பிற்கும் அருமையாகவே, அதிகப்படியாகவே செய்து விட்டார். உண்மையில் ஜெயலலிதாவின் அறிக்கைக்குப் பிறகு தமிழ்நாட்டில் பல்வேறு இடங்களில் ஜெய கன்னிமேரி கட்-அவுட்டுகளுக்கு கால்கள் முளைத்துள்ளன. இது ஏதோ தனக்குத் தெரியாமல் நடந்ததுபோல் ஜெயலலிதா பசப்புகிறார்.

கன்னிக்கு எப்படி குழந்தை பிறக்கும் என்று பகுத்து அறியவும் முயற்சிக்கிறார்கள். இயற்கையை மீறிய செயல்கள் நடப்பது உண்டு. படித்தால் விளங்கும். கதிரவன் கண் பார்த்து குந்திதேவிக்கு கர்ணன் பிறந்ததை நம்பலாம்; இதை நம்பக்கூடாதா? வியாசர் சொன்னவுடன்

யமுனை பிளந்து வழிவிட்டது என்கிற விட்டலாச்சார்யா விவகாரத்தை நம்புகிற நானே, செங்கடலை மோசஸ் பிளந்தான் என்கிற விட்டலாச்சார்யார் விவகாரத்தையும் நம்புகிறேன்.

ஒன்று எல்லாமே பொய்; அல்லது எல்லாமே உண்மை. இந்துக்களுக்கு கருமாரியம்மன் கழுவேற்றப்பட்டபோது கோபம் வரவில்லை. கன்னி மேரிக்கு நடந்த அவமானத்தை உலகம் முழுவதும் எடுத்துச் சொல்லப்போகிறார்கள். கலி முற்றிவிட்டது. ஆண்டவன் இனி அவதாரம் எடுத்துதான் ஆகவேண்டும்.

அல்லாவின் தலையை வெட்டமாட்டார்கள். நல்லவேளை உருவமில்லாதவன் என்று முதலிலேயே அறிவித்துவிட்டதால் முஸ்லிம்கள் பிழைத்துவிட்டார்கள்.

இன்றைய தமிழக அரசியே வருக! நாளைய இந்தியப் பேரரசியே வருக! என்கிற பிறந்தநாள் சுவரொட்டி ஜெயலலிதாவிடம் வாசகங்கள் காட்டப்பட்ட பிறகுதான் அச்சடிக்கப்பட்டிருக்கிறது. காங்கிரஸ்காரர்களில் சிலர் ஜெயலலிதாவிடம் சேரவேண்டும் என்பதற்காக காவடி தூக்கலாம். ஆனால் அடுத்த பொதுத் தேர்தலுக்குப் பிறகு தன் கட்சி மற்றும் தெலுங்கு தேசக்கட்சி எம்.பி.க்களை ஒன்றுசேர்த்து தான் துணைப் பிரதமராவது, அல்லது பிரதமராகவாவது ஆகிவிடவேண்டும் என்பதுதான் ஜெயலலிதாவின் ஆசை. இது நடக்குமா என்றால் நடக்கலாம். இந்தியாவில் எது நடக்காது? இந்தியாவில் பிரதமராக ஆவது என்கிற ஜெயலலிதாவின் திட்டம் எனது கற்பனை என்கிறவனுக்கு கீழ்ப்பாக்கத்திற்கான எனது சிபாரிசுக் கடிதம் காத்துக்கொண்டிருக்கிறது.

அளவுக்கு மீறிய ஆசை வந்துவிட்டதால் ஒரு பெரியார்கூட செய்யத் துணியாத காரியத்தை கன்னிமேரிக்கு ஜெயலலிதா தெரிந்தே செய்கிறார். வேறு நாடாக இருந்திருந்தால் இரத்தப் புரட்சி வெடித்திருக்கும். மனிதனாக முயற்சிக்கிற என்னை ஜெயலலிதா ஒருவேளை கிறிஸ்துவனாக்கி விடுவாரோ என்று அஞ்சுகிறேன்.

கன்னிமேரியின் கரத்தில் இருந்த தேவகுமாரன் ஜெயலலிதாவின் கரத்திற்கு கைமாறியிருக்கிறார். ‘நான் பாவிகளைத் தேடிவந்தேன்’ என்றார் பரமபிதா. இன்றோ அதுவும் உண்மையாகிவிட்டது. இயேசுவே! இவர்கள் அறிந்தே செய்கிறார்கள். இவர்களின் பாவங்களை நீ மன்னித்தால் உன் மரணத்தையே தற்கொலை என்று பிராது கொடுத்துவிடுவார்கள். இரண்டாவது முறையாக சிலுவையில் அறையப்பட்ட நல்ல மேய்ப்பனே! உனக்காக இப்போது அழ மாத்திரமே முடிகிறது.

ஜெயலலிதாவிற்கும் சசிகலா காரணமாக நிழல் யுத்தம் நடந்த கால கட்டத்தில் காஞ்சிபுரத்தைச் சார்ந்த ஒருவர் நடராசனிடமிருந்து என்னிடம் வந்தார். அவரது ஜாதகத்தை என்னிடம் காண்பித்தார். ஜோதிடம், விஞ்ஞானம்; ஜோதிடர்களில் அநேகர் மூடர்கள். இந்தவாரம் வந்த 'சண்டே'யில் நம்புங்கள் நாராயணன் என்ற ஜோதிடர் 'நம்புங்கள் நாராயணன்' என்று நான் தந்த பட்டத்தை தனக்கு எம்.ஜி.ஆர். தந்ததாகப் பொய்சொல்லியிருக்கிறார். அதுமாத்திரம் அல்ல... எம்.ஜி.ஆர்.ஆட்சி அகற்றப்படும் என்று இவர் எழுதினாராம். அதற்காக எம்.ஜி.ஆர். இவரை மிரட்டினாராம். இம்மாதிரி சொல்லப்படுகிறவைகளை எம்.ஜி.ஆர். எப்போதுமே அலட்சியப்படுத்துவார். எம்.ஜி.ஆரை இவ்வள்வு எளிதாக இந்தியா முழுவதிலும் படித்த மக்கள் மத்தியில் அவமானப்படுத்தியிருக்கிற நாராயணன் மீது ஜெயலலிதா நடவடிக்கை எடுப்பாரா? மாட்டார். மகிழ்ச்சி அடைவார்.

லட்சுமணதாஸ் மதன் என்கிற வடநாட்டு பிரபலம் ஜெயலலி தாவின் ஜாதகத்திற்கு ஈடு இந்தியாவிலேயே கிடையாது என்று எழுதியிருக்கிறார். அதே 'சண்டே'யில் நான் கொடுத்த தவறான ஜாதகத்தை வைத்துக்கொண்டு தவறான தகவலைத் தந்திருக்கிறார்.

உண்மையாகவே ஜெயலலிதாவின் லக்னம் சிம்மம், ராசி சிம்மம். ஜெயலலிதா மைசூரில் பிறக்கவில்லை. அவர் பிறந்தது இராமநாதபுரம் மாவட்டத்தில் உள்ள தேவிபட்டணம் அருகில் உள்ள சுந்தராஜபட்டணம் பக்கத்தில் உள்ள ஊர் மாதவனூர். வேறு விவரங்களைப் பிறகு சொல்கிறேன். இப்போதே சொல்லிவிட்டால் ஜெயலலிதாவின் அரசியல் அழிவை நான் பார்க்க முடியாமல் போய்விடும்.

ஜெயலலிதா ஒருநாள் என்னை அழைத்து உங்களுக்கு மந்திரவாதத்தில் நம்பிக்கை உண்டா என்று கேட்டார்.

மந்திரவாதியுடன்!

மந்திரவாதத்தை எல்லோரும் நம்புவதில்லை. ஆனால் மந்திரவாதம் எல்லா நாடுகளிலும் மக்கள் மனங்களில் ஆழவேரடித்திருக்கிற அதிசயமான நம்பிக்கை. சகுனம் பார்த்தலும் அப்படித்தான். கண்ணை மூடிக்கொண்டு இவற்றை பின்பற்று வதுதான் மனிதனை பள்ளத்தில் உருட்டிவிடும். மந்திரவாதம் சகுனம் பார்த்தல் அறவே தவறு என்று பகுத்தறிவுவாதிகள் பேசுவது பாதகமானது. தங்களுக்கு அறவே தெரியாத ஒன்றைப் பற்றி அவர்கள் பேச முயற்சிக்கிறார்கள். சிலம்புச்செல்வர் ஆங்கிலத்தை எதிர்ப்பதும் விடுதலை வீரமணியார் சோதிடத்தை எதிர்ப்பதும் இப்படித்தான் என்றெல்லாம் ஜெயலலிதாவிடம் விளக்கினேன்.

உங்கள் நம்பிக்கைக்கு உகந்த மந்திரவாதி யார் என்று கேட்டார் ஜெயலலிதா. நான் இப்போதைக்கு ரதிவிளங்கன் என்று சொன்னேன். 'இப்போதைக்கு' என்றால் என்று இழுத்தார் ஜெயலலிதா. நாளை அவரைவிடச் சிறந்தவர் கிடைத்துவிட்டால்... அவரால் என்னென்ன செய்யக்கூடும் என்று ஜெயலலிதா கேட்டார்.

சிவகங்கை முத்துக்காமாட்சி சுவாமிகள் முதற்கொண்டு, கொக்கிரகுளம் பீர்முஹம்மது வரை 'இவர்களால் என்ன செய்ய முடியும்?', 'என்ன செய்ய முடியாது', 'எதுவரை செய்ய முடியும்', 'இதன் விளைவுகள் என்னென்ன' என்பனவற்றை எனது படிப்பறிவிலிருந்தும், பட்டறிவிலிருந்தும் விளக்கினேன்.

ரவிவிளங்கன் அப்போது தாய் வார இதழில் 'நீங்களும் மந்திரவாதி ஆகலாம்' என்கிற தொடரை எழுதிக்கொண்டிருந்தார். கவிஞர் சுரதா கல்லாடன்தான் இந்த ரவி விளங்களை எனக்கு அறிமுகப்படுத்தி வைத்தார். இவர் மலையாள இலக்கியத்தில் வல்லாதி

வல்லவர். இவரைத் தன்னிடத்தில் அழைத்து வர முடியுமா என்று ஜெயலலிதா கேட்டார். அன்று மாலையே அழைத்துப் போனேன். கெட்டிக்காரத்தனமாக அழைத்துப்போன எனக்கு ஒரு எழுத்து வேலையைக் கொடுத்து ஜெயலலிதா என்னை தவிர்த்துவிட்டார். அடிப்படை நாகரிகம் கருதி நானும் ரவி விளங்கனிடம் எதற்கு அந்த அம்மா கூப்பிட்டார்கள் என்ன நடந்தது என்று கேட்கவில்லை. ஆனால் ரவி விளங்கன் அந்த அம்மாவிடம் திரும்பப் போனாரா இல்லையா என்பதை அறிந்துகொள்ள முயற்சித்தேன். அவர் போகவில்லை என்பதை உறுதியாக அறிந்துகொண்டேன். அதிலிருந்து இந்த அம்மா என்ன கேட்டிருப்பார்கள்; அவர் என்ன மறுமொழி சொல்லியிருப்பார் என்பதை யூகித்து அறிந்து கொண்டேன்.

இறுதியாக எல்லோர் மீதும் ஏக காலத்தில் கோபப்படுகிற ஜெயலலிதாவிற்கு ரவி விளங்கனின் மீதும் கோபம் வந்துவிட்டது. அவர் எழுதுகிற கட்டுரைத் தொடரை நிறுத்திவிடவேண்டும் என்றார். என்னால் இயலாது என்று உடனே சொல்ல இயலவில்லை. இருந்தும் ஒரு வாரத்தில் நிறுத்திவிட வேண்டியதாயிற்று.

பணக்கஷ்டம் ஒரு புறம், மனக்கஷ்டம் ஒருபுறம். எம்.ஜி.ஆரை பார்த்துவிடுவது என்று தீர்மானித்தேன். போன தடவை ஜெயலலிதா சொன்னதை நம்பித்தானே நம்மைக் கேள்விக்கு மேல் கேள்வி கேட்டார். இந்தமுறை இவரை விடவேகூடாது என்று உறுதியாக தீர்மானித்தேன். தாயில் எனக்கு தருகிற சம்பளம் பத்தவில்லை என்றேன். எவ்வளவு தருகிறார்கள் என்றார். 2,500 என்றேன். அதிலும் 5-ஐயும் 2-ஐயும் கூட்டினால் ஏழு வரவேண்டும் என்றார்கள். ஆகவேதான் 2500 என்றேன். ஏன் 3-ஐயும் 4-ஐயும் கூட்டினாலும் ஏழுதானே வரும் என்றார். ஏன் 70-ல் கூட 7 தான் வருகிறது என்றேன் சிரித்துக் கொண்டார்.

ஏதாவது தொழில் பண்ணவேண்டும் என்றேன். என்ன தொழில் பண்ணுவீர்கள் என்றார். புத்தகம் போடுகிற தொழில் ஒன்றுதான் பழக்கமானது என்றேன். நஷ்டம் வராதா என்றார். ஏற்கனவே இதில் ரூ.10 லட்சம் நஷ்டம். எழுதத் தெரிந்தவனுக்கு விற்கத் தெரியாது. விற்கத் தெரிந்தவனக்கு எழுத வராது என்றேன். பிறகு என்றார். கடந்த ஆறு வருடத்தில் பத்து லட்சம் ரூபாய் செலவழித்து நான் படித்த பாடத்தை வீணாக்கிவிட விரும்பவில்லை. ஆகவே இந்த அருமையான பாடத்திற்கான முதலீட்டைப் பயன்படுத்தி மீண்டும் புத்தகம் போட்டால் பிழைத்துக்கொள்வேன் என்றேன். எவ்வளவு வேண்டும் என்றார். 20 லட்சம் இருந்தால் போதும் என்றேன். தருகிறேன் என்றார்.

எம்.ஜி.ஆர். ஒரு வார்த்தை சொன்னால் சொன்னதுதான். அத்தனை காலமும் அவரோடு நெருங்கிப் பழகியிருந்தும் ஒருநாளும் அவரிடத்தில் நான் காசு கேட்டதில்லை. இப்போது கேட்டே ஆகவேண்டிய கட்டாயம் வந்துவிட்டது. ஆகவே கேட்டேன். தருகிறேன் என்றால் தந்துவிடுவார். நாளை மறுநாள் வாருங்கள் என்றார். அன்று காலையிலேயே எழுந்து குளித்துவிட்டு, பெட்டியோடு போனேன். ஆனால் இறைவனின் விளையாட்டு வேறு மாதிரி இருந்தது.

அன்றைக்குப் பார்த்து எம்.ஜி.ஆரது உடல்நிலை மோசமாகி கண் விழிக்க முடியாமல் ஆகியிருந்தார். அந்த நிலையிலும் என்னைப் பார்க்குமாறு சொல்லியிருக்கிறார். யாரிடம் சொன்னாரோ அவர் வீட்டில் இல்லை. இருந்தவர் ஜெயலலிதாவின் ஆள். நாள் முழுவதும் காத்திருந்தாலும் நான் பார்க்க முடியாது என்றார். ஜெயலலிதாவின் இடதுகை பெருவிரல் ரேகை அந்த அதிகாரி. ஆதலால் அன்றைய சூழலில் எவரும் சொல்லக்கூடாத வார்த்தையைச் சொல்லி 'முடியாது' என்று மறுத்துவிட்டார். சரி ஜெயலலிதாவிற்கு இதிலும் வெற்றி கிடைத்துவிட்டது என்று அமைதியானேன். எம்.ஜி.ஆர். மறுநாளே இரண்டாவது முறையாக அமெரிக்கா புறப்பட வேண்டியதாயிற்று. எனக்குப் பணம் கிடைக்கவில்லை. ஆனால் இந்தப் பணத்தின் ஒரு சிறு பகுதி எனக்கு எம்.ஜி.ஆர். இறந்த பிறகு கிடைத்தது.

ஜெயலலிதாவின் சதியை முறியடிக்கிற சக்தி ஒன்று உள்ளும் புறமும் உலாவிக்கொண்டே இருக்கிறதல்லவா? எம்.ஜி.ஆர். இறந்த பிறகு ஒருநாள் அந்த இதயமுள்ள மனிதர் என்னை அழைத்து அந்தத் தொகையைத் தந்தார். என் கண்களையே என்னால் நம்பமுடியவில்லை. இப்படி கலிகாலத்தில் ஒரு மனிதரா? ஒருவர் இறந்துபோன பிறகு அவர் கொடுத்ததாக ஒரு தொகையை யாராவது தருவார்களா? உலகத்தில் இது நடக்குமா என்றெல்லாம் கலங்கினேன்.

அப்படி ஒரு தொகையை என்னிடம் எம்.ஜி.ஆர். இறந்தபிறகு தந்த மாபெரும் மனிதர் இன்று ஜெயலலிதா அமைச்சரவையில்தான் இருக்கிறார். அவர் ஆர்.எம்.வீரப்பன் அல்ல. யார் அவர்?

எம்.ஜி.ஆர். தந்த ஹார்லிக்ஸ் பெட்டிகள்!

அவர்தான் அமைச்சர் எஸ்.முத்துசாமி. மக்கள்தொகை பெருகி வருகிற நாட்டில் மனிதர்கள் தொகை சிறுத்து வருகிறது. இன்னமும் மனிதர்கள் இருக்கிறார்கள் என்பதற்கான அழுத்தமான அடையாளம்தான் மக்கள் நல்வாழ்வுத்துறை அமைச்சர் எஸ்.முத்துசாமி. ஆள் இருக்கிறபோதே கொடுத்த பணத்தை எடுத்துக்கொண்டு ஓடுகிற உலகத்தில், எம்.ஜி.ஆர். மறைந்த பிறகும் அவர் தந்தார் என்று ஒரு தொகையை தருவதற்கு எவராவது முன்வருவார்களா? அப்படி முன்வருகிற மனிதர்களும் இருக்கவே செய்கிறார்கள் என்பதற்கு எஸ்.முத்துசாமி ஒரு இமாலய உதாரணம்.

எம்.ஜி.ஆருக்கு மீண்டும் உடல்நலம் குன்றவே அவர் அமெரிக்கா புறப்பட ஆயத்தமானார். இந்தமுறை தனக்கு ஏதாவது நேர்ந்துவிடலாம் என்று எம்.ஜி.ஆர். நினைத்தார். அந்த நினைப்பின் விளைவாக சில ஏற்பாடுகளை முன்கூட்டியே திட்டமிட்டு அவர் செய்யலானார். கட்சிக்குள் நியாயமாக உருவாகக்கூடிய குழப்பங்களைத் தவிர்ப்பதை முதலில் பரிசீலனைக்கு எடுத்துக் கொண்டார். அந்த வண்ணமே அப்போது பொதுச்செயலாளராக இருந்த எஸ்.ராகவானந்தத்தை அழைத்தார். தனக்கு ஏதாவது நேர்ந்தால் கட்சிக்குப் பொதுச்செயலாளராக ராகவானந்ததை வைத்துக்கொண்டு கட்சிலோ, ஆட்சியிலோ எந்த மாற்றமும் பண்ணிவிட முடியாத அளவிற்கு அ.தி.மு.க. காலாவதியான பத்திரமாக மாறிவருவதை அவர் உள்ளூர உணர்ந்தார். அதன் காரணமாக மூத்த துணைப்பொதுச்செயலாளராக உங்களை நியமிக்கிறேன். பொதுச்செயலாளர் பொறுப்பை என்னிடமே விட்டுவிடுங்கள் என்று எம்.ஜி.ஆர். கேட்டார். அதற்கு ராகவானந்தம் எங்கோ ரெயில்வே

ஊழியனாக இருந்த நான் தொழிற்சங்கவாதியானேன். பொதுஉடைமைக் கட்சிக்காரர்களின் தொழிலாளர்களின் மீதான ஏகபோகத்தை தடுப்பதற்காக என்னை அமைச்சராக்கினீர்கள். இந்தப் பொதுச்செயலாளர் பதவி நீங்களாகப் பார்த்துத் தந்தது. நீங்கள் தந்ததை நீங்களே எடுத்துக்கொள்வதில் வருத்தப்படுவதற்கு என்ன இருக்கிறது என்று சொல்லிவிட்டார். எம்.ஜி.ஆர். பொதுச்செயலாளரானார்.

உண்மையாகவே ஒரு நேரத்தில் ராகவானந்தம் ராஜ்யசபா உறுப்பினராகத்தான் ஆகியிருக்கவேண்டும். அவரை எம்.ஜி.ஆர். அப்பதவிக்கு அனுப்பப் போகிற நேரத்தில் நாஞ்சில் மனோகரன் தலையிட்டு, ராஜ்யசபைக்கு ராகவானந்தம் செல்வதைவிட அமைச்சராக இங்கே இருந்தால் தொழிலாளர் பிரச்சினைகளைப் பற்றி பொதுவுடைமைக் கட்சிக்காரர்கள் கேள்வி கேட்டால் பொருத்தமாகப் பதில் சொல்லுகிறவராக இருப்பார் என்று எம்.ஜி.ஆருக்கு ஆலோசனை வழங்கினார். அதன் விளைவாகவே ராகவானந்தம் எம்.ஜி.ஆர். அமைச்சரவையில் தொழிலாளர் நலத்துறை அமைச்சர் ஆனார்.

அமெரிக்கா போவதற்கு முன்னால் ஒருநாள் இரவு நான் எம்.ஜி.ஆரை சந்தித்தேன். அவரோ 'ஒரு கொடியில் இருமலர்கள்' என்று ஏன் எழுதினீர்கள் என்று கேட்டார். இது நான் எப்போதோ தாயில் எழுதியது. எவரோ பற்ற வைத்திருக்கிறார்கள். அச்சத்தோடு இவ்வாசகத்தை விளக்கினேன். எம்.ஜி.ஆரோ உற்சாகத்தோடு 'தனக்கு ஏதாவது நேர்ந்துவிடுவதற்கு முன்னால் தி.மு.க., அ.தி.மு.க. இரண்டும் ஒன்றாகிவிடவேண்டும் என்று நான் ஆசைப்படுவதாகச் சொன்னார். இப்படி ஒரு சந்தேகம் கூர்த்த மதி உடைய ஆர்.எம்.வீரப்பனுக்கு ஏற்கனவே வந்து இப்படி நடந்து விடுமோ என்று பலமுறை கேட்டிருக்கிறார். ஆகவே என்னிடத்தில் எம்.ஜி.ஆர். தெரிவித்த இதே விருப்பத்தை அவருக்கு என்னைவிட நெருக்கமான பலரிடத்திலும் தெரிவித்திருக்கிறார் என்பதை ஊகித்துக் கொண்டேன்.

ஒருநேரத்தில் முத்தமிழ்க் காவலர் கி.ஆ.பெ.விஸ்வநாதம், மற்றும் ஒரிசா முதலமைச்சர் பட்நாயக் ஆகியோர் இதற்கான முயற்சிகளை மேற்கொண்டனர். கட்சிப் பதவி யாருக்கு, முதலமைச்சர் பதவி யாருக்கு, கொடி எப்படி இருக்கவேண்டும், கட்சிக்கு என்ன பெயர் வைக்க வேண்டும் என்பதுவரை எம்.ஜி.ஆரிடம் பேசப்பட்டது. தி.மு.க. தலைவரிடம் என்ன பேசினார்கள் என்பதை நான் அறியக்கூடவில்லை. எம்.ஜி.ஆர். தம் வாழ்நாளில் இந்த இரண்டு கழகங்களையும்

ஒன்றாக்கிவிட வேண்டும் என்று முயன்றபோது கேடு விளைவிப்பது ஒன்றையே தங்கள் வாழ்க்கையின் முழுநேர ஊழியமாகக் கொண்ட சில குட்டித் தேவதைகள் எம்.ஜி.ஆரை அச்சுறுத்தி தங்கள் இடத்தைக் காப்பாற்றிக் கொண்டன. எம்.ஜி.ஆரும் அவரது சூழ்நிலையின் கைதியானார். மேற்கொண்டு இந்த முயற்சி கைவிடப்பட்டது.

எம்.ஜி.ஆர். அமெரிக்கா போனார். அதற்குள் இங்கே விக்டோரியா மகாராணியாரின் தற்காலிக ஆட்சிக்கு அடிக்கல் நாட்டுவிழா நடைபெற்றது.

பொதுச்செயலாளர் இல்லாத நேரத்தில், மூத்த துணைப்பொதுச்செயலாளர் என்கின்ற வகையில் ராகவானந்தம், ஒரு கூட்டத்தை அந்த மாவட்டச் செயலாளரைக் கலந்துகொள்ளாமல் சிலர் ஏற்பாடு செய்ததால், நிறுத்தி வைக்கும்படி உத்தரவு போட்டார். இது கும்மிடிப்பூண்டியில் நடைபெற இருந்த கூட்டம் ஆகும். இந்த மாவட்டச் செயலாளர் முனிரத்தினம் அப்போது ஜெயலலிதாவின் தீவிர எதிர்ப்பாளராக இருந்தார். ஆகவே ஒருகாலத்தில் ராகவானந்தத்திற்கு மிகவேண்டியவராக இருந்த இந்திரகுமாரி, அம்மாவிடம் பற்றவைத்தார். அம்மா காய்ந்த விறகு. காலை இளம் வெயிலிலே கூட இந்த விறகு பற்றிக்கொள்ளும். அவ்வளவுதான்... ஜெயலலிதா ருத்ர தாண்டவம் ஆடினார்.

ராகவானந்தத்திற்கு ஓலை வந்தது. இவர் ஓடினார். என்ன என்று கேட்டார். இந்தக் கூட்டத்தை நிறுத்துவதற்கு நீங்கள் யார் என்று ஜெயலலிதா கேட்டார். அதிர்ச்சியடைந்த ராகவானந்தம் ஒருமுறை தன்னையே மேலும் கீழும் பார்த்துக்கொண்டார்.

'அண்ணா பத்திரிகையில் வந்த அறிவிப்பை உங்களுக்குக் கவனப்படுத்துகிறேன். பொதுச்செயலாளர் புரட்சித்தலைவர் எம்.ஜி.ஆரின் உத்தரவின் பெயரில் செல்வி ஜெயலலிதாவை- கொள்கை பரப்புச் செயலாளராக அறிவிக்கிறேன். எனது கையெழுத்தில்தான் நீங்கள் கொள்கைப் பரப்புச் செயலாளர் ஆனீர்கள். இதைக்கேட்க உங்களுக்கு உரிமை இல்லை' என்றார் ராகவானந்தம்.

ஜெயலலிதா சினந்தார். என்னிடம் மோதாதே, நடப்பதே வேறு என்று ராகவானந்தத்திடம் சொல்லிவிட்டார். ராகவானந்தம் அப்போதே எழுபது வயதைத் தாண்டியவர், இப்போது அவருக்கு வயது எழுபத்தொன்பது. பாவம் அவருக்கு இப்படி ஒரு நிலைமை தள்ளாத வயதில் தளர்கின்ற பருவத்தில்...

எம்.ஜி.ஆர். இரண்டாவது முறை சிகிச்சை பெற்றுத் திரும்பி வந்தார். வந்தவரை வரவேற்க பம்பாய்க்கு பறக்க முடிந்த இரண்டு

எம்.பி.க்கள் அங்கேயே வத்தி வைத்துவிட்டார்கள். விளைவு... விமானநிலையத்தில் எம்.ஜி.ஆர். என்னிடம் முகம் கொடுத்தே பேசவில்லை.

இதற்குள் குடியரசுத் தலைவர் தேர்தல் வந்தது. ராஜீவ்காந்தி எல்லா கட்சிகளின் பிரதிநிதிகளையும் அழைத்திருந்தார். குடியரசுத் தலைவர் ஆர்.வெங்கட்ராமன்: துணை குடியரசுத் தலைவர் சங்கர்தயாள் சர்மா- உங்கள் கருத்தென்ன என்று கேட்டார்.

எனக்கு வாய்ப்பூட்டுச் சட்டம். முரசொலி மாறன் மாத்திரம் எதிர்ப்புத் தெரிவித்தார். இரண்டுபேரும் ஒரே மேட்டுக்குடியைச் சேர்ந்தவர்கள் என்று எடுத்துச் சொன்னார். ராஜீவ்காந்தி அவரது வாதத்தை ஆராய்வதாகச் சொன்னார். என்றாலும் அப்போதைக்கு அவரால் ஒன்றும் செய்ய முடியவில்லை.

குடியரசுத் தலைவராக ஆர்.வெங்கட்ராமனை வரவிடக் கூடாது என்று நான் எம்.பி.க்களிடம் பேசியதாக எம்.ஜி.ஆருக்கு வழக்கம்போல நவீன கன்னி மேரி நண்டுப்பிடி போட்டுவிட்டார். எம்.ஜி.ஆர். என்னை அழைத்துக் கேட்டார். பொறுத்துப் பொறுத்தப் பார்த்த எனக்கு பொத்துக்கொண்டு வந்துவிட்டது.

இது நியாயமா என்று கேட்டுவிட்டு சொல்லாமலே வந்துவிட்டேன். ஒருவாரத்தில் எல்லா எம்.பி.க்களுக்கும் அழைப்பு வந்துவிட்டது. எல்லோரும் சென்றோம். நான் முதலிலேயே சென்று, நான் டெல்லிக்கு ன்றேு வாக்களிக்கமாட்டேன். சட்டவிரோதமாக இருந்தாலும் ஆர்.வெங்கட்ராமனுக்கு நான்போடுகிற வாக்கை உங்களிடம் காட்டிவிட்டுத்தான் போடுவேன். ஆகவே சென்னையில் சட்டமன்றக் கட்டிடத்தில் வாக்களிப்பேன் என்று தேர்தல் ஆணையத்திற்கு எழுதிவிட்டேன் என்றேன். எம்.ஜி.ஆர். ஒன்றும் சொல்லவில்லை.

எல்லோரும் நின்றுகொண்டிருந்தோம். அட்டைப் பெட்டிகளில் (ஹார்லிக்ஸ் பெட்டிகளில் பணக்கட்டுகள்) வரிசையாக இருந்தன. முதலில் குழந்தைவேலு எம்.பி.யை கூப்பிட்டு ஒரு பெட்டியை எடுத்துக்கொள்ளச் சொன்னார். அவர் அழுதேவிட்டார். என்னண்ணா உங்களால் நாங்கள். எங்களைப் போய்ச் சோதிக்கிறீர்களே, பணம் வாங்கிக்கொண்டு வாக்களிக்கிற அளவிற்கு நாங்கள் பாழாகிப்போனோமா என்றெல்லாம் கேட்டார்.

முதலில் குழந்தைவேலு மறுத்துவிட்டதால் எல்லோரும் மறுத்துவிட்டார்கள். மனதில் அவரவர் என்னென்ன நினைத்தார்களோ தெரியாது. மன ஆழத்தை அளக்கிற ஒரு பால்மானியை எந்த

விஞ்ஞானி கண்டுபிடித்தாலும் அவன்தான் விஞ்ஞானிகளில் வியப்பிற்குரியவன்.

எம்.ஜி.ஆர். மிகுந்த புத்திகூர்மை படைத்தவர் தலைவர் என்பதற்காக குழந்தைவேலுவிடம் முதலில் தந்தாரா அல்லது அவர் வசதியானவர், மறுத்துவிடுவார், மற்றவர்களும் அவரைப் பின்பற்றுவார்கள் என்று நினைத்தாரா என என்னால் அறிந்துகொள்ள இயலவில்லை.

எல்லோரும் கண்களைத் துடைத்துக் கொண்டு சென்றுவிட்டார்கள். நான் நின்றேன். எனக்கு எம்.ஜி.ஆர். வாக்களித்த பணத்தை எவரோ கெடுத்துவிட்டார்கள் என்கிற கோபம் எனக்கிருந்தது. ஆனாலும் இந்தப் பணத்தைத் தொடுகிற எண்ணம் இல்லை.

எம்.ஜி.ஆர். என்ன என்றார். முதலில் பெட்டியை வசதியான குழந்தைவேலுக்குத் தராமல் வாழ முடியாமல் வாடுகிற குறிஞ்சிப்பாடி ராஜாங்கத்திற்குத் தந்திருந்தால் அவர் வாங்கியிருப்பார். இன்னமும் அவர் குடிசையில்தான் வாழ்கிறார் என்றேன்.

ரஸ்புடீன் குட்டிகள்!

எம்.ஜி.ஆர். பணத்தைப் பணம் என்று பார்க்கமாட்டார். இருந்தும் அன்றைக்கு உண்மையாகவே ஏழைகளாக இருந்த எம்.பி.க்களிடம் ஏன் அப்படி நடந்துகொண்டார் என்பது எனக்கு விளங்கவே இல்லை.

எம்.ஜி.ஆருக்கு அண்ணா நாளிதழ் ஒவ்வொரு நாளும் அனுப்பப்படும். அப்போதெல்லாம் இந்த இதழ் கட்சிக்காரர்களுக்குத் தாங்கள் கட்சியில் தொடர்ந்து இருக்கிறோமா என்று கண்டு பிடிப்பதற்கும், எம்.ஜி.ஆருக்கு தான் கொடுக்க நினைப்பவர்களுக்கு பணம் சுற்றிக் கொடுக்கவுமே பயன்படுத்தப்பட்டது.

கேட்காமலே அவரவரின் தேவைகளை உணர்ந்து உதவத்தக்க எம்.ஜி.ஆர். அன்று மாத்திரம் ஏன் அப்படி நடந்துகொண்டார் என்பது இன்றளவும் எனக்குப் புதிராகவே உள்ளது. இந்த நிகழ்ச்சி நடந்தேறிய ஒருவாரத்திற்குப் பிறகு அண்ணாநம்பி எம்.பி. என்னைச் சந்தித்து எவராவது எம்.பி.க்கள் பணம் பெற்றார்களா என்று கேட்டார். நான் எனக்குத் தெரிந்து இல்லை என்றேன். அப்போது அவரோடு ஆறுமுகம் என்கிற தம்பி அன்னியோன்யமாக இருந்தார்.

என்ன பதில் சொல்வார் என்பதை எதிர்பார்த்தே தம்பி ஆறுமுகத்திடம் எங்கிருந்து வருகிறீர்கள் என்று கேட்டேன். அம்மாவிடமிருந்து என்றார். நாங்களெல்லாம்... என்றேன். சிரித்துக்கொண்டார்.

சசிகலா என்கிற வனதேவதையைத் தங்கள் வலைக்குள் அப்போதே வீழ்த்தியவர்கள், ஜெயலலிதா என்கிற திருமகளின் அட்சய பாத்திரத்தை அபகரித்துக்கொண்டார்கள். இந்த அபகரிப்பாளர்களின் பட்டியலில் இதிகாச உதாரணமாக இன்றைக்கும் நிலைத்திருப்பவர்

ஆறுமுகம் என்பவர்.

இவர் நாடாளுமன்ற அ.தி.மு.க.வின் எடுபிடிகளிலேயே இளைத்துப்போனவர். இவருக்கு ஒரு முறை இளைப்பு வந்தது. இருமியே இறந்துவிடுவாரோ என்று ஏககாலத்தில் எல்லா எம்.பி.க்களும் கவலைப்பட்டோம். இன்று இவர் ஒரு கோடீஸ்வரர். ஒரு கையும், ஒரு காலும் விழுந்தபோது அடியேன் எடுத்துச் சொன்ன வெள்ளைப்பூண்டு பத்துப் போடுவதற்கும் பைசா இல்லாமல் இருந்தார். இப்போது உலர்ந்துபோன கையில் தேவதைகளின் திருவிளையாடல்களால் பலம் வந்திருக்கிறது. இவரால் வஞ்சிக்கப்பட்டவர்களின் பட்டியலை வாசித்தால் இருபத்துநான்கு மணிநேரம் ஆகும் என்கிறார்கள்.

இந்தக் கொசுவைப் பற்றி இவ்வளவு எழுதுவதற்குக் காரணம் அ.தி.மு.க.வின் புராண காலத்து பூலான்தேவியைப் பொழுதும் தொழுது இன்று சசிகலாவிற்கு அரசியல் அரிச்சுவடி சொல்லிக்கொடுக்கிற அளவிற்கு இவர் தலைவராகியிருக்கிறார். எல்லாம் காலத்தின் கோலம்.

எம்.ஜி.ஆர். கட்டிய மாதிரியே தானும் கடிகாரம் கட்டவேண்டும் என்று இந்த ஆறுமுகம் ஆசைப்பட்டார். அவரது கடிகாரத்தைப் பற்றிய ஆராய்ச்சிகளை நடத்தி இப்போது எம்.ஜி.ஆர். கட்டியதைவிட விலை உயர்ந்த கடிகாரத்தைக் கட்டியிருக்கிறார். இது வளர்ச்சியாக இருந்தால் வாழ்த்துவோர் பட்டியலில் என் பெயர்தான் முதலாவதாக இருந்திருக்கும். இது ஒருகாலத்தில் வற்றி வடிந்தே ஆகவேண்டிய வீக்கம்.

எந்த வேலையும் இல்லாமல் அ.தி.மு.க. எம்.பி. சேலம் கண்ணன் வீட்டு முற்றத்தில் கொட்டாவி விட்டுக்கொண்டிருந்த இந்த ஆறுமுகத்தால் இன்று சேலத்தில் 1 கோடியே 70 லட்ச ரூபாயில் நகைக்கடை வைக்கிற அளவிற்கு நகர்ந்துவர முடிகிறது என்றால், வருமானவரி அதிகாரிகள் முட்டைக்கு முகச்சவரம் செய்து கொண்டிருக்கிறார்கள் என்றுதானே அர்த்தம்.

ராஜ்யசபைக்கான ஜூன் மாத தேர்தலில் நடராஜன் வருவதற்கு அவருக்கு என்ன தகுதி இருக்கிறது என்று கொடி தூக்கியிருக்கிற அண்ணன் ஆறுமுகம், ஒடுக்கப்பட்டோருக்கு இடம் கொடுத்தால் எனக்கல்லவா கொடுக்க வேண்டும் என்றும் கொக்கி போட்டு வருகிறார். அம்மாவின் பிறந்தநாளை டெல்லியில் தடபுடலாக கொண்டாடி நிழற்படத் தொகுப்பிற்குள் நீந்துகிறார்.

தனது ராஜ்யசபா இடத்திற்காக 70 லட்சம் சசிகலாவிற்குத் தரத்தயாராக இருப்பதாகத் தம்பட்டம் அடிக்கிறார். இவரது

கடைக்கண் விழுந்த ஒரே காரணத்தாலேதான் செல்வகணபதி அமைச்சராக இருக்கிறார் என்று விளம்பரிக்கிறார்.

தமிழ்நாடு இல்லத்தில் இரவு உடையில் இருந்தபோது அம்மாவைப் பார்த்த ஒரே ஒருவன் நான்தான் என்று சொல்வதோடு மட்டுமல்லாமல் இவர் இட்டுக்கட்டிச் சொல்லுகிறவைகளை அ.தி.மு.க.வினர் காது கொடுத்துக் கேட்டால் விசா இல்லாமலே வெளிநாட்டுக்குச் சென்றுவிடுவர்.

டெல்லிக்குத் தள்ளியிருக்கிற ஒரு அரசியல் புள்ளியின் பண்ணைக்குப் போகவே போகாத அம்மாவைப் போனதாக, அப்போது உடனிருந்ததாக 'இது இப்போது மிரட்டி வருகிறது. இவர் எம்.பி.யாவது சர்வ உறுதி. இப்போதே இவரைப் பாராட்டி வைக்கிறேன். ஆனால் சசிகலாவின் தாசானுதாசர்கள் எப்படி தமிழ் இரத்தத்தை உறிஞ்சிக் குடிப்பதில் உலகக் கோப்பைக்குத் தகுதியானவர்கள் என்பதை நாடுமறந்துவிடக்கூடாது. நமது அரசியல் இதைவிட ஆழமான பள்ளம் பறிப்பது அரிது.

இந்த ஆறுமுகம்தான் வெங்கட்ராமன் தேர்தலில் நான் வாக்களிக்க மறுக்கிறேன் என்று ஜெயலலிதாவின் காதில் ஓதியவர். சலவைக் கல்லும், கறுப்புப் பல்லியும் ஒருநாள் காணாமல் போகும். அப்போது நியாயங்கள் நிமிர்ந்து நடைபோடும்.

குடியரசுத் தலைவர் தேர்தல் வந்தது. நான் தலைமைத் தேர்தல் ஆணையத்திற்கு எழுதியபடியே சென்னையில் உள்ள தலைமைச் செயலகத்தில் வாக்களித்தேன்.

'எனது நம்பிக்கைக்குப் பாத்திரமானவர்' என்று எம்.ஜி.ஆரால் ஒருகாலத்தில் பாராட்டப்பட்ட எனக்கு ஆறுமுகம் என்கிற தலையில்லாத குண்டூசிகூட தடைக்கல்லாகிவிட்டது. ஆறுமுகத்தின் ஆலோசனையின்பேரில் என்னை 'தாய்' ஆசிரியர் பொறுப்பிலிருந்து விரட்டிவிடுவது என்கிற உறுதியான முடிவுக்கு வந்தார் ஜெயலலிதா. நாடாளுமன்ற உறுப்பினர் ஆன பிறகு வார இதழை முன்பு போல எல்லாம் கவனித்துக்கொள்ள இயலவில்லை என்று சசிகலாவிற்கு சளி பிடித்துவிட்டது (அழுது அழுது). இப்போது ஒரு ஆசிரியர் பட்டியலே தயாரானது. சேலையூரில் ஏடு படிக்கும் ஏந்தல் ஒருவரிடம் பட்டியலைக் காட்டி ஆசிரியர் ஆவதற்கு எவருக்கு அருகதை இருக்கிறது என்று பொருத்தம் பார்க்கப் போனார் சசிகலா. அவரோ இப்போது வலம்புரிஜானை நீக்கினால் பத்திரிகையே படுத்துவிடும் என்று சசிகலாவுக்கு அறிவுரை வழங்கிய கையோடு அதை எனக்கும் சொல்லிவிட்டார். தமிழ்நாட்டில் மந்திரவாதத்தால் மலையைக்கூட

அசைக்கலாம் என்கிற நம்பிக்கைக்கு ஒரு வடிவம் தந்தால் அது பெரும்பாலும் சசிகலாவைப் போலவே இருக்கும்.

முற்போக்கு, நவீனம் என்கிற பெயர்களால் சிலர் மந்திரவாதத்தை நம்ப மறுக்கிறார்கள். ஆனால் இன்னும் 24 மணி நேரத்திற்கு மேலாக ஜெயலலிதாவால் சசிகலாவை பிரிய முடியாமல் இருப்பதற்கான மூன்று காரணங்களில் ஒன்று ஜெயலலிதாவிற்கு எதிராக சசிகலா தொடர்ந்து செய்துவருகிற மந்திர வாதங்களே ஆகும்.

குர்ஜிஃப், உஸ்பென்ஸ்கி, ஜான் காலின்ஸ், பிட்ஜ் ஆஃப் கேப்ரா, கார்லோஸ்காஸ்டனிடா போன்ற உலக அளவிலான சிந்தனையாளர்கள் மந்திரவாதத்தை ஆராய்ந்து அதன் விளைவுகளை தொகுத்திருக்கிறார்கள். மத்திய காலத்தைச் சார்ந்த மஹிதராவின் ‘மந்த்ர மஹோததி’ என்கிற மந்திரங்களின் மூலநூலை யுனெஸ்கோ பதிப்பித்திருக்கிறது. நம்நாட்டில் அதிகமாகப் படிப்பில்லாதவர்களே மந்திரவாதத்தை மறுத்து வருகிறார்கள்.

ஜெயலலிதாவிற்கே எனது நம்பிக்கை இழையோடுகிற இந்தப் புலம்பல் ஆச்சரியத்தை விளைவிக்கலாம். ஆனால் உண்மையில் ஜெயலலிதாவின் மனம் மந்திரவாதத்தினால் முடமாக்கப் பட்டிருக்கிறது என்பதை சத்தியமாகவே நாம் நம்புகிறேன்.

சசிகலா தனது கொள்ளைப் பணத்தில் மந்திரவாதங்களுக்கு மாத்திரமே 20 சதவீதம் செலவழிக்கிறார் என்று அறிகிறேன். ஆனால் மந்திரவாதிகளை வைத்து அரசியல் விதியை எழுத முற்படுகிற எல்லோருக்கும் அவலத்தைத்தான் வரலாறு விட்டுவிட்டுப் போயிருக்கிறது.

வேறு எந்த வரலாறு ஏறாவிட்டாலும் ஜெயலலிதா, சசிகலா என்கிற ரஸ்புட்டீன் குட்டிகளுக்கு ஹிட்லரின் வரலாற்றையாவது எனது எழுதுகோல் சுட்டிக்காட்டித்தான் ஆகவேண்டும்.

ஹிட்லரைப் பற்றி குறைந்தபட்சம் அவரது ‘மெயின் கேம்ப்’ (எனது போராட்டம்) உட்பட 34 புத்தகங்களையாவது எனது சின்ன வயதில் படித்து நான் குறிப்பெடுத்திருப்பேன். இதில் நான் பெரும்பாலும் தெரிந்துகொண்டது என்னவெனில் ஹிட்லர் தனது உச்சமான சர்வாதிகாரம் கொடிகட்டிப் பறந்த நாட்களிலேயேகூட அடிக்கடி தனியாக மறைந்து விடுவது உண்டாம். அப்போது ஒரு ஆவியோடு அவர் பேசுவது வழக்கமாம். இந்த ஆவி சொல்வதை வைத்துத்தான் ஹிட்லர் முடிவுகளை எடுத்தார். இறுதியாக ஈவாபிரானைக் கொன்றுவிட்டு தானும் தற்கொலை செய்வது என்கிற முடிவையும் இந்த ஆவிதான் முன் வைத்ததாம்.

மந்திரவாதங்களால் குடும்பங்களில் குழப்பங்களை உண்டாக்குகிறவர்கள் அரசியல் ஆதிக்கத்தை வளர்க்கிறவர்கள் அனைவருக்கும் ஒரு குறிப்பிட்ட காலகட்டத்தில் மந்திரவாதம் எதிர்வேலை செய்ய ஆரம்பிக்கிறது.

இதை அடிப்படையாக வைத்தே 'பெண் மூலம் ஒரு கோடிக்குச் சென்றால் மறுகோடிக்கு வந்தே ஆகவேண்டும்' என்கிற சீனப்பழமொழியே வந்தது.

ஜெயலலிதாவிற்காக வேப்பஞ்சேலை கட்டுகிற மாதரசிகள், சசிகலாவின் பிடியிலிருந்து ஜெயலலிதாவை மீட்பதற்காக இனி பிரார்த்திக்க வேண்டாம். அதற்கெல்லாம் அவசியமில்லாமல் அவர்கள் செய்த மந்திரவாதமே இவ்வாண்டு மத்தியில் அவர்களுக்கு எதிராகப் போவதை இந்த நாடு பார்க்கப் போகிறது.

இயேசுபெருமானும், ராமகிருஷ்ண பரமஹம்சரும், பகவான் அரவிந்தரும், ஈஸ்வர பட்டரும் படைப்பில் அற்புதங்கள் என்று நம்புகிறவர்கள் நான் சொல்வதை நம்பித்தான் ஆகவேண்டும்.

சசிகலாவின் மந்திரவாத யாத்திரை எங்கிருந்து தொடங்கி எங்கே தொடர்கிறது என்பதை அடுத்த வாரம் அறிவிக்கிறேன்.

மிரட்டிப் பார்க்கிறார்கள்!

சத்தியத்திற்கே நான் சாட்சியம் சொல்லி வருகிறேன். உண்மைச் செடி உயிர் வாழ்வதற்கு ஒருவரின் நம்பிக்கை வெள்ளமும் அவசியம் இல்லை. உண்மை ஒரு தேரை பாறைக்குள்ளே கூட அது பதுங்கி இருந்து கொண்டு பிளக்கப்படுகிற போது அது தனது பிறப்பினை வெளிப்படுத்தக்கூடும் என்று எழுதி எழுதி எனது வலது கைக்கு வலி ப்பே வந்துவிட்டது.

ஜெயலலிதாவைப் பற்றிய உண்மைகளை மாத்திரமே எழுதுகிறேன். ஜெயலலிதாவைப் பற்றி எழுதுகிற எனது எழுதுகோலை வாரா வாரம் வென்னீரில் குளிப்பாட்டி விடுகிறேன். ஜெயலலிதாவைப் பற்றி, சசிகலாவைப் பற்றி எழுதுவதால், என்னை எவ்வளவு குள்ளமாகக் குறுக்கிக் கொள்ளுகிறேன் என்பதை நான் உணர்ந்தே இருக்கிறேன். விசுவாமித்திரர்களின் மீது வரவேண்டிய கோபம், வீங்கிப்போன பலூன்களின் மீது வருவது எனக்கு வருத்தமாகத்தான் இருக்கிறது. இருப்பினும் சமகாலத்தின் சண்டாளத்தனத்தைத் தோலுரிப்பது எனது கடமை என்பதால் சாக்கடையை எனது விரல்களில் பூசிக் கொள்ளுகிற தற்காலிக அவசியம் வந்துவிட்டது.

ஜெயலலிதாவை எழுதுகிறபோது கூட அமைதியாக இருக்கிற அரண்மனை ஓநாய்கள் சசிகலாவை எழுதினால் சகித்துக் கொள்ளுவதில்லை. மீண்டும் இவ்வாரம் கொலை மிரட்டல் கடிதம்; தொலைபேசி அர்ச்சிப்பு. என்மீது அ.தி.மு.க.வின் அகில உலகத் தலைவர் ஒருவர் நெல்லை மாவட்டம் நான்குனேரியில் போட்ட வழக்கு ஒன்றில் 'சம்மன்' எனக்குத் தரப்படாமலேயே கைதுசெய் என்று நீதிபதி உத்தரவிடுகிறார். நீதிபதிகளின் உத்தரவுகளை உடனே நிறைவேற்றாத காவல் துறை அதிகாரிகளின் மீது கடும் நடவடிக்கை என்று சென்னை

நகர காவல்துறை ஆணையாளர் காக்கிச்சட்டை கனபாடிகளுக்கு அவசர உத்தரவு பிறப்பிக்கிறார்.

1. சம்மன் நேரிலே தரப்படவேண்டும்.
2. இல்லாவிட்டால் வீட்டிலிருக்கிற ஆணிடம் தரப்பட வேண்டும்.
3. இல்லாவிட்டால் சுவரில் ஒட்டப்பட வேண்டும்.

இப்படித்தான் குற்றவியல் சட்ட நடைமுறை குறிப்பிடுகிறது. பல்வேறு தீர்ப்புகளைப் பொறுத்து இந்த விதிகளின் விளிம்பு விரிவாக்கப்பட்டிருக்கிறது என்றாலும் இந்த விதிகள் பின்பற்றப்பட வேண்டியது அவசியத்திலும் அவசியம் ஆகும்.

இரண்டு மூன்று வருடங்களுக்கு முன்னர் வந்த பஞ்சாப் உயர்நீதிமன்றத்தின் தீர்ப்பு ஒன்றினைத் தங்கள் வசதிக்கு அர்த்தப்படுத்திக் கொண்டு நீதித்துறையின் நிமிர முடியாத பகுதி ஒன்று சர்வாதிகாரம் பண்ணுகிறது. ஜெயலலிதாவைப் பற்றிய கட்டுரை என்பதால் அளவுக்கதிகமான ஆர்வம் காட்டுவதைப் போலத் தெரிகிறது.

பத்திரிகைச் செய்திகளைப் பார்த்துவிட்டு வழக்குமன்றத்திற்கு (நீதிமன்றத்திற்கு) வரவேண்டும் என்றால், குற்றவியல் சட்ட நடைமுறை எதற்காக? அதை எடுத்துவிடலாமே? இன்றுவரை 'சம்மன்' சட்ட நெறிப்படி என்னிடத்தில் தரப்படவில்லை. இதை வாங்கிக் கொள்ளுவதில் எனக்கு எந்த வருத்தமும் இல்லை. நான் இன்றைக்கும் தொழில் நடத்துகிற வழக்குரைஞன். சட்டத்திற்கு எப்போதும் கட்டுப்படுகிற சாமானியன். இருந்தும் 'சம்மன்' எனக்குத் தரப்படாமலே பிடி ஆணை பிறப்பிக்கப்படுகிறது. 'இழுத்து வா அவனை' என்று நீதிமன்றமே சட்ட நெறி முறைகளைக் காற்றிலே பறக்க விடலாமா? இரண்டு பெண்மணிகள் தாங்கள் உன்னதமானவர்கள் என்று ஊருக்கு உணர்த்திவிட்டு, தங்களது அ.தி.மு.க. அகிலங்களை வைத்து என்மீது நிழல்போர் நடத்தி வருகிறார்கள். எனக்குச் சட்டநெறிப்படி 'சம்மன்' வந்தால் நீதிபதி அவர்களுக்கு முன்னால் நிற்பதில் எனக்கு எந்த முரண்பாடும் இல்லை. ஆனால் கைது செய்து, கைவிலங்கு போட்டு இழுத்துச் சென்று, எழுதுகிற வலதுகரத்தின் எலும்புகளை எண்ணி முறிக்க வேண்டும் என்பதல்லவா சுகந்தேடிகளின் சூட்சும உத்தரவு!

இந்த அநியாயத்தை எதிர்த்து பொதுமக்கள், என் கட்சிக்காரர்கள், வழக்கறிஞர்கள், எழுத்தாளர்கள், பத்திரிகையாளர்கள் அனைவரும் திரளுவார்கள். அரசாங்கம் இந்த நிலைமையை உண்டாக்க வேண்டுமென்று அன்போடு

கேட்டுக்கொள்கிறேன்.

ஆட்சி நாற்காலியில் பாதுகாப்போடு இருக்கிற அம்மையார் பாட்டாளி மக்கள் கட்சித் தலைவருக்கே 'லேசான அடி'தான் என்கிறார்கள். நானோ சாதாரணமானவன் ஏவப்படுகிற காவலர்கள் என்னை வதைக்காமல் விடமாட்டார்கள் என்பதை நான் அறிவேன். நான் உயிரோடு மீண்டால் தொடர்ந்து எழுதுவேன். முறையாக எனக்குச் சம்மன் அனுப்பப்படுகிற வரை நீதிமன்றத்திற்கு எந்த ஆதிக்க சக்திக்கும் அடிபணிந்து நான் போகமாட்டேன்.

இதுபற்றி விசாரிக்க வேண்டும் என்று குடியரசுத் தலைவர், தலைமை அமைச்சர், உள்துறை அமைச்சர், ஆளுனர், சென்னை உயர்நீதிமன்ற நீதிபதி ஆகியோருக்கு தகவல் தந்திருக்கிறேன். படம் பார்க்க மாத்திரமே நடத்தப்படும் பத்திரிகைகளைத் தவிர இந்தியா முழுவதிலும் இந்த அரசாங்கத்தின் மீது நான் தொடுக்க இருக்கிற 'ஆயிரம் ஆண்டு காலப்போருக்குத்' துணைநிற்பதாக வாக்குறுதி அளித்திருக்கிறார்கள்.

எனக்குச் சம்மன் அனுப்பப்பட்டதாகவும், பலமுறை தேடப்பட்டு நான் கிடைக்காததாகவும் எவராவது கள்ளக்கோப்பு உருவாக்கினால் கண்மூடுகிற காலம் வரைக்கும் அவர்களை எதிர்த்துப் போராடுவேன். இது உறுதி. இந்த வாரத்தில் மாத்திரம் மாநில அரசு இவ்வளவு ஆத்திரப்படுவதற்குக் காரணம், ஜெயலலிதாவைப் பொம்மையாக்கிவிட்டு சர்க்கார் நடத்துகிற சண்டிராணி சசிகலாவைப்பற்றி எழுதுவேன் என்று எனது தொடரில் அறிவித்ததுதான்.

கடந்த புதன்கிழமை காலை எனது நண்பர்கள் அழைத்ததன் பேரில் 'பாம்குரோவ்' ஓட்டலுக்குக் காலைச் சிற்றுண்டிக்காகப் போனேன். கொடிபோடாத காரில் மனைவியோடு வந்த மாநில அமைச்சர் ஒருவர் எனக்கு வணக்கம் சொன்னார்; பேசினார். பிறகு நான் இல்லம் சேர்ந்ததும் தொலைபேசி வாயிலாக என்னை அழைத்து ஜெயலலிதாவை எழுதினாலும் பாதகமில்லை; சசிகலாவைச் சாடிவிடாதீர்கள் என்றார் சசிகலாவின் தற்கொலைப் படை உங்களைச் சும்மாவிடாது என்றார். அவர்கள் தற்கொலை செய்து கொள்ளலாமே தவிர என்னைக் கொலை செய்யமுடியாது. அப்படிச் செய்தால் இருபத்து நான்குமணி நேரத்தில் எனது கொலையாளிகள் கல்லறையில் இருப்பார்கள். நான் இனி காவல்துறை அதிகாரி தேவாரத்தின் திருவாசகத்தை மாத்திரமே பின்பற்றப் போகிறேன்.

சசிகலா, மந்திரவாதிகளின் மாதா சேலையூரில் ஏடுபடிக்கிற

ஏந்தலிடம் தொடங்கிய அவரது மந்திரவாதப் பயணம், சோட்டானிக்கரா, கானாடுகாத்தான், நீலாம்பூர் போன்ற கேரள நகரங்களுக்கு அவர்களை அழைத்துச் சென்றது. இப்போது இறுதியாக கொல்லிமலைச் சாமியார் வழியாக அய்தராபாத் தாண்டி ஒரிசாவிற்கு இந்தப் பயணம் தொடருகிறது. மந்திரவாதங்களுக்கு நிகழ்காலப் பலன்கள் நிச்சயமாக உண்டு. ஆனால் இறுதியாக மந்திரவாதத்தை நம்பி தீங்கு விளைவிக்கிறவர்கள் தீர்ந்திருக்கிறார்கள் என்பதுதான் உலக வரலாறு உணர்த்துகிற உண்மை.

இப்படி நான் எழுதுகிறபோது முகஞ்சுளிக்கிற பாமர முற்போக்குகள், ராமகிருஷ்ண பரமஹம்சர் சரித்திரத்தை அல்லது விடையபுரம் மகான் சரித்திரத்தையாவது புரட்டிப்பார்க்கட்டும் கலி முற்றிவிட்டதால். சின்னவர், பெரியவர் என்கிற வேறுபாடில்லாமல் மந்திரவாதிகளை வைத்து ஏவல், பில்லிசூனியம் பொழுது போக்கைப்போல செய்யப்பட்டு வருகிறது. விருந்துண்ணப் போனவர்கள், போகிறவர்கள் எல்லோரும் கவனமாக இருக்க வேண்டும். இருபத்தி நான்கு மணி நேரத்திற்குள் புளியை, எலுமிச்சம் பழத்தைச் சாப்பிட்டு ஒரு பெரியவர் வசிய மையிலிருந்து தப்பினார் என்று அவரது செயலாளரே எனக்குத் தெரிவித்தார்.

மாபெரும் அரசியல் சக்தியாக வளர்ந்து வருகிற நடராசன் மூதறிஞர் ராஜாஜியை முந்திவிட்டார். அவர் நினைத்தால் தமிழ்நாட்டை ஜெயலலிதாவிடமிருந்து காப்பாற்றிவிட முடியும். ஆனால் எலியையும், தவளையையும் ஒருசேர தண்ணீரில் மூழ்காமல் எப்படிக் காப்பாற்றுவது என்கிற கவலை அவருக்கு. கான்ஷிராம் முதல், முலாயம்சிங் யாதவ் வரை நடராசனின் கட்டளைக்காகக் காததுக் கிடக்கிறார்கள். மாயாவதிக்குப் பணமும் தருகிறார். நான் பேச ஆரம்பித்தால் இந்த ஆட்சி நிலைக்காது என்றும் எழுதுகிறார். நினைத்தால் கவிழத்தக்க ஆட்சி நாற்காலிக்கு அருகில் தனது தாலி கட்டிய மனைவியையும் தாராளமாகவே உட்கார வைத்திருக்கிறார். நடராசன் அவிழ்க்க முடியாத அரசியல் விடுகதை.

நடராசன் தி.மு.க. ஆட்சிக் காலத்தில் காஞ்சிபுரத்தில் முடக்கப்பட்டுக் கிடந்தார். அப்போது ஒரு ஜோதிடரைச் சந்தித்திருக்கிறார். அவரிடத்திலே தனது ஜாதகத்தைக் காண்பித்திருக்கிறார். எந்தச் ஜோதிடரிடத்திலும் எந்த ஜாதகம் போனாலும் எளியேனிடம் அந்த ஜாதகம் எட்டிப் பாராமல் இருப்பதில்லை. அந்த ஜாதகத்தைக் குறித்து வைத்திருக்கிறேன். அண்மையில் வெளிவந்த 'Planetsand Third world war' என்கிற

புத்தகத்தில் பிரபல ஜோதிடர் பி.வி. இராமன் எளியேனை 'Eminent Astrologer' என்று எழுதியிருக்கிறார். ஜோதிடமே தெரியா விட்டால் இப்படித்தான் புகழாரம் சூட்டுவார்கள். இந்த வகையில் நடராசனின் ஜாதகத்தை நான் அலசியபோது எனக்குப் பல உண்மைகள் கிடைத்தன. நான் ஒன்றும் இறைவன் அல்ல; மனிதனாக முயற்சிக்கிற மரத்துண்டு; கரிக்கட்டி ஆனால் அடுத்த ஆகஸ்டுக்குள் தமிழ்நாட்டில் என்னென்ன நடக்கும் என்பதற்கு ஆராய வேண்டிய ஜாதகங்களில் நடராசன் ஜாதகமும் ஒன்று என்பதில் சந்தேகமில்லை. நடராசன், ஒரு சிந்துபாத் கிழவன், கோவை நண்பர் ஒருவர், கிழக்காசியாவிலிருந்து கிளம்பி வந்திருக்கிற இஸ்லாமியர் ஒருவர் ஆகிய மூவரின் வழிகாட்டுதலில் மந்திர வாதிகளைச் சந்தித்து வருகிறார். கடவுள்தான் கருணையோடு தமிழ்நாட்டின் இந்த விடிவெள்ளியைத் தக்க தருணத்தில் காப்பாற்ற வேண்டும்.

அண்மையில் அவரைச் சந்தித்த எனது புதுக்கோட்டை நண்பர் ஒருவர் அவரது திட்டங்களையெல்லாம் என்னிடம் வரிவிடாமல் வாசித்தார். எனக்கே அதிர்ச்சியாகவும் ஆச்சரியமாகவும் இருந்தது.

எம்.ஜி.ஆரின் உயிருக்கு சிலர் வைத்த கெடு!

இந்தத் தொடரில் எங்காவது எப்போதாவது என்னைப் பற்றி எழுதுகிற ஆசைக்கு முடிந்த அளவுக்கு முற்றுப்புள்ளி வைத்தே வருகிறேன். ஆனால் தவிர்க்க இயலாமல் என்னைப் போன்றவன் தன்னைப் பற்றி எழுதுகிற சூழ்நிலை இருக்கிறது.

'வணக்கம்' தொடர் ஆரம்பித்த நாள்முதல் தொலைபேசி அர்ச்சிப்புகள், தொலைத்து விடுவோம் என்ற மிரட்டல்கள் வந்தன. இந்த வாரத்தில் மாத்திரம் திருவள்ளூர்க்கு வரச்சொல்லி வழியில் என்னைத் தீர்த்துவிடவேண்டும் என்ற முயற்சி நடைபெற்றதைக் காவல்துறையே பத்திரிகைகளுக்குச் செய்தியாக பரிமாறியிருக்கிறது.

ஆண்டவன் நினைத்தால் தவிர ஒருவரின் வாழ்நாளைக் கூட்டவோ குறைக்கவோ இயலாது என்பதை நான் உறுதியாக நம்புகிறவன். இருந்தும் கொலை முயற்சிகளால்கூட மனம் தளராத எனக்கு கடந்த வாரம் நக்கீரனுக்கு எழுதி வைத்திருந்த கட்டுரைத் தொடரை நக்கீரனின் பெயரைச் சொல்லி மாற்றார்கள் எனது இல்லத்தில் உள்ள சின்னப் பெண்ணிடம் பறித்துச்சென்று விட்டார்கள் என்பது, வேதனை நெருப்பில் என்னை வீழ்த்தி விட்டது. சிங்கங்களால் மாத்திரமே வீழ்த்தப்பட வேண்டும் என்று கருதுகிற என்னை சிறுநரிகள் மிதித்துக் கொண்டு போவது அவலத்தின் சிகரம். ஆளுநரைச் சந்தித்துப் பேசினேன். அவருக்கே பாதுகாப்பில்லை. எனக்கு...?

கடந்த வாரம் நடராசனின் (சசிகலா) எதிர்காலத் திட்டங்கள் பற்றி அவர் வாயிலாக எனது புதுக்கோட்டை நண்பர் குறிப்பிட்டதைச் சுட்டிக் காட்டியிருந்தேன். நடராசன் அடுத்த முதலமைச்சர் ஆவதற்கான முழு முயற்சியில் இறங்கியிருக்கிறார்

என்கிற நம்பகமான தகவல் எனக்குக் கிடைத்திருக்கிறது. இதற்கான பெரும் பணம் அவரது கால்களில் கொட்டிக் கிடக்கிறது. தலைநகரத்திலும் அவருக்குத் தக்கவர்களோடு தொடர்பு இருக்கிறது.

ஜெயலலிதா இறுதியாக வீழ்த்தப்படுகிறபோது எம்.ஜி.ஆர். விசுவாசிகள் என்று சொல்லிக் கொள்கிறவர்களுக்கு ஏற்படுகிற தமிழகம் தழுவிய சோர்விற்கு நடராசனே மாற்று மருந்து ஒன்றினை மத்திய அரசிலே உள்ள ஒருவருக்கு வழங்கியிருக்கிறார்.

ஜெயலலிதா அகற்றப்பட்டால், இப்போது சோக சித்திரமாகிவிட்ட ஜானகி அம்மையாரை பதவியில் அமர்த்த வேண்டும்: இல்லாவிட்டால் ஜானகி அம்மையாரைக் குறைந்தபட்சம் ஒரு மாநிலத்தின் ஆளுநராக்க வேண்டும் என்று நடராசன் காயை நகர்த்தி வருகிறார். நம்புகிற மாதிரியாக இல்லாத வாக்குமூலங்கள் பல உண்மைகளாக ஊர்வலம் போவதை வரலாறு முழுக்க நாம் வாசிக்கிறோம்.

- ஜெயலலிதா தமிழ்நாட்டுக்கு முதலமைச்சர் ஆன பிறகு, தமிழ்நாட்டில் இதுதான் நடக்கும்; இது நடக்காது; என்று குறி சொல்லுவதே ஒரு கோமாளித்தனம் என்பதை நான் உறுதியாக உணருகிறேன். ஆகவேதான் நடராசனின் முயற்சி தோல்வியைத்தான் சந்திக்கும் என்று உறுதியாகக் கூற இயலாமல் இருக்கிறேன்.

இந்தியாவின் குடியரசுத் தலைவருக்கு நெருக்கமாகத் தெரிந்தவர்கள் பத்துபேர்கள் என்றால் அதில் நான் ஒருவன். இருந்தும் ஜெயலலிதா கடிதம் எழுதினால் உடனே நடவடிக்கைக்கு அனுப்புகிறார். எனக்கு ஆபத்து என்று தந்தி கொடுத்தால் நடவடிக்கை எடுக்க மறந்து போகிறார். ஜெயலலிதா முதல் அமைச்சர்; நான் தொலைக்காட்சி படத்திலே கூட முதல் அமைச்சராக நடிப்பதிலிருந்தும் தடுக்கப்பட்டவன். இருந்தும் உயிர்களில் பெரிது சிறிது என்று இல்லை என்பது சிறந்த வேதாந்தியான சங்கர் தயாள் சர்மாவிற்குத் தெரியாதா?

தமிழ்நாடு பீஹாரைவிட மோசமாகி வருகிறது. அவரவர்கள் தங்களைத் தாங்களே காப்பாற்றிக் கொள்கிற அவலம் வந்துவிட்டது. முக்கியமானவராக நீங்கள் இல்லாவிட்டால் உங்கள் உயிருக்கு உத்திரவாதம் இல்லை; முக்கியமானவராக இருப்பதாலும் உயிர் பறிக்கப்பட்டு விடுகிறது. இந்த ஆட்சி தனது இறுதி நாட்களில் இருக்கிறது. உடனடியான மாற்று ஏற்பாடுகளுக்காக நடராசனின் ஆலோசனையின் பேரில் அமெரிக்காவில் நலம் பெற்று வரும் ஜானகி அம்மையாரைச் சந்திப்பதற்கு அதிகாரிகள் சென்றிருக்கிறார்கள்.

ஜானகி அம்மையாரோடும் எனக்குக் கருத்து வேறுபாடு உண்டு. ஆனாலும் நோயிலும், நொம்பலிலும் இன்றைக்கு வீழ்ந்து கிடக்கிற ஜானகி அம்மையாருக்கு பூரண குணம் கிடைக்க வேண்டுமென்று இறைவா உன்னிடம் கையேந்துகிறேன்.

ஆர்.எம். வீரப்பன் வீராதி வீரனைப் போல தன்னை ஒரு மிதியடியை விட மோசமாக நடத்திய, நடத்துகிற ஜெயலலிதாவின் ஆட்சிக்கு ஆபத்து வந்தால், வானம் கிழிபடும்; நட்சத்திரங்கள் உதிரும்; கடல் ஊருக்குள் வரும்; தவளைகள் இராணுவத்தில் சேரும் என்றெல்லாம் பேசுகிறார்.

ஆனால் ஜானகி அம்மையார் நலம்பெற வேண்டுமென்று நாகரிகம் கருதிக்கூட ஆர்.எம். வீரப்பன் அவர்களை வாழ்த்தவில்லை. இதே வீரப்பன், காளிமுத்து, கோவேந்தன், வெள்ளூர் வீராசாமி, நல்லுசாமி, அரங்கநாயகம், இராமசாமி போன்றவர்களோடு அமைச்சரவையிலிருந்து அகற்றப்பட்டபோது ஜானகி அம்மையார் எவ்வளவு துடித்தார்கள் என்பதை நான் அறிவேன். ஆர்.எம்.வீரப்பன் மீண்டும் அமைச்சராக வேண்டும் என்பதற்காக ஜானகி அம்மையார் எவ்வளவு முயன்றார் என்பதற்கு சரித்திர சாட்சியாக நானிருக்கிறேன். இருந்தும் ஜெயலலிதா நிழல் தேவைப்படுவதால் ஜானகி அம்மையாரை நலம் விசாரிப்பது கூட பஞ்சமா பாதகம் என்று ஆர்.எம். வீரப்பன் இப்போது நினைக்கிறார்.

நான் ஆர்.எம். வீரப்பனை விமர்சிப்பது தவறு என்று என்னிடத்திலே அவ்வப்போது எடுத்துச் சொல்லி வருகிற வெள்ளைக் காகங்கள், ஆர்.எம். வீரப்பனின் சந்தர்ப்பவாதத்தைப் பற்றி வாய் வார்த்தை பேசுவது உண்டா? தமிழ்நாட்டைக் காகங்களின் களர்நிலம் என்று அழைத்தால் கூட பொருத்தமாகத்தான் இருக்கும்.

எம்.ஜி.ஆர். பத்து அமைச்சர்களை நீக்க வேண்டும் என்று வந்தபோது, முதலில் இரண்டு பேரை நீக்குங்கள் என்று வின்ஸ்டன் சர்ச்சிலின் இரண்டு விரல்களைத்தான், அவரது செயலாளர் பரமசிவத்திடம் காண்பித்தார். அப்போது அவருக்குச் சரியாக பேச வராததால் பரமசிவம் விரல்களைக் காட்டி இரண்டு என்பதை உறுதிப்படுத்திக் கொண்டார். ஆனால் பிறகு ஒவ்வொரு நாளும் மூன்று, நான்கு என்று எண்ணிக்கையை உயர்த்த ஆரம்பித்தார். முழு அமைச்சரவையும் மூழ்கிவிடுமோ என்று பரமசிவம் சாருக்கு பயம் வந்துவிட்டது.

அறந்தாங்கி பகுதியில் துரையரசன் என்பவர் எம்.எல்.ஏ.வாக இருந்தவர். இவர் இடையில் அ.தி.மு.க.விற்கு வந்துவிட்டு தி.மு. கழகத்

தலைவரை வைத்து 85-ஆம் ஆண்டில் அந்தப் பகுதியில் விழா நடத்தியவர். எம்.ஜி.ஆரைத் தரக்குறைவாகப் பேசியவர். இப்படிப்பட்டவர் நடத்திய விழாவிற்கு ஆர்.எம்.வீ. சென்று திருமணத்தின் புனிதம் பற்றி சிறப்புச் சொற்பொழிவாற்றினார். ஆர்.எம்.வீ. சென்றதோடு அல்லாமல், அமைச்சர்கள் வெள்ளூர் வீராசாமி, கோவேந்தன் போன்றவர்களை இந்த நிகழ்ச்சிகளிலே கலந்துகொள்ளும்படி பணித்தார். இம்மாதிரிப்பட்ட ஒருவரின் நிகழ்ச்சியிலே அமைச்சர் வீரப்பன் தான் கலப்பதோடு மாத்திரம் அல்லாமல், மற்ற அமைச்சர்களும் கலக்க வேண்டும் என்று உத்திரவிடுகிறாரே இது என்ன நியாயம் என்று எஸ். திருநாவுக்கரசு எம்.ஜி.ஆரிடம் கேட்டார். அன்றுதான் அமைச்சரவையிலிருந்து அகற்றப்பட வேண்டியவர்களின் பட்டியல் பத்தாக உயர்ந்தது.

உண்மையை உரைக்கப் போய் இப்படி ஒரு பாதகம் நிகழ்ந்து விட்டதே என்று திருநாவுக்கரசு வருத்தப்பட்டார். பத்து அமைச்சர்களுக்கும் வீட்டில் இருங்கள் என்று எம்.ஜி.ஆரிடம் இருந்து உத்தரவு வந்தது. பதைத்து விட்டார்கள். வீரப்பன் துணிச்சலானவர்; அவரே ஆடிப்போய் விட்டார்.

வீரப்பனுக்கும், எஸ். திருநாவுக்கரசிற்கும் ஆகவே ஆகாது. வீரப்பனுக்கு நான் வேண்டியவன் என்பதால் எஸ். திருநாவுக்கரசு இப்போது என்மீது செலுத்துகிற அன்பை அப்போது செலுத்த முடியாமல் இருந்தார். என்னிடம் சரிவர பேசவே மாட்டார். அப்படிப்பட்ட அந்த நாள் எஸ். திருநாவுக்கரசு, எம்.ஜி.ஆரிடம் சென்று அமைச்சர்களை நீக்குவது உங்களுக்குள்ள உரிமை; ஆனால் நீங்கள் வீரப்பனை நீக்கியது சரியென்று எனக்குஃத தோன்றவில்லை என்றார். எம்.ஜி.ஆருக்குக் கோபம் வந்தது; ஆனால் கொஞ்ச நேரம் பேசாமலிருந்தார். பிறகு ஏன் என்று கேட்டார். உங்களுக்கோ உடல் நலம் இல்லாமலிருக்கிறது. ஆர்.எம். வீரப்பனுக்கோ 70 எம்.எல்.ஏ.க்களின் ஆதரவு இருக்கிறது. உங்களுக்கு எதிராக ஏதாவது அவர் ஏடாகூடமாகச் செய்தால், பாதிப்புத் தானே வரும்' என்றார்.

அப்போதெல்லாம் ஆர்.எம். வீரப்பனுக்கு உண்மையாகவே 70 எம்.எல்.ஏ.க்கள் ஆதரவாக இருந்தார்கள். அவர் சட்டமன்றத்தில் நுழைகிறபோதே இந்த 70 பேரும் எழுந்து நிற்பார்கள். மீன ராசியிடத்திலே 'கன்னி ராசியால் முடிந்தது சிம்ம ராசியிடத்திலே முடியாமல் போனது. ஆகவே எம்.ஜி.ஆர். கொஞ்சம் சிந்தித்தார். இருந்தும் அவர் 'அடைந்தால் மகாதேவி; இல்லையேல் மரணதேவி ஆயிற்றே!? ஆகவே, ஒரேவரியில் வீரப்பன் கலவரத்தில் ஈடுபட்டால்

சட்டமன்றத்தைக் கலைக்கச் சொல்லிவிட்டு தேர்தலைச் சந்திப்பேன் என்று கோபமாகவே குறிப்பிட்டு விட்டார்.

இருந்தும் திருநாவுக்கரசு தனக்குச் சூழ்நிலையாலும், சூழ்ச்சியாலும் எதிரியாகிப்போன வீரப்பனை அமைச்சரவையிலிருந்து எடுத்தது தவறு என்றே வாதிட்டார்.

எம்.ஜி.ஆர். வெளிநாடு போவதற்கு முன்னால் அவரைச் சந்தித்த வீரப்பன் எம்.ஜி.ஆரின் கால்களிலே விழுந்து அழுதார். தனது அவமானத்தை எம்.ஜி.ஆர். துடைக்க வேண்டும் என்று கண்ணீர் வடித்தார். இப்போது வீரப்பனின் விசுவாசிகளுக்கு இந்த உண்மையை எழுதுகிறபோது உறுத்தல் வரும். 'உண்மையைப் பேசு' என்று வயதானவர்கள் நம்நாட்டில் சொல்வதெல்லாம் ஒப்புக்கே சொல்கிறார்கள். இவர்களுக்கு அறவே பிடிக்காதது உண்மை ஒன்றுதான். எம்.ஜி.ஆர். காலிலா, நானா எப்போது விழுந்தேன். வலம்புரிஜான் வலப்புறம் இருந்து பார்த்தாரா இடப்புறம் இருந்து கவனித்தாரா என்று வீரப்பன் இப்போது கேட்கக்கூடும். எம்.ஜி.ஆரின் கால்கள் விழத்தக்க கால்கள் என்பதை அம்பலத்தில் வீரப்பன் ஏற்காவிட்டாலும் அறைக்குள் ஒத்துக்கொள்ளவே செய்வார். அவமானங்களைச் சகித்துக் கொண்டாவது அமைச்சராக நீடிப்பது என்பதிலே ஆர்.எம். வீரப்பன் உறுதியாக இருக்கிறார்.

'அவமானங்களைச் சகித்துக் கொள்ளுவது ஓர் அரிய கலை; இது ஆயகலைகள் அறுபத்தி நான்கிலும் அடங்காதது!' என்று நான் எழுதியது பிழையாகப் போயிற்று.

எம்.ஜி.ஆர். இரண்டாவது முறையாக வெளிநாடு சென்றபோது கருணை வள்ளல் எம்.ஜி.ஆரின் உயிருக்கே இங்கே சிலர் காலக்கெடு வைத்து விட்டார்கள்.

ஜெ.வால் அழுதார் எம்.ஜி.ஆர்.!

வெளிநாடுகளுக்கு ஆட்கள் பறந்தார்கள். நடராசன் தனது கிழக்காசிய நண்பர்களை உசுப்பிவிட்டார். எம்.ஜி.ஆருக்கு என்ன ஆகும்? எவ்வளவு நாளில் ஆகும் என்று கணக்குக் கேட்க ஆரம்பித்தார்கள். ஜப்பான் வரைக்கும் சகாக்கள் பறந்தார்கள். நடராசனை நான் தவறு சொல்லவில்லை. அன்றைக்கிருந்த நிலை அப்படி. ஆனால் மூளையால் முன்னேறுகிறபோதே, இதயத்தை இடம் பெயர்த்துவிடாத ஜப்பானிய மருத்துவர்கள் உண்மைகளை உரிக்க மறுத்துவிட்டார்கள்.

"உன் வாழ்நாளைக் கூட்டவோ குறைக்கவோ மனிதர்களால் இயலாது" என்பதை ஜப்பானியர்கள் அறிந்தே வைத்திருக்கிறார்கள். விளைவு நடராஜனுக்கு மேலிடத்திலிருந்து திட்டுக் கிடைத்தது. பிறகு மேலிடமே... தில்லி நகரத்துக்கு திருமேனி திருவல்லிக்கேணியார் மூலமாகத் தொடர்பு கொண்டது. எம்.ஜி.ஆருக்குக் கடைசிவரை என்ன பயிற்சி கொடுத்தாலும் பேச்சு வராது என்பது அப்போதைக்கு முடிவானது. மேலிடத்திற்கு மகிழ்ச்சி.

கல்லறையில் உறங்கும் காலத் தலைமகனே, நீ பேசாமல் இருந்தே மாநிலத்து மக்களின் மனங்களில் மகுடபதி ஆனாய். ஆனால் நீ வெள்ளாடு என்று நம்பி அரசியலில் களத்தில் இறக்கிய வேங்கை, தன் வாயால் தானே கெடுவதில் ஆயிரம் நுணல்களை மிஞ்சி விடுகிறது.

ஆளுநர் தவறாக நடந்தார் என்பது பிறகு நான் அப்படிச் சொல்லவில்லை என்று திராவிட சிசு எஸ்.டி. சோமசுந்தரத்தை அறிக்கை தர வைப்பது. இப்படி கெட்டுப்போன வாயில் கெட்டிக்காரத் தனத்தைத் திணிப்பது எல்லாம் காலத்தின் கோலம்.

எம்.ஜி.ஆருக்கு ஒரு வழக்கம் உண்டு. அவரது தந்தையார் மருதூர்

கோபால மேனன் அந்நாளில் சிறப்பு நீதிபதியாக இருந்தவர். ஆதலால் ஒரு சாதாரண நீதிபதி வந்தால்கூட எழுந்து நின்று வரவேற்பார். அவரால் அரசியலுக்குத் தவறுதலாக இழுத்துவரப்பட்ட அம்மையார் உயர்நீதிமன்றத்து நீதி அரசர்களின் முதுகுத் தண்டுகளின் பலத்தைப் பரிசோதிப்பதில் ஈடுபட்டார். உயர்நீதிமன்றத்திலும் நியாயநெறி படைத்த நீதிபதிகள் எதற்கும் தலைவணங்காத வரலாற்று மனிதர்கள் இருக்கிறார்கள் என்பது தெளிவாகி விட்டது. நீதிக்குக் கண்களும் காதுகளும் உண்டு. இதயம்கூட இருக்கிறது என்று அறிய வருகிறபோது கண்கள் கசிகின்றன.

தனது அரசியல் எதிரியாக அருகில் இருப்பவர்களால் வரைந்து காட்டப்பட்ட கலைஞரை மற்றவர்கள் கருணாநிதி என்று தனியறையில் கூட எம்.ஜி.ஆர். முன்னால் சொல்ல அவர் விட்டதில்லை. ஆனால் தனது அரசியல் எதிரிகளை எம்.ஜி.ஆரால் ஊருக்கு அறிமுகப்படுத்தப்பட்ட அரசியல் அனார்கலி, கொண்டு வா தலையை' என்றுதான் சொல்லுகிறாராம்.

பதவி மாற்றப்பட்ட ஸ்ரீபால் அவர்களிடம் அதே இரவு 11 மணிக்குப் பேசினேன். எல்லாம் நல்லதற்கே என்றார். அவரது வாக்கியத்திற்குள்ளே ஒரு வரலாறு அல்லவா இப்போதைக்கு ஓய்வெடுத்துக் கொண்டிருக்கிறது. ஒரு சாதிச் சங்கம் தனது அண்மைய கூட்டத்தில் சசிகலா அவர்கள் பதவியில் இல்லாததால்தான் சிலர் நினைத்தபடி எழுதிப் பேசிவிடுகிறார்கள். இவர்களுக்கெல்லாம் தகுந்த பாடம் கற்பிக்க வேண்டும் என்று பேசியிருக்கிறார்கள். ஆளுனரும், மத்திய அரசின் உள்துறை அமைச்சரும் இதை அறிவர்.

மேல் தட்டு மேனகைகள் கொலைப்பட்டியல் ஒன்றிற்குத் தங்களது வலக்கரங்களால் வாழ்த்து வழங்கியிருக்கிறார்கள். பணமெல்லாம் தரப்பட்டு விட்டது. பார்க்கலாம்...

இந்தக் கொலைப்பட்டியலில் சுப்பிரமணியசாமி, வலம்புரிஜான், நக்கீரன் ராஜகோபால், காமராஜ் போன்றோர் அடங்குவர் என்பதை உள்துறை அறிந்திருக்கிறது. இது சாகாத சத்தியம்.

முடிந்த மட்டும் சசிகலா சாதிக்கலவரங்களைத் தூண்டிவிடப் பார்க்கிறார். சொந்தக்காரர்களுக்கு மாத்திரமே உதவி தன் சாதிக்காரர்களைப் பெரும்பாலும் மறந்துவிட்ட சசிகலாவை, இந்த அரசியல் அஸ்தமனத்தில் பின்பற்றிப் போவதற்குத் தவளைகள் கூட தயாராக இல்லை.

இந்த ஆட்சியின் இறுதிப் பயணத்திற்கான ஏற்பாடுகளை அருகிலிருக்கிறவர்களே செய்து கொண்டிருக்கிறபோது கல்லறைக்

கோயிலில் கண்ணுறங்கும் எம்.ஜி.ஆர். இடதுபுறமாகத் திரும்பிப்படுக்கிறார்.

'வாளை எடுத்தவன் வாளாலே மடிகிறான்' என்றபடி எம்.ஜி.ஆரை எப்படிக் கொஞ்சம் கொஞ்சமாக வதைத்து அவரது வாழ்வை முடித்தார்களோ அதே போல் இவர்களது அரசியல் வாழ்வும் அணைந்து வருவதைத் தமிழ்நாடு பார்த்து வருகிறது.

எம்.ஜி.ஆர். நோய்வாய்ப்பட்ட பிறகு இரண்டாவது முறையாக ஊர் திரும்பினார். வந்ததும் என்னை அழைத்தார். எப்படித்தான் இங்கு நடந்ததை அறிந்து கொள்ளுகிறாரோ ஒன்றும்விடாமல் கேட்டார். இந்த முறை ஒளிக்காமல் சொன்னேன். சினந்தார். ஜெயலலிதாவை விலக்கி வைக்கப் போகிறேன் என்றார். இது ஜாடியிலிருந்து வெளிவந்துவிட்ட பூதம்; திரும்பவும் மூடியிட்டு முத்திரை வைப்பது இயலாது என்பதை அவர் அப்போது உணரவில்லை.

அன்று தலைநகரத்திலிருந்து எம்.ஜி.ஆருக்கு ஃபோன் வந்தது. அவர் தாம் பேச இயலாமல் பரமசிவம் சாரிடம் கொடுத்து விட்டார். பரமசிவம் சார் வினயத்தின் விலாசம்.

எம்.ஜி.ஆர்., ஜெயலலிதாவைத் துணை முதல்வராக்கியே தீரவேண்டும் என்று தில்லி வற்புறுத்தியது. பரமசிவம் சார் பக்குவமாகப் பேசினார். எம்.ஜி.ஆர். டெல்லி வந்து விபரமாகப் பேசுவார் என்றெல்லாம் சொல்லிப் பார்த்தார். அன்றைய மொகலாயபுரி மோடி மஸ்தான்கள் விடுவதாக இல்லை.

எம்.ஜி.ஆர். கோபத்தில் பதவி துறந்துவிடுவேன் என்று பயமுறுத்தினார். பதவி விலகலை ஆளுனர். ஏற்றால்தானே என்று அதட்டல் வந்தது. விளைவு எம்.ஜி.ஆருக்குக் காய்ச்சல் வந்துவிட்டது. இளமைக் காலத்தில் வறுமை, இறுதிக்காலத்தில் வெறுமை. இதைவிட புகழ் அலைகளில் பூரித்து மகிழ்ந்த ஒரு மாபெரும் மனிதனுக்குத் தண்டனை இருக்க இயலாது. எம்.ஜி.ஆர். கண்கலங்கி அழுதார். அன்று சோலை அண்ணன் வந்தார். அழுது கண்கள் சிவந்திருந்த எம்.ஜி.ஆரைத் தனது நிதானமான சொற்களால் நிமிர்த்தினார்.

மறுவாரமே எம்.ஜி.ஆர். தில்லி போனார். இந்தமுறை நான் அவரோடு சென்றேன். என்ன காரணமோ... தமிழ்நாடு இல்லத்தில் தங்காமல், 'கிரேட்டர் கைலாஷ்' என்கிற இடத்தில் ஒரு கேரளத்து நண்பரோடு தங்கினார்.

ஜெயலலிதாவிற்கு அமைச்சரவையில் இடம் தரவேண்டும் என்று மத்திய அரசு எம்.ஜி.ஆரை வற்புறுத்த வற்புறுத்த ஜெயலலிதாவின்மீது எம்.ஜி.ஆருக்கு ஆத்திரம் அதிகமானது. உயிரோடு வைத்துக்கொண்டே

உதிரத்தை உறிஞ்சிவிடுகிற காரியத்தை எம்.ஜி.ஆர். புரிந்து கொண்டார். ஆனால் பொறுத்துக் கொள்ள முடியவில்லை.

அன்றுமாலை தமிழர்களின் தவக்குறைவால் அவர்கள் பெற்ற துணைசபாநாயகர் ஒருவர் அவரைச் சந்திக்க வந்தார்.

இவர்தான் 'இமாலய' மனிதர் தம்பித்துரை. 'பதவி பூர்வ புண்யானாம்' என்று சோதிடர்கள் சொல்லுவார்கள். நான் சோதிடத்தை ஓரளவிற்கேனும் நம்புவதற்குக் காரணம் அமைச்சராக இருந்த கோவேந்தன், துணை சபாநாயகர் தம்பித்துரை, ஜெயலலிதா ஆகிய மூவரும்தான். வீடியோ சசிகலாவின் வீக்கத்தைப் பார்க்கிறபோது இந்தச் சோதிடப் பழமொழியை நான் நம்பியே ஆகவேண்டிய கட்டாயத்திலிருக்கிறேன்.

தம்பித்துரை நேற்று எம்.ஜி.ஆரிடம் பேசினேன்; இப்போதுதான் தோட்டத்திலிருந்து வருகிறேன் என்று சொல்லுவதிலேயே சொர்க்கத்தைக் காணுகிற பாமரத்தனமான படிப்பாளி.

இவர் பொருளாதாரத்தில் டாக்டர் பட்டம் வாங்கியிருக்கிறார். வளவரவாக்கம் ராமானுஜம், கிருஷ்ணா சீனிவாஸ் போன்றோர் மலிவு விலையில் விற்கிற டாக்டர் பட்டத்திற்கும், இவர் பல்கலைக் கழகத்தில் பெற்ற டாக்டர் பட்டத்திற்கும் பெரிதான வேறுபாடு இல்லை. டாக்டர் பட்டம் பெற்றவர்களை அவர்கள் பெயர்களால் சமர்ப்பிக்கப்படுகிற ஆராய்ச்சிக் கட்டுரைகளில் கேள்விகளைக் கேட்டால் பறிக்கப்பட வேண்டிய முதல் பட்டம் இவர் பெற்றதாகவே இருக்கும்.

இவரை விமர்சிப்பது எனது தகுதிக்குக் குறைவே எனினும் 'காலத்தின் கட்டாயம்' கருதி இவ்வாறு செய்கிறேன்.

இவருக்கு இந்தியிலே பட்ட மேற்படிப்பு தகுதி இருக்கிறதாமே என்று இராம. வீரப்பன் ஒருநாள் என்னைக் கேட்டார். அப்போதே 'திருவாளர் காலத்தின் கட்டாயத்தின்' காதுகள் முழுவதும் பூக்களால் புனையப்பட்டிருந்ததைப் பார்த்தேன்.

என்ன பண்ணுவது? இராம வீரப்பன்தான் தம்பித்துரையைச் சபாநாயகராக்கினார். அந்தத் தம்பித் துரைக்காக நாம் காத்திருக்கிறோமே என்று எம்.ஜி.ஆர். தலையில் அடித்துக் கொண்டார். தம்பித்துரை வரப் பிந்தப்பிந்த எம்.ஜி.ஆர். சூடானார். இதற்குள் வேறுசில எம்.பி.க்கள் அங்கே தலைகாட்டினார்கள். தான் இருக்கும் இடத்தை எப்படி இவர்கள் அறிந்து கொண்டார்கள் என்பதிலேயே எம்.ஜி.ஆருக்கு ஆத்திரம் எழுந்தது.

அந்த நேரம் பார்த்து ஒரு தம்பித்துரையா தன்னை

அவமானப்படுத்துவது என்று எம்.ஜி.ஆர். எண்ணிக் கொண்டிருக்கையில், சென்னையிலிருந்து ஜெயலலிதா ஃபோன் வந்தது. எம்.ஜி.ஆர். முறைத்தார். தகவல் சொன்ன அதிகாரி தரையிலேயே குழியைப் பறித்து குனிந்து உள்ளே இறங்கிவிட்டார். ஒருவழியாக தர்பார் தம்பித்துரை தரையிறங்கினார்.

பிரபல நடிகைகளை அழைத்தார் எம்.ஜி.ஆர்.!

எம்.ஜி.ஆர். என்ன என்பதுபோல தலையை உயர்த்தி உட்காரவைத்தார். தம்பித்துரை தனது அரசியல் செல்வாக்கை உச்சபட்சமாகப் பயன்படுத்தி எம்.ஜி.ஆரின் பதவியை எப்படியெல்லாம் காப்பாற்றி வருகிறார் என்பதைச் சொல்ல ஆரம்பித்தார். அப்போது அவருக்குக் காவல் தெய்வமாக இருந்த பூட்டாசிங்கை அவரது பேச்சில் அடிக்கடி இழுத்துக் கொண்டார். எம்.ஜி.ஆர். ஒன்றும் அறியாதவரைப் போல எல்லாவற்றையும் கேட்டுக் கொண்டிருந்தார். எம்.ஜி.ஆர். காதுகொடுத்துக் கேட்கிறார் என்பதை அறிந்து கொண்டதும், தம்பித்துரை தமது சொற்பொழிவை நீட்டினார். இடையிடையில் ஆங்கிலப் பதங்களை வேறு அள்ளித் தெளித்தார். எம்.ஜி.ஆர். ஓரளவு ஆங்கிலம் அறிந்தவர்தான். தமிழில் பேசுங்கள் என்றார். அப்போதே எம்.ஜி.ஆர். எரிச்சலடைந்திருக்கிறார் என்பதைத் தம்பித்துரை உணர்ந்து கொள்ளவில்லை.

ஆகவே 'பூட்டாசிங் என்றால் யார்' என்று எம்.ஜி.ஆர். கேட்டார். பூட்டாசிங்கை எம்.ஜி.ஆருக்குத் தெரியாதா என்ன? இதுதான் எம்.ஜி.ஆர். பாணி. தம்பித்துரை கடைசியாகத் தனது கதைகளை எம்.ஜி.ஆர். நம்ப மறுக்கிறார் என்பதை உணர்ந்து கொண்டார்.

பிறகு, ஜெயலலிதாவைக் குறை சொல்ல ஆரம்பித்தார் தம்பித்துரை. நீங்கள் இருக்கும்போது அந்த அம்மா முதலமைச்சராகி விடுவார்கள் என்று சொன்னார். எம்.ஜி.ஆர். எப்படி என்றார். உங்களைக் கட்சித் தலைவராக்கிவிட்டு, ஜெயலலிதாவை முதலமைச்சராக்குவதுதான் டெல்லிக்காரர்களின் திட்டம்; அதைத் தீவிரமாகச் செயல்படுத்தி வருகிறார்கள் என்றார். எம்.ஜி.ஆர். தேர்தல்

வரப்போகிறது என்றார். உடனே தம்பித்துரை அதெல்லாம் வராது கவர்னர் ஆட்சி வந்துவிடும் என்றார். எம்.ஜி.ஆர். அலட்சியமாகக் கையைக் காட்டினார்.

ஜெயலலிதா எம்.ஜி.ஆருக்கு எதிராக முக்கியமான கட்சிக்காரர்களைத் திரட்டி அவர் பதவியைப் பறிக்க முயற்சித்து வருகிறார் என்றார். எம்.ஜி.ஆர். கலவரப்பட்டார்.

தன்னை ஒரு சபாநாயகர் என்றுகூடப் பாராமல் அந்த அம்மா நிற்கவைத்துப் போகிறார்கள் என்றார். அதற்கு எம்.ஜி.ஆர். சிரித்துக் கொண்டார். இவரை நிற்கவைத்துப் பேசுவதே அதிகபட்சம் என்று எம்.ஜி.ஆர். நினைத்திருக்கக் கூடும்.

நான் எம்.ஜி.ஆர். அருகில் நிற்கக்கூடாது என்று தம்பித்துரை கேட்டுக் கொண்டார். அவர் வாக்கியத்தை முடிக்கும் முன்னரே நான் வெளியேறி விட்டேன். எம்.ஜி.ஆர். என்னைச் சினந்தார். அதற்கு ஓரிரு நிமிடங்களில் ஜெயலலிதாவின் மீது விறகுகளை அடுக்கி தம்பித்துரை நெருப்பு வைத்துவிட்டார்.

இனி யாரும், எந்த எம்.பி.யும், எம்.எம்.ஏ.யும் ஜெயலலிதாவோடு பேசக்கூடாது என்று எம்.ஜி.ஆர். கோபமாகச் சொன்னார். பரமசிவம் சாரைக் கூப்பிட்டு தனது உத்தரவைத் தொலைபேசி மூலமாகச் சொல்ல வேண்டும் என்றார். சிலருக்குத் தந்தியே வந்தது. எம்.ஜி.ஆர். இவ்வாறு சொல்லும்போது அருகில் இருந்த எனக்கும் சென்னையில் தந்தி வந்து சேர்ந்திருந்தது. எம்.ஜி.ஆர். கோபம் பூகோள வரைபடத்தின் வளைந்த கோடுகளையே நேராக நிமிர்த்தி விட்டது. அவ்வளவு கோபம்!

சேலம் கண்ணன் ஒருவர்தான் இம்மாதிரியான எம்.ஜி.ஆர். உத்தரவை நாடாளுமன்றத்தின் மைய மண்டபத்திலேயே பகிரங்கமாக விமர்சித்தார். அவர் தமது ஜெயலலிதா விசுவாசத்தில் உறுதியாக இருந்தார். ஆயிரம் விளக்கு கே.ஏ.கே.யும் ஜெயலலிதாவிற்கு ஆதரவாகக் கிசுகிசுத்தார். இராம. வீரப்பன் அணியினர் தங்களுக்கு விடியல் வந்துவிட்டதாக மகிழ்ந்தனர். விதியின் கரம் எழுதுகிறது; எழுதி மேற்செல்லுகிறது என்கிற உமர்கய்யாமின் கருத்துள்ள பாடலின் ஆழத்தை அப்போதைக்கு அவர்கள் அறிந்து கொள்ளவில்லை.

ஜெயலலிதாவின் அவல ஆட்சியால் தமிழர்கள் தங்கள் வாழ்நாள் பாடங்களைப் படித்துக் கொள்ள வேண்டும் என்பது இறைவனின் தீர்மானம் ஆனால் அதைத் தடுப்பதற்கு மனிதன் மிகமிகச் சின்னவன்.

எகிப்தில் ஒரு பாரவோனும், நமது நாட்களில் ஒரு ஹெயில் சலாசி, இடி அமீன் போன்றோரும் இறைவனின் ஏற்பாடுகளே. தங்கம், தாலியாவதற்கு நெருப்பு இறைவனின் ஏற்பாடுதானே!

தம்பித்துரை சென்றுவிட்டார். எம்.ஜி.ஆர். என்ன நினைத்தாரோ தம்பித்துரையை வாசல் வரை வந்து வழி அனுப்பினார். இந்த எம்.ஜி.ஆரைப் புரிந்து கொள்ளவே இயலாது. எம்.ஜி.ஆர். வாசல் வரை வந்து வழியனுப்புகிற அளவிற்கு பெரியவர் என்று தம்பித்துரை தானே நினைத்து கவிழட்டும் என்று செய்தாரோ என்னவோ.

அவர் சென்றபிறகு இவர் ஜெயலலிதாவிற்குச் செய்த ஃபோனெல்லாம் பதிவாகியிருக்கிறது என்று சொன்னார் எம்.ஜி.ஆர்.

என் கையிலிருந்த 'தாய்' வார இதழை வாங்கிப் புரட்டினார். ஜெயராஜ் வரைந்த படங்களைப் பார்த்தார். இது வியாபாரம் என்றார். 'அன்று சொன்னவை அர்த்தமுள்ளவை' பகுதியில் கண்களை நிலைநிறுத்தினார். 'பலவீனம் ஒரு மோசமான பள்ளத்தாக்கு; இடறி விழுந்தால் யானைகூட பூனைதான்' – கன்பூசியஸ் என்று இருந்தது. உண்மைதான் என்பதுபோல் தலையை அசைத்துக் கொண்டார்.

பலவீனத்தை விட ஒருவரை வீழ்த்துகிற பயங்கரமான ஆயுதம் வேறெதுவும் இல்லை. ஜெயலலிதாவின் இன்றைய வீழ்ச்சிக்குக் காரணம் சசிகலாவைக் கண்ணை மூடிக்கொண்டு நேசிக்கிற பலவீனம் தானே!

சுப்பிரமணியசாமி இப்போது ஜெயலலிதாவிற்கு எதிராகக் குருச்சேத்திரம் நடத்தி வெற்றி காணுகிற அளவிற்கு ஜெயலலிதாவின் தவறுகள் தொடர்கதையாகிவிட்டன. அதெல்லாம் இந்த நான்கு ஆண்டுகள்தானே.

தொடக்கத்தில் சுப்பிரமணியசாமி ஜெயலலிதாவிற்கு எதிராக அம்புபோட ஆரம்பித்ததற்கு என்ன காரணம்? ஜெயலலிதாவின் அரியணை ஏற்றத்திற்கு நாம்தானே காரணமாக இருந்தோம் என்கிற துணிச்சலில், சாமி புத்திமதி சொல்ல ஆரம்பித்தார். இந்த புத்திமதியாளரால், உடனடியான ஆபத்து சசிகலாவிற்கு வந்துவிடும் என்று சசிகலாவும், நடராசனும் நினைத்தார்கள். சாமியால் தங்கள் நாற்காலிக் கனவுகள் நாற்றங்காலிலேயே நசிந்துப் போகும் என்று அவர்கள் நினைத்ததும் சுப்பிரமணிய சாமியையே சூரசம்ஹாரம் பண்ணிவிடுவது என்று கோள்மூட்ட ஆரம்பித்துவிட்டார்கள்.

இவர்கள் சாமிக்கு எதிராக வத்தி வைக்கிறார்களே, இது உண்மையா, இதன் நோக்கம் என்ன என்று கூட அறிந்துகொள்கிற பொறுமை ஜெயலலிதாவிற்கு இல்லை. ஏன் இல்லை? அளவுக்கு அதிகமாக சசிகலாவை நேசித்தார். சசிகலாவைச் சார்ந்தே இருக்கவேண்டிய அவசியத்திற்கு ஆளானார். விளைவு இந்தப் பளிங்குப் பலவீனம் சுப்பிரமணியசாமி கையில் வேலுக்கும் பதிலாக

ஏ.கே. 47ஐத் தந்துவிட்டது.

இளைய திலகம் திருநாவுக்கரசு இப்போது ஜெயலலிதாவின் உலகமகா ஊழல் ஆட்சியை எதிர்த்து வருகிறார். ஆனால், தொடக்கத்தில் என்ன நடந்தது? ஜெயலலிதாவைக் காப்பாற்ற 14 காவல் வீரர்களைத் தனி உடுப்புகள் தைத்துக் கொடுத்து வைத்திருந்தார். திருநாவுக்கரசரின் ஆதிக்கம் வளர்ந்துவிடப் போகிறது என்று, சசிகலா நடராசன் 16 காவல் வீரர்களை வேறு வண்ண உடுப்புகளில் ஜெயலலிதாவின் காவலுக்கு அமர்த்தினர். விளைவு இந்தக் கௌரவர்களே ஒருவர் ஒருவரைத் தாக்கிக் கொண்டனர். இறுதியாக தனது ஆட்களை அடிக்கிறார்கள் என்று சசிகலாவும், நடராசனும் அம்மாவிடம் பட்டியல் கொடுத்தனர். ஜெயலலிதா இந்தக் குற்றச்சாட்டு ஏன் வருகிறது? எதற்காக வருகிறது என்றுகூடப் பார்க்கவில்லை.

சசிகலா சொன்னால் அது வேதம்; நாதம்; கீதம் எல்லாம். விளைவு ஜெயலலிதா திருநாவுக்கரசரோடு நேருக்கு நேராக மோதினார். நமக்கென்ன வீண்வேலை என்றுதான் சாப்பாட்டு போட்டு, சம்பளம் கொடுத்து ஜெயாவின் காவலுக்காக வைத்திருந்த காவல்வீரர்களைத் திருநாவுக்கரசு விலக்கிக் கொண்டார்.

ஒரேவரியில் சொல்லப் போனால் இன்று ஜெயலலிதாவிற்கு உருவாகியிருக்கிற வலிமையான எதிரிகள் அனைவரும் ஜெயலலிதாவின், சசிகலா அஞ்சலியால் வந்தவர்களே. ஜெயலலிதா என்னதான் முயற்சித்தாலும் இனி கண்ணை மறைக்கிற பலவீனத்தில் இருந்து தன்னை மீட்கமுடியாது.

மாவீரன் நெப்போலியனுக்கே இந்தக் கதி நேர்ந்தது என்றால் ஜெயலலிதா எம்மாத்திரம்? நெப்போலியன் ஏற்கனவே இரண்டு முறை திருமணமான ஜோசப்பின் என்பவளை அவள் இல்லத்தில் விருந்து சாப்பிடப்போய் கண்டெடுத்தான். ஜோசப்பினின் முதல் பார்வையிலேயே நெப்போலியச் சக்கரவர்த்தி தன்னை முழுவதுமாக இழந்தான். போர்க்களத்திலிருந்து, தனது மனைவியாகிப் போன ஜோசப்பினை வரவழைப்பதற்குக் கடிதம் எழுதினான். அதில் போர்க்களத்தை வருணித்தான். ஜோசப்பின் அங்கு வந்தால் அவளுக்கு என்னவெல்லாம் வழங்குவேன் என்று எழுதினான். அவள் விளையாடுவதற்கு நாய்க்குட்டிகள் உண்டு என்றுகூட எழுதிப் பார்த்தான். குதிரை வீரர்கள் அவளை அவனது கடிதத்தோடு சந்தித்தபோது அவள் வேறொரு கள்ளக் காதலின் உதட்டு மச்சத்தின் அகல நீளத்தை ஆராய்ந்து கொண்டிருந்தாள். இந்தத் தகவலைக் குதிரைவீரர்கள் நெப்போலியனிடம் எடுத்துச் சொன்னப் பிறகும்,

அவன் அவளை நேசித்தான்; அவளுக்கு முடிசூட்டினான்.

அவளை மணவிலக்குச் செய்வதற்கு மாதக் கணக்கில் யோசித்தான்.

ஒரு மாவீரனை மரணம் கைவிலங்கில் சந்திக்க வந்தபோது இறுதி வார்த்தைகளாக பிரான்ஸ், இராணுவம், ஜோசப்பின் என்று தனது வரலாற்றை அப்போதைக்கு முடித்துக் கொண்டான்.

ஒரு நெப்போலியனை ஜோசப்பினும், ஒரு இட்லரை ஈவா பிரானும் போதுமான அளவிற்கு நிலைகுலையச் செய்ய முடியுமானால் காகிதச் சர்வாதிகாரி ஜெயலலிதாவைப் பலவீனம் பரிதாபமாக அழித்துவிட இயலும். அதைத்தான் தமிழக வரலாறு தரிசித்துக் கொண்டிருக்கிறது.

'இளைதாக முள்மரம் கொல்க' என்றார் திருவள்ளுவர். முள் மரத்தை அழிப்பதென்றால் முளையிலேயே கிள்ள வேண்டும். வளர்த்துவிட்டு அதை அழிப்பதென்றால் அழிக்கின்ற கைகளுக்குத்தான் ஆபத்துவரும்.

டெல்லியில் எம்.ஜி.ஆர். சந்திக்க விரும்பியவர்களைச் சந்திக்க முடியவில்லை.

ஜெயலலிதாவின் அரசியல் செல்வாக்கு டெல்லி உச்சத்தில் பறந்தது. எம்.ஜி.ஆர். சோகசித்திரமானார்., அன்று மாலையே சென்னை திரும்ப வேண்டும் என்றவர் மறுநாள் காலைதான் புறப்பட்டார். வழக்கமாகப் பக்கத்திலிருக்கிறவரிடம் பேச்சுக் கொடுத்து வருகிற எம்.ஜி.ஆர். அன்றைய விமானத்தில் எவரிடமும் பேசவே இல்லை. சிந்தனையில் ஆழ்ந்துவிட்டார். வழக்கமாக வேளாவேளைக்குத் தரப்படுகிற மருந்து மாத்திரைகளை கூட வாங்கிக்கொள்ள மறுத்துவிட்டார்.

இரவு சென்னைக்கு வந்ததும் வராததுமாக அமைச்சர்கள் முத்துச்சாமி, பொன்னையன் ஆகியோரைத் தனித்தனியாக அழைத்துப் பேசினார். பிறகு ஜேப்பியார் வந்தார். ஜேப்பியாரைக் கோபித்துக் கொண்டாலும், மறுநாள் அவர் எம்.ஜி.ஆரைச் சென்று பார்த்துவிடுவார். இராம. வீரப்பன் அளவிற்கு எம்.ஜி.ஆரை உள்ளும் புறமுமாக அறிந்தவர் ஜேப்பியார்.

வாழ்க்கையின் கடைக்கோடியில் புறப்பட்டு இன்றைக்குக் கல்வி வள்ளலாக மாறியிருக்கிற ஜேப்பியார், எம்.ஜி.ஆர். என்கிற காவியத்தில் தவிர்க்க முடியாத தனி அதிகாரம்.

எம்.ஜி.ஆர். ஜேப்பியாரிடம் என்ன பேசினார் என்று அறிந்துகொள்ளக்கூடவில்லை. ஆனால் ஜெயலலிதாவை

எப்படியெப்படி மடக்குவது என்று இருவரும் ஆலோசனை செய்திருப்பார்கள் என்று ஊகிக்கிறேன். அப்போது மதுசூதனன், ஜேப்பியார் சொன்னதை சொன்னபடி நிறைவேற்றிக் கொண்டிருந்தார். இப்போது மதுசூதனன் மந்திரியாகி விட்டார். ஜேப்பியார் அரசியல் அஞ்ஞாத வாசத்தில் இருக்கிறார். முள் மரத்தில் இருந்தாலும் குயில் குயில்தான். அரண்மனையில் இருந்தாலும் கரப்பான்பூச்சி கரப்பான்பூச்சிதான்.

எம்.ஜி.ஆர். மறுநாள் பரமசிவம் சாரிடம் சொல்லி, ஜெயலலிதாவிடம் எம்.பி.க்கள், எம்.எல்.ஏ.க்கள் பேசக்கூடாது என்று தான் போட்ட உத்தரவு சரிவரச் செயல்படுகிறதா என்று கண்காணிக்கச் சொன்னார். என்ன பண்ணுவது? அவரது அரச கட்டளையை மீறிக்கூட சிலர் பேசிக்கொண்டுதானிருந்தார்கள்.

காரணம், காவல் துறையின் புலனாய்வுப் பிரிவே, எம்.ஜி.ஆர். விசுவாசிகளாகவும், ஜெயலலிதா விசுவாசிகளாகவும் பிரிந்து போனது.

இந்த நிலையில் ஜெயலலிதாவிற்கு ஆகவே ஆகாத சௌகார் ஜானகி, கொஞ்சம் ஆகாத பானுமதி, சரோஜாதேவி ஆகியோர்களை அழைத்துப் பேச எம்.ஜி.ஆர். ஆசைப்பட்டார்.

ஜெ.யின் புலி ஆட்டம்!

சௌகார் ஜானகி, பானுமதி, சரோஜாதேவி ஆகியோரை அழைத்து என்ன பேசினார் எம்.ஜி.ஆர். என்பதை நான் அறிந்திருக்கவில்லை. ஜெயலலிதாவைச் சிரமப்படுத்துவதற்காக பகலிலும் தெரிகிற இந்த நட்சத்திரங்களை அவர் பக்கத்தில் அழைத்திருக்க வேண்டும். இதுவே எனது ஊனப்பட முடியாத ஊகம்.

ஒருநாள் எம்.ஜி.ஆர். என்னிடம் ஜெயலலிதா பேசுகிற ஆங்கிலம் சரியானதா சௌகார் ஜானகி பேசுகிற ஆங்கிலம் சரியானதா என்று கேட்டார். நான் ஆங்கிலம் பேசி எம்.ஜி.ஆர். கேட்டதில்லை. கேட்டிருந்தால் இந்தக் கேள்விக்கே அவசியம் இருந்திருக்காது. இரவில் சாப்பிடுவதை டின்னர் என்றும் பகலில் சாப்பிடுவதை லஞ்ச் என்றும் ஆங்கிலம் அறிந்ததாக நினைப்பவர்கள் சொல்லுகிறார்கள். உண்மையில் பகலோ இரவோ எப்போது சாப்பிட்டாலும் சின்னது லஞ்ச், பெரிது டின்னர். ஜெயலலிதாவும், சௌகார் ஜானகியும் சின்ன வயதாகியிருக்கும்போது ஆங்கிலம் படித்து நிறுத்தி விட்டார்கள். நான் இப்போதும் அழுதும் தொழுதும் ஆங்கிலத்தைப் படித்து வருகிறேன் என்றேன்.

எம்.ஜி.ஆர். மற்றவர்கள் நினைப்பதுபோல அல்ல; ஆழமானவர். அறிவில் ஒரு கமலஹாசன், ஜெமினிகணேசன், ராஜேஷ் எல்லாம் சேர்ந்தவர். நிரம்பத் தெரிந்தவர்; காட்டிக்கொள்ளமாட்டார். காரணம் அவரது மூலபலம் அவர் சேகரித்த செய்திகளால் வந்தது அல்ல. அது வெள்ளித்திரையில் விளைந்தது.

எம்.ஜி.ஆர். ஆச்சரியப்படும்படியான ஒரு கேள்வியைக் கேட்டார். தமது பேனாவைக் காட்டி இது 'Cheap' என்றால் என்ன அர்த்தம் என்று கேட்டார். நான் உடனே இது தரத்தில் தாழ்ந்தது என்று

சொன்னேன். விலை மலிவு என்கிற அர்த்தம் இல்லையா என்றார். இல்லை என்றேன். தட்டிக் கொடுத்தார்.

23 வயதில் ஆச்சார்ய கிருபளானியின் பேச்சை சின்ன காஞ்சிபுரத்தில் மொழி பெயர்த்தேன். 27 வயதில் ஜெயப்பிரகாஷ் நாராயணன் பேச்சை திருநெல்வேலியில் மொழிபெயர்த்தேன். அவர்கள் பாராட்டிய என்னை எம்.ஜி.ஆர். உச்சி முகர்ந்து மெச்சிப் புகழ்ந்தார். ஒட்டகங்கள் பாராட்டிய இந்தப் பேரீச்சை மரத்தை ஓணான்கள் பாராட்டாவிட்டால் என்றால் போகட்டும்.

விடுதலைப்புலிகளுக்கு எம்.ஜி.ஆர். தருகிற வரன்முறை அற்ற ஆதரவுதான், இலங்கையில் நடைபெறுகிற இனப்படுகொலைகளுக் கெல்லாம் காரணம் என்ற அபவாதத்தை ஜெயலலிதா கிளப்பினார்.

எம்.ஜி.ஆரைப் பதவி நீக்கம் செய்து, தான் முடிசூட்டிக் கொள்ளுவதற்கு விடுதலைப் புலிகள் விவகாரத்தை ஜெயலலிதா பயன்படுத்த ஆரம்பித்தார்.

விடுதலைப்புலிகளுக்கு ரூ. 5 கோடியைப் பகிரங்கமாக எம்.ஜி.ஆர். தந்தார். சட்டப் பேரவையிலேயே இதை அவர் அறிவித்தார். கடைசி நேரத்தில் இலங்கை அதிபர் தந்த அழுத்தத்தால் இந்தத் தொகையைக் கொடுக்கக்கூடாது என்று மத்திய அரசு எம்.ஜி.ஆரைக் கேட்டுக்கொண்டது.

எம்.ஜி.ஆர். கொடுத்துவிட்டேன் என்று மத்திய அரசுக்குச் சொல்லிவிட்டார். ஆனால் இரண்டு நாட்கள் கழித்துத்தான் கொடுத்தார். இப்படி கொடுக்காமலிருக்கும்போதே கொடுத்ததாகச் சொன்னார். மத்திய அரசை ஏமாற்றிவிட்டார் என்று... எம்.ஜி.ஆர். பலவீனமான நேரம் பார்த்து ஜெயலலிதா அரிக்காமேடு ஆராய்ச்சியில் இறங்கினார்.

ஜெயலலிதா என்கிற அரசியல் பட்டாம்பூச்சி சொன்ன இந்தத் தகவலை அன்றைய தில்லி பெரிதாக எடுத்துக் கொண்டது. எம்.ஜி.ஆர். கொடுப்பதற்கு முன்னரே, விடுதலைப் புலிகளுக்குக் கொடுத்து விட்டதாக ஏன் சொன்னார் என்று மத்திய அரசு துருவியது. இதுபற்றிய கேள்விகள் அர்த்தமற்றவை. அநாவசிய மானவை என்று ஒரு போடு போட்டுவைத்தார் எம்.ஜி.ஆர்.

நானும் புலிகளுக்காக பாராளுமன்றத்தில் வலிமையாக வாதிட்டிருக்கிறேன். தமிழர்களின் பாதுகாப்பிற்காக இந்திய அமைதிப்படை இலங்கை செல்லவேண்டும் என்று அமரர் ராஜீவ் காந்தியிடம் ஓடி ஓடிச்சென்று கேட்டிருக்கிறேன். வை. கோபால்சாமி சொல்லட்டும் நாடாளுமன்றத்தில் புலிகளுக்காக எவ்வளவு வலி

மையாகப் பேசுவேன் என்று. ஒரு நாளிதழ் நடத்துவதற்காக எனது உறவினர்கள் இலங்கையிலிருந்து அனுப்பிய பணத்தையே என்னிடம் தராமல் எடுத்துக் கொண்டார்கள். பிறகும் அவர்களை நேசித்தேன். இது எல்லோரும் புலிகளின் பற்களுக்கு பயோரியா பற்பொடி தேய்த்த நேரம்.

எம்.ஜி.ஆரின் வார இதழில் ஆசிரியராக இருந்து கொண்டே தனிப்பத்திரிகை தொடங்க விடுதலைப் புலிகளிடம் வலம்புரிஜான் பணம் பெற்றார் என்கிற அபாண்டத்தை ஜெயலலிதா என்மீது சுமத்தினார். மோகனரங்கத்திடம் சொல்லி, விடுதலைப் புலிகளைப் பற்றி பாராளுமன்றத்தில் பேசுவதானால் எம்.ஜி.ஆரிடம் கேட்க வேண்டும் என்று ஜெயா எனக்குத் தகவல் தந்தார்.

என்ன வேண்டுமென்றாலும் பேசிக்கொள்ளலாம் என்று எம்.ஜி.ஆரிடம் Blanket Permission வாங்கியிருக்கிறேன் என்று ஒரேவரியில் சொல்லிவிட்டேன். புலிகளுக்கு ஆதரவாக என்ன பேசினாலும் அன்றைய எம்.ஜி.ஆர். மௌனமாகவே இருப்பார். காரணங்களைக் கண்டுபிடிப்பது ஒன்றும் சிரமமானதில்லை.

இரா. ஜனார்த்தனத்தை அழைத்து எம்.ஜி.ஆர். பேசினார். அமிர்தலிங்கத்தின் கோரமான முடிவிற்குப் பிறகு இரா. ஜனார்த்தனம் தமிழ் ஈழத்தை நம்பினாரே தவிர, புலிகளை நம்பவில்லை. எட்டவே இருந்தார். இரா. ஜனார்த்தனம் ஈழத்தந்தை செல்வநாயகத்தின் இடது பக்கம் வன்முறைக்கும், வன்முறையாளர்களுக்கும் எதிராகிவிட்டார்.

ஓடுகிறவனையே புலிகள் நின்று கொண்டு சுட்டு விடுவார்களாமே என்று இரா. ஜனார்த்தனத்திடம் எம்.ஜி.ஆர். கேட்டிருக்கிறார். எம்.ஜி.ஆர். வியப்பால் கேட்டாரா அல்லது அவர்களோடெல்லாம் தொடர்பு வைத்திருக்கிறீர்களே என்று கேட்டாரா என்பது எனக்குத் தெரியாது.

இந்த நேரத்தில் கோவை இராமகிருஷ்ணன் பிரபாகரன் பிறந்தநாள் விழாவை, கோயம்புத்தூரில் நடத்தினார். நான்தான் சிறப்புச் சொற்பொழிவாளர். என்னோடு விருதுநகர் சீனிவாசனும் பேசினார். இந்த ஒலி நாடாக்களை உடனே அவர் விடுதலைப் புலிகளின் முகாமிற்கு அனுப்பியதாக அறிந்தேன். ஆனால் ஆச்சரியம். இதில் ஒன்று ஜெயலலிதா கரங்களுக்கு வந்து மீண்டும் பதிவு செய்யப்பட்டு எம்.ஜி.ஆரிடத்தில் சென்று சேர்ந்தது.

எம்.ஜி.ஆர். தமிழ் ஈழம் வேண்டும் என்று கேளுங்கள். இந்த அளவிற்கு கோபத்தோடு கொந்தளிக்க வேண்டுமா? என்று கேட்டார். ஜெயலலிதா அதோடு நிற்கவில்லை. ஒலி நாடாவின் பிரதி ஒன்றை

மத்திய உள்துறைக்கு அனுப்பினார். அதிகாரிகள் வந்து என்னை விசாரித்தார்கள். என்னிடம் பேச்சுக் கொடுத்த பிறகு ஏறத்தாழ நான் சொல்வதே சரி என்கிற முடிவிற்கு வந்ததுபோல அந்த அதிகாரிகள் இருந்தார்கள். பிறகு வெளியில் நிறுத்தி வைத்திருந்த A-I-R அதிகாரிகளை அழைத்து, வன்முறையைக் கைவிட்டு விட்டு அமைதியான வழியில் இலங்கைப் பிரச்சினைக்குத் தீர்வு காணவேண்டும் என்று பேசச் சொன்னார்கள். நான் பேசுகிற மாதிரித்தான் நீங்கள் பதிவு செய்யவேண்டும் என்றேன். சரி என்றார்கள். எனக்கு முன்னர் சிலம்புச் செல்வர் பேசியிருந்தார்.

இதையறிந்த ஜெயலலிதா தனது பேச்சை ஏன் பதிவு செய்யவில்லை என்று வானொலி அதிகாரிகளை வாணலியில் பதம் பார்த்தார். அம்முவின் பேச்சு அந்நேரம் அக்கரைக்குச் சென்றிருந்தால் அமைதிப்படை அப்படியே திரும்பியிருக்கும்!

இதெல்லாம் அமரர் ராஜீவ் காந்தியின் ஈவிரக்கமற்ற கொலைக்கு முன்னர். ராஜீவ் காந்தியைக் கொலை செய்ததன் மூலமாகப் புலிகள் தங்களது தனிநாட்டுக் கோரிக்கையைத் தற்காலிகமாக தகர்த்தெறிந்து விட்டார்கள். ஒரு போராட்டத்திற்குப் பல முனைகள் உண்டு. (டொமினியன் அந்தஸ்து - பூர்ண ஸ்வராஜ்யம்) என்பதை ஏற்றுக்கொள்ள மறுக்கிறவர்கள் செங்கிஷ்கான் வழியில் செல்லுகிறவர்களே. ராஜீவ் காந்தியைப் படுகொலை செய்ததால் தமிழர்களின் பெரும் ஆதரவைப் புலிகள் இழந்தார்கள் என்பதுதான் உண்மை.

அன்று விடுதலைப் புலிகளுக்கு ஆதரவாகப் பேசுவதுபோல் பேசிவிட்டு, எல்லா வழிகளிலும் அவர்களுக்கு (ராஜீவ் காந்தி கொலைக்கு முன்னர்) எதிராகவே செயல்பட்ட ஜெயலலிதா இன்று அவர்களை அடக்கி ஒடுக்கிவிட்டதாக மார்தட்டிக் கொள்கிறார். உண்மையில் இன்னமும் விடுதலைப் புலிகளுக்கு அச்சத்தின் காரணமாக ஜெயா கப்பம் கட்டி வருகிறார். கடலோரங்களில் அவர்களுக்குப் பல்வேறு சலுகைகள் செய்து வருகிறார். இவையெல்லாம் தமிழ் ஈழத்தின் மீது உள்ள தணியாத காதலால் அல்ல. உயிரைப் பற்றிய அச்சத்தால்.

ஒருவேளை பயிற்சி பெற்ற கொலைகாரர்களை வைத்து தனது அரசியல் எதிரிகளைப் பழிவாங்குவதற்காகவும் இருக்கலாம்.

விடுதலைப் புலிகளால் தனக்கு ஆபத்து என்று ஜெயலலிதா விடுகிற கரடியை கண்ணா மூச்சு விளையாடுகிற குழந்தைகள் கூட நம்பமாட்டார்கள்.

ராஜீவ் காந்தியின் கோர மரணத்திற்குப் பிறகும், விடுதலைப் புலிகளுக்கு விசுவாசமாக இருக்கிற பழ. நெடுமாறன், கி. வீரமணி போன்றோரைப் பக்கத்தில் வைத்திருக்கும் ஜெயலலிதாவை நம்புவதற்குத் தமிழர்கள் ஆதிவாசிகளா என்ன?

எம்.ஜி.ஆர். காலத்தில் அவர் விடுதலைப் புலிகளை ஆதரித்ததில் உறுதி இருந்தது. நியாயம் நிமிர்ந்து தெரிந்தது.

ஜெயலலிதாவின் புலிகள் ஆதரிப்பும், எதிர்ப்பும் இரண்டுமே ஒரே நாடகத்தின் இரண்டு காட்சிகள்.

எம்.ஜி.ஆருக்குத் தில்லிக்கு உடனே வரும்படி மீண்டும் தாக்கீது வந்தது. அவரோ சூடானார்.

சோனியாவை தொடர்பு கொண்டார் ஜெ.!

தில்லிக்குச் சென்ற எம்.ஜி.ஆரோடு நானும் உடன் செல்ல நேர்ந்தது. வேறு சில எம்.பி.க்களும் அதே விமானத்தில் இடம்பிடித்துக் கொண்டார்கள்.

தமிழ்நாடு இல்லத்திற்குக் கூடச் செல்லாமல், எம்.ஜி.ஆர். இந்தமுறை நேரடியாக ராஜீவ்காந்தி வீட்டிற்கு விரைந்தார். ராஜீவ் காந்தியைச் சந்தித்து அவர் என்ன பேசினார் என்பதை உடனே அறிந்து கொள்ள முடியவில்லை. ஆனால் அவர் கோபக் கொந்தளிப்போடு இருந்ததைப் பார்த்து பேச்சு சுமூகமாக இல்லை என்பதை அறிந்து கொண்டேன்.

பிறகு விடுதலைப் புலிகளை ஏன் எம்.ஜி.ஆர். விழுந்து விழுந்து ஆதரிக்கிறார் என்று மத்திய அரசின் மாட்சிமை தாங்கிய அதிகாரிகள், ராஜீவ் காந்தி முன்னிலையில் எம்.ஜி.ஆரை வறுத்து எடுத்ததாக அறிந்தேன்.

புலிகளை அப்போதைக்கு ஆதரிக்காவிட்டால், முழுத் தமிழ்நாடும் ஆள்வோருக்கு எதிராக ஆகிவிடும் என்பதை எம்.ஜி.ஆர். வலியுறுத்தியிருக்கிறார். மாலையே எம்.ஜி.ஆர். திரும்பிவிட்டார்.

இந்தக் காலக்கட்டத்திற்கும், இரண்டு மாதங்களுக்கும் முன்னர் பம்பாய் வரதாபாய் தலைமையில் இலங்கைத் தமிழ் மக்களுக்கு ஆதரவான போராட்டத்திற்கு எம்.ஜி.ஆரே பணம் தந்தார் என்று குற்றம்சாட்டியிருக்கிறார்கள். எம்.ஜி.ஆர். மறுத்திருக்கிறார். உச்சி மயிரையும், உடம்பு நூலையும் உருவி விட்டுக் கொண்டு, இந்தியாவை வாழவைப்போம் என்று இந்தியர்களைச் சாகடித்துக் கொண்டிருக்கிற சில பிராமணர்களுக்கு, அம்முவின் வார்த்தை அன்றும் அமுதப் பிரவாகம். எம்.ஜி.ஆர். என்ன சொன்ன போதிலும் எடுபடவில்லை.

எம்.ஜி.ஆர். வரதாபாயின் போராட்டத்தோடு

சம்பந்தப்படவில்லை. வரதாபாய் கடத்தல்காரர் என்பார்கள். இருக்கலாம். ஆனால், அவருக்கும் மறுபக்கம் ஒன்று உண்டு. அவரது இலங்கைத் தமிழர்களுக்கான தில்லிப் பேரணிக்கு பின்னணியாக இருந்தவர் இரா. ஜனார்த்தனம் அவர்தான் பேரணிக்கான ஆட்களைக் கூட்டிச் சேர்த்தார்.

இந்தப் பேரணிக்கு முன்னர் என்னைப் பார்க்க வேண்டுமென்று வரதாபாய் ஆசைப்பட்டார். வந்து பார்ப்பதில் எனக்கொன்றும் வருத்தம் இல்லை. இருந்தும் மராத்திய முரசு ஜெபராஜ் என் இல்லத்திற்கு வரதாபாயை அழைத்து வந்தார். என்னைச் சந்திப்பதற்கு முந்தியநாள் வரதாபாய் எம்.ஜி.ஆரைச் சந்தித்திருக்கிறார். வரதாபாயின் இத்தகைய ஊர்வலம், போராட்டம் ஆகியவற்றுக்குத் தனது ஆதரவு உண்டு என்று எம்.ஜி.ஆர். எடுத்துரைத்திருக்கிறார்.

ராஜீவ் காந்திக்கு விண்ணப்பம் ஒன்று எழுதவேண்டும் என்று வரதாபாய் என்னைக் கேட்டுக் கொண்டார். என்னிடத்தில் அப்போதைக்கு தட்டச்சுப் பொறி (டைப்ரைட்டர்) இல்லை. ஆகவே ஜெபராஜிடம் சொல்லி அரைமணி நேரத்தில் சிவப்பு வண்ணத்திலான ஒரு தட்டச்சுப் பொறியை கொண்டுவந்து கொடுத்தார்.

விண்ணப்பம் தயாரானது. போகிறபோது அந்த டைப் ரைட்டரை எனக்கே பரிசாகக் கொடுத்தார். நான் தயக்கத்தோடு வாங்கிக் கொண்டேன். பிறகு ஒரு தில்லிப் பயணத்தில் தொடர் வண்டியில் அது தொலைந்து போனது. அவரது நினைவுகள் மாத்திரம் என் கண்களுக்குள் கழுவப் படாமலே கிடக்கின்றன.

தமிழ்நாட்டில் பல தலைவர்கள் அவரிடத்தில் பணம் பெற்றவர்கள் கடத்தல்காரர் என்பார்கள். அவர் காசுமாத்திரம் அவர்களுக்குக் கரையாத கற்கண்டாக இனிக்கும். ஒருநாள் அவர் மறைந்து போனார். சென்னையில் அவரது சடலத்தைப் பார்க்கப் போனேன். அவரிடம் காசு பெற்ற அரசியல் தலைவர்கள் ஒருவர்கூட வரவில்லை.

"எந்த விமானத்தில் கொண்டு போகப் போகிறீர்கள்?" என்று கேட்டேன். தட்டுத் தடுமாறிய தமிழில் ஒரு நெடிய உருவம் தனி விமானத்தில் கொண்டுபோக ஏற்பாடாகியிருக்கிறது என்றது. உருவத்திற்குச் சொந்தக்காரர் மஸ்தான்.

இருவரும் கடத்தல்காரர்கள். ஆனால் ஒரு கடத்தல்காரனுக்கு இருந்த இதயம்கூட, வரதாபாயிடம் காசு வாங்கிய தமிழ்நாட்டு அரசியல்வாதிகளுக்கு இருக்கவில்லை. வரதாபாய் உயிரோடிருந்தபோது, தில்லியில் இலங்கைத் தமிழர்களுக்காக அவர்

நடத்திய ஊர்வலமே தமிழ் உணர்வு நெருப்பிற்கு அவர் ஊற்றிய கடைசிச் சொட்டு நெய்யாக இருந்தது.

தில்லியில் மாபெரும் கூட்டம் நடைபெற்றது. இதில் குமரி அனந்தன், மரகதம் சந்திரசேகர், மதுரை ஆதீனம், நான் எல்லோரும் பேசினோம். முத்தமிழ்க் காவலர் தலைமை வகித்தார்.

பகல் 12 மணிக்குக் கூட்டம் முடிந்தது. பிறகு ஊர்வலம். ஊர்வலத்தை பி.பி.சி. வாய்ஸ் ஆஃப் அமெரிக்கா ஆகிய நிறுவனங்கள் படம்பிடித்தன. படத்தில் விழவேண்டும் என்பதில் மதுரை ஆதீனம் அளவு கடந்த அக்கறை காட்டினார்.

1 மணிக்கு ராஜீவ் காந்தியை அனைவரும் சந்தித்தோம். மரகதம் சந்திரசேகரும், முத்தமிழ்க் காவலரும் விளக்கினார்கள். சொன்ன உடன் உட்காராமல், பணிவு காரணமாக நின்று கொண்டிருந்த மரகதம் சந்திரசேகரை ராஜீவ் காந்தி செல்லமாக கடிந்து கொண்டார். இலங்கைக்குப் பாதுகாப்புப் படையை அனுப்ப வேண்டுமென்று எல்லோரும் கேட்டோம். ராஜீவ் காந்தி சரி என்றார். நானும் பேசினேன்.

அன்று மாலையில் வரதாபாய் தமிழ்நாடு அரசினர் மாளிகையிலிருந்து தொடர்பு கொண்டார். "எல்லா ஏற்பாடுகளையும் செய்துவிட்டு ராஜீவ் காந்தியைச் சந்திக்காமல் நீங்கள் ஒதுங்கிக் கொண்டீர்களே" என்று கேட்டேன். "நான் வந்தால் பிரச்சினையை திசைதிருப்பி விடுவார்கள். ராஜீவ் காந்தியை நான் சந்திப்பது முக்கியம் இல்லை; தமிழர்கள் தங்களது தர்மயுத்தத்தில் வெற்றி பெற்றால் போதுமானது" என்று அப்போது வரதாபாய் சொன்னார்.

நமது தமிழ்நாட்டின் பல ஆலயங்களில் பதினைந்து ரூபாய்க்கு குழல்விளக்கு வாங்கி அ.ம.சக. உபயம் என்று இருபது ரூபாய்க்கு அதன்மேலே பெயரை எழுதி, வெளிச்சம் வெளியே வராமல் செய்து விடுவார்கள். அப்படிப்பட்ட தமிழ்நாட்டில், வரதாபாய் போன்ற இதயம் படைத்த மனிதர்களும் வந்துபோய் இருந்திருக்கிறார்கள்.

இரவில் எம்.ஜி.ஆர். தொலைபேசியில் என்ன நடந்தது என்று கேட்டு அறிந்து கொண்டார். "என் பெயரைச் சொல்லி உங்களிடம் எவராவது பணம் வாங்கினார்களா என்று வரதாபாயிடம் ஏன் கேட்டீர்கள்?" என்றார். இதுவரை இல்லை என்று அவர் சொன்னார்" என்றேன். எம்.ஜி.ஆர். சிரித்துக் கொண்டார். இதிலிருந்து எம்.ஜி.ஆர். வரதாபாயிடம் பேசியிருக்கிறார் என்பது உறுதியானது.

அவ்வளவுதான்... டெல்லியில் நடைபெற்ற தமிழர்களின் ஆர்ப்பாட்டத்திற்கே எம்.ஜி.ஆர்.தான் பின்னணி வகித்தார்; பணம்

கொடுத்தார் என்கிற அபாண்டத்தை ஜெயலலிதா எம்.ஜி.ஆர். மீது சுமத்தினார். பகிரங்கமாக அல்ல; இது சில நேரம் சீறும்; சினக்கும். பலநேரம் பதுங்கி இருந்து சத்தம் போடாமலே கடித்துச் சாகடித்து விடும்.

'டைம்ஸ் ஆஃப் இந்தியாவின் நிருபர் ஒருவர், ஜெயலலிதாவின் இந்த எம்.ஜி.ஆருக்கு எதிரான தாக்குதலை வெளியிட்டு விட வேண்டுமென்று துடியாய் துடித்தார். இதை அறிந்த எம்.ஜி.ஆர். மனவேதனைப்படவில்லை. மாறாக மகிழ்ச்சி அடைந்தார்.

அந்நாளில், சட்ட அமைச்சர் மாதவனின் பத்திரிகையில் நிருபராக அருணகிரி என்று அறியப்பட்டவரே பின்னாளில் மதுரை ஆதீனம் ஆனார். அவரது பிழைகளை நான் அறிவேன். இளமையில் இது எல்லோருக்கும் இயல்பானது. நான் இதைப் பெரிதுபடுத்தவில்லை. திருஞான சம்பந்தர் மடத்தையே தீர்த்துக் கட்டுகிறார் என்று ஆர்.எம். வீரப்பன் என்னிடம் சொன்னார். பல்வேறு கடிதங்கள் அடங்கிய ஆவணக் கோப்பு ஒன்றைத் தந்தார்.

அரியநாயகிபுரம் சுப்பிரமணியப் பிள்ளை என்கிற பெரியவர்தான் இந்தத் தகவல்களைத் திரட்டினார். ஆர்.எம். வீரப்பனின் வற்புறுத்தலின் பேரில் மடாதிபதியின் திருவிளையாடல்கள் தாய் வார இதழில் தொடராக வெளிவந்தது.

ராஜாமணி என்கிற பெண்ணுக்கு மதுரை ஆதீனம் எழுதிய காதல் கடிதங்களும் இந்த ஆவணங்களிலே ஒன்று. இந்தக் கட்டுரைத் தொடர் தொடங்கியபோது, எம்.ஜி.ஆர். சும்மா இருந்தார். அதற்குள், இரண்டு வருடங்களுக்கு முன்னர் சங்கராச்சாரியாரையே சாத்திக் கொண்டு சும்மா இரு என்று அறிக்கைவிட்ட ஜெயலலிதா, ஆதீனத்தை அவமானப்படுத்தலாமா என்று பிள்ளைமார் சங்கங்களைத் தூண்டிவிட்டார்; தூபம் போட்டார்.

விளைவு, கட்டுரைத் தொடரை நிறுத்தி விடும்படி எம்.ஜி.ஆர். சொன்னார். ஆனால் இவைகள் உண்மை என்று ராஜாமணியின் உறவினர் ஒருவரே என்னிடம் தெரிவித்தார். அவர் எனது உற்ற நண்பர். ஈரோடு கலாசிபாளையத்தில் இன்னமும் வசிக்கிறார். இதெல்லாம் உண்மை என்றேன். உண்மையாயிருந்தாலும் வெளியிட்டது போதும் என்று சொல்லிவிட்டார் எம்.ஜி.ஆர்.

ஜெயலலிதா பிரச்சினைகளைப் பார்க்காமல் தனி மனிதர்களைப் பார்க்க ஆரம்பித்துவிட்டார்.

தந்தைப் பெரியார் ஒருவர்தான் தனிமனிதர்களைப் பாராமல் பிரச்சினைகளை மாத்திரம் பார்த்தவர். பெருந்தலைவர் காமராசரைப்

பார்க்கவில்லை; அவரை ஆதரித்தபோது அவரைத் தமிழர் என்று பார்த்தார். கருணாநிதியை ஆதரித்தபோது தனது குடியரசில் பணியாற்றியவர்தானே என்று நினைக்கவில்லை. தமிழர் என்று கருதினார்.

அவருக்குப் பின்னாலே வந்தவர்களிலே பலர், பிரச்சினைகளை முன்னிறுத்துவதை விட தங்களையே முன்னிறுத்துகிறார்கள். புதுக்கோட்டைத் தேர்தல் ஒரு அண்மைக்கால உதாரணம். கருணாநிதி பெரியவரா, வை.கோ. பெரியவரா என்பதைப் பற்றி தமிழ் மக்களுக்கு என்ன அக்கறை இருக்க இயலும்?

ஜெயலலிதா என்கிற பொதுவான தீமை, தங்களது போட்டா போட்டியால் தொடரும் என்று தெரிந்திருந்தும், தங்களை முன்னிறுத்தி தமிழர்களின் இரவுகளை நீட்டிக்கிறவர்கள் எந்தக் கட்சியின் தலைவராக இருந்தாலும், வரலாற்றின் குப்பைத் தொட்டி வாய் பிளந்து அவர்களை வரவேற்கும்.

ஜெயலலிதா ராஜீவ் காந்தியைத் தொலைபேசியில் தொடர்பு கொண்டார். ஒருநாள் நள்ளிரவில் தொடர்பு கொண்டார். திருமதி சோனியா காந்தி எதிர்முனையில்- மறுமுனையில் இந்த ஆண்டின் தலைசிறந்த பெண்மணி ஜெயலலிதா.

எம்.ஜி.ஆரின் சொத்துக் கணக்கு காட்டிக் கொடுத்தார் ஜெயலலிதா!

நடந்து போகிறபோது எதிர்ப்படுகிற தென்றல், வகிட்டில் ஒரு கூந்தல் முடியைக் குறுக்கே படுக்க வைத்து விட்டாலும், அந்தத் தென்றலுக்கும் தீவைக்க வேண்டும் என்று எண்ணுகிறவர் ஜெயலலிதா. ராஜீவ்காந்தி மேல் உள்ள கோபத்தைச் சோனியாகாந்தியிடம் காண்பித்திருக்கிறார். கிழக்கு நாடுகளுக்கு உரிய அடக்கம் மிகுந்த சோனியாகாந்தியிடம் மேற்கு நாட்டு மிடுக்கும் இருப்பது இயல்புதானே? ஜெயலலிதா அன்றைக்கும் இன்றைக்கும் தமிழ்நாட்டில் ஒட்டுண்ணிகள் கூட்டத்திற்குத் தலைவியே தவிர உலக தலைவர் அல்ல. ஆகவே, ஜெயலலிதாவின் ஆட்ட பாட்டங்களை ஓரளவு அறிந்து வைத்திருந்த சோனியாகாந்தி கோபம் அடைந்தார் என்று அப்போதே பத்திரிகைகளில் பரபரப்பாக செய்திகள் வந்தன். இதற்குப் பிறகு எந்தச் சந்தர்ப்பத்திலும் சோனியா காந்தி ஜெயலலிதாவிடம் பேசியதாக எனக்குத் தகவல் இல்லை.

இந்திய அமைச்சரவையின் வெட்டிய ஆப்பிளின் விலாசம் தெரிகிற வண்ணமயமான பெண் அமைச்சர் மார்கரெட் ஆல்வாவை வைத்து சோனியாகாந்தியை நெருங்க. ஜெயலலிதா முயற்சித்து தோல்விப் பள்ளத்தாக்கு துவண்டார்.

கோவையைச் சார்ந்த மருத்துவர் ஒருவரும், பெருந்தனக்காரர் ஒருவரும் ராஜீவ்காந்தி அறக்கட்டளைக்கு ரூபாய் ஒருகோடி தருகிறோம் என்று ஜெயலலிதாவைச் சோனியா காந்தியோடு மேடையில் பார்த்துவிட ஆசைப்பட்டார்கள். சோனியாகாந்தியைப் படத்திலே கூட அவர்களால் பார்க்க முடியவில்லை.

சோனியாகாந்தியை இப்போதும் ஜெயலலிதாவின் நிரந்தர நேசர்களான பாரதீய ஜனதாக்காரர்கள் இத்தாலிக்காரர் என்று

வருணிக்கிறார்கள். இந்தியாவில் வரஇருப்பது ரோமராஜ்யமா? ராமராஜ்யமா? என்றெல்லாம் எழுதுகிறார்கள். மழைக்கும், காற்றுக்கும் விசா வழங்குகிற விசாலமான இதயம் படைத்தவர்களின் எண்ணிக்கை இந்தியாவிலேதான் அதிகமாக இருக்கிறது.

தமிழ்நாட்டில் ஒரு நேரத்தில் கருணாநிதியைத் தெலுங்கர் என்றார்கள். எம்.ஜி.ஆரை மலையாளி என்றார்கள். பெரியாரையே கன்னடர் என்றார்கள். எடுபட்டதா? தமிழ்நாட்டின் விரிவுதான் இந்தியா.

இன்றுவரை ஜெயலலிதாவால் சோனியா காந்தியை நெருங்க முடியாமல் இருப்பதே எந்த இருட்டிலும் ஒரு ஒளிக்கங்கு நமக்கு உண்டு என்பதற்கு எடுத்துக்காட்டு.

எம்.ஜி.ஆர். அள்ளிக்கொடுத்த வள்ளல். கிள்ளிக் கூடத்தராத கீழ்மக்கள் சிலர் அவரோடு உறவாடிக் கொண்டே அவரது சொத்து விபரங்களைச் சேகரிக்க ஆரம்பித்தார்கள். இன்று ஏறத்தாழ தமிழ்நாடு முழுவதையும் வாங்கிவிட்ட இட ஒதுக்கீட்டு நாயகியின் வலது பக்கம் வீற்றிருக்கிற சசிகலாவின் மீது பிணத்தை விட அமைதியாக இருந்த மத்திய அரசு தனது பக்கவாதத்தில் படுத்துவிட்ட வலது கரத்தை அசைக்க ஆரம்பித்திருக்கிறது. முட்டைக்கு இதுவரை முகச்சவரம் பண்ணிக்கொண்டிருந்த வருமான அதிகாரிகள் இப்போதுதான் தங்கள் விசாரணையில் ஆமைகளோடு போட்டிபோட ஆரம்பித்திருக்கிறார்கள்.

ஆனால் அன்று எம்.ஜி.ஆருக்கும், ஜானகி அம்மாளுக்கும் எங்கங்கே சொத்துக்கள் இருந்தன என்கிற பட்டியலைச் சேர்ப்பதற்கு மத்திய அரசின் நிதித்துறைக்கு ஊக்கம் கொடுத்தவரே ஜெயலலிதாதான்.

பல்லாவரத்தில் ஒரு கடைப்பகுதி எம்.ஜி.ஆருக்குச் சொந்தம், ஆலந்தூரில் ஒரு அடுக்குமாடிக் கட்டிடம் எம்.ஜி.ஆருக்குச் சொந்தம் என்று நிழற்படம் எடுக்கப்போய், நிழற்படக் கருவியே உள்ளூர் கட்சிக்காரர்களால் உடைத்தெறியப்பட்டது. எம்.ஜி.ஆர். சொத்துச் சேர்த்தார் என்று சொன்னால், அவருக்கென்ன பிள்ளையா, குட்டியா என்று நாட்டுமக்களே பதில் சொல்லிவிடுவார்கள். ஆனால் எம்.ஜி.ஆருக்கு இல்லாத சொத்துக்களை இருப்பதாகப் பட்டியல் போட்ட ஜெயலலிதா தனக்கு ஒருவரும் இல்லை என்று சொல்லிக்கொண்டே தனது உடன் பிறவாத சகோதரிக்காகத் தமிழ்நாட்டையே பத்திரப்பதிவு அலுவலகத்திற்கு முன்னாலே இழுத்து வந்து நிறுத்தியிருக்கிறார்.

அன்று எம்.ஜி.ஆருக்கு செய்த வரலாற்றுத் துரோகம் இன்று ஜெயலலிதாவின் கழுத்தைக் கட்டிக் கொண்டிருக்கிறது. தனக்கு இல்லாத சொத்துக்கள் இருப்பதாக மத்திய அரசின் நிதித்துறைக்குத் தகவல் தந்த ஜெயலலிதாவின்மீது அடங்காத ஆத்திரத்துடன் இருந்தார். எம்.ஜி.ஆர். எப்படியாவது இந்த ஆத்திரத்தைத் தீர்த்துக் கொள்ள எம்.ஜி.ஆர். முடிவெடுத்தார். ஆனால் அதற்குள் ஜெயலலிதா என்கிற நச்சுமரம் வெட்டமுடியாத அளவிற்கு விசாலமாக வளர்ந்துவிட்டது.

இன்றைக்கு ஜெயலலிதாவாலே வஞ்சம் தீர்க்கப்படுகிற திருநாவுக்கரசுதான் அவ்வப்போது எம்.ஜி.ஆரைச் சாந்தப்படுத்தி வந்தார். அவரவர் தவறுக்கு அவரவர்கள் அனுபவிக்கிறீர்கள். காலம் யாரை விட்டது?

எம்.ஜி.ஆர். ஜெயலலிதாவிற்குச் சொத்து வாங்கித் தந்தவர். ஒருநாள் இப்படி ஒரு சொத்து வாங்கித் தருகிறேன் என்கிறார்; வாங்கிக் கொள்ளலாமா? என்று ஜெயலலிதா, சோ-ராமசாமி அவர்களிடம் கேட்டார். இந்தியாவின் மிகச்சிறந்த அறிவாளிகளிலே ஒருவரான சோ, என்ன எம்.ஜி.ஆர். பக்கத்திலிருப்பதால் இப்படிக் கேட்கிறார்களா என்று எதிர்க் கேள்வி கேட்டிருக்கிறார்.

தனக்கு சொத்து, சுகங்களை உருவாக்கித் தந்த எம்.ஜி.ஆர். வாங்காத சொத்துக்களை வாங்கினார் என்று பட்டியல் போடுவதில் பரம சுகம் கண்டவர் ஜெயலலிதா. இந்த நேரத்தில் பத்திரிகையாளர் டி.ஆர்.ஆர். ஜெயலலிதாவை சந்தித்து, இதெல்லாம் வேண்டாத வேலை என்று ஜெயலலிதாவை எச்சரித்தார். இந்தியாவிலேயே அதிகம் விற்கிற பத்திரிகையாக 'மக்கள் குரல்' வரவேண்டும் என்று நினைக்கிறீர்களா இல்லையா என்று ஜெயலலிதா டி.ஆர்.ஆரை எச்சரித்தார். டி.ஆர்.ஆருக்கு அந்த எச்சரிக்கையே போதுமானதாக இருந்தது. இதே மக்கள் குரல் பத்திரிகை இயந்திரம் வாங்கியதில் ஊழல் செய்தது என்று ஜெயலலிதாவே பரப்பினார். இன்று அதே படம்பார்க்கும் பத்திரிகையின் முதலாளிகள் ஜெயலலிதாவின் பாதாபிஷேகத்திற்கு வெளிநாட்டு பன்னீர் பாட்டில்களைத் தேடிக்கொண்டு திரிகிறார்கள்.

எம்.ஜி.ஆர். பேசுவது முன்பு போல அல்லாமல் ஓரளவு விளங்க ஆரம்பித்தது. பொதுக்குழுவைக் கூட்டினார். அதிலே ஜெயலலிதாவின் விசுவாசிகள் தங்கள் ஆரிய ராணியின் அரும்பெரும் சாதனைகளைப் பட்டியலிட்டார்கள். எம்.ஜி.ஆர். மௌனமானார். தான் முழுக்கவே ஏமாற்றப்பட்டு விட்டோம் என்பதை எம்.ஜி.ஆர். உணர ஆரம்பித்தார். தன்னை ஒருவரும் அசைக்க இயலாது என்பது அப்போதே காழியூர்

நாராயணனின் கடவுள் வாக்கு. இந்த அருள்வாக்கு அண்ணல் அப்போதே கி.பி. 2016 வரை ஜெயலலிதாவின் அரசியல் செல்வாக்கை அழிக்கமுடியாது என்று அருளிச் செய்திருந்தார்.

அவரைச் சென்று, எம்.ஜி.ஆர். சொன்னதின் பேரில் சந்தித்தேன். அவரோ எங்கள் தந்தையார் உயிரோடிருந்த போதே நீங்கள் வந்திருந்தால் மிகச் சரியாகச் சொல்லியிருப்பார். நான் இப்படிச் சொல்லவில்லை; அப்படிச் சொல்லவில்லை என்று கழட்டிக் கொண்டார். எம்.ஜி.ஆர். சொல்லி நான் காழியூராரிடம் போனதை திருக்கயிலாய பரம்பரையிலேயே பிறந்து, தாருகாவனத்துப் பெண்களைத் தத்தெடுத்துக் கொண்ட பரம சண்டாளன் ஒருவன் ஜெயலலிதாவின் காதுகளில் விதைத்துவிட்டான். ஜெயலலிதா தொலைபேசியிலேயே என்னிடம் தகராறுக்கு வந்துவிட்டார். சிலரால் சிலரை மன்னிக்கவே இயலாது. இப்படிப்பட்ட மகத்தானவர்களை ஏமாளிகள் ஏற்றிவைத்து விடுகிறார்கள்.

பழிவாங்குகிற படலத்தில் ஜெயலலிதாவின் பற்களை விரல் தேய்கிற அளவிற்கு கூர்மையாக்கிவிட்டது சசிகலா, நடராசன்தான்.

இப்போது மீண்டும் நடராசன் ஜெயலலிதாவின் ஆபத்பாந்தவனாகி விட்டார். என்னைப் பற்றி எழுத நேர்ந்ததற்காக வாசகர்கள் பொறுத்துக் கொள்ளுங்கள்.

எனது ராஜரிஷியில் 'ஜெயலலிதாவின் உண்மைக்கதை' எழுதப்பட்டதற்காக எனது குழந்தைகளின் சாப்பாட்டில் மண்ணைப் போட்டார் நடராசன்.

என்மீது ஜெயலலிதா அவதூறு வழக்குகளைப் போட்டு நீதிமன்றத்திற்கு நடக்க வைத்து மகிழ்ந்தார் சசிகலா.

நக்கீரன் தொடருக்காக சசிகலாவின் சகுனிகள் என்னை மிரட்டினர்.

எனது திரைப்படம் வெளிவர நான் மேற்கொண்ட எல்லா முயற்சிகளையும் தரைமட்டமாக்கினர்.

எனது தொடர் ஒன்றை எனது சின்ன மகளிடமிருந்து கவ்விச் சென்றனர்.

சோ இராமசாமி அவர்களோடு முதலமைச்சராக நான் நடித்த 'சத்த சபை' தொலைக்காட்சி தொடரை நிறுத்தினர்.

இரண்டு கொலைகள் செய்து சிறையிலிருந்து தப்பிய சொர்ணம் என்கிறவனை அனுப்பி என்னை மிரட்டினர்.

தவறான தகவல் தந்து திருவள்ளூருக்கு எனது குடும்பத்தை அழைத்து தீங்கிழைக்க முயன்றனர்.

போனவாரம் சிதம்பரம் பொதுக் கூட்டத்திற்காக தமிழ்நாடு அரசு ஓட்டலில் 11ஆம் எண் அறையில் தங்கியிருந்த என்னை, எதிர்பாராத விதமாக காலிபண்ணச் சொல்லி அச்சுறுத்தி காலி பண்ண வைத்துவிட்டனர். அதிகாரிகள் மன்னார்குடி மாமிக்கு வேண்டியவர்கள்.

எனது அண்ணன் மகனை வைத்து அவதூறு வழக்குப் போடவைத்தார்கள்.

சட்ட விதிகளுக்குப் புறம்பாக என்னைக் கைது செய்ய முயன்று தோற்றார்கள்.

எனது சொத்துப் பத்திரங்களை என் பிள்ளைகளை வைத்தே எடுத்துக்கொண்டார்கள்.

இறுதியாக மூன்று நாட்களுக்கும் முன்னர் எனது திருமணமான இரண்டு மகள்கள் கவிதா, அமுதா அவர்களது விந்தையான கணவர்கள் ஆகியோரைப் பயன்படுத்தி, சூளைமேடு காவல் நிலையத்தில் என் வீட்டிலேயே தங்கி இருந்த அவர்களின் உடைமைகளை நான் அடித்து உடைத்தேன் என்றும், அடியாட்கள் முன்னிலையில் கற்பழிக்க முயன்றேன் என்றும் பிராது கொடுக்க வைத்தார்கள்.

எனது பாதுகாப்பாளர்கள் ஆறுபேரை அவ்வப்போது மிரட்டி வருகிறார்கள்.

மீதமிருக்கிற எனது ஒரே ஒரு மனைவி, மூன்று குழந்தைகளை எனக்கு எதிராக சசிகலா, நடராசன் திருப்பலாம். அவர்களால் எல்லாம் கூடும். ஜெயலலிதாவின் கூடப்பிறந்த அண்ணன் ஜெயக்குமாரை எதிரியாக்கி விட்டவர்களுக்கு இது எளிதானதே.

இவர்களால் மரணமே என்னைத் தழுவினாலும் எனது முனைமுறியாத எழுதுகோலுக்கு இவர்களால் மூடிபோட இயலாது.

அவமானங்களை ஏற்கிறேன்; ஆண்டவனே! உன்னை நோக்கி என் கண்களை ஏறெடுக்கிறேன். நீயாவது நரசிம்மராவ் மாதிரி இல்லாமல் இருப்பாயாக!

எம்.ஜி.ஆர். ஒருநாள் மாலை என்னை அழைத்தார். அப்போது மோகனரங்கம் எம்.பி.யும் இருந்தார். நான் இறந்தால் என்னை எங்கே புதைப்பார்கள். என்று கேட்டார். என் கண்கள் கசிந்தன. மோகனரங்கம் என்று வாய்விட்டு அழுதார்.

சத்துணவு ஜெ. கண்டுபிடிப்பா?

மகத்தானவர்கள் எல்லாம் மரணத்தைப் பற்றிச் சிந்திக்கிறார்கள். மரணம் ஒரு வியக்கத்தக்க விடுமுறை. தூக்கம் ஒரு ஒத்திகை. மரணத்தைப் பற்றி அடிக்கடி சிந்திக்கிறவர்கள் மனதாலும் தவறு செய்ய மாட்டார்கள். சாலை ஓரத்தில் நடைபெற்ற விபத்தில் நான்கு பேர் செத்துக் கிடக்கிறார்கள். அந்த வழியாக வண்டியை ஓட்டிக்கொண்டு வருகிற காரோட்டி சிதறிக் கிடக்கிற சடலங்களை பார்ப்பான். அடுத்த பத்து நிமிடங்களுக்கு நிதானமாக ஓட்டுவான். பிறகு ஏற்கனவே விபத்துக்குள்ளான காரைவிட வேகமாக ஓட்டுவான். இதுதான் வாழ்க்கை. மனிதர்கள் மரணம் சம்பவிக்கிற வீடுகளுக்கு போகிறார்கள். ஆனால் தாங்கள் மாத்திரம் மரிக்கவே மாட்டோம் என்பதுபோல நடந்துகொள்கிறார்கள். சாதாரண மனிதர்களுக்கு மரணம் ஒரு முற்றுப்புள்ளி. எம்.ஜி.ஆரை போன்ற சரித்திர மனிதர்களுக்கு அது ஒரு இடை வேளை. தனக்கு உடல் நலமாகிவிட்டது என்று மருத்துவர்கள் சொன்னதைக் கூட எம்.ஜி.ஆர். நம்பவில்லை. மரணம் தன்னை சாயங்கால நிழலைப் போல துரத்திக் கொண்டு வருகிறது என்பதை உணர்ந்திருக்கிறார்.

எல்லோருமாகச் சேர்ந்து வலுக்கட்டாயமாக இழுத்து மரணத்தை எம்.ஜி.ஆரின் மாளிகைக்கு முன்னாலே நிறுத்தி விட்டார்கள். ஒரு காலத்தில்... தான் அதிகநாள் வாழ்ந்திருப்போம் என்று முரட்டுத் தனமாக நம்பிக் கொண்டிருந்த எம்.ஜி.ஆரின் நம்பிக்கை விளக்குகள் காற்றில் நடுங்கிக் கொண்டிருந்தன.

ஏறத்தாழ அழுதுவிட்ட எங்களை அவர் அமைதிப்படுத்தினார். 1915-ல் நான் பிறந்திருக்கவில்லை என்பதற்காக எவராவது வருத்தப்பட்டார்களா? அதைப்போலத்தான் இரண்டொரு

ஆண்டுகளுக்குப் பிறகு நான் இல்லாமல் ஆகிவிடப்போகிறேன். இதில் வருத்தப்படுவதற்கு என்ன இருக்கிறது என்று எம்.ஜி.ஆர். கேட்டார். எம்.ஜி.ஆரின் மரணத்தைப் பற்றிய இந்த மணிவாசகம் எங்களை வியப்பில் வீழ்த்தியது. ஆங்கில இலக்கியவாணன் பேராசிரியர் ஹேஸ்லிட் இதே வரிகளை எழுதியிருக்கிறார். எம்.ஜி.ஆர். இதை அறிந்திருப்பதற்கு நியாயமில்லை இருந்தும் அதே மாதிரி சிந்தித்திருக்கிறார்.

நான் எழுதிக் கொண்டிருக்கிறேன் இப்போது வராதே. என் கதவுக்கருகில் வேண்டுமென்றால் காத்துக் கொண்டிரு என்று கவிதை எழுதிய சரோஜினி தேவியைப் போல, அப்பல்லோவில் அணைக்கப் பார்த்த மரணத்தை நீ இப்போதே வந்தது தப்பல்லோ என்று சொன்னவர் எம்.ஜி.ஆர். மரணத்தை தவிர்க்க இயலாது. தள்ளிப்போட இயலும் என்பதை எம்.ஜி.ஆர். உணர்ந்திருக்கிறார். எப்போதும் வாழுகிற எம்.ஜி.ஆரை ஏற்கனவே இறந்துபோன பெண்மணிகள் இருவர் இரண்டாவது முறையாக சாகடித்துக் கொண்டிருக்கிறார்கள். எம்.ஜி.ஆர். என்கிற சந்திரனிடம் இருந்து விலை கொடுக்காமலே வெளிச்சத்தை வாங்கிக் கொண்ட மின்மினிகள் சந்திரனை தங்களது சாராய சீசாக்களால் மறைத்துவிடப் பார்க்கிறார்கள்.

உங்களுக்கென்று ஒருநாள் மரணம் சம்பவித்தால் கடற்கரையில் உங்களுக்கு மனிதர்கள் கவிதை எழுதிவைப்பார்கள் என்று சொன்னேன். கடற்கரையில் தான் புதைக்கப்படுவதை விரும்பவில்லை என்று எம்.ஜி.ஆர். சொன்னார். எம்.ஜி.ஆர். தன்னை எங்கே புதைக்க வேண்டும் என்று எங்களிடம் சொன்னார் தெரியுமா? பிராணிகளில் தீண்டப்படாதவைகளாக கருதப்படுகிற பன்றிகள் ஆட்சி நடத்துகிற இராயபுரம் கல்லறையில் தன்னை அடக்கவேண்டும் என்று சொன்னார். ஒரு வேளை எம்.ஜி.ஆரை அங்கே அடக்கி இருந்தால் பொதுவுடைமைத் தலைவர் ப. ஜீவானந்தத்திற்கு உயிர் வந்திருக்கக்கூடும்.

நாங்கள் பேசிக் கொண்டிருந்தபோது ஜெயலலிதாவிடமிருந்து அழைப்பு வந்தது. பிறகு பேசலாம் என்று எம்.ஜி.ஆர். சொல்லிவிட்டார்.

தான்பட்ட பாடுகளை இந்த நாட்டு ஏழைகள் படக்கூடாது என்பதுதான் அந்த எட்டாவது வள்ளலின் எண்ணமாக இருந்தது. தன்னிடம் இல்லாதிருந்த காலத்தில் தனது வள்ளல் தன்மைக்குக் கூட ஜெயலலிதா உள்நோக்கம் கற்பித்திருக்கிறார் என்று எம்.ஜி.ஆர். வருத்தப்பட்டார். படம் பார்த்துக் கொண்டிருந்த முக்கியமான நண்பர்களின் முன்னிலையில் தன்னை பெட்டை நாய் என்று சொன்ன

பெண்மணியைக்கூட எம்.ஜி.ஆர். மன்னித்திருக்கிறார். ஆனால் ஏழைகளுக்கு உதவுகிற தனது இயற்கைக்கே கூட உள்நோக்கம் கற்பித்த ஜெயலலிதாவைத்தான் அவரால் மன்னிக்கவும் முடியவில்லை. மறக்கவும் கூடவில்லை.

அப்போது மோகனரங்கம், ஆங்கில இதழ் ஒன்றுக்கு ஜெயலலிதா அளித்த பேட்டி ஒன்றில் எம்.ஜி.ஆர். கொண்டு வந்த சத்துணவுத் திட்டமே தான் கண்டுபிடித்ததுதான் என்று சொல்லியிருப்பதாக தெரிவித்தார். எம்.ஜி.ஆர். வாய்விட்டுச் சிரித்தார்.

அது காமராஜர் கொண்டுவந்ததல்லவா என்று சொன்னார். ஜெயலலிதாவால் என்னை விட அதிக அவமானத்திற்கு உள்ளானவர் மோகனரங்கம். பூனை எலியை விளையாடி விளையாடி கொல்லுவதைப் போல ஜெயலலிதா மோகன ரங்கத்தின் அரசியல் வாழ்க்கையை விளையாட்டுத் தனமாக அழித்துவந்தார். மீனம்பாக்கத்தில் இருக்கிற ஒரு கட்டிடத்திற்கு மோகனரங்கம் பெயரை சூட்டப்போகிறேன் என்று எம்.ஜி.ஆர். அறிவித்தார். உயிரோடு இருப்பவர்களின் பெயர்களை கட்டிடங்களுக்கோ நிறுவனங்களுக்கோ சூட்டக்கூடாது என்கிற எம்.ஜி.ஆரின் அறிக்கையை ஜெயலலிதா சுட்டிக்காட்டினார்.

அப்படி இருந்தும் எம்.ஜி.ஆர். வளைந்தார். ஆனால் வளையம் ஆவதற்கு முன்னாலே நிமிர்ந்தார். மோகனரங்கத்தின் பெயரை சூட்டிவிட்டார். பல வகைகளிலும் ஜெயலலிதாவால் பாதிக்கப் பட்ட மோகனரங்கம் சத்துணவுத் திட்ட உயர் மட்டக்குழுவில் உறுப்பினராக இருந்த ஜெயலலிதா அரசாங்க சம்பளம் பெறும்போதே, நாடாளுமன்ற உறுப்பினராக இருப்பது, மக்கள் பிரதிநிதித்துவ சட்டத்தின்படி குற்றம் என்று குடியரசு தலைவருக்கு மனு கொடுத்தார். துணை குடியரசு தலைவராக இருந்தாலும் குடியரசு தலைவர் பொறுப்பைவிட ஒரு சாதி சங்கத்திற்கு தலைமை தாங்குவதே உயர்வானது என்று கருதுகிற வெட்கட்ராமன், மோகனரங்கம் எழுதிய மனுவின் முனையை முறித்தார். ஜெயலலிதா இந்தக் குழுவில் அங்கம் வகித்ததற்காக சம்பளம் வாங்காவிட்டாலும் பயணப்படி பெற்றிருந்தாலும் பாதகம் நேர்ந்திருக்கும். எனினும் உண்மையைத் தெரியவிடாமல் கோப்புகள் அழிக்கப்பட்டன.

அன்று முதன்முறையாக எம்.ஜி.ஆர். அமெரிக்க மருத்துவ மனையில் இருந்தபோது தங்களை தீயிட்டுக் கொண்டவர்கள் ஏழுபேர்களின் மனைவிமார்களை கட்சிக்காரர்கள் வரவழைத்திருந்தார்கள். அந்த ஏழு விதவைகளையும் விதியின் வீதியில்

வீசப்பட்ட அப்பாவிக் குழந்தைகளையும் பார்த்ததும் எம்.ஜி.ஆர். அழுதார். மருத்துவ பரிசோதனைக்காக அப்போது வந்திருந்த டாக்டா எஸ்.ஆர். சுப்ரமணியத்தைக்கூட ஓரமாக நில்லுங்கள் என்று எம்.ஜி.ஆர். கைகாட்டிவிட்டார். புகைப்படக்காரரர் ஒருவர் விதவைகளுக்கு எம்.ஜி.ஆர். வழங்குகிற பணமுடிப்புகளை படமாக்க வந்தவர் எம்.ஜி.ஆரின் கோபத்திற்கு ஆளானார். இன்றைக்கு கொடி போட்டக்காரிலே பறக்கிற மதுசூதனனை அழைத்து பத்திரிகைகளில் இந்த செய்தி வந்தால் தொலைத்துவிடுவேன் என்று எம்.ஜி.ஆர். மிரட்டினார். அண்ணா நாளிதழ் மீண்டும் பயன்பட்டது. ஏற்கனவே கட்டிவைத்திருந்த பணப் பொட்டலங்களை அந்த விதவைகளுக்குத் தந்தார்.

கே.வி.கே. சாமி, கோவை ஆரோக்கியசாமி, ஆலந்தூர் சின்னான், சின்ன வடுகப்பட்டிக் கருப்பண்ணன், உத்திரமேரூர் குப்புசாமி, உடையார்பாளையம் வேலாயுதம், நெல்லிக்குப்பம் மஜித், தாளமுத்து நடராஜன், நாகர்கோயில் கிருஷ்ணன், மாணவர் ராஜேந்திரன் என்று மொழிப்போர் மறவர்களைக்கூட மூச்சு விடாமல் பட்டியல் போடுவதற்கே பயன்படுத்துகிற ஒரு சமுதாயத்தில் எம்.ஜி.ஆரைப் போன்ற விசித்திரமான மனிதர்களும் இருந்திருக்கிறார்கள். இந்த நினைப்பு எரிந்துபோன கள்ளிச்செடியில் எப்போதோ ஒருமுறை கார்கால மேகம் கரையிறங்குவது போல இருக்கிறது. உங்கள் வாழ்க்கை வரலாற்றை ஆனந்தவிகடனிலும், பிறகு தாய் வார இதழிலும் எழுதினீர்கள். தமிழ் மக்களுக்கு எப் போதும் வேதம்போல விளங்குகிற உயில் ஒன்றும் எழுதவில்லையே என்று கேட்டேன். எழுதி முடித்து விட்டதாக எம்.ஜி.ஆர். சொன்னார். மூத்த வழக்கறிஞர் என்.சிராகவாச்சாரியார் மூலமாக நாட்டுக்கு அறிமுகமான உயில் அல்ல அது. எம்.ஜி.ஆர். எழுதிய அவரது உணர்வும் உயிரும் கலந்த உயில் ஏன் வெளியிடப்படவில்லை? அது எங்கே இருக்கிறது? அதில் அவர் என்னென்ன எழுதியிருந்தார்?

எம்.ஜி.ஆர். உயில்!

எம்.ஜி.ஆர். எழுதிய உயில் அவரது கையெழுத்திலேயே இன்னமும் இருக்கிறது. அவரது வளர்ப்பு பிள்ளைகள் ஒருவரிடத்தில் இந்த உயில் பத்திரமாக இருக்கிறது. அவரது கைப்பட எழுதிய இந்த உயிலை எம்.ஜி.ஆரின் மறைவிற்குப் பிறகும் கிழித்தெறிந்து விட இயலாமல் அந்த மனிதர் பத்திரமாக வைத்திருக்கிறார்.

இந்த உயிலை எம்.ஜி.ஆர். எழுதுவதற்கு ஒருவாரம் எடுத்துக் கொண்டார். எனக்குப் பழக்கமான அவரது கையெழுத்து மாதிரி வேறொரு கையெழுத்தை நான் இதுவரைக்கும் பார்த்ததில்லை. பெரியார் எழுத்து பழக்கத்திற்கு வந்தவுடனே பெரியார் எழுத்திலேயே எழுத ஆரம்பித்தார். எம்.ஜி.ஆர். பெரியார் எழுத்தில் ஆன இந்த உயிலி ன் பல வாசகங்கள் எனக்கு மனப்பாடம்.

இந்த உயிலில் தமது தந்தையார், தாயார் பற்றி எம்.ஜி.ஆர். குறிப்பிட்டிருந்தார். தமது தந்தையார் இல்லாத நிலையில் தமது தாயார் தம்மையும், தமது சகோதரரையும் வளர்த்து ஆளாக்கப்பட்ட அரும்பாடுகளை விவரித்திருந்தார்.

தமது கும்பகோணம் வாழ்க்கையில் தாமும், தமது சகோதரர் சக்ரபாணியும் பசியாறுவதற்காக தமது தாயார் ஒருநாள் பட்டாணிக் கடலை வாங்கித் தந்ததை நினைவுகூர்ந்து இதுவே தமது சத்துணவுத் திட்டத்திற்கான அடிப்படை என்றும் எழுதியிருந்தார்.

தமது முதல் மனைவியின் துயரமான மரணம், ஜானகி அம்மாளின் வருகை பற்றி எழுதிய எம்.ஜி.ஆர். தமது வளர்ப்புப் பிள்ளைகள் யார் யார் என்கிற பட்டியலையும் எழுதியிருக்கிறார். தமது முதல் மனைவி சுகமில்லாமல் இருந்தபோது அந்த அம்மாவைக் கண்ணும் கருத்துமாக கவனித்துக் கொண்டவர்களைப் பரிவோடு

குறிப்பிட்டிருக்கிறார்.

தமது திரைப்பட வாழ்க்கை பற்றி குறிப்பிடுகிற எம்.ஜி.ஆர். சந்திரபாபு, நாகேஷ் போன்றவர்களையும், முருகன் திரையரங்க உரிமையாளர் பரமசிவ முதலியார் போன்றவர்களையும் நினைவு கூர்ந்திருக்கிறார். இதில் சிவாஜிகணேசனை வாஞ்சையோடு குறிப்பிடுகிறார்.

தாம் மரணமடைந்தால் எங்கே அடக்கப்படவேண்டும் என்றும், தமது சொத்துக்கள் எவ்வாறு பங்கிடப்பட வேண்டும் என்றும் எழுதியிருக்கிறார். எங்களின் பார்வைக்குப்பரிமாறப்பட்ட இந்த உயில் அந்தக்கால கட்டத்திற்கும் முன்னதாகவே எழுதப் பட்டிருக்கிறது என்பதை அறிந்து கொள்ளுவதற்கு எனக்கு அதிகநேரம் ஆகவில்லை.

சொத்துக்களைப் பிரிக்கத்தக்கதான ஒரு சட்ட சம்பந்தமான ஆவணமாக மாத்திரம் இல்லாமல், தமது வாழ்க்கைச் சுருக்கமாகவே எம்.ஜி.ஆர். இந்த உயிலை எழுதியிருந்தார்.

இன்று அவசியம் ஏற்படும் பொழுதெல்லாம் தன்னை எம்.ஜி.ஆரின் அரசியல் வாரிசு என்று அறிவித்துக் கொள்ளுகிற ஜெயலலிதாவின் பெயர் இந்த உயிலில் எந்த இடத்திலும் இடம் பெறவில்லை. மூத்த வழக்கறிஞர் என்.சி. ராகவாச்சாரி மூலமாக வெளிவந்த உயிலிலும் இந்த மாதரசியின் பெயர் மருந்துக்குக்கூட இடம் பெறவில்லை. தம்மைத் தமிழர் என்று நிலைநாட்ட எம்.ஜி.ஆர். பெருமுயற்சி செய்திருக்கிறார் என்பது உயிலில் தெரிகிறது.

தன்னிடத்தில் கையெழுத்து வாங்கவரும் ரசிகர்களுக்கும், பொதுமக்களுக்கும் உழைப்பே உயர்வு தரும் என்று எழுதி வந்த எம்.ஜி.ஆர். அவ்வாறு தாம் எழுதியதற்கான காரணங்களை எல்லாம் இந்த உயிலில் விவரிக்கிறார். அப்படி இருந்தும் எதையும் ஒளிக்காமல் வெளிச்சத்திற்குக் கொாண்டுவருகிற எம்.ஜி.ஆர். ஜெயலலிதா என்கிற பெயரைக் கூட எழுதவில்லை என்பது எனக்கு ஆச்சரியமாக இருந்தது. ஜெயலலிதாவின் நடவடிக்கைகளால் எம்.ஜி.ஆரின் மனநிலை எந்த அளவிற்குப் பாதிக்கப்பட்டிருந்தால் அவர் இந்த முடிவுக்கு வந்திருப்பார் என்பதை வாசகர்கள்தான் ஊகித்துக் கொள்ள வேண்டும்.

இந்த உயிலைப் பதிவு செய்வதற்காக எம்.ஜி.ஆர். முயன்றபோது சொத்து விபரம், பிரிப்பு இவைகளுக்கு அப்பால் இது எம்.ஜி.ஆர். 'நான் ஏன் பிறந்தேன்?' சுருக்கமாக இருக்கிறது என்று மூத்த வழக்கஞர்கள் குறிப்பிட்டார்கள். இந்த வரலாற்றுச் சுருக்கத்தை ஒன்று இரண்டு வரிகளில் சொல்லிவிடலாம் என்று சொன்னதை எம்.ஜி.ஆர்.

ஏற்றுக் கொள்ளவில்லை. ஆகவே அது பதியப்படாமலே போனது.

இப்போது இந்த உயில் வெளியிடப்பட்டால் எம்.ஜி.ஆர். ஜெயலலிதாவின் பெயரை ஏன் குறிப்பிடவில்லை என்பது கேள்விக் குறியாகிவிடும். மேலும் பல சொத்து பத்துகளுக்கு வில்லங்கங்கள் வந்து சேரும். முதல் உயிலை இரண்டாவதாக எழுதப்படுவது செயலற்றதாகிவிடும் என்பதெல்லாம் நான் குறிப்பிடுகிற சூழ்நிலைக்குச் செல்லாது. ஆகவே பல காரணங்களால் இந்த முதல் உயில் வெளியிடப்படாமலே உள்ளது.

எம்.ஜி.ஆர். விசுவாசிகள் என்று கருதப்பட்டவர்கள் எம்.ஜி.ஆர். மறைந்தபோதே இறந்துவிட்டார்கள். எம்.ஜி.ஆரின் நெருங்கிய சொந்தம் ஒன்றை அண்மையில் சந்தித்தேன். என்ன பண்ணினாலும் ஜெயலலிதாவை நீக்கமுடியாது என்றார். இது விரக்தியின் வெளிப்பாடு.

தீமையை அகற்றுவதற்கு நாளாகிறது என்பதற்காக, தீமை நன்மையாகி விடாது. இரவுகள் நீளலாம், ஆனால் விடியல் உறுதி. இன்றிருக்கிற அரசியல் சூழ்நிலையில் ஜெயலலிதாவும் அவரோடு கூட்டுச்சேருகிறவர்களும் எந்த நகரத் தொகுதிகளிலும் வெற்றிபெற மாட்டார்கள். கிராமப்புறத் தொகுதிகளிலும் பாதிக்கு மேலானவற்றை ஜெயலலிதா இழந்துவிட்டார். ஜெயலலிதா மாத்திரம் இல்லாமல் ஜெயலலிதாவிற்கு வாழ்க்கைப்படு என்று இங்குள்ள காங்கிரசை எவர் வற்புறுத்தினாலும், காங்கிரசும் தமிழ்நாட்டில் காணாமல்தான் போகும். ஜெயலலிதா என்கிற தீமையின் மீது திரும்பியிருக்கிற மக்களின் கோபம், இந்தத் தீமைக்கு முட்டுக் கொடுக்கிறவர்கள் அனைவரையும் தீய்த்துப் போடும்.

சசிகலா தானே வேட்பாளர் பட்டியலைத் தயார் செய்து விட்டார். எம்.ஜி.ஆர். தனது கடைசி நாட்களில் எந்த நிலையில் இருந்தாரோ அப்படி அரசியல் ரீதியாக இப்போது ஜெயலலிதா இருக்கிறார். எவ்வளவு கசந்தாலும் என்னை எத்தனை முறை கொன்றாலும் இதுதான் உண்மை...

தாய் வார இதழில் இந்த உயிலை வெளியிட்டால் என்ன என்று எம்.ஜி.ஆரைக் கேட்டேன். பதிவாகட்டும் என்றார். பிறகு அவரே தொலைபேசியில் என்னைக் கூப்பிட்டு பத்திரிகையாளர் சோலை அவர்கள் வழியாக அதன் பகுதிகள் சிலவற்றை வெளியிடுவதற்காக அனுப்புவதாகச் சொன்னார். ஆனால் வரவில்லை; நானும் கேட்பதை விட்டுவிட்டேன்.

இந்த வாரத்தில் சேலம் கண்ணன் எங்கள் அலுவலகத்திற்கு வந்தார். அந்த உயிலைப் பிரசுரம் செய்ய வேண்டாம் என்று கேட்டுக்

கொண்டார். என்னிடத்தில் இல்லாத உயிலை நான் எவ்வாறு பிரசுரம் செய்ய இயலும் என்று கேட்டேன். அவரோ நான் சொன்னதை நம்பவே இல்லை. பிறகு அண்ணா பத்திரிகையிலிருந்து சோலை சார் வந்து அவரை அழைத்துப் போனார்.

ஜெயலலிதாவின் பெயரே உயிலில் எழுதப்படவில்லை என்பதை அறிந்த சேலம் கண்ணன், அப்படி ஒரு உயில் அச்சிடப்பட்டால் அது அம்மாவிற்கு எதிராகப் போய்விடும் என்று இந்த உயில் வெளிவராமலிருக்க ஆனமுயற்சிகளையெல்லாம் அப்போது செய்தார்.

எதையும் மறைக்கத் தெரியாத, மறைக்க முடியாத எம்.ஜி.ஆர். தனது சுகவீனத்திற்கு முன்னரே எழுதிய இந்த உயிலை ஜெயலலிதாவிற்கே சொல்லவில்லை என்பதை உறுதிப்படுத்திக் கொண்டேன்.

ஜெயலலிதாவோ தன்னைப் பற்றி எழுதிய பகுதிகளை ஜானகி அம்மாளின் ஆட்கள் நீக்கிவிட்டார்கள் என்று எம்.ஜி.ஆர். சுகவீனப்பட்ட பிறகு குறைபட்டார். எம்.ஜி.ஆர். எந்த இடத்திலும் ஜெயலலிதாவின் பெயரைக் குறிப்பிடவில்லை என்பதுதான் உண்மை.

எல்லாவற்றுக்குமாகச் சேர்த்து ஜெயலலிதா, எம்.ஜி.ஆரைப் பழிவாங்கி விட்டார். எல்லாவற்றையும் மறந்துபோகிற மனிதர்களுக்கு எம்.ஜி.ஆரை மறப்பது ஒன்றும் கடினமாக இருக்கவில்லை.

இந்தவாரம் ஒரு சனிக்கிழமை நீண்ட இடைவெளிக்குப் பிறகு பத்திரிகையாளர் சோலை அம்மா உங்களை அழைக்கிறார்கள் என்றார். அவசியமாகப் போகவேண்டுமா? என்றேன். போனால்தானே என்னவென்று தெரிந்து கொள்ளலாம் என்று சோலை சார் மெதுவாகச் சிரித்தார்.

'சேவல்' வந்த கேவல கதை

அன்று காலை ஏறத்தாழ ஏழுமணிக்கெல்லாம் போயஸ் தோட்டத்திற்குப் புறப்பட்டேன். ஒரு காலத்தில் கவிஞராயிருந்து இப்போது கவிதையாலும், கவிஞர்களாலும் கைவிடப்பட்ட ஒரு கவிஞரும் கூட ஏறிக் கொண்டார். போகிற வழியில் இவரை சன்னிதானத்திற்குக் கொண்டு போவதா, வேண்டாமா என்பதிலேயே நேரம் நகர்ந்தது. இறுதியாக அந்த அம்மாவைக் கேட்டுக்கொண்டு, உம்மை அழைத்துப் போகிறேன் என்று சொல்லிவிட்டு உள்ளே போனேன்.

ஏழரை மணிக்கெல்லாம் ஜெயலலிதா தனது ராஜாங்கத்தை தொடங்கியிருந்தார். அந்த அம்மாவின் அரசியல் பிரவேசம் பற்றி அப்போதே ஆராய்ச்சியில் தம்மை ஈடுபடுத்திக் கொண்ட பொறையார் பேராசிரியர் ஒருவர் ஜெயலலிதாவை மார்கரெட் தாட்சரோடும், இந்திராகாந்தியோடும் ஒப்பிட்டு நாசமாக்கிக் கொண்டிருந்தார். அந்தப் பேராசிரியரைச் சுட்டிக்காட்டி, இவரைத் தெரியுமா என்று என்னிடம் ஜெயலலிதா கேட்டார். 'தெரியாது' என்றேன். இவரை எப்படி உங்களுக்குத் தெரியாமல் போயிற்று என்று கேட்டார். அவரென்ன வின்ஸ்டன் சர்ச்சிலா இல்லை எடின்பரோ கோமகனா என்று எனது தொண்டைக்குள் சொற்கள் பரமபதம் விளையாடின. தன்னை ஆராய்ந்து வருகிற அரசியல் வித்தகரை வலம்புரிஜான் அறியாமல் இருக்கிறாரே என்பதில் அம்மாவிற்கு ஆதங்கம். அம்மாவின் அர்த்தமில்லாத எதிர்பார்ப்புகள் இப்படித்தான் இருக்கும்.

பேராசிரியர் என்னை முறைத்தார். பண்டித நேருவின் படம் போட்டு அதன் கீழே பண்டித ஜவகர்லால் நேரு பி.எஸ்.சி., பி.எல்., என்று எழுதுவது எவ்வளவு அசிங்கமோ அவ்வளவு அசிங்கம்

புத்தகத்தின் மத்தியிலே புதைக்கப்பட்ட காக்காய்ப் பொன் தன்னைப் படித்த பட்டதாரி என்று நினைத்துக் கொள்ளுவது.

ஜெயலலிதா ஒரு வார பத்திரிகையைச் சுட்டிக்காட்டி அதில் வந்த விமர்சனத்தைப் படிக்கச் சொன்னார். ஒரு படத்தில் அம்மா என்றால் அன்பு; அப்பா என்றால் அறிவு என்று ஜெயலலிதா பாடியிருந்தார். இந்த வரிகள் அம்மாவிடம் அன்புதானிருக்கிறது. அறிவு இல்லை என்று பெண்களை மட்டம் தட்டுவதாக ஜனநாயக மாதர் அணியிலிருந்து ஒருவர் சுட்டிக் காட்டியிருந்தார். மைதிலி சிவராமன் அல்லது ராஜம் கிருஷ்ணன் அல்லது சுஜாதா பாலதண்டாயுதம் யாரோதான் முகமூடி போட்டுக் கொண்டு என்னைத் தாக்கியிருக்கிறார்கள் என்றார். எந்த முகமூடிகளுக்குள்ளும் ஒளிந்து கொள்ளுகிற எந்த அவசியமும் இல்லாதவர்கள் இவர்கள் என்று விளக்கினேன். இவர்களின் பெயரை குறித்து வைத்திருந்த ஜெயலலிதா இவர்களை யார் யார் என்று கேட்டு அறிந்து கொண்டார். அறவே தன்னால் அறியப்படாதவர்கள், எதிராக அதிலும் பர்தாக்களுக்கு பின்னாலே நின்று கொண்டு தன்னை ஏன் தாக்க வேண்டும் என்று ஜெயலலிதாவால் நினைக்க முடியவில்லை.

அதற்குள் காரில் காத்திருந்த கவிஞர் கடிதம் ஒன்றை அனுப்பினார். ஜெயலலிதா அதை வாசித்துவிட்டார். அவரது சீட்டுக்கவி என்னிடம் சில்லரையை எதிர்பார்த்திருந்தது. கடிதத்தோடு நூறு ரூபாய் நோட்டை ஜெயலலிதா தமது ஏவலர் வழியாக அந்தக் கவிஞருக்கு வழங்கினார். அப்போது ஆஸ்துமா தொற்று நோய் என்று என்னை எச்சரித்தார். ஜெயலலிதாவின் மருத்துவ அறிவு(!) எனக்கு எரிச்சலை உண்டாக்கியது. நீங்களே கஷ்டப்படுகிறீர்கள்... அதற்குள் தானதர்மம் வேறா என்று கேட்டார்.

பிறகு தாயில் கணக்கு முடித்து விட்டார்களா என்றார். இல்லை என்றேன். எப்படியாவது உங்களுக்கு எம்.ஜி.ஆர். கொடுக்கச் சொன்ன காரை மக்கள் திலகம் மூவீஸ் என்கிற பெயரிலிருந்து மாற்றி உங்களுக்காக்கி விடுங்கள் என்றார் ஜெயலலிதா. எனது நன்மையைக் கருதி ஜெயலலிதா சொன்ன விசயங்களில் இது ஒன்று. இருந்தும் இதில் அக்கறை காட்டாமல் இருந்து ஒருநாள் காரே பறிபோனது.

என்மீது அதிக அக்கறையாயிருப்பவர் போலப் பேசிய ஜெயலலிதா தனது ஜாதகத்தை எடுத்து நீட்டினார். பார்த்து பலன் சொல்லச் சொன்னார். சொன்னவாக்கில் நான் இதையெல்லாம் நம்புவதில்லை என்று சொன்னார்.

ஜாதகம் ஒரு எக்ஸ்ரே; எலும்பு முறிவைக் காட்டும்;

குணப்படுத்தாது. அது வழிகாட்டி; ஒரு நாளும் ஊராகாது என்று சொன்னேன். ஜெயலலிதா தனது ஜாதகத்தைக் கடைசி முறையாக என்னிடம் காட்டினார். அதற்கு ஒரு அடிப்படைக் காரணம் இருந்தது. முன்பெல்லாம் அடிக்கடி அம்மா நீங்கள் திருப்பதிக்குப் போகவேண்டும் என்று சொல்லுவேன். வேறு எவரோ ஒரு ஜோதிடர் திருப்பதி உங்களுக்கு ஒத்துவராது; சிவத்தலம்தான் சிறப்பு என்று சொல்லியிருக்கிறார். திருப்பதி சரிவருமா என்பதை உறுதிப்படுத்திக் கொள்ளவே ஜெயலலிதா என்னிடம் ஜாதகத்தை நீட்டினார்.

அப்போது ஜெயலலிதாவின் ஜாதகம் மிதுனலக்னம் என்று எனக்குக் காட்டப்பட்டதால் திருப்பதிக்குப் போனால் திருப்பம் வரும் என்று வாதிட்டுக் கொண்டிருந்தேன்.

நான் சொன்னதைத் தவறு என்று நிறுவிவிடுவதற்காகச் சசிகலா பலமான முயற்சிகளை மேற்கொண்டார். வடுகப்பட்டி தர்மராஜன் என்கிற ஜோதிடரும் திருப்பதிக்குப் போனால் தவறில்லை என்றார். எம்.ஜி.ஆர். சுகவீனமாக இருந்தபோதே முதல் அமைச்சராகி விட வேண்டுமென்று ஜெயலலிதா திருப்பதியில் அங்கப்பிரதட்சணம் செய்தார் ஜெயலலிதா. அப்போது நினைத்தது நடக்கவில்லை.

பின் நாளில் தேர்தலின் போது சேவல், குருவி போன்ற சின்னங்களை அலசினார்கள். முன்னாள் அட்வகேட் ஜெனரல் கே.சுப்பிரமணியம் யானைச்சின்னம் நமது சின்னம் என்று அம்மாவிடம் அறிவித்தார். சசிகலாவோ விடவில்லை திருப்பதிக்கு ஜெயலலிதாவோடு சென்று சீட்டுக் குலுக்கிப்போட்டார். சேவல் விழுந்தது. இருந்தும் அந்தத் தேர்தலில் ஜெயலலிதா எதிர்பார்த்த வெற்றியைப் பெற முடியவில்லை. கே.சுப்பிரமணியம் கென்னடிக்கே வெற்றி தந்த சின்னம் யானை என்று எடுத்துச் சொன்னபிறகும் சசிகலாவால் சேவற்கொடி தான் சிறந்தது என்று ஜெயலலிதாவை நம்ப வைக்க முடிந்தது.

சேவல் சங்கதிக்குப் பிறகு பெரும்பாலும் பெருமாள் கோவிலுக்குப் போவதை நிறுத்திக் கொண்ட ஜெயலலிதா அண்மையில்தான் மன்னார்குடி ராஜகோபாலசாமி ஆலய விழாவிற்குச் சென்றிருக்கிறார். ராஜகோபால சுவாமி கோயிலும் பெருமாள் கோயில்தானே.

இந்தக்கோயிலில் மரபுப்படி ஒரு சின்னத் தொட்டிலைப் பக்தர்களுக்கு ஆட்டக் கொடுக்கிறார்கள். இது புத்திர சந்தானம், புத்திர அபிவிருத்தி இவற்றுக்காக, அம்மா நுழைந்தார்கள். புத்திரன் வந்து புகுந்துவிட்டான். அம்மா மிகுந்த வருத்தத்திலிருக்கிறார்கள் என்று

தகவல்.

அடிக்கிற கொள்ளையில் சாமிக்குப் பங்கு தந்துவிட்டால் கண்ணைக் குத்தாது என்று நம்புகிற அளவிற்கு வந்துவிட்டது சசிகலாவின் கொள்ளைக் கூட்டம்.

நான்கு வைணவத் தலங்களுக்குச் சேர்ந்தாற் போலப் போனால் ஜெயலலிதா கதை கந்தலாகிப் போகும். மதுரை மீனாட்சி, தென்திருப்பேரை பெருமாள் என்று கொள்ளைப் பணத்தில் சசிகலா சாமிகளுக்குப் பங்கு கொடுப்பது என்று ஆரம்பித்து விட்டார்.

அன்று ஜெயலலிதாவிடம் திருப்பதிக்குப் போனால் நல்லது என்று தவறான ஜாதகத்தைப் பார்த்து உளறியிருக்கிறேன். இருந்தாலும் உண்மையோ, உளறலோ சசிகலா சொன்னால்தான் கேட்பது என்கிற முடிவிற்கு ஜெயலலிதா எப்போதோ வந்துவிட்டார்.

இந்த நாட்களில் எம்.ஜி.ஆர். ஒருநாள் ஜெயலலிதாவை அழைத்து நீ என்ன வேண்டுமென்றாலும் செய்; உடன்படுகிறேன்- ஆனால் சசிகலா நடராசனை மாத்திரம் கூட வைத்துக் கொள்ளாதே என்று அழாத குறையாகக்கேட்டார். இதற்கான சாட்சிகள் அமைச்சரவையிலேயே இன்றும் இருக்கிறார்கள்.

ஆனால் இந்தக் காலகட்டத்திலேயே சசிகலாவின் மாய வளையத்திற்குள் ஜெயலலிதா முழுக்கவே வந்துவிட்டார். சசிகலா என்கிற பெண்மணியால் ஜெயலலிதா முற்ற முழுக்க ஆட்டிப் படைக்கப்படுகிறார் என்கிற செய்தி ராஜீவ்காந்தி வரை எட்டியது ராஜீவ்காந்தி, தமிழ்நாட்டு காங்கிரஸ் தலைவர் ஒருவர் வழியாகக் கூடச் சொல்லிப் பார்த்தார். அவரோ இறுதியாக என்ன நடக்கும் என்பதை உறுதியாக அறிந்து கொண்டவர். ஆதலால் சொல்லாமலே விட்டுவிட்டார்.

எம்.ஜி.ஆரின் இறுதி நாட்களில் இளைய தளபதி திருநாவுக்கரசு, ஜெயலலிதாவைக் காப்பாற்ற வேண்டும் என்கிற நல்ல நோக்கத்தில், சசிகலாவைப் பற்றிய சரியான தகவல்களை எம்.ஜி.ஆரிடம் தந்தார். ஆனால் எம்.ஜி.ஆருக்கு உளவாளியாகத் தொடங்கிய சசிகலாவின் பிடி ஜெயலலிதாவின் மீது இறுகிக் கிடந்தது.

வடுகப்பட்டி தர்மராஜன்தான் அப்போதைக்குச் சசிகலாவிற்கு ஆஸ்தான ஜோதிடர். அவர் சொன்னால் சொன்னதுதான். இப்போது சசிகலாவின் பணபலத்தில் மித்ரன் நம்பூதிரி கூட சாதாரணமாகி விட்டார்.

வடுகம்பட்டி தர்மராஜன்தான் சசிகலா ஒரு காலத்தில் முதல் அமைச்சராகி விடுவார் என்று சொன்னவர். இதை உறுதிப்படுத்திக்

கொள்ளுவதற்காக சசிகலா அப்போதே, பல ஜோதிடர்களிடம் நடந்தார். இன்றும் அவர் முதல் அமைச்சராகத்தக்க வாய்ப்பு பிரகாசமாகவே இருக்கிறது.

இந்தக் கால கட்டத்தில் ஜெயலலிதாவின் அம்மாவிற்கு அறிமுகமானவர் என்று ஒரு பெரியவர் ஜெயலலிதாவைத் தேடிக் கொண்டு போயஸ் தோட்டத்திற்கு வந்தார். இவரை அக்னி நட்சத்திரத்தில் அசத்திய வில்லன் ஜி.உமாபதி நன்றாக அறிவார்.

இத்தொடருக்காக கைதானேன்!

ஆறுகண்டங்களிலும் வேர்விட்டு, அப்பாலிருக்கிற கிரகங்களிலும் விழுதுவிட்டு, தனது கிளைக் கழகங்களால் வானமண்டலத்தையே வளைத்துப் போட்டுவிட்ட, சசி-ஜெயா கட்சியின் அகில உலகத் தலைவர்கள் சிலர் நெல்லை மாவட்டம் ஏர்வாடியில் உண்ணாவிரதம் இருந்ததற்காகக் காக்கிச்சட்டைக் கனபாடிகள் என்னைக் கைது செய்து விட்டார்கள் என்று நினைத்தால் அது தவறு. இது சசிகலா அரங்கேற்றும் அரசியல் நாடகத்தின் முதல் காட்சி. சம்மன் அனுப்பி நீதிமன்றத்திற்கு வராவிட்டால் எவராக இருந்தாலும் கைதுதானே செய்வார்கள் என்று ஆளுங்கட்சி அடாவடிகள் சிலர் ஏகடியம் பேசி வருகிறார்கள். இவர்களுக்குச் சில ஆரம்பப் பாடங்களை நடத்திக்காட்டுவது அவசியமாகி விட்டது.

சட்டத்தின் ஆட்சி சாய்ந்து விடாத ஒரு நாட்டில் சம்மன் வந்தால் நீதிமன்றத்தில் சென்று நின்றுவிட வேண்டும் என்பது அறியாமை. எதற்காக நீதிமன்றம் அழைக்கிறது என்பதை அறிவிக்காமல் எறும்பைக் கூட நீதிமன்றத்திற்கு இழுத்துக் கொண்டு போக முடியாது. சம்மன் வருகிறபோதே குற்ற மனுவின் நகல் இணைக்கப்பட்டிருக்க வேண்டும்.

இத்தொடர் எழுதுவதற்காக என் மீது தொடரப்பட்ட அவதூறு வழக்கில் சம்மன் எனக்கு வழங்கப்படவில்லை. குற்றமனுவின் நகலை, என்னைக் கைது செய்து 8 மணி நேரம் சென்னை போலீஸ் கமிஷனர் அலுவலகத்தில் சிறைவைத்த பிறகு மாலை 6 மணிக்குத் தந்தார்கள். நேரத்தையும் பதிவு செய்தே நகலைப் பெற்றுக் கொண்டேன்.

பதிவுத் தபாலில் சம்மன் அனுப்பப்பட்டதாக குற்றவியல் நீதிபதி

குறிப்பிட்டிருக்கிறார். அனுப்பப்பட்டதா என்பதல்ல. முக்கியம்; உரியவரிடம் சேர்ந்ததா என்பதை நீதிபதி பார்த்திருக்க வேண்டும். பதிவுத் தபாலில் சாட்சிகளுக்கு சம்மன் அனுப்பலாம்; குற்றம் சாட்டப்பட்டவர்களுக்கு அனுப்பக்கூடாது என்கிற இந்தியக் குற்றவியல் சட்டம் உச்சநீதிமன்றத் தீர்ப்புகளை காற்றிலே பறக்க விட்டு விட்டார்கள்.

சம்மனே முறையாக அனுப்பாமல் எனக்கு எப்படிக் கிடைக்க வேண்டுமென்று சட்டம் சொல்லுகிறதோ, அப்படி கிடைக்க வகை செய்யாமல் அரெஸ்ட் வாரண்ட் பிறப்பிக்கப்படுகிறது. தனியார் வழக்கிற்கென்று தனிச்சட்டம் இல்லை.

சின்ன நீதிபதியின் தவறைச் சுட்டிக் காட்டி சென்னை உயர்நீதிமன்ற நீதிபதிக்கு முறையீட்டு மனு ஒன்றைத் தந்தேன். அந்த மனுவின் பேரில் திருநெல்வேலி முதன்மை நீதிபதி விசாரித்து முடித்திருக்கிறார். தவறிழைத்த நீதிபதி நான்குநேரியில் இருந்து பெரம்பலூருக்கு மாற்றப்பட்டு விட்டார். இது வழக்கமான, ஆண்டுதோறும் அல்லது மூன்றாண்டுகளுக்கு ஒருமுறை அரங்கேறுகிற மாறுதல் அல்ல.

நீதிபதியின் போக்கின் மீதான விசாரணை நிலுவையில் இருக்கிறபோதே, காவல்துறை என்னை விசாரிக்கிறோம் என்று அழைத்துப் போகிறது. சட்டமேதை அம்பேத்காரின் நேரடி வாரிசுகளான காவல்துறை கனபாடிகளுக்கு சட்டநெறிகளை விளக்கிச் சொன்னேன்; கேட்கவில்லை. அரண்மனை ஓநாய்கள் எலும்புத் துண்டுக்கு இரக்கம் காட்டுவார்களா என்ன?

விசாரணைக்காக என்னை அழைத்துச் சென்றால், அவதூறு வழக்கின் பிரிவைப் பொறுத்து காவல்நிலையத்திலிருந்து சம்மன் வரவேண்டும். எதற்காக, எங்கே எத்தனை மணிக்கு அழைக்கிறார்கள் என்று அதிலே கண்டிருக்க வேண்டும். காவல்துறை விசாரணைக்கு என்று என்னை ஏமாற்றி அழைத்துச் சென்றது. தனியார் வழக்கில் காவல்துறை விசாரணை நடத்தலாமா? ஆனால் நடத்திற்று.

எட்டு மணி நேரம் என்னைத் தனி அறையில் வைத்தார்கள். ஜோசப் தாமஸ் என்று பெயர்ப் பலகை மாட்டப்பட்டிருந்தது. அதிகாரிகளிடம் கைது செய்யப்பட்டதை அறிந்தது முதல் எனது மூத்த வழக்கறிஞர்கள் திரு.என்.நடராஜன், ரவீந்திரன், கருப்பன் ஆகியோரைத் தொடர்பு கொள்ள வேண்டுமென்று மன்றாடினேன். மறுத்து விட்டார்கள்.

மூன்று நாட்கள் சுற்றுப்பயணத்திற்குப் பிறகு இன்றுதான் ஊர்

வந்து சேர்ந்தேன்; உடல் நலமில்லை. மருந்துகள் வேண்டுமென்று கேட்டுப் பார்த்தேன். அனுமதிக்கவில்லை. கைது செய்யப்பட்டவரின் அடிப்படை உரிமைகள் பற்றி உச்சநீதிமன்றம் எடுத்துச் சொன்ன விதிமுறைகளை சென்னை மாநகர போலீஸ் கமிஷனர் கால்களிலே போட்டு கசக்கி விட்டார். இந்த ரோமாபுரி ராணிகளை மகிழ்விப்பதற்காக அவர்களின் அழுக்குச் சேலைகளை இவர் அடித்துத் துவைக்கட்டும்; அய்.பி.எஸ். அதிகாரியாக இருந்துகொண்டு, என்னைத் துன்புறுத்தி சட்ட நெறிகளைக் காற்றிலே பறக்கவிட்டு அவர்களை குளிர்விக்க வேண்டுமென்றால் உங்களுக்கு எதற்காக அரசுப்பணி? போலீஸ் கமிஷனர் மீதான எனது குற்றச்சாட்டுகளுக்கு மத்திய உள்துறை மௌனம் சாதித்தால் தலைநகரத்தில் பாராளுமன்றக் கட்டிடத்திற்கு முன்பாக குறைந்தது 100 பேர் சாகும்வரை உண்ணாவிரதம் மேற்கொள்ளுவோம்; இது சத்தியம்.

இந்தச் சாதாரண வழக்கில் சென்னைப் பெருநகர முதன்மை நீதிபதி முன்பாகவே என்னை ஆஜர்படுத்தலாம். நாயை இழுத்துக் கொண்டு போவதுபோல நான்குநேரி வரைக்கும் இழுத்துக்கொண்டு போகாவிட்டால், கலிங்க ராணிகளின் கருணை காக்கிச் சட்டைகளுக்குக் கிடைக்காமல் போய்விடுமே.

உடல்நலமில்லை; ரெயிலில் கொண்டு போங்கள் என்று கேட்டேன். பதிலேதும் சொல்லாமல் உள்ளதிலேயே மோசமான வேனில் ஏற்றி இரவு முழுவதும் தூங்க விடாமல், உடற்பயிற்சி பண்ணவைத்து ஒரு நாயை நடத்துவது போல் என்னை நடத்திவிட்டார்கள்.

சிறுநீர் பெய்வதற்குக் கூட பலமுறை கேட்க வேண்டியதிருந்தது. சிறுநீர் பெய்கிறபோது தப்பி ஓடிவிடத்தக்க குற்றவாளியைச் சூழ்வதுபோல 10 காவலர்களும் சூழ்ந்துகொண்டார்கள். இதைவிட எனக்கு அவமானம் வேறு என்ன இருக்க இயலும்? திண்டிவனத்தில் என்னை அடையாளம் கண்டுகொண்டு நக்கீரன் வாழ்க! வலம்புரிஜான் வாழ்க! என்று முழக்கம் எழுப்பிய இளைஞர்களிடம் ஒரு நிமிடம் கூட பேச விடவில்லை.

வழியில், எத்தனையோ முறை கேட்டும் வழக்கறிஞர்களையோ மருத்துவர்களையோ அணுகவிடவில்லை. இதில் உச்சகட்ட வேடிக்கை ஜாமீனில் விட முடியாத வாரண்டை விடமுடிகிற வாரண்டாக நீதிபதியே மாற்றியபிறகு, காவல்துறை ஜாமீனில் விட முடியாத வாரண்டின் கீழ் என்னைத் தூக்கிப் போனதுதான்.

வழக்கறிஞர்கள் வேலைநிறுத்தம் முடிவடையாதபோது, அதிலும்

ஓய்வு நாளான சனிக்கிழமை பார்த்து என்னைக் கொண்டு போகிறார்கள் என்றால் என்ன பொருள்? அதிலும் எவருக்கும் தகவல் தரவிடாமல் என்னை அழைத்துப் போகிறார்கள் என்றால் என்ன பொருள்?

பாளையங்கோட்டைச் சிறையில் பதுக்கிவிட வேண்டும் என்பதுதானே. சிறைத்துறை உயர் அதிகாரி ஒருவர் முந்தியநாள் தாழையூத்து சிமெண்ட் ஆலை பங்களாவில் ஏன் தங்கினார்? யாரோடு தங்கினார்? பாளைச் சிறைக்கு 6 முறைகள் ஏன் வந்தார்? எதற்காக? யாருக்காக? "நீங்கள் இருட்டின் மூலையில் செய்ததெல்லாம், வீட்டின் கூரைகளில் வெளிச்சத்தில் சொல்லப்படும்" என்று பைபிள் சொல்லுகிறது.

பத்திரிகைச் செய்திகளைப் பார்த்து விட்டு நான்குநேரியிலாவது என்னைப் பாதுகாத்து விட வேண்டுமென்று வழக்கறிஞர்கள் கூடியிருந்தனர். அவர்கள் கண்களிலும் மண்ணைத் தூவிவிட்டு, வள்ளியூருக்குக் கொண்டு போனார்கள். பசும்பொன் முத்துராமலிங்கத் தேவரின் பால்ய கால தோழர் மஹா கணபதி தேவர் மாத்திரம் விழிப்பாக இல்லாதிருந்தால், பாளைச் சிறையில் பதுக்கியிருப்பார்கள். நானே ஜாமீன் வேண்டாமென்று இந்த அவல ஆட்சியை எதிர்த்து உள்ளே போயிருப்பேன். ஆனால் நரசிம்மராவின் ஆளுகைக்கு உட்படாத காட்டுமிராண்டிகளின் கன்னித்தீவான தமிழ்நாட்டில் வெளியேயும் பாதுகாப்பில்லை; உள்ளேயோ உயிருக்கு உத்தரவாதம் இல்லவே இல்லை. நஞ்சு கலந்து இந்த நாசகாரர்கள் என்னைக் கொன்று விட்டால் நாடாளுமன்றத்திலும், சட்டமன்றத்திலும்

இரண்டு நிமிடம் மௌனமாக நிற்கப் போகிறார்கள். இந்தச் சண்டிராணிகளின் அரசியல் அழிவை எனது கண்கள் தரிசிக்க முடியாதே. ஆகவே வழக்கறிஞர்களின் ஏற்பாட்டை நான் குலைக்கவில்லை.

அடுத்த வழக்கு தயாராகிவிட்டது. எனது திருமணமான 2 மகள்களை அடியாட்களை வைத்து கற்பழிக்கப் போனேன் என்று வழக்கு. சூளைமேடு காவல்துறை ஆய்வாளர் விசாரணைக்கு வந்துவிட்டார். ஆளுங்கட்சி ஏடுகள் எட்டுக்காலத் தலைப்பில் இது பற்றிய செய்திகளை வெளியிட்டுள்ளன. அவதூறு வழக்குப் போடுவேன் என்று நோட்டீஸ் அனுப்பினால், எங்களிடம் பிராது நகல் இருக்கிறது போட்டுப் பார் என்று பத்திரிகைகளிலே எழுதுகிறார்கள். அவர்களுக்கு நகலை நகர்த்துகிற காவல்துறை எனக்குத் தரமறுக்கிறது.

இந்த அபாண்டததை எவர் நம்புவார்கள் என்று கேட்டார் சிந்தனையாளர் சோ.ராமசாமி. நம்பாமல் போகலாம். என்னைச் சித்ரவதைப்படுத்த வேண்டும் என்பதல்லவா வெள்ளைக் கழுகுகளின் வேளை தப்பாத கவலை.

இவ்வளவு பெரிய அபாண்டத்தை ஆளுங்கட்சி அடாவடிகள் என்மீது சுமத்திவிட்டதால் எனக்கொரு சந்தேகம் வருகிறது. போலீஸ் கமிஷனர் அலுவலகத்தில் நான் சிறை வைக்கப்பட்டிருந்தபோது உணவில் நஞ்சு கலந்து விடுவார்கள் என்று உண்ண மறுத்தேன். ஆனால் மயக்கமாக இருந்ததால் ஒரு குவளை தேனீர் மாத்திரம் குடித்தேன். அந்தத் தேனீரைக் குடித்த நேரத்திலிருந்து என் உடல் நலம் குன்றி வருகிறது.

ஆகவே இன்று எனது இரத்த மாதிரிகளை (பிளட் சாம்பிள்ஸ்) எடுத்து புதுடெல்லி அகில இந்திய மருத்துவ விஞ்ஞானக் கழகத்திற்கு நஞ்சு கலந்திருக்கிறதா என்று கண்டறிய திரு.சுப்பிரமணியசாமி வழியாக அனுப்புகிறேன்.

நக்கீரன் நிர்வாகத்தினர், என் அன்புத் தலைவர், இலக்கியச் செல்வர், எதிர்க்கட்சித் தலைவர் எஸ்.ஆர்.பி., என் நெஞ்சுக்கு நெருங்கிய நேசர் வைகோ, ஆதித்தன் எம்.பி. பத்திரிகையாளர்கள், கொதித்துப் போன வாசகர்கள் அனைவருக்கும் நன்றி பாராட்டுகிறேன்.

'ஜெ.' பெயரில் சசி கவிதை!

அக்னி நட்சத்திரத்தில் தோன்றிய அலம்பல் அதிகம் இல்லாத வில்லன் ஜி.உமாபதி அவர்களுக்கு ஜெயலலிதாவின் ஆரம்ப காலங்கள் அத்துப்படி.

கலைஞர் அவர்கள் மூன்றாவது முறை முதல் அமைச்சராவதற்கு முன்பு, கலைவாணர் அரங்கத்தில் தமிழ் எழுத்தாளிகள் ஒருகூட்டம் நடத்தினார்கள். அமுதசுரபி ஆசிரியர் விக்ரமனின் ஏற்பாடு இது. இந்தக் கூட்டத்தில் கலைஞர், புலவர் கீரண், ஜி.உமாபதி ஆகியோர் கலந்து கொண்டனர். எனது பேச்சும் இருந்தது. அப்போது ஜி.உமாபதி கலைஞர் அவர்களின் காதுகளில் படுகிற வண்ணமாக ஜெயலலிதாவின் ஆரம்ப காலத்தை அலசினார். எனக்கே சங்கடமாக இருந்தது. கலைஞர் கச்சிதமாக சமாளித்து விட்டார்.

வாழ்க்கையின் எந்தத் தாழ்ந்த நிலையிலிருந்தும் எவரும் எந்த உயரத்திற்கும் வரலாம். அதில் எந்தத் தவறும் இல்லை.

தேவிப்பட்டணத்தை அடுத்த சுந்தரராஜபுரத்தில் ஜெயலலிதாவின் தாயார் மருத்துவமனை ஒன்றில் ஆரம்பத்தில் ஆயாவாக இருந்தார். பிறகு அவர்கள் குடும்பம் ஸ்ரீரங்கத்திற்குக் குடி போனது. அங்கே சிரமப்பட்ட சூழ்நிலையிலேதான் சினிமாக்காரன் ஒருவன் ஜெயலலிதாவின் தாயாரை சினிமாவில் நடிக்க வைப்பதற்காகச் சென்னைக்கு அழைத்து வந்தான்.

அந்த ஜெயலலிதா தனது உடலில் ஒட்டியிருந்த அழுக்குச் சேற்றை அப்படியே மறந்து விட்டு ஏதோ பிறந்தது முதல் பன்னீரில் தாலாட்டப்பட்ட பரவஸ்துவைப் போல நடந்து கொள்ளுவதுதான் சங்கடமாக இருக்கிறது.

கடந்த காலத்தைக் கொஞ்சம் கூட கவனத்திலே கொள்ளாமல் ஏதோ மேல் வீட்டு மேனகையாகவே காலம் முழுவதும் இருந்தாற்போல மீனாட்சி அம்மன் ஆலயத்திற்குள்ளே ஒரு மணிநேரம் வந்து போவதற்குக் கழிவறை கட்ட வேண்டும் என்று எதிர்பார்ப்பது வரலாற்றில் இல்லாதது.

இளமைக் காலத்தில் ஜெயலலிதாவிற்குப் பழக்கமானவர்கள் எப்போதோ ஒருமுறை ஜெயலலிதாவைச் சந்திக்க வருவார்கள். அப்படித்தான் ஜெயலலிதாவின் அம்மாவிற்குப் பழக்கமான அந்த நபர் அன்று வந்திருந்தார். பழையதைத் தன்னுடைய வரலாற்றிலிருந்தே வழித்தெறிந்து விட வேண்டுமென்று ஆசைப்படுகிறவர் ஜெயலலிதா.

நடிகையாய், அதிலும் எம்.ஜி.ஆருக்குத் துணையாக நடித்ததால்தான், நாடு அவரைத் தெரிந்து கொண்டது. இப்போதும் சினிமாக் கலைஞர்கள் கூட்டம் நடத்தி பாராட்டினால் ஜெயலலி தாவிற்கும் பிடிக்கிறது. ஆனால் அரை நிர்வாணமாக அவர் நடித்த பழைய படங்களைத் திரையிட்டால் கோபம் கொந்தளிக்கிறது. எம்.ஜி.ஆர். அல்ல தனது புகழுக்குக் காரணம் என்று நிலைநாட்ட, தான் சுத்த சுயம்பிரகாசம் என்று எடுத்துக் காட்ட ஜெயலலிதா படாத பாடுபடுகிறார். ஆகவேதான் பழகியவர்கள் எவர் வந்தாலும் அவருக்கு இறந்தகாலம் உயிர் பெற்று வந்து விட்டதே என்கிற ஆதங்கம்.

அன்று வந்தவர் தனித்தமிழ் இயக்கம் கண்ட பெரியார் ஒருவரின் இயற்பெயரைத் தாங்கியவர். முன்னாள் முதல்வர் ஒருவருக்கு உறவினர். செங்கல்பட்டில் கொடி போட்ட குடும்பத்தைச் சார்ந்தவர். இவரது உடன்பிறப்பு விவேகானந்தரின் குருவின் பெயரைக் கொண்டவர். இப்போதும் இவர் மயிலாப்பூரில் ஒரு தோட்டத்தில் வசிக்கிறார். இவர் வந்ததும், சசிகலாதான் ஜெயலலிதாவிடத்தில் சென்று சொன்னார். அவரை இருக்கச் சொன்னார் ஜெயலலிதா. ஆனால் என்னிடத்தில் கொஞ்ச நேரம் பேசிவிட்டு, பிறகு அந்த முதலியாரை அழைத்தார். முதலியார் போய்விட்டார். ஜெயலலிதாவிற்கோ கோபம். கொஞ்ச நேரம் கூட காத்திருக்க முடியாதா என்று சத்தம் போட்டார். ஆனால் உண்மை அன்று நொண்டிக் கொண்டிருந்தது.

வெளியில் சென்ற சசிகலா வேறொரு நாள் வாருங்கள் என்று அந்தப் பெரியவரைப் பார்சல் செய்து விட்டார். சொந்த அண்ணனையே ஜெயலலிதாவிடமிருந்து, தங்கள் சுகபோகங்களுக்காகப் பிரிக்க முடிந்தவர்களால், அம்மாவுக்குப் பழக்கமானவர்களைப் பிரிப்பது பெரிதா? அன்று மாலையே அவரது முகவரியைக் கண்டுபிடித்து எனது பத்திரிகை நண்பர் ஒருவர் மூலமாக

இந்தச் செய்தியை நான் அவருக்குத் தெரிவித்தேன்.

உண்மையிலேயே அந்த முதலியார் காத்திருக்கவில்லையா? என்னதான் நடந்தது என்று அறிந்து கொள்கிற பழக்கமே இல்லாதவர் ஜெயலலிதா. நான் போயஸ் தோட்டத்திலிருந்தபோது, ஜெயலலிதா ஏதோ வேலையாக மேலே போயிருந்தார். சசிகலா அந்த வாரம் வந்திருந்த 'தாய்' கர்நாடகச் சிறப்பிதழைக் கையில் வைத்திருந்தார். இந்தக் கர்நாடகச் சிறப்பிதழில், மாஸ்தி வெங்கடேச அய்யங்கார், கோபாலகிருஷ்ண அடிகா, கமலா ஹெர்மிச், குவேம்பூ, சின்னவீர கனவி ஆகியோரின் கவிதைகளைத் தமிழாக்கிப் பிரசுரித்திருந்தேன்.

உங்களுக்குக் கன்னடம் தெரியுமா என்று கேட்டார் சசிகலா. பிரசன்னா ராமசாமி என்ற எழுத்தாளி ஆங்கிலத்திலிருந்து இவற்றை மொழி பெயர்த்திருக்கிறார் என்று சொன்னேன். இடைஞ்சல் இலை போட்டு உட்கார்ந்திருக்கிறது என்று தெரிந்து கொண்டேன்.

அம்மாவைப் பற்றி இந்த கர்நாடக சிறப்பிதழில் ஒன்றுமே வரவில்லையே என்று அம்மாவே ஆதங்கப்பட்டதாக சசிகலா என்னிடம் குறிப்பிட்டார். நாளைக்கு அரசியலில் அம்மா தலைநிமிர்ந்து வந்தால், கன்னடத்துக்காரி என்று தமிழர்கள் பேச மாட்டார்களா... அதுதான் இந்த இதழில் அம்மாவின் கட்டுரை இடம் பெறாமல் பார்த்துக் கொண்டேன் என்றேன். எம்.ஜி.ஆரை மலையாளி என்றார்கள்... எடுபட்டதா என்று கேட்டார்.

ஓகோ அப்போதே எம்.ஜி.ஆரை ஜெயலலிதா அளவிற்கு சசிகலா இழுத்துக் கீழே கொண்டு வந்திருக்கிறார் என்பதைப் புரிந்து கொண்டேன். அம்மா கவிதை கூட நன்றாக எழுதுவார்கள் என்றார் சசிகலா. அம்மாவே எழுதியதாக ஒரு பாடலைக் கவிதை என்று காட்டினார். அதில் நாமகிரிப்பேட்டையைச் சார்ந்த நாட்டுப்புறக் கவிஞன் ஒருவனின் வார்த்தைகள் காணப்பட்டன.

இது கவிதை என்று சொல்லியிருக்கலாம். அவ்வாறு சொல்லி யிருந்தால் இரண்டு அம்மாக்களுமே மகிழ்ந்திருப்பார்கள். பாவம் நான் பிழைக்கத் தெரியாதவன். பதிலே சொல்லவில்லை; அதைப் பிரசுரிக்கவும் இல்லை.

சசிகலா தான் கிறுக்கியதை ஜெயலலிதாவின் கவிதை என்று என்னிடத்தில் தந்திருக்கிறார். என்னைப் பைத்தியக்காரன் என்று சசிகலா முடிவெடுத்து பல ஆண்டுகள் ஆகிவிட்டன.

நான் புறப்படுவதற்கும் முன்னர் சசிகலா எனது காதுகளில் தனது கணவர் நல்ல எழுத்தாளர் என்றும், அவர் ஏதாவது எழுதினால் பிரசுரிக்க வேண்டுமென்றும் கேட்டுக் கொண்டார். தகுதியானதாக

இருந்தால் பிரசுரிப்பேன் என்றேன்.

தாய் அலுவலகத்திற்கு வந்த ஒரு மணிநேரத்தில் நடராசன் வந்து என்னைச் சந்தித்தார். அறிஞர் அண்ணாவின் நினைவு நாளுக்காக எழுதினேன் என்று ஒரு கவிதையைக் காண்பித்தார். வாங்கி வைத்துக் கொண்டேன். கவிதை அல்லாததை அன்று நான் பிரசுரிக்க மறுத்து விட்டேன்.

முதலியாருக்கு முதுகைக் காட்டிய சசிகலா தொடர்ந்து ஜெயலலிதாவின் பால்ய கால நண்பர்களைப் பழி வாங்கலானார். அகில இந்திய வானொலியில் வேலையாயிருந்து இப்போது மதுரை வானொலி மேலாளராக இருக்கிற செல்வி லீலா, ஜெயலலிதாவிடம் சாதாரணமாக சென்றுபேசி வருகிறவர்.

பழைய பாசத்தில், பழகியவர்தானே என்கிற நினைப்பில் எஸ்.லீலா ஒருநாள் ஜெயலலிதாவைப் பார்க்கப்போனார். ஆண்கள் வந்தால், வயதானவர்களாக இருந்தாலும் வந்தது ஆபத்து என்று நினைப்பவர் சசிகலா, லீலா பெண்தானே. அதிலும் திருமணம் ஆகாதவர். முன்னரே நேரம் வாங்கிக்கொண்டுதான் லீலா ஜெயலலிதாவைப் பார்க்கப் போனார்.

எம்.ஜி.ஆருக்கு ஜெ. வைத்த வேட்டு!

லீலா அன்பான பெண்மணி அலட்டிக் கொள்ளவே மாட்டார். இவர் எனக்குப் பழக்கமானவர் என்று பெரிசுகளாகச் சொன்னால் தவிர, அவராக வார்த்தைகளுக்கு வர்ணம் பூசமாட்டார். அவ்வளவு அடக்கமானவர். ஒரு படத்திலே கூட எம்.ஜி.ஆருக்குத் தங்கையாக நடித்திருக்கிறார். இவர் சென்று சேர்ந்த நேரம் ஜெயலலிதா கிழக்குப் பார்த்து அமர்ந்திருக்கிற இருக்கையில் இல்லை. மாடியிலிருந்திருக்கிறார்.

நான் போயஸ் கார்டனுக்கு போனபோதே, அவருக்கு வியர்த்திருந்தது. காத்திருந்தே அவரது கண்களுக்கு வயதாகியிருந்தது. மூன்று மணி நேரத்திற்கு மேலாகக் காத்திருந்ததாக அவர் அப்போது என்னிடம் குறிப்பிட்டார்.

இத்தனைக்கும் ஜெயலலிதாவின் உள்வட்டத்திலே உட்கார்ந்திருந்த ஒரு பெண்மணிக்கு இப்படி ஒரு அவலம் நிகழ்ந்திருக்கிறதே என்று எனக்குச் சங்கடமாக இருந்தது.

என்னம்மா என்று கேட்டேன். வழக்கம்போல சிரித்தார். விரல்களை விரித்தார். அப்போது சசிகலா வந்தார். அம்மாவுக்கு உடல்நலமில்லை. இன்று ஒருவரையும் பார்க்க மாட்டார்கள் என்று அறிவித்தார். அவர்கள்தானே வரச் சொன்னார்கள் என்றெல்லாம் லீலா சொல்லிப் பார்த்தார். ஆனால் சசிகலா லீலாவை அனுப்புவதிலே உறுதியாக இருந்தார். பார்க்க மாட்டார்கள் என்றால் வலம்புரி ஜானும் கிளம்பியிருக்க வேண்டுமே, ஏன் கிளம்பவில்லை என்பது போல லீலா பார்த்தார். பிறகு புரிந்து கொண்டார்.

லீலா புறப்பட்டுச் சென்ற கொஞ்ச நேரத்திற்கெல்லாம் ஜெயலலிதா கீழே இறங்கி வந்தார். என்னிடம் பேச்சு கொடுத்தார். லீலா

வந்ததைச் சொல்லிவிட வேண்டாமென்று சசிகலா ஏற்கனவே என்னை எச்சரித்திருந்தார்.

பிறகுதான் தெரிந்தது, தோட்டக்கலை தொடர்பான சில புத்தகங்களை ஜெயலலிதா தனக்குப் பழக்கமான லீலாவிடம் கேட்டிருக்கிறார். அவற்றை லீலா அனுப்பியிருந்தும், ஜெயலலிதா கிடைத்தது என்று ஒரு வார்த்தை கூட சொல்லவில்லை. ஜெயலலிதாவின் அடிப்படைக் குணத்திற்கே எதிரான இந்த நடவடிக்கை பற்றி கேட்கத்தான் லீலா வந்திருக்கிறார்.

ஆனால், கிருஷ்ணமூர்த்தி என்பவரை சசிகலா ஜெயலலிதாவிற்கு அறிமுகப்படுத்தி தோட்டக்கலையைப் பற்றிய புத்தகங்களை ஏற்கனவே கொடுத்திருக்கிறார். தோட்டக்கலையைப் பற்றிய கருத்தைச் சொல்லுவதென்றால் கூட தனக்குத் தெரிந்த கிருஷ்ணமூர்த்தி தான் ஜெயலலிதாவின் பக்கத்திலே போகலாமே தவிர தனக்கு அறிமுகமில்லாத லீலா எவ்வளவு அறிந்தவராக இருந்தாலும் ஜெயலலிதாவின் பக்கத்தில் வந்துவிடக் கூடாது. சசிகலா தனது ஆரம்ப கால திட்டத்தை இன்றைக்கும் அனுப்பிரமாணம் கூட பிரளாமல் அப்படியே நடத்தி வருகிறார்.

பொதுவாக சசிகலாதான் தொடக்கத்தில் இருந்தே ஜெயலலிதாவிற்கு வேண்டியவர்களை தனது சுகபோகங்களுக்காகத் துண்டித்து வருகிறார் என்பது எல்லோருக்கும் தெரிந்த உண்மைதான். ஆனால் எதிர்க்கட்சிக்காரர்களும், ஆளுங்கட்சிகாரர்களுமாகச் சேர்ந்து இப்போது ஒரு மாயப் பொறியில் மாட்டிக் கொண்டு வருகிறார்கள். அதாவது ஜெயலலிதா ஒன்றும் தெரியாத பாப்பா என்பது போலவும், சசிகலா மாத்திரம்தான் சர்வ சண்டாளி என்பதைப் போலவும், தெரிந்தோ, தெரியாமலோ ஒரு மாயை உருவாக்கப்பட்டு வருகிறது. இதன் விளைவாக இறுதியில் ஜெயலலிதாவின் எல்லா பழிபாவங்களுக்கும் சசிகலாதான் காரணம் என்பதாகக் கதைவிட்டு அரசியல் உடன்பாடு காணவும் மோடிமஸ்தான்கள் சிலர் முயற்சித்து வருகிறார்கள்.

அண்மையில் தலைநகரத்தில், என்னைச் சந்தித்த மாபெரும் அரசியல் தலைவர் ஒருவர், உருவாகிவிட்ட அரசியல் சதியை விலாவாரியாக விவரித்தார். ஆனால் அவரே நான் புறப்பட்டபோது, “நீங்கள் உங்கள் மனைவியை நேசிப்பதை விட ஜெயலலிதா சசிகலாவை நேசிக்கிறார்”. ஆகவே ஜெயலலிதாவைப் புண்ணிய பூமாதேவியாக புனைந்துரைத்துவிட்டு சசிகலாவை மாத்திரம் சகதிக்குள் தள்ளுவது எப்படிச் சாத்தியம் என்று கேட்டார்.

லீலாவிற்கு நடந்த அவமானத்திற்குப் பிறகு ஒருநாள் அவரைச் சந்தித்தபோது உருகிப்போனார். இவ்வளவு தூரம் எனக்குப் பழக்கமானவரை சசிகலா தள்ளிவைத்து விட்டாரே என்றார். ஒரு நச்சுமரம் தனது கிளைகளைத் தமிழ்நாடு அளவில் பரவ விட்டுவிட்டது.

கத்திப்பாரா சந்திப்பில் நேரு சிலை திறக்கிற நிகழ்ச்சிக்கு அப்போது ஒரு மாதம்தான் இருந்தது. அமரர் ராஜீவ்காந்தி கலந்து கொள்ளுவதாக இருந்த இந்த நிகழ்ச்சியில் முதலில் அருணா ஆஸப் அலி கலந்து கொள்ளுவதாக இருந்தது. இந்தியாவின் வரலாற்றுச் சிறப்புமிக்க புரட்சியாளர்களிலே ஒருவரான அருணா ஆஸப் அலி யை மத்திய அரசாங்கமோ காங்கிரஸ் தலைவர்களோ, அமைச்சர் பெருமக்களோ அழைக்கச் சொல்லவில்லை. அதற்கு மாறாக எம்.ஜி.ஆர். தான் அழைத்தார். ஜெயபிரகாஷ் நாராயணன், புருஷோத்தமதாஸ் தாண்டன், அருணா ஆஸப் அலி போன்றவர்களை எல்லாம் எம்.ஜி.ஆர். அறிந்து வைத்திருந்தார் என்றால் இன்றைக்கு எவர் நம்பப் போகிறார்கள்? எம்.ஜி.ஆரைக் குறைத்தே மதிப்பிடுகிறவர்கள் அவரது அட்டைக் கத்திக்கு அப்பாலே அவரைக் கண்டு கொள்ள இயலாமல் அவதிப்படுகிறார்கள். அருணா ஆஸப் அலி கலந்து கொள்ளுவதாக இருந்த இந்த நேரு சிலைதிறப்பு விழாவில் நான் கலந்து கொள்ளுவேன் என்று அடம்பிடித்தார் ஜெயலலிதா. அருணா ஆஸப் அலியோடு கலந்து கொள்ளுவேன் என்று ஒரு கனவுக் கன்னிகை சொன்னாலும் தப்பில்லை. அருணா ஆஸப் அலியை எடுத்துவிட்டு தன்னை அந்த விழாவிலே சேர்க்க வேண்டும் என்று வாதிட்டார் ஜெயலலிதா.

அருணா ஆஸப் அலியை ஜெயலலிதா அறியாமல் இருந்திருக்கலாம். ஆனால் கேள்விப்படாமல் கண்டிப்பாக இருக்க இயலாது. இருந்தும் அந்த வரலாற்றுச் சிறப்புமிக்க விழாவில் கலந்து கொள்ளுகிற பெண் தான் மாத்திரமாகவே இருக்க வேண்டும் என்று திட்டம் தீட்டிவிட்டார் ஜெயலலிதா.

ஜெயலலிதா ஆங்கிலம் பேசுவதே ஒரு அடிப்படைப்பலம் என்று எப்போதும் எண்ணிக் கொள்ளுகிறவர். ஆகவே மாநிலங்களின் மேலவையில் முழுக்கவே காட்டமுடியாத தனது ஆங்கில ஆற்றலையும், பொது மக்களுக்கும், கட்சித் தொண்டர்களுக்கிடையேயும் தனக்கு இருக்கிற தனிப்பட்ட செல்வாக்கை ராஜீவ் காந்திக்கு முன்பாக எடுத்துக் காட்ட வேண்டும் என்பதற்காகவும் ஜெயலலிதா முழு முயற்சி எடுத்தார்.

ராஜீவ் காந்தியோடு ஜெயலலிதா நெருங்குவதைத் தனது பதவிக்கு வைக்கப்படுகிற வேட்டாக நினைத்த எம்.ஜி.ஆர். வேறு சில காரணங்களுக்காகவும் இந்த நெருக்கத்தை வெறுத்தார். ஆகவே இம்மாதிரி ஒரு சந்தர்ப்பத்தையே ஜெயலலிதாவிற்குத் தரக்கூடாது என்பதில் எம்.ஜி.ஆர். உறுதியாக இருந்தார்.

ஒரு நாள் நேரு சிலையைப் பார்வையிடப் போனார் எம்.ஜி.ஆர். அதற்குள் தலைநகரத்திலிருந்து அவருக்கு தொலைபேசி அழைப்பு வந்தது. இது ஜெயலலிதாவின் வேலைதான் என்பதை எம்.ஜி.ஆர். கண்டு கொண்டார். பதிலே பேசாமலிருந்துவிட்டார். எம்.ஜி.ஆரின் இறுக்கத்திற்கும் அன்றைக்கு டெல்லியில் ஒரு மரியாதை இருந்தது. ஜெயலலிதா இந்த நிகழ்ச்சியில் தான் இடம் பெற்றே ஆகவேண்டும் என்று தனக்கு வேண்டிய ஆடிட்டர் ஒருவரை டெல்லிக்கு அனுப்பினார். இன்று தலைநகரில் இருந்துகொண்டு ஜெயலலிதாவின் சாம்ராஜ்யம் சரிந்து விடாமல் காப்பாற்றிக் கொண்டிருக்கிற லலித் சூரி இந்துஜா, சதீஷ்சர்மா எல்லோரையும் அவர் வளைத்து வளைத்து சந்தித்தார்.

ஆர்.எம்.வீ.யின் ஒன்பது அம்ச திட்டம்!

தொலைபேசி மணி அடித்ததும் எம்.ஜி.ஆர்., பரமசிவம் சாரிடம் ஆள்காட்டி விரலை மேலே தூக்கிக் காட்டினார். அதற்கு டெல்லி யில் இருந்துதான் தொலைபேசி வருகிறது என்று அர்த்தம். அவர் சொன்னபடியே அங்கிருந்து தான் வந்தது. இப்படிப் பல சமயங்களில் நடந்திருக்கிறது. எம்.ஜி.ஆர். கூர்ந்த மதி உள்ளவர் என்பதற்கு இது ஒரு சாதாரணமான எடுத்துக்காட்டு மாத்திரமே.

பெரும்பாலும் எம்.ஜி.ஆர். கணக்கு தவறாது. ஜெயலலிதா விவகாரத்தில் மாத்திரம்தான் எம்.ஜி.ஆர். கணக்கு எக்கச்சக்கமாக தவறாகப் போனது. அடிச்சறுக்குவதெல்லாம் ஆனையாகப் போன காலத்தில், எம்.ஜி.ஆர். என்கிற ஆனைக்கு அடிச்சறுக்கிப் போனதில் வியப்பொன்றும் இல்லை.

எம்.ஜி.ஆர். இப்போதும் பேச மறுத்தார். மறுமுனையில் பிரதமர் அலுவலகத்திலிருந்து எவரோ பேசினார்கள். எம்.ஜி.ஆர். தான் நேரே வந்து பிரதமரைச் சந்திப்பதாகச் சொல்லி விட்டார்.

எம்.ஜி.ஆருக்கு இருந்த சந்தேகம் எல்லாம் ஜெயலலிதாவின் தூண்டுதலால் பிரதமரே பேசுகிறாரா அல்லது பிரதமர் அலுவலகத்தில் ஜெயலலிதாவிற்கு வேண்டியவர்கள் எவராவது பேசுகிறார்களா என்பதே. ஆகவே இதை எப்படியாவது கண்டுபிடிக்கிற பணியினை என்னிடம் ஒப்படைத்தார்.

பிறகு டெல்லி போனபோது இது பிரதமர் அலுவலகத்தில் அப்போதிருந்த பெரும்புள்ளி ஒருவரின் திருவிளையாடல் என்று அறிய வந்தேன். எம்.ஜி.ஆரை எந்தச் சூழ்நிலையிலும் அச்சுறுத்தவோ, அடிபணிய வைக்கவோ முடியாது. ஜெயலலிதாவை நேரு சிலை திறப்பு விழாவில் சேர்த்துத்தான் ஆக வேண்டும் என்று டெல்லி வற்புறுத்தியதுதான் எம்.ஜி.ஆருடைய கோபத்தை உச்சகட்டத்திற்குக்

கொண்டு போனது. அவர் பணிவதாக இல்லை.

இரண்டாவது முறையும் ஜெயலலிதாவிற்கு எதிரான நடவடிக்கையில் அவர் இறங்கினார். ஜெயலலிதாவிற்கு அன்று உதவிய வேதியர் ஒருவரின் காதுகளைத் திருக வேண்டும் என்று முடிவெடுத்தார்.

இன்றும் இதே வேதியர்களில் சிலர்தான் ஜெயலலிதாவின் உடன்பிறவா சகோதரியின் மீது வருகிற தாக்குதலைத் தாங்கி நிற்கிறார்கள். எந்தச் சாதியாருக்கும் எதிராக எப்போதும் பேசாத எம்.ஜி.ஆர். அன்றைக்குப் பிராமணர்களைப் பிடிபிடி என்று பிடித்தார்.

பிராமணர் சங்கத் தலைவர் பாலசுப்ரமணியம் தனது சாதிக்காரர்களால் ஜெயலலிதாவை நெருங்கக் கூட முடியவில்லை என்று அங்கலாய்க்கிறார். அதே நேரத்தில் அதே வகுப்பைச் சார்ந்தவர்கள்...

எம்.ஜி.ஆர். காலம் போலவே இன்றும், ராஜாஜிக்குப் பிறகு ஜெயலலிதா வந்திருக்கிறார். இந்த ஆட்சியைக் கவிழ்க்கலாமா என்று கச்சை வரிந்து கட்டுகிறார்கள்.

இந்தச் சமயத்தில் ஜெயலலிதா மத்தியப் பிரதேசத்தைச் சார்ந்த ஒரு காங்கிரஸ் நாடாளுமன்ற உறுப்பினர் வழியாக எம்.ஜி.ஆரின் வருமான வரிக்கணக்கைப் பற்றி ஒரு கேள்வியை எழுப்ப வேண்டும் என்று மறைமுகமான வேலையில் ஈடுபட்டார். ஆனால் இந்தக் கேள்வி நாடாளுமன்றத்தில் வரமுடியாமல் போயிற்று. தமிழ்நாட்டைச் சார்ந்த பாம்பன் சுவாமிகளின் பெயர் கொண்ட அருமையான அறிவாளி ஒருவர் கேள்வி உரியவர்களிடம் சேராமல் பார்த்துக் கொண்டார்.

எம்.ஜி.ஆருக்கு இப்போது வந்த கோபத்திற்கு அளவே இல்லை. ஜெயலலிதாவோடு இன்னமும் தொடர்பு வைத்திருந்த அண்ணாநம்பி என்கிற நாடாளுமன்ற உறுப்பினரை அடிக்கவே போய் விட்டார். அவ்வளவு ஆத்திரம் வந்துவிட்டது.

நிலைமை கட்டுக்கடங்காமல் போகவே, பண்ருட்டி ராமச்சந்திரன், திருநாவுக்கரசு இருவரையும் அழைத்து ஆலோசனை கலந்தார். இதில் பண்ருட்டியார் டெல்லிக்குப்பேசி, பிரதமர் அலுவலகத்தில் கீழறுப்பு வேலை செய்த வேதியரை அன்பாக, அதே சமயத்தில் கண்டிப்பாக அவரது தவறுகளைத் தொடர வேண்டாம் என்று சொல்லி விட்டார்.

திருநாவுக்கரசோ அவரது மாற்றமில்லாத விசுவாசத்தின் காரணமாக, ஜெயலலிதாவின் மீது எந்த நடவடிக்கையும் வேண்டாமென்று எம்.ஜி.ஆரிடம் சொன்னார்.

இந்த நாளில் ஆர்.எம்.வீரப்பன் ஜெயலலிதாவை வேரோடும், வேரடி மண்ணோடும் வீழ்த்திக் காட்ட 9 அம்சத் திட்டம் ஒன்றைக் கொண்டு வந்தார். அதில் ஜெயலலிதாவின் சொத்துப்பத்துகளுக்கு வருமான வரித்துறையினர் நடவடிக்கை எடுக்கத் தூண்டுவதும் ஒன்று. மற்றொன்று ஜெயலலிதாவிற்குப் பலி கொடுக்கப்பட்டு வரும் எம்.ஜி.ஆர். விசுவாசிகளை ஒன்று சேர்ப்பது. எம்.ஜி.ஆர். எல்லாவற்றுக்கும் ஓ.கே. சொன்னார்.

ஆனால் சென்னை வருமானவரித்துறையிலும் மஹா விஷ்ணுகள்தானே மையம் கொண்டிருக்கிறார்கள். ஆகவே எம்.ஜி.ஆரின் முயற்சி அப்போதைக்குத் தோல்வியைத் தழுவியது.

உலகமே பார்த்து வேதனையோடு வியக்கிற தவறுகளை இன்று செய்து வருகிற ஜெயலலிதாவை ஆறு மாதங்களுக்கு முன்னரே தேசிய முன்னணியின் பிரிக்கப்பட முடியாத அங்கமாக்கி விட்டவர் ராமகிருஷ்ண ஹெக்டே. இவரும் மஹாவிஷ்ணுதானே.

பெரியார் சொன்னது சரிதான். ஒருவர் நீதிமானாக இருந்தாலும், இலக்கியவானாக இருந்தாலும், விஞ்ஞான மேதையாக இருந்தாலும், ஒரு பிராமணர் பிராமணராகவே இருக்கிறார்.

இந்த வருந்தத்தக்க உண்மையின் இறுதி வடிவம் இப்போது இறுக்கமாக வெளியில் வருகிறது.

நேரு சிலை திறப்பு விழா விவகாரம் பெரிதானதும் ஆர்.எம்.வீரப்பன் தனது எம்.ஜி.ஆர். விசுவாசிகளின் கூட்டத்தைக் கூட்டினார். தப்பித் தவறி ஜெயலலிதா அந்தக் கூட்டத்தில் கலந்து கொண்டு பேசினால் குழப்பம் விளைவிப்பது என்கிற முடிவிற்கு வந்தார்.

அன்றைக்கு ஜெயலலிதாவிற்கு ராஜீவ் காந்தி நினைப்பதுபோல செல்வாக்கு இல்லை என்று எடுத்துக்காட்டுவதற்காக எம்.ஜி.ஆரும், ஆர்.எம்.வீரப்பனும் முறை வைத்து வேலை செய்தார்கள்.

ஆர்.எம்.வீரப்பன் சுயமரியாதைச் சுடரை ஏந்திய தன்மானத் தமிழன். இன்று வெளியேறு என்று சொன்ன பிறகும் எனக்கு ஜெயலலிதாவின் சேலையையும் துவைக்கிற வேலை மாத்திரம் போதாது. மூக்குச் சிந்திய கைக்குட்டையும் இருந்தால் பாதகமில்லை என்று அவர் அறிக்கை விட்டுக் கொண்டிருக்கிறார் என்று எல்லோரும் நினைக்கிறார்கள்.

ரஜினிகாந்த் கூட்டத்தில் பதில் சொல்லவில்லை என்றா ஆர்.எம்.வீரப்பனின் கொடும்பாவியை கொளுத்துகிறார்கள்? இப்படி நினைத்தால் நுனிப்புல் மேய்கிறவர்கள் அரசியல் நோக்கர்கள் என்று

அர்த்தம்.

எம்.ஜி.ஆர். விசுவாசிகள் என்று ஒரு லட்சம் பேருக்கு மேலே சேர்த்திருக்கிறார் ஆர்.எம்.வீரப்பன். அ.தி.மு.க. பிளக்கத்தான் போகிறது. அதில் ஆர்.எம்.வீரப்பன் முதலமைச்சராகிற இறுதி சந்தர்ப்பத்துக்காகக் காத்துக் கொண்டிருக்கிறார்.

ஜானகி அம்மாளைக் காலை வாரி விட்ட காங்கிரஸ் தன்னையும் குழியில் தள்ளிவிடுமோ என்று அச்சப்படுகிறார் ஆர்.எம்.வீரப்பன். ஆரம்ப நாட்களில் கதர்த்துணியைத் தோளிலே சுமந்து விற்ற காங்கிரஸ்காரரான வீரப்பனுக்கு வீணான சந்தேகம் வேண்டாம் என்று காங்கிரஸில் சில தலைவர்களும் சொல்லி வருகிறார்கள். இது ஆறு மாதங்களாக அரங்கேறி வருகிற நாடகம். வீரப்பனைப் பழைய பகையை வைத்துக் கொண்டு ஒழித்து விடலாம் என்று ஜெயலலிதா நினைத்தால் ஜெயலலிதாவின் மீதான மத்திய அரசின் பிடி இறுகுமே தவிர இளகாது.

இந்த நேரத்தில் நேரு சிலை திறப்பு விழாவைப் பொறுத்து ஆர்.எம்.வீரப்பன் ஒரு முக்கியமான கருத்தை எம்.ஜி.ஆரிடம் சொன்னார். ஜெயலலிதாவை ராஜீவ் காந்தி மேடையிலேயே பேச வைத்து, தொண்டர்களை வைத்து கூச்சல் போட வைத்து, கட்சித் தொண்டர்களிடத்திலும், மக்கள் மத்தியிலும் நீங்கள் நினைக்கிற அளவிற்குச் செல்வாக்கு இல்லை என்று ராஜீவ் காந்தியைப் பார்க்க வைப்பது என்பதுதான் அந்தத் திட்டம்.

எம்.ஜி.ஆர். வீரப்பனின் திட்டத்தைக் குறித்து முடிவெடுப்பதற்கே மூன்று நாட்களானது. ஆனால் இந்த விஷப்பரிட்சையே வேண்டாம். இதில் பல விவகாரங்கள் நாளைக்கு வெளியிலே வந்து அசிங்கமாகி விடப் போகிறது என்று எம்.ஜி.ஆர். அச்சப்பட்டார்.

ஆகவே ஜெயலலிதாவை இந்த விழாவில் சேர்ப்பதில்லை என்பதில் எம்.ஜி.ஆர். உறுதியாக இருந்தார்.

இறுதியாக டெல்லிக்கே போன எம்.ஜி.ஆரிடம் ஜெயலலிதா கண்டிப்பாக நேரு சிலை திறப்பு விழாவில் இடம் பெற்றே ஆக வேண்டும் என்று மேலிடம் சொன்னது. எம்.ஜி.ஆர். பெருந்தலைவர் பாணியில் ஆகட்டும் பார்க்கலாம் என்று சொல்லிவிட்டு வந்து விட்டார். இறுதியில் நேரு சிலை திறப்பு விழா நடப்பதற்கு ஒரு வாரத்திற்கு முன்னர் அழைப்பிதழ்கள் அச்சிடப்பட்டன. அதில் ஜெயலலிதா பெயர் இடம் பெற்றிருந்தது. ஆர்.எம்.வீரப்பனை அழைத்தார்.

'ஜெ.'வை கட்டம் கட்டினார் எம்.ஜி.ஆர்.!

ஆர்.எம்.வீரப்பனுக்குத் தெரியாமல் அழைப்பிதழில் ஜெயலலிதா பெயர் இடம் பெற்றிருக்கவே இயலாது என்று எண்ணினார் எம்.ஜி.ஆர். அப்போதெல்லாம் ஜெயலலிதாவின் மீது கொதி நிலைக் கோபத்திலிருந்த ஆர்.எம்.வீரப்பன் இதை எப்படிச் செய்திருக்க இயலும் என்கிற சந்தேகமும் அவருக்கு வந்தது.

இதே மாதிரியான அழைப்பிதழ்களைப் பொதுத்துறையின் மேற்பார்வையில் செய்தித்துறை அப்போதெல்லாம் அச்சடித்து வந்தது. ஆகவே இது எப்படி நடந்தது என்று எம்.ஜி.ஆர். கேட்டார். ஆர்.எம்.வீரப்பன் தனது துறை அதிகாரிகளைக் கலந்தார். அப்போதுதான் இரண்டு வகை அழைப்பிதழ்கள் அச்சானது தெரிந்தது. வீரப்பன் போட்ட உத்தரவின் தலைக்கு மேலே, போயஸ் தோட்டம் ஒரு உத்தரவைப் போட்டிருக்கிறது. எம்.ஜி.ஆருக்கு அழுவதா சிரிப்பதா என்றே விளங்கவில்லை.

ஜெயலலிதாவால் டெல்லிக்கு அனுப்பப்பட்ட சேலம் கண்ணன், தலைநகரத்தில் ஒருவர் விடாமல் சந்தித்துவிட்டார். அவருடன் சென்ற மராத்திய முரசு ஜெயராஜ் அங்கே நடப்பவைகளை எனக்குச் சொல்லிக் கொண்டிருந்தார்.

ராஜீவ் காந்தி கலந்து கொள்ளுகிற நிகழ்ச்சியில் ஜெயலலிதா கலந்து கொள்ளத்தான் வேண்டும் என்பதற்காக சதீஷ்சர்மாதான் பலத்த முயற்சிகளை மேற்கொண்டிருக்கிறார். ராஜீவ் காந்தியிடமே பேசிப் பார்த்திருக்கிறார். அமேதி தொகுதியில் ராஜீவ் காந்தியின் ஆளாக, வெகுநாளாக இருந்தவர் இவர். ஆகவே தனது செல்வாக்கை எல்லாம் பயன்படுத்தியிருக்கிறார்.

இறுதியாக ஜெயலலிதாவை மேடையில் ஏற்றி விடுவது என்கிற முடிவிற்குப் பிரதமரின் அலுவலகம் வந்துவிட்டது. பிரதமருக்கான

பேச்சை எழுதித்தருகிற இன்றைய நாடாளுமன்ற உறுப்பினர் ஒருவர், ஜெயலலிதாவை புகழ்ந்து நான்குவரிகளை எழுதினார். தமிழ்மக்களின் நம்பிக்கை நட்சத்திரம் ஜெயலலிதா என்பது அந்த வரிகளிலே ஒன்று. செய்தி அறிந்த ஜெயலலிதா மகிழ்ச்சியில் தன்னை மறந்தார். தனது கூட்டாளிகளிடம் பெருமையாக அவர் உடைத்துப் பேசிய இந்த ராஜாங்க ரகசியம் பத்திரிகையாளர் ஒருவரால் எம்.ஜி.ஆர். காதுகளுக்கு எட்டியது.

எம்.ஜி.ஆர். தொலைபேசியிலேயே ஜெயலலிதாவை மிரட்டினார். ஆனால் சாரைப்பாம்பு கொம்பேறி மூக்கனாகி மரத்தின் உச்சாணிக் கொம்பில் நிற்கிறபோது மகுடி ஊதினாலும் இறங்காது; மண்டையில் போடுவதும் சாத்தியமாகாது என்பது அப்போதைக்கு எம்.ஜி.ஆருக்கு விளங்கவில்லை.

வழக்கமான ராஜீவ் காந்தியின் பேச்சை எழுதுகிற ஒருவர் ஒழுங்காக எழுதி இருக்க, அதிகப்பிரசங்கி ஒருவர் அதையே திருத்தினார். அதில் வழக்கமாக மாண்புமிகு தமிழக முதல்வர் திரு.எம்.ஜி.ராமச்சந்திரன் அவர்களே என்று இருப்பதற்குப் பதிலாக திரு.எம்.ஜி.ராமச்சந்திரன் அவர்களே என்று இருந்தது. இதைக் கூட துப்பறிந்து எவரோ எம்.ஜி.ஆர். காதிலே போட்டு விட்டார்கள். எம்.ஜி.ஆருக்குத் தலைசுற்றியது.

எம்.ஜி.ஆருக்கு முடியவே இல்லை; இனி அவரால் தமிழ்நாட்டின் முதலமைச்சர் பொறுப்பில் இருக்க இயலாது. அவருக்கு எல்லாம் மறந்து போகிறது. கோப்புகளில் என்ன காணப்படுகிறது என்பதே அவருக்கு இப்போதெல்லாம் விளங்குவ தில்லை. அவர் பேசுவது மற்றவர்களுக்கு விளங்குவதில்லை என்கிற நிலைமை மாறி மற்றவர்கள் பேசுவதை அவரால் அறிந்து கொள்ள முடியவில்லை என்கிற நிலைமைக்கு வந்துவிட்டார் என்றெல்லாம் எம்.ஜி.ஆரைப் பற்றி தலைநகரத்தில் ஜெயலலிதாவின் ஆட்கள் செய்தி வாசித்துக் கொண்டிருந்தார்கள். இந்த நிலையில் ஒரு பிரதமரின் பேச்சில் வழக்கமாக எழுதப்படுகிற மாண்புமிகு முதல் அமைச்சர் எம்.ஜி. ஆர். அவர்களே என்பது மாற்றி எழுதப்படுகிறது என்றால், அந்தஇடத்தில் திரு.எம்.ஜி.ராமச்சந்திரன் அவர்களே என்று திருத்தப்படுகிறது என்றால், எம்.ஜி.ஆர். இதை எப்படி எடுத்துக் கொண்டிருப்பார்?

தன்னை இதுவரை ஜெயலலிதாவின் பேச்சைக் கேட்டு பதவியிலி ருந்து இறங்கச் சொன்னவர்கள், இப்போது பிரதமரின் வாயால் நேரடியாக இறங்குகிறாயா இல்லையா என்று மிரட்டுகிறார்கள் என்றுதானே அவரால் எடுத்துக் கொள்ள இயலும்?

இதற்கு மேல் இவ்வாறு பிரதமரின் பேச்சையே திருத்தி எழுதக்கூடிய வல்லமை உள்ளவர்களை அறிந்து கொள்ளுகிற ஆவல்கூட எம்.ஜி.ஆருக்கு அறவே இல்லாது போயிற்று. எம்.ஜி.ஆர். சஞ்சலப்பட்டார். சித்திரவதையின் உச்சகட்டத்தில் சிக்கிக் கொண்டார். மீண்டும் ஆர்.எம்.வீரப்பனைக் கலந்தாலோசித்தார்.

ஆர்.எம்.வீரப்பன் பின் நாளில் ஜானகி அம்மாளின் ஆட்சியைக் காப்பாற்றுவதற்காக ஒரு காங்கிரஸ் தலைவரிடத்திலே மன்றாடினார். அதே தலைவர் வழியாக எம்.ஜி.ஆரின் மனவருத்தத்தை ராஜீவ்காந்தியிடம் எடுத்துரைத்தார். உடனே பலன் கிடைத்தது. எம்.ஜி.ஆர். விருப்பத்திற்கு மாறாக ஜெயலலிதா-நேரு சிலை திறப்பு விழாவில் கலந்து கொள்ளமாட்டார் என்கிற உறுதி மொழி தரப்பட்டது. எம்.ஜி.ஆர். நிம்மதிப் பெருமூச்சு விட்டார்.

ஆனால் இந்தத் தகவல் ஆர்.எம்.வீரப்பனுக்கு மறுநாளே கிடைத்திருந்தும், அந்தக் காலக்கட்டத்தில் அவருக்கும் எம்.ஜி.ஆருக்கும் நடந்த பனிப்போர் காரணமாக எம்.ஜி.ஆர். கவலைப்படுவதற்குக் காரணம் ஒன்றுமில்லை என்கிற தகவலை அவரிடத்தில் ஆர்.எம்.வீரப்பன் உடனே சொல்லவில்லை. விளைவு அந்த மூன்று நாட்களுக்குள் முழுவதுமாக குழம்பிப் போன எம்.ஜி.ஆர்., ஜெயலலிதாவைக் கட்சியிலிருந்து நீக்கிவிடுவது என்கிற முடிவிற்கு வந்தார். ராகவானந்தத்திடமிருந்து பொதுச் செயலாளர் பொறுப்பைத் தானே எடுத்துக் கொண்ட எம்.ஜி.ஆர்., ஜெயலலி தாவைக் கட்சியிலிருந்தே நீக்கிவிட வேண்டும் என்கிற முடிவிற்கு வந்தார். கட்டம் கட்டி நீக்கச் சொல்லி அண்ணா நாளிதழுக்கு தொலைபேசியிலும் சொல்லிவிட்டார்.

அண்ணா நாளிதழில் கட்டத்தை மாத்திரம் கலைக்க மாட்டார்கள். காரணம் எல்லா நாளும் கட்டம் காணப்படும். உள்ளே இருக்கிற பெயர்கள் தான் மாறும். அநேக கட்சி நண்பர்கள் தாங்கள் அன்றைக்குக் கட்சியிலிருக்கிறோமா என்று அறிந்து கொள்ளுவதற்கே அண்ணா வாசிப்பது என்று இருந்தார்கள்.

அண்ணா நாளிதழில் ஜெயலலிதா நீக்கப்பட்ட செய்தியைப் போட்டுவிட்டு, அங்கிருந்தே எல்லா பத்திரிகைகளுக்கும் இந்தச் செய்தியைச் சொல்லிவிட வேண்டும் என்று திட்டவட்டமாக எம்.ஜி.ஆர். உத்தரவிட்டார். அன்று வழக்கமாக மாலை 5 மணிக்கே வருகிற பத்திரிகை இரவு 7 மணிக்குத்தான் வந்தது.

வியப்பு என்னவென்றால், ஜெயலலிதா கட்சியிலிருந்து நீக்கப்பட்டார் என்கிற செய்தியைத் தாங்காமல் பத்திரிகை வந்தது.

காரணம், ஒரு மணி நேரத்திற்குள் எம்.ஜி.ஆரைச் சரி செய்துவிட முடியும் என்று நம்பிய ஜெயலலிதா விசுவாசிகள் சிலர், எம்.ஜி.ஆருக்கு வேண்டியவர்களைப் போலவே காட்டிக் கொண்டவர்கள் எம்.ஜி.ஆரைக் கரைத்து விட்டார்கள்.

இதற்கு முழுக்கவே பொறுப்பானவர் இன்றைய சட்ட அமைச்சர் கே.ஏ.கிருஷ்ணசாமி. கே.ஏ.கிருஷ்ணசாமி என்ற ஒருவர் இல்லாதிருந்தால் அ.தி.மு.க. என்கிற கட்சியே அவதரித்திருக்காது.

மனம் மாறி கலைஞரோடு கைகுலுக்கப் போன எம்.ஜி.ஆரை, கலைஞர் மேல் உள்ள கடுமையான வெறுப்பில் பின்னுக்கு இழுத்தவர் கே.ஏ.கே. அவர் மாத்திரம் அன்று எம்.ஜி.ஆருக்கும், கருணாநிதிக்கும் இடையில் குறுக்குச் சுவர் எழுப்பாமல், இருந்திருந்தால் தி.மு.க. உடைந்தே இருக்காது.

இன்று அதே கே.ஏ.கே. ஜெயலலிதாவைக் கட்சிக்குள் வைத்துக் காப்பாற்றுகிற முயற்சிக்குத் தன்னை அர்ப்பணித்துக் கொண்டார்.

கே.ஏ.கே.யின் இந்த இரண்டு செயல்பாடுகளுக்கும் அவரது விருப்பு, வெறுப்பே காரணமானது. பொதுவாகவே ஒரு கட்சியின் உயர்நிலைக்கும், தாழ்நிலைக்கும் அந்தக் கட்சிகளின் தலைவர்கள் முழுக்கவே காரணமாக இருக்க மாட்டார்கள்.

இதைத்தான் பல ஆண்டுகளுக்கு முன்னரே 'காட்டுராஜா நல்லவர்தான்; புத்தி சொல்லுகிற கரடிக் கூட்டம்தான் பொல்லாதது' என்று எழுதிக் காட்டினேன். அப்போதிருந்த சட்ட அமைச்சர் பொன்னையன் வழியாக எம்.ஜி.ஆர். தோட்டத்தில் நடப்பவைகளை அறிந்து வந்த ஆர்.எம்.வீரப்பன் இறுதியாக ஜெயலலிதா கட்சியிலிருந்து கட்டம் கட்டப்படவில்லை. தாமதமாக வந்த ஆவலோடு எதிர்பார்க்கப்பட்ட அண்ணா நாளிதழும் காலை வாரி விட்டது என்பதை அறிந்து கொண்டபிறகு பெரிதும் வருந்தினார்.

இரண்டு நாட்கள் கழித்துத்தான் ஏறத்தாழ சமாதானமாகிவிட்ட எம்.ஜி.ஆரிடம் தலைநகரம் சரியாகி விட்டதை ஆர்.எம்.வீரப்பன் சொன்னார்.

நேரு சிலை திறப்பு விழா எம்.ஜி.ஆர். கலந்து கொண்ட கடைசி நிகழ்ச்சி. அதற்கு இன்னமும் பத்து நாட்களே பாக்கி இருந்தன.

ஓடும் ரயிலில் நடந்த சண்டை!

இரண்டு அழைப்பிதழ்கள் அச்சான அதிர்ச்சியிலிருந்து எம்.ஜி.ஆர். மீளவே இல்லை. தனக்குக் கீழே இயங்குகிற செய்தித்துறை ஒரு அழைப்பிதழை அச்சிட்டிருக்கும்போது, ஜெயலலிதா பெயர் போட்ட வேறொரு அழைப்பிதழை அச்சிடக் கொடுத்தவர் யார் என்று அறிவதில் அதிக ஆர்வம் காட்ட ஆரம்பித்துவிட்டார் எம்.ஜி.ஆர்.

மூத்த பத்திரிகையாளர் ஒருவர், இப்போது அடிக்கடி பந்தாடப்படுகிற காவல்துறை அதிகாரி ஒருவர் என்று பலபேரை களத்தில் இறக்கினார் எம்.ஜி.ஆர். 24 மணி நேரத்தில் எம்.ஜி.ஆருக்குத் தகவல்கள் தரப்பட்டன. எம்.ஜி.ஆர். ஒருவர் சொல்லுகிற தகவலை எளிதில் நம்பிவிடமாட்டார். எம்.ஜி.ஆருக்கு ரசிகர்கள் லட்சக்கணக்கில் உண்டு. ஆனால் ஜெயலலிதாவிற்கு அப்போதிருந்த ஒரே ரசிகர் எம்.ஜி.ஆர்.தான். 'ரசிகர்' என்று ஒரு கலைஞரைச் சொல்லுவதற்குக் காரணமிருக்கிறது.

ரசிகர்கள் பொதுவாகத் தங்களது கதாநாயகர்களைக் கற்பனை மாளிகைகளில் ஏற்றி வைப்பார்கள். பிறகு அவர்கள் மீது வளர்த்துக்கொள்கிற அபரிமிதமான அன்பால் ஓடாத படத்தைக்கூட ஓடியது என்பார்கள். தங்கள் கதாநாயகர்களை குறைவாக ஒருவர் குறிப்பிட்டால்கூட கோபம் கொப்பளித்துவிடும். இதற்கு மனவியல் காரணங்கள் உண்டு. அதைப்போன்று எம்.ஜி.ஆர். ஜெயலலிதாவின் ஒரே ரசிகர் என்று கூறிவிட்டார். ஜெயலலிதாவை கட்டம் கட்டு என்று அரசகட்டளை பிறப்பித்த எம்.ஜி.ஆரே ஒருமணிநேரத்தில் 'மர்மயோகி' ஆகிப்போனதுதான் தமிழ்நாட்டின் தலைவிதியாகிப் போனது.

இப்போது அழைப்பிதழை அச்சிடக் காரணமானவர்களை அறிந்துகொண்டு எம்.ஜி.ஆர். என்ன செய்யப்போகிறார் என்பதுதான்

எனக்கு ஆச்சரியமாக இருந்தது. இறுதியாக எல்லோருடைய ஆள் காட்டி விரல்களும் ஒரே ஒருவரைத்தான் சுட்டின. அவர்தான் நடராசன். இன்று அரசியலில் பேசப்படுகிற பெரும் பெயராகிவிட்ட நடராசன் 7 வருடங்களுக்கு முன்னர் இப்படிச் செய்திருப்பாரா என்று சிலர் நினைக்கக்கூடும். ஆனால் நடராசனுக்கு அரசியல் எண்ணங்கள் அரும்ப ஆரம்பித்தே ஆண்டுகள் பலவாகின்றன. கே.ஏ.கே.வோடு நெருக்கமாய் இந்த காலகட்டத்தில் இருந்த நடராசன், அவரது ஆசியோடும், ஆதரவோடும் ஜெயலலிதாவிற்காக களத்தில் இறங்கினார். இதை அறிந்துகொண்ட எம்.ஜி.ஆர்., கே.ஏ.கே.வை கூப்பிட்டுத் திட்டினார். நடராசனை அப்போதைக்கு அழைப்பது அவசியம் இல்லை என்று விட்டுவிட்டார்.

நடராசன் இப்போது நாடகமாடுகிறார் என்கிறார்கள். இதை நான் நம்பவில்லை. அன்று அதிலும் 7,8 வருடங்களுக்கு முன்பாகவே ஜெயலலிதாவின் கட்டளைகளை, எம்.ஜி.ஆரைப் பகைத்துக்கொண்டு நிறைவேற்றியது, மனைவியை அதிகார மையமாக இது ஆகும் என்று கருதி அங்கே அமர்த்தியது. ஜெயலலிதாவின் ஆலோசகர்களாக இருந்தவர்களை உள் வளையத்திலிருந்து உதறி எறிந்தது, பத்திரிகைகள் தொடங்கியது, தானே தொடர் கட்டுரை எழுதுவதும், அதில் இந்தி எதிர்ப்புப் போராட்டத்தில் தனது பங்கைப் பெரிதுபடுத்திக் காட்டுவது பல தலைவர்களோடு தான் நெருங்கி இருந்ததாக எழுதுவது, சாதி அடிப்படையிலும், அரசியல் அடிப்படையிலுமாக ஆதரவாளர்களைத் திரட்டுவது, அவ்வப்போது ஜெயலலிதாவை மெச்சிக்கொண்டே தனது பத்திரிகையில் எச்சரிப்பது, கான்ஷிராம் முதல் கௌடா வரை தொடர்பு வைத்திருப்பது- இவை எல்லாம் அவர் முதலமைச்சராக ஆசைப்படுகிறார் என்பதற்கான அடையாளங்களே.

ஜெயலலதா முதலமைச்சராகி ஏறத்தாழ 4 ஆண்டுகளுக்கும் மேலாக முதல்வராகவே தொடர்ந்துவிட்ட பிறகு, நடராசனோ, சசிகலாவோ தமிழ்நாட்டின் முதல்வர்களாக ஆகிவிடமாட்டார்கள் என்று சொல்லுவதற்கு இல்லை. இதை எழுதுகிறவன் விரக்தியால் எழுதவில்லை. விபரத்தோடுதான் எழுதுகிறேன்.

எம்.ஜி.ஆர்., நடராசனின் நடவடிக்கைகளைக் கவனிப்பதற் கென்று உத்திரவிட்டார். வேவு பார்க்கிற வேலை ஒரு பக்கத்தில் நடந்தாலும் காவல்துறை உண்மையான தகவல்களை எம்.ஜி.ஆருக்குத் தருவதில்லை என்பதில் உறுதியாக இருந்தது.

எம்.ஜி.ஆர். மூகாம்பிகை கோயிலுக்குப் போக வேண்டுமென்று

புறப்பட்டார். இதற்கொரு காரணம் உண்டு. போன முறை அங்கே போனபோது, மூர்த்தி கணேஷ்பட், இனி நீங்கள் இங்கே வரமுடியாது என்று எம்.ஜி.ஆரிடம் சொன்னாராம். இதை எம்.ஜி.ஆர். விளையாட்டாக எடுத்துக்கொண்டார். ஆனால் ஜானகி அம்மாள், பதறிப்போய் தனது கணவனின் உயிரைக் காப்பாத்த கோயில் கோயிலாக அப்போதே போக ஆரம்பித்துவிட்டார்.

போனமுறை எம்.ஜி.ஆர். ஈரோட்டிற்கு ஒரு பத்திரிகை விழாவிற்காக வந்தார். சேஷசாயி பேப்பர்மில்ஸ் விருந்தினர் மாளிகையில் தங்கியிருந்தார். திருப்பூர் வரை வந்து மங்களூர் எக்ஸ்பிரஸில் ஏறினார். திருப்பூரில் இருளோடு இருளாக ஒரு பெண்மணியை திருப்பூர் மணிமாறன், எக்ஸ்பிரஸில் ஏற்றிவிட்டார். அந்தப் பெண்மணி எம்.ஜி.ஆரின் ஏ.சி. முதல்வகுப்புப் பெட்டிக்குள் நுழைந்த 15 நிமிடத்தில் எம்.ஜி.ஆர். வெளியில் வந்தார். அவரது சட்டை சுக்குநூறாகக் கிழிந்திருந்தது. கோபத்தில் அவராக கிழித்துக் கொண்டாரா அல்லது இந்தப் பெண்மணியே கிழித்துவிட்டதா என்று தெரியவில்லை. அப்போது அடுத்த பெட்டியில் பரமசிவம் சார், பிச்சாண்டி, டாக்டர் சுப்பிரமணியம் எல்லோரும் இருந்தார்கள். ஆத்திரத்தில் வெளியேறிய அந்த அம்மணியை டாக்டர் சுப்பிரமணியம் மாத்திரம் தைரியத்தை வரவழைத்துக்கொண்டு அருகில் அழைத்தார். ஏற்கனவே அவர் சுகமில்லாமல் இருக்கிறார். இந்த நிலையில் அவருக்கு ஏதாவது நடந்தால் யார் பொறுப்பு ஏற்பது? ஆத்திரத்தை அடக்குங்கள் என்று அறிவுரை சொல்லியிருக்கிறார். நல்லவேளை இந்த ஆட்சியில் சுப்பிரமணியத்தின் விடு சுக்குநூறாகக் கிழிக்கப்படவில்லை.

இந்தச் சம்பவத்திற்குப் பிறகுதான் மூகாம்பிகை போனார் எம்.ஜி.ஆர். ஆனால் பாதி வழியிலேயே திரும்பிவிட்டார். அடுத்த தடவை போனபோது இனி வரமாட்டீர்கள் என்று குறி சொல்லப்பட்டது. சென்னை வந்த எம்.ஜி.ஆர். அந்த காலகட்டத்தில் மூன்று நாட்கள் மயக்கத்திலிருந்தார். இந்த மூன்று நாட்களும் ஜானகி அம்மாள் பச்சைத் தண்ணீரைத் தவிர வேறு ஒன்றையும் அருந்தாமல் அவர் அருகிலேயே இருப்பதைப் பார்த்து நான் கண்ணீர்விட்டேன்.

முதன்முறை நின்றுபோய், இரண்டாவது முறை மோசமான குறி கேட்டு, மூன்றாவது முறை மூகாம்பிகாவிற்குப் புறப்பட்டபோது அவருக்கு வேறொரு செய்தி கிடைத்தது. மாயம்மா என்ற மகாயோகி ஒருவரை, இந்தத் துறையில் நாட்டம் கொண்டவர்கள் அறிந்திருப்பார்கள். அந்த அம்மையார் பலகாலம் கன்னியாகுமரியிலே, கடலோரத்தில் இருந்து வந்தார்கள். அவர்களைச் சுற்றி நாய்களின்

கூட்டம் எப்போதும் இருக்கும். நான் இந்த அம்மையாரை 1974-ம் ஆண்டு ஜனவரி 1-ம் தேதி ஒரு குலை வாழைப்பழத்தோடு சென்று சந்தித்தேன்.

பின்நாளில், இம்மாதிரி ஞானிகள், தவசிகளோடு இயல்பான பற்றுதலை வளர்த்துக்கொண்ட இசைஞானி இளையராஜா, கோடி சாமியாரிடம் நெருங்கியிருந்ததைப் போலவே, மாயம்மாவிடமும் நெருக்கமாக ஆனார். இது அவரது தேடலின் விளைவு. இந்த அம்மையாரை ஏற்காட்டு மலைக்கருகில் ஆசிரமம் ஒன்றில் குடிவைக்க வேண்டுமென்று இசைஞானி தனது சொந்தச் செலவில் ஏற்பாடு செய்தார். அதற்காக எவராலும் இடம் பெயர்க்க முடியாத மாயம்மாவை தனது ஏ.சி.காரில் சென்னையில் உள்ள தனது இல்லத்திற்கே கொண்டுவந்தார்.

இசைஞானி இல்லத்தில் உள்ள பூஜை அறையில் அந்த அம்மா சென்று உட்கார்ந்துகொண்டார்கள். அவர்களை அறியாமல் சிறுநீரே வெளியேறினாலும், இளையராஜா அலட்டிக்கொள்ளாமலிருந்தார். காரணம் அவர் ஞானிகளை அறிந்தவர்.

மாயம்மா, இளையராஜா வீட்டிலிருக்கிறார் என்று கேள்விப்பட்டு எம்.ஜி.ஆர். தொலைபேசியில் ராஜாவைத் தொடர்பு கொண்டார். அந்த அம்மையாரை சந்திக்க வேண்டுமென்று கேட்டார்.

இதற்குக் கேட்க வேண்டுமா? உடனே வாருங்கள் என்று சொல்லி விட்டார் இளையராஜா. ஞான உச்சியிலேயே இருக்கிற மாயம்மாவை யாராலும் கட்டுப்படுத்த முடியாது. நினைத்தால் புறப்பட்டுவிடும். ஆகவே, சேலத்திற்குப் புறப்படுவதற்காக, தனக்குப் பிடித்தமான எந்தக் காரில் வேண்டுமானாலும் ஏறிக்கொள்ளட்டும் என்று மூன்று கார்களை நிறுத்தி வைத்திருந்தார் இசைஞானி.

எம்.ஜி.ஆர். தோட்டத்திலிருந்து இளையராஜா வீட்டிற்குப் புறப்பட்டார். இந்தத் தகவலை மாயம்மாவிடம் இளையராஜாவோ, பிறரோ சொல்லவில்லை. சொல்ல முடியாது; சொல்லக்கூடாது. ஆனால் நேற்று-இன்று-நாளை என்கிற பிரிவினைகளை உடைத்துவிட்ட மகாஞானியான மாயம்மா ஒரே நிமிடத்தில் 'விசுக்'கென்று எழுந்து நடுவிலிருந்த ராஜாவின் காரில் ஏறி அமர்ந்துவிட்டார்.

அப்பேர்ப்பட்ட ஞானி, ஏறி உட்கார்ந்துவிட்டால், எம்.ஜி.ஆர். வருகிறார் என்றுகூட இளையராஜாவானாலும் சொல்ல முடியாது. என்ன செய்வது? விதி யாரை விட்டது? எம்.ஜி.ஆர். வந்தபோது மாயம்மா புறப்பட்டுப் போயிருந்தார்.

எம்.ஜி.ஆரின் மரணம்!

மாயம்மாள் தான் வருவதற்கும் முன்னரே புறப்பட்டுச் சென்றது எம்.ஜி.ஆரை அதிர்ச்சிக்கு ஆளாக்கியது. ஜானகி அம்மாள் தன்னால் முடிந்தவரை எம்.ஜி.ஆரை ஆறுதல்படுத்தினார்கள்.

அதற்குள் நேருபிரான் சிலை திறப்பு விழா வந்தது. ராஜீவ்காந்தி கலந்துகொண்ட அந்த விழா அமர்க்களமாக முடிந்தது. அன்று இரவே அந்த நிலவு உதிர்ந்துவிட்டது. மரணத்திற்கே வாய்தா வாங்கியவர் என்று மற்றவர்களால் போற்றப்பட்ட எம்.ஜி.ஆர். மரித்துப்போனார்.

புத்தனும், சங்கரனும், ஏசுவும், நபிகளும், மரித்தேதான் போனார்கள். இயற்கை விதியை மீறுவதற்கு எம்.ஜி.ஆரால் மாத்திரம் இயலுமா என்ன?

ஆனால் அந்த அதிர்ச்சியைத் தமிழகத்தின் பெரும் பகுதி தாங்கிக்கொள்ளுகிற மாதிரி இல்லை.

மருத்துவமனையில் அவர் படுத்துக்கிடந்தபோது அவரது முடிவு எப்போதும் வந்துவிடலாம் என்கிற மாதிரி இருந்தது. இப்போது, அப்போது என்று இருந்தபோது மரணம் அவரைத் தழுவியிருந்தால் மனிதர்கள் நிலைகுலைந்திருக்கமாட்டார்கள்.

ஆனால் தேறிவிட்டார், இனி கொஞ்ச நாள் இருப்பார் என்கிற நம்பிக்கை விதைகளை நாலாபுறமும எறிந்துவிட்டு, எதிர்பாராமல் எம்.ஜி.ஆர். என்கிற தமிழகத்தின் ஒளிவிளக்கை காலம் உள்வாங்கிக் கொண்டது.

அவர் இறந்த செய்தி காட்டுத்தீ போல பரவியது. சாதாரண ஏழைகள் தங்கள் குடும்பத்தில் ஒருவர் தங்களிடமிருந்து பறிக்கப்பட்டதைப்போல உணர்ந்தனர்.

சென்னையில் வன்முறைச் சம்பவங்கள் நடைபெற்றன. டெல்லி

யிலிருந்து சென்னைக்கு வருகிற வண்டியில் இருந்தேன். எம்.ஜி.ஆர். இறந்துவிட்டார் என்று பயணச்சீட்டு பரிசோதகர் சொன்னார். வதந்திக்கு வால் முளைத்திருக்கிறது என்று சொன்னேன். ஆனால் தொடர்வண்டி சென்னையை நோக்கி முன்னேற முன்னேற அவர் இறந்துதான்விட்டார் என்கிற செய்தி உறுதியாகிவிட்டது.

அதற்கு மேலும் வண்டியை ஓட்ட முடியாத நிலை. தமிழகம் முழுதும் ரயில்கள் நின்றுவிட்டன. சூலூர்பேட்டைக்கும் முன்னரே வண்டியை நிறுத்திவிட்டார்கள். அங்கு அ.தி.மு.க.வினர் ஊர்வலம் போய்க்கொண்டிருந்தனர்.

எனது நம்பிக்கை விதைகள் நாசமாகிப் போனதை உணர்ந்தேன். என்னைக் கண்ட தமிழர்களில் பலர் அழுதார்கள். ஊர்வலத்தில் நானும் போனேன். என்னைப் பேசச் சொன்னார்கள். நான் கண்ணீரால் பேசினேன்.

கடலே வற்றிப்போகிறபோதும் கண்களிலிருந்து உப்பு வண்டிகளை ஊர்வலம் விடுகிற இறைவனே என்று கதறினேன்.

காரை பிடித்து சென்னைக்கு வந்தேன். பல இடங்களில் சாலை தடுக்கப்பட்டிருந்தது. இறங்கி இறங்கி ஒவ்வொருவராக வேண்டிக்கொண்டு ஒருவழியாக சென்னையைச் சேர்ந்தேன்.

நடந்தவைகளை அறிந்தேன். கலைஞர் கருணாநிதியால் எம்.ஜி.ஆரின் சடலத்தை அவரது தோட்டத்தில் பார்க்க முடியவில்லை என்று அறிந்தேன். ஜெயலலிதா அப்போதும் தனது ஆத்திரம் கலந்த சொற்களை அள்ளிவீசி தோட்டத்தில் கலவரம் செய்தார் என்று அறிந்து வருந்தினேன்.

அதற்குள் எம்.ஜி.ஆரின் சடலத்தை ராஜாஜி ஹாலுக்குக் கொண்டுவந்துவிட்டார்கள். சாலையில் கார் ஓட முடியாத அளவிற்கு கற்கள் குவிந்து கிடந்தன. அடித்தட்டு மக்கள் ஆயிரக்கணக்கில் தங்கள் தலைவனுக்கு இறுதி அஞ்சலி செலுத்தத் திரண்டிருந்தார்கள்.

மக்கள் கூட்டத்தைப் பார்த்தால் நாடு நகரங்கள் நடந்து வந்ததைப்போல இருந்தது. எந்த ராஜாஜி மண்டபத்தில் பெரியாரின் சடலம் வேலூர் மருத்துவமனையிலிருந்து சென்னை எல்லைக்குள் வந்துவிட்டது என்று அறிந்த நிமிடத்திலிருந்து பெருந்தலைவர் காமராஜர், சம்பத்தோடு பெரியாருக்கு மரியாதை செய்ய எழுந்து நின்றாரோ, அதே ராஜாஜி மண்டபத்தில் பெருந்தலைவரும் பார்வைக்கு வைக்கப்பட்டார். அதே மண்டபத்தில் இன்று எம்.ஜி.ஆரும் பார்வைக்காக வைக்கப்பட்டார்.

அறிஞர் அண்ணாவின் காலத்தில் மேகமூட்டமாக இருந்த

திராவிடத் தத்துவங்களை, குழாயடிக் குளிர்நீராக இல்லம்தோறும் கொண்டு சென்ற கலை வள்ளலின் கதை முடிந்துபோனது.

அவரது இறுதிச் சடங்கை தொலைக்காட்சியில் வர்ணிக்கிற பொறுப்பு என் மேல் விழுந்தது. நான் அவர் வருகிறார், இவர் வருகிறார் என்று சொல்லிக்கொண்டே இருந்தேன். இடையிடையே எம்.ஜி.ஆரைப் பற்றிப் பேசினேன். அன்று தலைமாட்டில் ஜெயலலிதா நின்றுகொண்டிருந்தார். ஏதோ ஒரு உறுதியோடு அவர் நிற்பதைப்போல எனக்குப்பட்டது. ஒருவேளை வருத்தத்தை வெளிக்காட்டவில்லையோ என்று நினைத்தேன். அல்லது ஓவென்று அழுவது ஜெயலலிதாவுக்குப் பழக்கமில்லாததோ என்றும்கூட நினைத்தேன்

ஜானகி அம்மாள் உடைந்துபோய்க் கிடந்தார். கலை உலகமே திரண்டு வந்திருந்தது. இயக்குநர் பாலசந்தர் மாத்திரம் என்னிடத்திலே வந்து இன்னமும் அவரை எடுத்துக்கொண்டு போவதற்கு எவ்வளவு நேரம் இருக்கிறதென்று தெரியவில்லை. மலர்வளையம் வைப்பதென்றால் வைத்துவிடுங்களேன் என்று கலங்கியபடியே கேட்டார்.

நான் அவரிடம் 'அவர் சாகவில்லை என்று நினைத்துக் கொண்டுதான் அப்படி என் மனதிற்குள் சொல்லிக்கொண்டு நான் இவ்வளவு நேரமும் வருணனையில் ஈடுபட்டுக்கொண்டிருக்கிறேன்' என்று சொன்னேன்.

அவ்வப்போது ஜெயலலிதாவைப் பார்ப்பேன். அவரோ காமிராவின் ஒளிவெள்ளத்தில் தான் ஒதுங்கிவிடக்கூடாது என்பதில் உறுதியாக இருப்பது மாதிரி எனக்குப் பட்டது.

தலைமாட்டில் ஜெயலலிதா நிற்கிறார் என்றும்கூட எனது வருணனையில் சொன்னேன். மாலை வந்தது.

கதறி அழுதார் கலைஞர்!

எம்.ஜி.ஆரின் இறுதிச் சடங்குகள் தொடங்கின. ராஜாஜி மண்டபத்தின் உட்புறமாக ஒரு அறையில் சமயச் சடங்குகள் நடைபெற்றன. மத்திய அமைச்சர் ப.சிதம்பரம், தானே முன்னின்று இறுதிச் சடங்குகளுக்கான ஏற்பாடுகளில் கவனம் செலுத்தினார். இறுதியாக எம்.ஜி.ஆரின் புகழுடம்பு ராணுவ வண்டியில் ஏற்றப்பட்டது. அப்போது ஜெயலலிதா அந்த வண்டியில் ஏறி உட்கார முயற்சித்தார். அப்போது எம்.எல்.ஏ.வாக இருந்த கே.பி.ராமலிங்கம் ஜெயலலிதாவை இழுத்து கீழே போட்டார்.

என் பக்கத்தில் நின்றவர் (பெயர் நினைவில்லை) ஒரு அதிகாரி இந்தச் சம்பவத்தைச் சொல்லச் சொன்னார். தொலைக்காட்சியில் எல்லோருமாகப் பார்த்துக் கொண்டிருக்கிற நிகழ்ச்சியை நாமும் ஏன் சொல்லி விவரிக்கவேண்டுமென்று கருதி விட்டுவிட்டேன்.

அதற்குள் அந்த அதிகாரி, வேறொருவர் வருணனை செய்தால் நல்லது. உங்களுக்குக் களைத்துவிட்டது என்று சொன்னார். நான் களைத்தது அல்ல காரணம். அதிகாரிக்குக் கவலை வந்துவிட்டது. அதுதான் காரணம். கே.பி.ராமலிங்கம், ஜெயலலிதாவை இழுத்துப் போட்டதற்கு அவரே காரணம் அல்ல; அதற்குப் பின்புலமாக வேறொரு அமைச்சர் இருந்தார்.

செருப்புக் காலால் தலைவரின் உடலை மிதித்தார் ஜெயலலிதா என்று பிறகு கே.பி. ராமலிங்கம் விளக்கம் சொன்னார். இருப் பினும் அம்பு தனது வேலையைச் செய்தது. எய்தவரோ மீண்டும் ஜெயலலி தாவின் அமைச்சரவையில் அமைச்சராகி விட்டார்.

கலைஞர் கருணாநிதியின் இரங்கற்செய்தி, பத்திரிகைகளில் வந்திருந்தன. 'அண்ணா' பத்திரிகை மட்டும் அதை வெளியிட வில்லை. ஒன்று மட்டும் உறுதியாகச் சொல்லுவேன். எம்.ஜி.ஆர். இறந்துவிட்டார். நமது அரசியல் எதிரி அகற்றப்பட்டுவிட்டார் என்று மாத்திரம் கலைஞர் கருணாநிதி நினைக்கவே இல்லை.

காரணம் எம்.ஜி.ஆர். இறந்தது முதல் இரண்டு நாட்களுக்கு கலைஞர் கருணாநிதி சாப்பிடவே இல்லை. இளமைக் காலத்திலிருந்து தன்னோடு பழகிய எம்.ஜி.ஆரை பறிகொடுத்தோம் என்றுதான் கலைஞர் நினைத்தார்.

எம்.ஜி.ஆரின் இறுதி ஊர்வலக் காட்சிகள் தொலைக் காட்சியில் காட்டப்பட்டபோதெல்லாம் கலைஞர் கருணாநிதி வாய்விட்டு அழுதிருக்கிறார். இதை அவரே ஒருமுறை என்னிடம் சொன்னார். நானும் மற்றவர்கள் வழியாக இதனை அறிந்தேன்.

இரண்டாயிரம் ஆண்டுகளுக்கு முந்திய பண்பாட்டைப் பற்றியே தமிழர்கள் பேசி வருகிறார்கள். அவ்வளவு தூரம் ஏன் போகவேண்டும். அறிஞர் அண்ணா மறைந்தபோது அவரது சடலத்துக்கு மரியாதை செலுத்த வந்த பெருந்தலைவர் காமராஜர், டாக்டர் அண்ணாமலையைப் பார்த்து “என்ன டாக்டர், இந்த உயிரைக் காப்பாத்த முடியலியேண்ணே... நீங்க என்ன டாக்டருண்ணே...” என்று கேட்டார்.

மூதறிஞர் ராஜாஜியின் வாழ்க்கை முடிந்து போனபோது சுடுகாட்டில் அவரது சடலத்தை சந்தனக் கட்டைகள் மறைத்து நின்றன. யாருக்காகவோ ராஜாஜி மகன் நரசிம்மன் காத்து நிற்கிறார் என்றுதான் நினைத்தார்கள். ஆனால், சக்கர வண்டியில் வந்த பெரியாரைப் பார்த்த பிறகுதான் எல்லோருக்கும் கண்கள் விரிந்தன.

ராஜாஜியின் சடலத்திற்கு அருகில் அமர்ந்து பெரியார் ஒரு குழந்தையைப் போல கேவிக்கேவி அழுதார்.

அந்தப் பண்பாடு இன்னமும் சாய்ந்துவிடவில்லை என்பதற்கு அன்றைய உதாரணமாக கலைஞர் கருணாநிதி திகழ்ந்தார்.

அதே கருணாநிதி, எம்.ஜி.ஆரின் மறைவிற்குப் பிறகும் கூட ஜானகி அம்மாளைச் சமாதானப்படுத்த முயன்றார். ஆனால் ஜானகி அம்மாளைச் சூழ இருந்தவர்கள் கலைஞர் கருணாநிதியை வெறுத்தே பழக்கப்பட்டவர்கள். அதற்கும் விடவில்லை.

அன்று மாலை, எறும்புகள் ஊர்வதுபோல கூட்டம் ஊர்ந்தது. மக்கள் வெள்ளத்தில் புகழ் மாலை ஒன்று மிதந்து போனது.

“மாபெரும் சபைகளில் நீ நடந்தால்
உனக்கு மாலைகள் விழவேண்டும்
ஒரு மாற்றுக் குறையாத மன்னன்
இவனென்று போற்றிப் புகழ வேண்டும்”

என்று எங்கிருந்தோ பொருத்தமான ஒரு இசைத்தட்டு முழங்கியது. உச்சமான மேடையிலிருந்து அவரது சடலம் குழிக்குள்

இறக்கப்படுகிற இறுதிவரை தொடர்ந்து வருணனை செய்தேன்.

"நீ தங்கமென்பதால் உன்னைத் தரைக்குள்ளே புதைக்கிறோம்; நீ காலவெள்ளம் கைநீட்டி அழிக்கமுடியாத கல்வெட்டு..." என்று சொன்னதோடு எனது வார்த்தைகளுக்கு அன்று விடைகொடுத்தேன்.

புரட்சித்தலைவர் எம்.ஜி.ஆர். மறைந்த பிறகு நடந்தவைகள் அண்மைக் காலத்தில் நிகழ்ந்தவைகள். இருப்பினும் வெளியுலகத்திற்கு இதுவரை தெரியாத பல விவகாரங்கள் இந்த நடந்துபோன நாட்களின் நாடி நரம்புகளில் பின்னிக்கிடக்கின்றன என்றாலும் அந்த நிகழ்வுகள் முற்றிலும் வேறொரு முழுநீளத் தொடருக்கு உரியவைகள். இந்தக் கட்டுரைத் தொடரை போன ஆண்டு ஏறத்தாழ இதே நேரத்தில் தொடங்கியபோது இருந்த அரசியல் சூழல் இப்பாது இல்லை. இருப்பினும், அநியாயத்தை எதிர்க்கின்ற தர்மப் போரில் தீமைக்கே தொடர்ந்து வெற்றி கிடைத்துவருகிறதே என்று பலரும் சோர்ந்திருக்கிறார்கள்.

ஆனால் புராணத்திலும் சரித்திரத்திலும் பாடம் படித்துக் கொள்ளுகிறவர்களுக்கு ஒரு உண்மை உணர்த்தப்பட வேண்டும்.

தீமை இறுதிவரை தனது பேயாட்டத்தை நடத்தி முடித்த பிறகுதான் அது முடிவுக்குக் கொண்டுவரப் பட்டிருக்கிறது.

அப்படித்தான் தமிழகத்தைப் பிடித்த அழிவுச் சக்தி தன்னைக் காப்பாற்றிக் கொள்ளுகிற இறுதிமுயற்சியில் இறங்கியிருக்கிறது. இருப்பினும், "தர்மத்தின் வாழ்வுதன்னை சூது கவ்வும், மறுபடியும் தர்மம் வெல்லும் என்னும் இயற்கை மர்மத்தை நம்மிலே உலகம் கற்கும்" என்றபடி, தர்மம்தான் இறுதியாக வெற்றிபெறும்.

மூதறிஞர் ராஜாஜி நான்குநேரியில் ஒரு தேர்தல் கூட்டத்தில் சொன்னதுபோல "தர்மத்தை மறைக்கலாம்; அழிக்க முடியாது" என்பதை தமிழக வரலாறு மீண்டும் வரவு வைத்துக்கொள்ளப் போகிறது. கடந்த ஒரு வருட காலமாக எனது வணக்கம் தொடருக்காக நான் செல்லுகிற இடங்களிலெல்லாம் அன்பு காட்டி ஆதரவு தந்த ஆளுங்கட்சி உட்பட அனைத்து வாசகப் பெருமக்களுக்கும் நன்றி பாராட்டுகிறேன்.

மனம் பழுத்த மகராசன், ஆசிரியர்-உரிமையாளர் திரு.ராஜ கோபால், இணை ஆசிரியர், இளங்காலைச் சொப்பனம் போன்ற இனிய இளைஞர் காமராஜ் மற்றும் அனைவருக்கும் வணக்கம்!

●